ನಿಶಾಂತ್

ಸಾಯಿಸುತೆ

ಸುಧಾ ಎಂಟರ್‌ಪ್ರೈಸಸ್

ನಂ. 761, 8ನೇ ಮುಖ್ಯರಸ್ತೆ, 3ನೇ ಬ್ಲಾಕ್,
ಕೋರಮಂಗಲ, ಬೆಂಗಳೂರು 560 034

Nishanth (Kannada): a social novel written by Smt. Saisuthe; published by Sudha Enterprises, # 761, 8th Main, 3rd Block, Koramangala, Bangalore - 560 034.

ಮೊದಲನೆಯ ಮುದ್ರಣ	:	1990
ಎರಡನೆಯ ಮುದ್ರಣ	:	2001
ಮೂರನೆಯ ಮುದ್ರಣ	:	2013
ನಾಲ್ಕನೆಯ ಮುದ್ರಣ	:	2022
ಪುಟಗಳು	:	152
ಬೆಲೆ	:	ರೂ. 150
ಉಪಯೋಗಿಸಿದ ಕಾಗದ	:	70 ಜಿ.ಎಸ್.ಎಂ. ಮ್ಯಾಪ್‌ಲಿಥೋ
ಮುಖಪುಟ ವಿನ್ಯಾಸ	:	ಚಂದ್ರನಾಥ ಆಚಾರ್ಯ
ಹಕ್ಕುಗಳು	:	ಲೇಖಕಿಯವರದು

ಸಗಟು ಮಾರಾಟಗಾರರು
ವಸಂತ ಪ್ರಕಾಶನ
360, 10ನೇ 'ಬಿ' ಮುಖ್ಯರಸ್ತೆ, 3ನೇ ಬ್ಲಾಕ್,
ಜಯನಗರ, ಬೆಂಗಳೂರು – 560 011
ದೂರವಾಣಿ : 080–40917099 / ಮೊ: 7892106719
email : vasantha_prakashana@yahoo.com
website: www.vasanthaprakashana.com

ಅಕ್ಷರ ಜೋಡಣೆ :
ಸುಧಾ ಎಂಟರ್‌ಪ್ರೈಸಸ್

ಮುದ್ರಣ :
ಶ್ರೀನಿವಾಸ ಬೈಂಡಿಂಗ್ ವರ್ಕ್ಸ್

ಮುನ್ನುಡಿ

ಆತ್ಮೀಯ ಓದುಗರಲ್ಲಿ,

'ಭೂಮಿಯೇ ತಾಯಿ, ಆಕಾಶವೇ ತಂದೆ' ಎನ್ನುವ 'ನಿಶಾಂತ್' ಗುರಿ ಬಹಳ ಸ್ಪಷ್ಟ. ಅನಾಥಭಾವದಿಂದ ನಲುಗಿದ ಎಷ್ಟೋ ಅನಾಥ ಹುಡುಗರು 'ನಿಶಾಂತ್'ನ ಬದುಕಿನ ಭಾಗವನ್ನು ತಾವು ಆಯ್ದುಕೊಂಡಿದ್ದೇವೆ ಎಂದು ಪತ್ರ ಬರೆದಾಗ ಒಂದು ರೀತಿಯ ಧನ್ಯತೆಯ ಭಾವ.

ಇಂಥ ಕಾದಂಬರಿ ಮತ್ತೆ ಅಚ್ಚಾಗುತ್ತಿದೆ. ಮುನ್ನುಡಿ ಬರೆಯುವ ಮುನ್ನ ಬಂದು ಭೇಟಿಯಾದ ಒಬ್ಬ 'ನಿಶಾಂತ್'!

ಅನಾಥ ಎನ್ನುವ ಭಾವವೇ ಬೀಭತ್ಸ!

ಸುಧಾ ಎಂಟರ್‌ಪ್ರೈಸಸ್ ಮರು ಮುದ್ರಣ ಮಾಡುತ್ತಿದೆ. ಅದರ ಮಾಲೀಕರಿಗೆ ಹಾಗೂ ಮುಖಚಿತ್ರ ಕಲಾವಿದರಿಗೆ ನನ್ನ ಧನ್ಯವಾದಗಳು.

– ಸಾಯಿಸುತೆ

"ಸಾಯಿಸದನ"
12, 2ನೇ ಮುಖ್ಯರಸ್ತೆ, 2ನೇ ಅಡ್ಡರಸ್ತೆ,
ಮಾರುತಿನಗರ, ಕೋಗಿಲೆ ಕ್ರಾಸ್, ಯಲಹಂಕ
ಓಲ್ಡ್ ಟೌನ್, ಬೆಂಗಳೂರು – 560064.
ದೂ: 080–28571361
Email: saisuthe1942@gmail.com

ನಮ್ಮಲ್ಲಿ ದೊರೆಯುವ ಸಾಯಿಸುತೆಯವರ
ಇತರ ಕಾದಂಬರಿಗಳು

ಬೆಳಗಿನ ಏಳರ ಸಮಯವಾದರೂ ಮಬ್ಬಿನ ವಾತಾವರಣ, ಎರಡು ದಿನದಿಂದ ಸುರಿದ ಮಳೆ, ಒಂದೆರಡು ಗಂಟೆಯಿಂದ ವಿರಾಮ ಕೊಟ್ಟಿತ್ತು.

ಪ್ಲಾಟ್‌ಫಾರಂನಲ್ಲಿ ಟ್ರೈನ್ ನಿಂತಾಗ ನಿಶಾಂತ್ ಕೂತೇ ಇಳಿಯುವ ಜನ, ಓಡಾಡುವ ಜನರನ್ನು ನೋಡಿದ. ಅವನಿಗೇನು ಅಂಥ ಅವಸರವಿಲ್ಲ. ಬಂದು ಬೋಗಿ ಬೋಗಿಗಳನ್ನ ತಡಕುವ ಆತ್ಮೀಯರಾಗಲಿ, ಸ್ನೇಹಿತರಾಗಲಿ ಇಲ್ಲ.

ಇಡೀ ಬೋಗಿಯೇ ಖಾಲಿಯಾದ ಮೇಲೆ ತನ್ನ ಲೆದರ್ ಬ್ಯಾಗ್‌ನ ಹಿಡಿದು ಕೆಳಗಿಳಿದು, ಅತ್ತಿತ್ತ ನೋಡಿದ. ಪುಟ್ಟ ಕಂದನನ್ನು ಎದೆಗವಚಿಕೊಂಡ ಹೆಣ್ಣೊಬ್ಬಳು ಅವರಿವರ ಮುಂದೆ ಕೈ ಚಾಚುತ್ತಿದ್ದಳು. ಭಗ್ಗನೇ ಅವನೆದೆಯಲ್ಲಿ ಎದ್ದ ಜ್ವಾಲೆಗಳು ಮುಗಿಲೆತ್ತರವಾಗಿ ನೆಲಕ್ಕೆ ಉರುಳಿದವು.

ಐವತ್ತು ಪೈಸೆಯ ನಾಣ್ಯವನ್ನ ಅವಳ ಕೈಯೊಳಗಿಟ್ಟು ನಲ್ಲಿಯ ಬಳಿ ನಡೆದು ಮುಖ ತೊಳೆದು ಮತ್ತಷ್ಟು ಕೂಲಂಕಷವಾಗಿ ಇಡೀ ಪರಿಸರವನ್ನೇ ಪರಿಶೀಲಿಸಿದ. ಬರಬಹುದಾದ ಟ್ರೈನ್‌ಗೆ ಕಾದ ಜನರ ಜೊತೆ, ಬಂಧುಗಳನ್ನ ಎದುರುಗೊಳ್ಳಲು ಬಂದವರು ಕೂಡ ಇದ್ದರು.

ಅಸ್ತವ್ಯಸ್ತವಾದ ಕೂದಲನ್ನ ಬೆರಳುಗಳಿಂದಲೇ ಸರಿಪಡಿಸಿಕೊಂಡು ಪ್ಲಾಟ್‌ಫಾರಂನಿಂದ ಹೊರಗೆ ಬಂದ.

''ಇಲ್ಲೇ ಇದ್ದರೇ, ನಿನ್ನಲ್ಲಿನ ವಿದ್ಯೆಯ ದಾಹ ಇಂಗೋಲ್ಲ. ಒಳ್ಳೆ ಭವಿಷ್ಯನು ಇರೋಲ್ಲ'' ಉಸ್ತಾದ್ ಸೂಚಿಸಿ ಕಳಿಸಿದ್ದರು. ''ಶರ್ಮ ಅವ್ರಿಗೆ ಒಂದ್ಸಲ ಸಹಾಯ ಮಾಡಿದ್ದೀನಿ. ಅವ್ರು ಮರೆತಿರೋಲ್ಲ'' ಭುಜ ತಟ್ಟಿದ್ದರು.

ವಿಳಾಸದ ಜೊತೆ ದಾರಿಯನ್ನು ಸೂಚಿಸಿದ್ದರು ಉಸ್ತಾದ್ ಚಿಕ್ಕಯ್ಯ. ನಡದೇ ಹೊರಟ. ಎಂಟತ್ತು ಕಿಲೋಮೀಟರ್ ನಡಿಗೆ ಅವನಿಗೇನು ಹೆಚ್ಚಿನದಲ್ಲ. ಮಧ್ಯೆ ಮಧ್ಯೆ ನಿಂತು ಸಿಕ್ಕವರೊಂದಿಗೆ ವಿಳಾಸ ತೋರಿಸಿ ತಾನು ಹೊರಟ ದಾರಿ ಸರಿಯೇ ಎಂದು ನಿರ್ಣಯಿಸಿಕೊಳ್ಳತೊಡಗಿದ.

ಡಬ್ಲ್ಯೂ. ಆರ್. ಶರ್ಮ ಕಾಂಪೌಂಡ್‌ನ ಕರಿಯ ಕಲ್ಲಿನ ಮೇಲೆ ನಮೂದಾದ ಹೆಸರನ್ನು ದೂರದಿಂದಲೇ ಗುರ್ತಿಸಿದ. ಅವನು ಸರಳ ಮನಸ್ಸಿನ ಹಳ್ಳಿಯವರ ಜೊತೆಗೆ ಬದುಕಿ ಬಂದಿದ್ದ. ಸಿಟಿಯ ವಾತಾವರಣ, ಶ್ರೀಮಂತ ಜನ – ಒಂದು ಕ್ಷಣ ಅವನ ಉಸಿರಾಟದಲ್ಲಿ ಏರುಪೇರಾಯಿತು.

ಮುಚ್ಚಿದ್ದ ದೊಡ್ಡ ಗೇಟಿನ ಬಳಿ ನಿಂತು ಅವಲೋಕಿಸಿದ. ಒಳಗಿನ ಶ್ರೀಮಂತಿಕೆ, ಸಮಾಜದಲ್ಲಿ ಅವರುಗಳ ಪ್ರತಿಷ್ಠೆ ಸ್ವಲ್ಪ ಅರ್ಥವಾಯಿತು.

ಅಷ್ಟರಲ್ಲಿ ಗೇಟು ತೆರೆದುಕೊಂಡಿತು. ಸರ್ರನೇ ಬಂದ ಕಾರು ಅವನಿಗೆ ಡಿಕ್ಕಿ ಹೊಡೆಯುವಂತೆ ನಿಂತಿತು.

''ಯಾರು....'' ಕಿಟಿಕಿಯಿಂದ ತಲೆ ಹೊರಗೆ ಹಾಕಿದ ಯುವಕ ಕಣ್ಣು ಕೆಂಪಗೆ ಮಾಡಿದ. ''ಬೆಳಿಗ್ಗೆ... ಬೆಳಿಗ್ಗೆ ಸಾಯೋಕೆ ಬಂದ್ಯಾ ?''

ನಿಶಾಂತ್ ಮತ್ತಷ್ಟೂ ದೃಢವಾಗಿ ನಿಂತ ''ಸಾಯೋಕಲ್ಲ, ಬದುಕೋಕೆ ಬಂದಿರೋದು''. ಕೆಳಗಿಳಿದವನೇ ಅವನ ಕೊರಳಿನ ಪಟ್ಟಿ ಹಿಡಿದು ಅಷ್ಟು ದೂರಕ್ಕೆ ದೂಡಿದ. ಅವನು ಏಳುವುದರೊಳಗೆ ಕಾರು ಮುಂದಕ್ಕೆ ಹೋಯಿತು.

ವಾಚ್‌ಮನ್ ಅವನ ಕೈ ಹಿಡಿದು ಎಬ್ಬಿಸಿದ. ''ಹಣವಿರೋ ಜನ.... ದುರಹಂಕಾರ!'' ಕೆಳಗೆ ಬಿದ್ದಿದ್ದ ಲೆದರ್ ಬ್ಯಾಗ್‌ನ ತೆಗೆದು ಅವನ ಕೈಗೆ ಕೊಟ್ಟ.

ನಿಶಾಂತ್ ಕಾರು ಹೋದತ್ತಲೇ ನೋಡಿದ. ನಡೆದ ಸನ್ನಿವೇಶ ಅವನ ಮನದಲ್ಲಿ ದಟ್ಟವಾಗಿ ಉಳಿದು ಹೋಯಿತು. ಬಿದ್ದಾಗ ಊರಿದ ಅಂಗೈಗೆ ಕಲ್ಲು ಒತ್ತಿ ರಕ್ತ ಬಂದಿತ್ತು. ಪ್ಯಾಂಟ್‌ಗೆ ಹತ್ತಿರದ ಧೂಳು ಕೊಡವಿದ.

ವಾಚ್‌ಮನ್ ಅತ್ತ ನೋಡಿ ಪ್ರಶ್ನಾರ್ಥಕವಾಗಿ ''ಚಿಕ್ಕ ಯಜಮಾನ್ರು, ಬಿಸಿರಕ್ತದ ವಯಸ್ಸು...'' ಮೂಡಿದ ಪ್ರಶ್ನೆಗೆ ಉತ್ತರಿಸಿದ ಅವನು.

ತುಟಿ ಕಚ್ಚಿ ಅವಮಾನ ನುಂಗಿದ ನಿಶಾಂತ್ ''ಸ್ವಲ್ಪ ಯಜಮಾನ್ರು.... ಅಂದರೆ ಶರ್ಮ ಅವ್ರನ್ನ ನೋಡ್ಬೇಕಲ್ಲ'' ಕೇಳಿದ.

ತನ್ನ ಹ್ಯಾಟ್ ಸರಿ ಮಾಡಿಕೊಂಡು ವಾಚ್‌ಮನ್ ''ಅವ್ರು ಊರಲ್ಲಿ ಇಲ್ಲ, ಮನೆಗಿಂತ ಆಫೀಸ್‌ನಲ್ಲಿ ನೋಡೋದೇ ಉತ್ತಮ'' ಎಂದ.

ನಿಶಾಂತ್ ತುಟಿ ಕಚ್ಚಿ ಗೇಟಿನೊಳಕ್ಕೆ ನೋಟ ಹರಿಸಿದ, ಸುಂದರ ಪರಿಸರ. ಆಕರ್ಷಕ ಗಾರ್ಡನ್, ಭವ್ಯ ಬಂಗಲೆ 'ಗಟ್ಟಿ ಕುಳ' ಉಸ್ತಾದ್ ಹೇಳಿದ ಮಾತನ್ನು ನೆನಪಿಸಿಕೊಂಡ.

''ಅವ್ರು ಯಾವಾಗ್ಬರ್ತಾರೆ?'' ಚಿಂತಿತನಾದ.

''ಹೇಳೋಕ್ಕಾಗೋಲ್ಲ, ಅಮ್ಮಾವ್ರಿಗೆ ಗೊತ್ತಿರ್ಬಹ್ದು. ಚಿಕ್ಕ ಯಜಮಾನ್ರು ಬರೋಕೆ ಮೊದ್ಲು ಕೇಳಿ'' ಅತ್ತಿತ್ತ ನೋಡಿದ. ಮಾಡರ್ನ್ ಶ್ರೀಮಂತ ಯುವಕನ ಬಗ್ಗೆ ಅವನಿಗೂ ಭಯ.

ಅಷ್ಟರಲ್ಲಿ ರಭಸದಿಂದ ಬಂದ ಕಾರು ಗೇಟಿನೊಳಕ್ಕೆ ನುಗ್ಗಿತು. ಹಿಂದಕ್ಕೆ ಬಂದ ಅಜಿತ್ 'ರಪ್' ಎಂದು ವಾಚ್‌ಮನ್ ಕೆನ್ನೆಗೆ ಬಿಗಿದ.

“ಬೀದಿ ಜನರ ಹತ್ರ ಏನ್ಮಾತು?” ಕೆಕ್ಕರಿಸಿಕೊಂಡು ಇವನತ್ತ ನೋಡಿ ಒಳಗೆ ಹೋದ “ಬ್ಲಡೀ ಬೆಗ್ಗರ್ಸ್....” ಅವನ ಅವಹೇಳನದಿಂದ ಕೆರಳಿದರೂ ಪ್ರಯಾಸದಿಂದ ಅಡಗಿಸಿಕೊಂಡ.

ಎಲ್ಲಕ್ಕಿಂತ ತನ್ನಿಂದ ಆ ವ್ಯಕ್ತಿ ಏಟು ತಿನ್ನಬೇಕಾಯಿತಲ್ಲ ಎಂದು ನೋಯುವುದರ ಜೊತೆಗೆ ಅವನ ನಿಸ್ಸಹಾಯಕತೆಗೆ ಮರುಗಿದ.

ಅವನ ಎರಡು ಕೈಗಳನ್ನು ಹಿಡಿದುಕೊಂಡು ಹೇಳಿದ “ಛೆ, ನನ್ನಿಂದ ಇಂಥ ಕೆಲ್ಸವಾಯಿತಲ್ಲ, ದಯವಿಟ್ಟು ಕ್ಷಮಿಸ್ಬಿಡಿ” ಹೊರಟುಬಿಟ್ಟ.

ದಾರಿಯಲ್ಲಿ ಸಿಕ್ಕ ಪಾರ್ಕ್ ಹೊಕ್ಕವನು ಮರದ ನೆರಳಿನಲ್ಲಿ ಕೂತ. “ಇಲ್ಲೇ ಎಲ್ಲಾದ್ರೂ ಕೆಲ್ಸ ಕೊಡುಸ್ತೀನಿ” ಉಸ್ತಾದ್ ಹೇಳಿದಾಗ ತಳ್ಳಿ ಹಾಕಿದ್ದ “ಇಲ್ಲ ಬಾಬ, ನಾನು ಮುಂದಕ್ಕೆ ಓದ್ಬೇಕು. ಡಿಗ್ರಿಗಳ ಜೊತೆ ಸಮಾಜದಲ್ಲಿ ಗೌರವವನ್ನ ಗಳಿಸಿಕೊಳ್ಳಬೇಕು. ಹೇಗೋ ಬದ್ಕಿಬಿಡೋದು ನಂಗಿಷ್ಟವಿಲ್ಲ” ತೋಡಿಕೊಂಡಿದ್ದ. ಆತ ನಸು ನಕ್ಕಿದ್ದರೂ ಅವನ ವಿದ್ಯೆಯ ದಾಹ, ಚುರುಕುತನ ಚಿಂತಿತರನ್ನಾಗಿ ಮಾಡುತ್ತಿತ್ತು.

ತನ್ನ ಹಾಗೆ ಸೋಮಾರಿಗಳಂತೆ ಅಲ್ಲಲ್ಲಿ ಕೂತಿರುವವರನ್ನು ನೋಡಿದ. ಕೆಲವರಿಗೆ ಕೆಲಸವಿಲ್ಲ, ಕೆಲವರಿಗೆ ಕೆಲಸ ಮಾಡುವ ಮನಸ್ಸಿಲ್ಲ.

ಎದುರಿನ ಹೋಟಲ್‌ನಲ್ಲಿ ಕಾಫೀ ತಿಂಡಿ ತಿಂದು ಶರ್ಮ ಅವರ ಆಫೀಸ್‌ನತ್ತ ನಡೆದ. ನಡೆದೇ ವೇಳೆಯನ್ನ ವ್ಯಯಿಸಬೇಕಿತ್ತು. ನಾಲ್ಕಾರು ಫ್ಯಾಕ್ಟರಿಗಳ ಮಾಲೀಕರು. ಒಂದಿಷ್ಟು ಸಹಾಯ ಮಾಡುವುದು ಅವರಿಗೆ ಕಷ್ಟದ ಕೆಲಸವಲ್ಲ. ಆದರೆ ಅವರನ್ನ ನೋಡುವುದೇ ಪ್ರಯಾಸ.

ಪಬ್ಲಿಕ್ ಟೆಲಿಫೋನ್ ಬೂತ್‌ನಿಂದ ಫೋನ್ ಹಚ್ಚಿದ. “ಯೆಸ್....ಸರ್....” ಆಪರೇಟರ್ ಸ್ವರ ಹರಿದು ಬಂದಾಗ “ಶರ್ಮ ಅವ್ರು ಯಾವಾಗ್ಬರ್ತಾರೆ?” ಕೇಳಿದ.

“ನೀವು .... ಯಾರು?” ಅದೇ ಕೋಮಲ ಸ್ವರ.

“ಅವ್ರ ಕೊಲೀಗ್ ಮಗ....” ಎಂದ.

“ನಾಳೆ ಸಂಜೆ ಬರೋ ಪ್ರೋಗ್ರಾಮ್ ಇದೆ....” ಫೋನಿಟ್ಟ ಸದ್ದು. ಅವನಿಗೆ ನಗು ಬಂತು “ನೀವೆಲ್ಲ ಯಾಂತ್ರಿಕ ಬದ್ಕಿನ ಜನ. ಬೇರೆಯವ್ರ ಕಷ್ಟ ಅರ್ಥವಾಗಲ್ಲ” ರಿಸೀವರ್‌ನತ್ತ ನೋಡಿ ಇಟ್ಟ. ‘ನಾಳೆ ಸಂಜೆ....’ ಬಹಳ ದೀರ್ಘವಾಗಿ ಕಂಡಿತು. ಅಲ್ಲಿಯವರೆಗೆ ತಾನೇನು ಮಾಡಬಹುದು.

ಹೊರಗೆ ಬಂದ. ಬಿಸಿಲು ಜೋರಾಗಿತ್ತು. ಇಂದೇಕೋ ನಡೆಯುವುದು ಪ್ರಯಾಸವೆನಿಸಿತು. ಅವರಿಲ್ಲದಾಗ ಶರ್ಮ ಅವರ ಆಫೀಸ್‌ಗೆ ಹೋಗಿ ಪ್ರಯೋಜನವಿಲ್ಲವೆನಿಸಿತು.

ಸುತ್ತಮುತ್ತಲು ನೋಡಿದ. ದೊಡ್ಡ ದೊಡ್ಡ ಷಾಪಿಂಗ್ ಸೆಂಟರ್. ತಿರುಗಾಡುವ ವೆಹಿಕಲ್‌ಗಳು, ಅಡ್ಡಾಡುವ ಜನ ಬಹಳ ಹೊತ್ತು ಒಂದೆಡೆ ನಿಲ್ಲುವುದು ಕೂಡ ಅಪಾಯವೆಂದು ಅವನಿಗೆ ಗೊತ್ತು.

ಭುಜದ ಮೇಲೆ ಕೈ ಬಿತ್ತು, ಹಿಂದಕ್ಕೆ ತಿರುಗಿದ "ಬಹಳ ಹೊತ್ತಿನಿಂದ ಗಮನಿಸುತ್ತ ಇದ್ದೀನಿ. ಯಾವೂರು ನಿಂದು?" ಯೂನಿಫಾರಂನಲ್ಲಿರೋ ಪೇದೆ. ತನ್ನ ಲೆದರ್ ಬ್ಯಾಗ್‌ನ ಬಲಗೈನಿಂದ ಎಡಗೈಗೆ ಬದಲಾಯಿಸಿಕೊಂಡ ನಿಶಾಂತ್.

ಹೊರಡುವಾಗ ಉಸ್ತಾದ್ ಗರಡಿಯಲ್ಲಿನ ಒಬ್ಬಾತ ಹೇಳಿದ್ದ "ಭಾರಿ ಹುಷಾರಾಗಿರ್ಬೇಕು. ಸಸ್ಪೆಕ್ಟ್ ಅಂತ ಒಳ್ಗೆ ಹಾಕಿ ಏರೋಪ್ಲೇನ್ ಹತ್ತಿಸಿಬಿಡ್ತಾರೆ. ಅಂಥ ಅನುಭವ ನನಗೆ ಆಗಿದೆ" ಅದನ್ನ ನೆನಪಿಸಿಕೊಂಡ.

"ಸ್ಟೂಡೆಂಟ್, ಓದೋಕೆ ಬಂದಿದ್ದೀನಿ. ಭೇಟಿಯಾಗ್ಬೇಕಾದ ಜನ ಸಿಕ್ಕಿಲ್ಲ" ಎಂದ. ಪೇದೆ ಅಡಿಯಿಂದ ಮುಡಿಯವರೆಗೂ ಅವನನ್ನ ದಿಟ್ಟಿಸಿದ. ಕಣ್ಣುಗಳಲ್ಲಿ ವಿಚಿತ್ರವಾದ ಹೊಳಪು, ಚುರುಕುತನ, ಕಟ್ಟುಮಸ್ತಾದ ಮೈಕಟ್ಟು. ಸ್ವಲ್ಪ ಹಿಂಜರಿದ "ಎಲ್ಲಾ ಸ್ಟೂಡೆಂಟ್‌ಗಳೇ, ಪ್ಯಾಂಟ್ ಷರಟು ಹಾಕಿದೋರೆಲ್ಲ ಬುಕ್ ಇಡಕೊಂಡು ಓಡಾಡ್ತಾರೆ. ನನ್ನ ಏರಿಯಾ ಬಿಟ್ಟು ಹೋಗ್ಬಿಡು. ವರ್ಷದಲ್ಲಿ ಎರ್ಡು ಸಲ ಸಸ್ಪೆಷನ್ ಆಗಿದೆ" ಅತ್ತಿತ್ತ ನೋಡಿದ.

ನಿಶಾಂತ್ ನಕ್ಕು ಬಿಟ್ಟ "ನೀನೇನು ಗಾಬ್ರಿ ಪಡ್ಬೇಡ" ಅವನ ಭುಜವನ್ನ ತಟ್ಟಿ ಸಿಗ್ನಲ್ ಬಿದ್ದಿದ್ದರಿಂದ ರೋಡು ಕ್ರಾಸ್ ಮಾಡಿದವನು ಆಕಡೆ ನಿಂತು ಕೈಯಾಡಿಸಿದ.

"ಎಲ್ಲಿಹೋಗುವುದು? ಬೀದಿಯಲ್ಲಿಸ್ವಲ್ಪ ಹೊತ್ತು ನಿಂತರೇನೇ ಅಪಾಯ. ಅಂಥದ್ದರಲ್ಲಿ ಇರುವುದೆಲ್ಲಿ? ಶರ್ಮ ಅವರು ಸಿಕ್ಕದ ಹೊರತು ಪರಿಹಾರವಿಲ್ಲ."

"ಆಕೆಗೂ ಗೊತ್ತು ನನ್ನ ಬಗ್ಗೆ. ಉಸ್ತಾದ್ ಚಿಕ್ಕಣ್ಣ ಕಳಿಸ್ದಾಂತ ಹೇಳಿ ನೋಡು. ಉಸ್ತಾದ್ ಸ್ವಾಭಾವಿಕವಾಗಿ ಮೀಸೆಯ ಮೇಲೆ ಕೈ ಹಾಕಿದ್ದ. ಆಕೆ, ಮಿಸಸ್ ಶರ್ಮನ ಹೇಗೆ ಭೇಟಿ ಮಾಡುವುದು? ಮೇಲೆ ಕಾರು ಹತ್ತಿಸುಬಿಡುವಷ್ಟರ ಮಟ್ಟಿಗೆ ಪುಂಡುತನ ಆ ಶ್ರೀಮಂತ ಪುತ್ರನದು."

ಸಂಜೆಯ ವೇಳೆಗೆ ಅದೇ ಬಂಗ್ಲೆಯ ಬಳಿಗೆ ಬಂದ. ವಾಚ್‌ಮನ್ ಬದಲಾಗಿದ್ದ. ಅವನು ತಾನು ಶ್ರೀಮತಿ ಶರ್ಮ ಆವರನ್ನೇ ನೋಡಬೇಕೆಂದು ಕೇಳಿದ.

"ಮನೆಯಲ್ಲಿಲ್ಲ. ಕ್ಲಬ್‌ಗೆ ಹೋಗಿದ್ದಾರೆ. ಆಮೇಲೆ ಬಾ" ಎಂದ ನಿರ್ಲಕ್ಷವಾಗಿ.

ಅಲ್ಲೇ ಕಾದು ನಿಂತಾಗ ವಾಚ್‌ಮನ್ ಬಂದು ಅವನನ್ನು ದೂರ ಹೋಗಲು ತಿಳಿಸಿದ. "ಆಮೇಲೆ ಬನ್ನಿ, ಚಿಕ್ಕ ಯಜಮಾನ್ರು ಬಂದರೆ ನನ್ನ ಮೇಲೆ ರೇಗಿ ಬೀಳ್ತಾರೆ. ಮನೆ ಹತ್ರ ಜನ ಬರೋದೇ ಅವ್ರಿಗೆ ಇಷ್ಟವಿಲ್ಲ" ಅವನು ದೂರ ತಳ್ಳಲು ಸಿದ್ಧವಾಗಿದ್ದ. ಹಲ್ಮುಡಿಯನ್ನು ಕಚ್ಚಿಡಿದ ನಿಶಾಂತ್.

ಆಕಾಶದತ್ತ ನೋಡಿ ದೀರ್ಘವಾಗಿ ಉಸಿರೆಳೆದು ದಬ್ಬಿದ. ಭೂಮಿನ ಹಾಸಿಗೆ, ಆಕಾಶನ ಹೊದ್ದಿಕೆಯನ್ನಾಗಿ ಮಾಡಿ ಹೋದ ಹೆತ್ತ ತಾಯಿ ಇನ್ನು ಸ್ವಲ್ಪ ಕಟುಕಳಾಗಿದ್ದರೆ, ಇಲ್ಲ ತನ್ನ ಮುಂದಿನ ಬದುಕಿನ ಬಗೆಗೆ ಸಹಾನುಭೂತಿಗೊಂಡವಳಾಗಿದ್ದರೇ ಆಗಲೇ ತಾನು ಇಲ್ಲವಾಗಿ ಬಿಡಬಹುದಾಗಿತ್ತು. ಆಗ ಯಾರಿಗೆ ನಷ್ಟ? ಹಕ್ಕಿಯೊಂದು ಪಟಪಟ ಬಡಿದು ಅವನ ಪಕ್ಕದಲ್ಲಿಯೇ ಹಾರಿ ಹೋಯಿತು.

ದೂರ ಅಡ್ಡಾಡುತ್ತ ನಿಂತವನು ಕಾರು ಬರುವುದನ್ನು ನೋಡಿ ಹತ್ತಿರಕ್ಕೆ ಬಂದ. ಡ್ರೈವಿಂಗ್

ಸೀಟ್‌ನಲ್ಲಿ ಕೂತಿದ್ದ ಅಜಿತ್ ಕೆಕ್ಕರಿಸಿಕೊಂಡು ಅವನತ್ತ ನೋಡಿದ.

''ಇವ್ನ ಯಾವನೋ, ಅಂತು ನಾಲ್ಕು ಒದ್ದ ಹೊರತು ಬುದ್ಧಿ ಬರಲಾರ್ದು'' ರಸ್ತೆಯ ಮೇಲಕ್ಕೆ ಉಗಿದ. ಅದು ನಿಶಾಂತ್ ಮುಖವನ್ನು ತಲುಪಿದಂತಾಯಿತು.

ಅವನಲ್ಲಿನ ಕ್ರೋಧಕ್ಕೆ ಬೇರೆ ಸಮಯವಾಗಿದ್ದರೆ ಕಾರಿನಿಂದ ಹೊರಗೆಳೆದು ಇಡೀ ರೋಡಿನಲ್ಲಿ ಉರುಳಾಡಿಸಿಬಿಡುತ್ತಿದ್ದ.

ಕಾರು ಒಳಗೆ ಹೋದ ಮೇಲೆ ಅವನ ತಾಯಿ ರೇಗಾಡಿ ವಾಚ್‌ಮನ್‌ಗೆ ಹೇಳಿ ಕಳಿಸಿರಬೇಕು. ಅವನಿಂದ ಮಾಹಿತಿ ಪಡೆದ ಮೇಲೆ ಇವನಿಗೆ ಬುಲಾವ್ ಬಂದಿದ್ದು.

''ಏನು.... ವಿಷ್ಯ'' ಸೋಫಾಗೆ ಒರಗಿದ್ದ ಭವಾನಿ ಪ್ರಶ್ನಿಸಿದಾಗ ನಾಲಿಗೆಯಿಂದ ತುಟಿ ಸವರಿದ ನಿಶಾಂತ್. ''ಉಸ್ತಾದ್ ಚಿಕ್ಕಣ್ಣನೋರು.... ಕಳಿಸಿದ್ದಾರೆ'' ಆಕೆಯ ಮುಖ ಪ್ರಸನ್ನವಾಯಿತು.

''ನೀನು ಆ ಊರಿನವನಾ? ಹೇಗಿದ್ದಾರೆ.... ಚಿಕ್ಕಣ್ಣ?'' ವಿಚಾರಿಸುವ ವೇಳೆಗೆ ಅಜಿತ್ ಮೆಟ್ಟಲಿನಿಂದ ಧಡಧಡ ಕೆಳಗಿಳಿದು ಬಂದ. ''ಮಮ್ಮಿ....'' ಆಕೆ ಕೈಯೆತ್ತಿ ತಡೆದರು. ''ನೀನ್ಹೋಗು.... ಅರ್ಚನಾನ್ನು ಜೊತೆಯಲ್ಲಿ ಕರ್ಕೊಂಡ್ಹೋಗು'' ಬೇರೆ ಸಮಯದಲ್ಲಾಗಿದ್ದರೆ ಈ ಆಜ್ಞೆ ಅಜಿತ್ ಲೆಕ್ಕದಲ್ಲಿಡುತ್ತಿರಲಿಲ್ಲ. ತಂದೆಯ ಎಚ್ಚರಿಕೆ ಅವನ ಮಿದುಳಿನಲ್ಲಿತ್ತು. ''ಬಿ ಕೇರ್ ಫುಲ್. ನಾವು ಬೇರೆಯವರೊಂದಿಗೆ ಮಾತಾಡ್ತಾ ಇರೋವಾಗ ನಿನ್ನ ಭಾವನೆಗಳ ಪ್ರದರ್ಶನ ಬೇಡ. ಆ ಸಮಯದಲ್ಲಿ ಹತೋಟಿಯಲ್ಲಿ ಇಟ್ಕೋ'' ಅದನ್ನ ಸದಾ ಪಾಲಿಸುವ ಅಗತ್ಯವು ಇತ್ತು. ಆಗ ಉರಿಯುತ್ತಿದ್ದ ಅವನ ಕಣ್ಣುಗಳನ್ನು ಗಮನಿಸಿದ್ದ ನಿಶಾಂತ್.

''ಸ್ವಲ್ಪ ....ಬಾ'' ತಾಯಿಯನ್ನು ಕೈ ಹಿಡಿದು ಕೋಣೆಗೆ ಕರದೊಯ್ದು ''ಡ್ಯಾಡಿ ಇದ್ದಾಗ ಬರ್ಲಿ!, ನಿಂಗ್ಯಾಕೆ ಇಂಥ ವಿಷ್ಯಗಳ ಉಸಾಬರಿ? ಗೇಟು ಮುಂದೆ ಜನ ಕ್ಯೂ ನಿಂತು ಬಿಡ್ತಾರೆ. ಇದು ಯಾವ್ದೋ ದುರಹಂಕಾರದ ನಾಯಿ'' ಅವನು ಜೋರಾಗಿ ಆಡಿದ ಮಾತುಗಳು ನಿಶಾಂತ್‌ಗೆ ಕೇಳಿಸುತ್ತಲೇ ಇತ್ತು.

ಅದೇನು ಹೇಳಿದರೋ ಭವಾನಿ ಅವನು ಇವನತ್ತ ತಿರುಗಿ ಕೂಡ ನೋಡದೇ ಹೊರಗೆ ಹೋದ.

''ಅವ್ರು ನಾಳೆ ಸಾಯಂಕಾಲ ಬರ್ತಾರೆ. ನಾಳಿದ್ದು ಬೆಳಿಗ್ಗೆ ಬಂದು ನೋಡು'' ಹೇಳಿದರು. ಅವರು ಮಗನ ಮಾತಿಗೆ ಬೆಲೆ ಕೊಟ್ಟಿರಬಹುದು. ಇದು ಅನಿವಾರ್ಯ ಕೂಡ. ಹೆಣ್ಣಿಗೆ ಅತ್ಯಂತ ಪ್ರಿಯವಾದದ್ದು ತನ್ನ ಸಂತಾನ.

''ಆಯಿತು, ಬೆಳಿಗ್ಗೆ ಬಂದು ನೋಡ್ತೀನಿ'' ಹೊರಟ.

ಅವನ ಕೈಯಲ್ಲಿನ ಲೆದರ್ ಬ್ಯಾಗ್, ಅಸ್ತವ್ಯಸ್ತವಾದ ಕೂದಲನ್ನ ಗಮನಿಸಿಯೇ ನೇರವಾಗಿ ಇಲ್ಲಿಗೆ ಬಂದಿದ್ದಾನೆಂದುಕೊಂಡರು.

''ಎಲ್ಲಿ ಉಳ್ಕೊಂಡಿದ್ದೀಯಾ?'' ಆಕೆಯ ಪ್ರಶ್ನೆಗೆ ತುಟಿಯಂಚಿನಲ್ಲಿ ನಸು ನಗು ಕಾಣಿಸಿಕೊಂಡಿತು.

“ಇನ್ಮೇಲೆ ಯೋಚಿಸ್ತೀನಿ” ಎಂದ. ತುಟಿಯಂಚಿನ ಕಿರುನಗು, ಕಣ್ಣುಗಳಲ್ಲಿನ ದಿಟ್ಟತನದ ಆಕರ್ಷಣೆಗೆ ಭವಾನಿ ಬೆರಗಾದರು.

“ಬರ್ತೀನಿ....” ಹೊರಗೆ ಹೋದ.

ಭವಾನಿ ನಿಂತಲ್ಲಿಂದ ಅಲುಗಲಿಲ್ಲ. ದಟ್ಟವಾದ ತಲೆ ಕೂದಲು, ದೃಢವಾದ ಮೈಕಟ್ಟು, ಎತ್ತರದ ನಿಲುವು, ಒಟ್ಟಿನಲ್ಲಿ ಆಕರ್ಷಕ ಯುವಕ. ಉಸ್ತಾದ್ ಚಿಕ್ಕಣ್ಣನವರ ಮಗನಿರಬೇಕೆಂದುಕೊಂಡರು.

ಬೆಳಿಗ್ಗೆ ಜಾಗಿಂಗ್, ಟೇಪ್ ರೆಕಾರ್ಡರ್ ಹಾಕಿಕೊಂಡು ಎಕ್ಸಸೈಜ್, ಮೊಟ್ಟೆ, ಹಾಲು, ಸಂಜೆ ಬ್ಯಾಡ್ಮಿಂಟನ್ ಕೋರ್ಟು ಕಲಿತ ಕರಾಟೆಯ ಪ್ರಾಕ್ಟೀಸ್ ಇವೆಲ್ಲದರ ನಡುವೆಯೂ ಅಜಿತ್ ಇಷ್ಟು ದೃಢಕಾಯನಾಗಿರಲಿಲ್ಲ. ಅವನ ಎತ್ತರಕ್ಕೆ ಮೈಕಟ್ಟು ಸಾಲದು.

ರಾತ್ರಿಯ ಡಿನ್ನರ್ ನಡುವೆ ಆಕೆ ಪ್ರಸ್ತಾಪಿಸಿಯೇಬಿಟ್ಟರು.

“ಅವನನ್ನು ನೋಡಿದ್ಯಾ! ಎಂಥ ಮೈಕಟ್ಟು, ನಾಲ್ಕು ಜನರನ್ನು ಎತ್ತಿ ಒಗೆಯಬಲ್ಲಂಥ ಶಕ್ತಿ ಅವ್ನ ತೋಳುಗಳಿಗೆ ಇದ್ದಂಗಿದೆ. ಕಣ್ಣುಗಳಲ್ಲಿ ಏನು ಚುರುಕು. ನೀನು.... ಇದ್ದೀಯಾ....” ಮಗನನ್ನ ಮೂದಲಿಸಬೇಕೆಂದೇನು ಆಕೆಗೆ ಇರಲ್ಲಿಲ್ಲ, ಮಾತಿನ ನಡುವೆ ನುಸುಳಿದ ಶಬ್ದಗಳು ಪ್ರಕೋಪಕ್ಕೆ ಹೋಯಿತು.

ಡೈನಿಂಗ್ ಟೇಬಲ್ಲು ಮೇಲಿದ್ದ ಪದಾರ್ಥಗಳು, ವಸ್ತುಗಳು ಎರಚಾಡಿಬಿಟ್ಟವು. ಒಡೆದ ಗಾಜಿನ ಚೂರು ಅರ್ಚನಾ ಮುಖಕ್ಕೆ ಸಿಡಿಯಿತು.

ಭವಾನಿ ದಿಗ್ಭ್ರಮಿತರಾದರು. ಮಗನ ಅಹಂಕಾರ, ಕೋಪದ ಬಗ್ಗೆ ಆಕೆಗೆ ಗೊತ್ತು. ಅಷ್ಟು ಮಿತಿ ಮೀರಿದೆಯೆಂದು ಆಕೆಗೆ ತಿಳಿಯಲಿಲ್ಲ.

ಅರ್ಚನಾನ ಕರೆದುಕೊಂಡು ಕೋಣೆಗೆ ಹೋಗಿಬಿಟ್ಟರು. ರಕ್ತ ಕಾಣಿಸಿಕೊಂಡ ಹಣೆಯನ್ನು ಡೆಟಾಲ್‌ನಿಂದ ಕ್ಲೀನ್ ಮಾಡಿ ಡಾಕ್ಟರ್‌ಗೆ ಫೋನ್ ಮಾಡಿದರು.

ಡಾಕ್ಟರ್ ಬಂದಾಗ ತಾನೇ ಕರೆದುಕೊಂಡು ಬಂದ. ಶ್ರೀಮಂತ ಶರ್ಮರವರ ಫ್ಯಾಮಿಲಿ ಡಾಕ್ಟರ್. ಸಿರಿವಂತರ ಬಗ್ಗೆ ಆತನಿಗೆ ಗೊತ್ತು.

“ಷಿ ಈಸ್ ಆಲ್ ರೈಟ್, ಏನು ಪರ್ವಾಗಿಲ್ಲ” ಎಂದರು ಇಂಜಕ್ಷನ್ ಕೊಟ್ಟು.

“ನೋವು ತುಂಬ ಇರುತ್ತಾ?” ಕೇಳಿದ್ದು ಅಜಿತ್. ಅವರು ನಕ್ಕು ಬಿಟ್ಟರು. “ಅಂಥ ನೋವೇನು ಇರೋಲ್ಲ. ಮಲ್ಗೀ ರೆಸ್ಟ್ ತಗೊಳ್ಳಿ” ಒಂದಿಷ್ಟು ಮಾತ್ರೆ ಬರೆದುಕೊಟ್ಟು ಹೋದರು.

“ಎಕ್ಸ್‌ಕ್ಯೂಜ್ ಮಿ, ಮಮ್ಮಿ.” ತಾಯಿಯಲ್ಲಿ ಕ್ಷಮೆ ಯಾಚಿಸಿದ. ಭವಾನಿ ಮಗನನ್ನು ನೇರವಾಗಿ ನೋಡಿದರು. “ಸತ್ಯವನ್ನು ಅರಗಿಸಿಕೊಳ್ಳುವಂಥ ತಾಳ್ಮೆ ಕಲೀ. ಎಲ್ಲೋ ಕಾಡಿನಲ್ಲಿ ಒರಟೊರಟಾಗಿ ಬೆಳ್ಯೋ ಮಕ್ಳು ಹೇಗಿರುತ್ತಾರೆ. ನಾವು ಎಷ್ಟು ಜೋಪಾನದಿಂದ ಬೆಳೆಸಿದ್ರು ಅಷ್ಟು ಹುಲುಸಾಗಿರೋಲ್ವಲ್ಲ, ಅನ್ನೋ ನೋವು. ಅದ್ನ ನಾನು ನಿನ್ನ ಮುಂದೆ ವ್ಯಕ್ತಪಡಿಸಿದ್ದು. ನೀನು ಅಷ್ಟು ಅರ್ಥ ಮಾಡಿಕೊಳ್ಳಲ್ಲಿಲಾಂದ್ರೆ .... ಹೇಗೆ?” ಬುದ್ಧಿ ಹೇಳುವ ಪ್ರಯತ್ನ ಮಾಡಿದರು.

"ಸಾರಿ ಮಮ್ಮಿ...." ಪೂಸಿ ಹೊಡೆದು ಸಂತೈಯಿಸಿಬಿಟ್ಟ.

ಶರ್ಮ ಅಂದು ಮಧ್ಯರಾತ್ರಿಯೇ ಹಿಂದಿರುಗಿ ಬಂದರು. ಯಾವುದೋ ಮೀಟಿಂಗ್, ಏನೋ ಡಿಸ್‌ಕಸ್ - ಸದಾ ಬಿಜಿಯಾಗಿರುವ ಮನುಷ್ಯ. ಅವರ ತಂದೆಯ ಕಾಲಕ್ಕೆ ಲಕ್ಷಾಂತರ ಇದ್ದ ಇನ್‌ವೆಸ್ಟ್‌ಮೆಂಟ್ ಈಗ ಕೋಟ್ಯಾಂತರವಾಗಿತ್ತು. ಒಂದು ಫ್ಯಾಕ್ಟರಿಯ ಓನರ್ ಆಗಿದ್ದವರು ಈಗ ನಾಲ್ಕು ಫ್ಯಾಕ್ಟರಿಯ ಯಜಮಾನರು. ಯಾವ ಯಾವ ಸಂಘ ಸಂಸ್ಥೆಗಳಿಗೆ ಪ್ರೆಸಿಡೆಂಟೋ, ಡೈರೆಕ್ಟರೋ ಒಂದಲ್ಲ ಒಂದು ಹುದ್ದೆ. ಹಾಗಂತ ತನ್ನ ಫ್ಯಾಮಿಲಿಯನ್ನ ಉದಾಸೀನ ಮಾಡಿದವರಲ್ಲ.

ಬೆಳಗಿನ ಬ್ರೇಕ್‌ಫಾಸ್ಟ್ ಸಂದರ್ಭದಲ್ಲಿ ಭವಾನಿ ವಿಷಯ ತಿಳಿಸಿದರು. "ಉಸ್ತಾದ್ ಚಿಕ್ಕಣ್ಣ ಒಬ್ಬ ಯುವಕನನ್ನ ಕಳ್ಸಿದ್ದಾರೆ. ಬಹುಶಃ ಅವ್ನಿಗೊಂದು ಕೆಲ್ಸ ಬೇಕೂಂತ ಇರ್ಬಹುದ್ದು"

ಶರ್ಮರವರ ಬಾಯಿಯ ಬಳಿಗೆ ಬಂದಿದ್ದ ಟೋಸ್ಟ್ ಹಾಗೆಯೇ ಉಳಿದುಬಿಟ್ಟಿತು.

"ಎಲ್ಲಿ....ಅವ್ನು? ಆ ಮನುಷ್ಯ ಪ್ರಾಣದ ಅಂಜಿಕೆ ತೊರೆದು ನಮ್ಗೆ ಮಾಡಿದ ಉಪಕಾರ ಎಂದಾದ್ರೂ ಮರ್‍ಯೋಕೆ ಸಾಧ್ಯವೇ? ಲಕ್ಷಗಟ್ಟಲೆ ಕೇಳಿದ್ದರೆ ಅಂದೇ ಕೊಟ್ಟುಬಿಡ್ತಾ ಇದ್ದೆ..." ಎಂದು ಅಂತಃಮುಖಿಯಾದರು.

ಭವಾನಿ ನಕ್ಕುಬಿಟ್ಟರು "ಈಗ ಒಂದೆರಡು ಲಕ್ಷ ಕೇಳಿದ್ರೆ ಕೊಟ್ಟು ಬಿಡ್ತೀರಾ?" ಆತನಿಗೆ ಇಲ್ಲವೆನಿಸಿತು "ಖಂಡಿತ ಇಲ್ಲ. ಆ ಸನ್ನಿವೇಶ, ಸಂದರ್ಭದ ಪ್ರಖರತೆ ದಿನ ಕಳೆದಂತೆ ಕಡ್ಮೆಯಾಗಿ ನೆನಪೊಂದು ಮಾತ್ರ ಉಳಿದುಬಿಡುತ್ತೆ. ಆ ನೆನಪಿನಿಂದ ಏನಾದ್ರೂ ಮಾಡ್ಬೇಕು" ಟೋಸ್ಟ್ ಬಾಯಿಗಿಟ್ಟುಕೊಂಡರು.

ಅಜಿತ್ ಎದ್ದು ಹೋಗಿಬಿಟ್ಟ. ಯಾಕೋ ಆ ಯುವಕನ ಬಗ್ಗೆ ಅವನಿಗೆ ರೋಷ.

ಆಫೀಸ್‌ಗೆ ಹೊರಡುವ ಮುನ್ನ ಮಡದಿಯನ್ನು ಕೇಳಿದರು. "ಮತ್ತೆ ಯಾವಾಗ್ಬರ್ತಾನೆ? ಅಕಸ್ಮಾತ್ ಬಂದರೆ ಸಂಜೆ ನೋಡೋಕ್ಕೇಳು. ಅವನ ವಿದ್ಯೆ, ಅನುಭವ ನೋಡಿ ಯಾವುದಾದ್ರೂ ಕೆಲ್ಸ ಕೊಡೋಣ" ಎಂದರು.

ಟೈ ಸರಿ ಮಾಡುತ್ತ ಭವಾನಿ "ಬಹಳ ಜೋರಾಗಿದ್ದಾನೆ ಉಸ್ತಾದ್ ಚಿಕ್ಕಣ್ಣನ ಮಗನೇನೋ" ಎಂದರು.

"ಇಲ್ಲ, ಅವ್ರಿಗೆ ಮಕ್ಕಳಿಲ್ಲ. ಅವ್ರ ಗರಡಿಯಲ್ಲಿ ಕಲಿತೋನು ಇರ್ಬಹುದ್ದು. ನಮ್ಮ ವಾಚ್‌ಮನ್‌ಗೆ ವಯಸ್ಸಾಯ್ತು ಅವನನ್ನ ನೇಮಿಸ್ಕೊಳ್ಳೋಣ" ದೂರದೃಷ್ಟಿಯಿಂದ ಈ ಮಾತು ಹೇಳಿದರು.

ಒಳಗೆ ಬಂದ ಅಜಿತ್ ಹೊರಗೆ ಹೋದ. ಇದೇನು ಅಂಥ ಮುಖ್ಯವಾದ ವಿಷಯವಲ್ಲ. ಆದರೂ ಇವನೇಕೆ ಇಷ್ಟು ತಲೆ ಕೆಡಿಸ್ಕೋತಾನೆ? ಆಕೆಗೆ ಅರ್ಥವಾಗಲಿಲ್ಲ.

ಎಂದೂ ಇಲ್ಲದ ಭವಾನಿ ನಿಶಾಂತ್‌ನ ಬರುವಿಗಾಗಿ ಕಾದರು. ಶರ್ಮ ಆಫೀಸ್‌ಗೆ ಹೊರಡುವ ಸಮಯಕ್ಕೆ ಸರಿಯಾಗಿ ಬಂದ. ಆತುರದಲ್ಲಿದ್ದರು.

"ಸಂಜೆ ಮನೆಯಲ್ಲೇ ಬಂದು ನೋಡು" ಕಾರು ಹೊರಟುಬಿಟ್ಟಿತು.

ಭವಾನಿ ಅವನತ್ತ ನೋಡಿದರು "ಈ ಎರ್ಡು ದಿನ ಎಲ್ಲಿದ್ದೆ? ನಮ್ಮ ಗೆಸ್ಟ್‌ಹೌಸ್ ಇತ್ತು. ಅದ್ರಲ್ಲಿ ಇರಬಹುದಿತ್ತು" ಎಂದರು. ಆ ಸಹಾನುಭೂತಿಯ ಹಿಂದೆಯೇ ಚಾಟಿಯಂತೆ ಬಂದು ಅಪ್ಪಳಿಸಿತು ಅಜಿತ್‌ನ ಮಾತುಗಳು.

"ಪುಂಡು, ಪೋಕರಿ, ಮುಟ್ಠಾಳರಿಗಲ್ಲ ಅದು! ಫುಟ್‌ಪಾತ್ ಮೇಲೆ ಇರಬೇಕಾದಂಥವ್ನು"

ನಿಶಾಂತ್ ಅವನ ಕುತ್ತಿಗೆಯ ಪಟ್ಟಿ ಹಿಡಿದುಕೊಂಡ. ಅವನ ಕೋಪಕ್ಕೆ ಅಜಿತ್ ಕೂಡ ಆ ಕ್ಷಣ ನಡುಗಿ ಹೋದ.

"ಏಯ್.... ಏನಿದು?" ಭವಾನಿ ಅಡ್ಡ ಬಂದರು. ಆಕೆಯ ಸಹಾನುಭೂತಿ ಹಾರಿಹೋಯಿತು "ನನ್ಮಗನ ಮೇಲೆ ಕೈಯೆತ್ತೋ ಅಷ್ಟು ಅಹಂಕಾರ. ನಡೀ.... ಹೊರ್ಗೇ...." ಎಂದರು.

ಕಾಲರ್ ಬಿಟ್ಟು ಹೊರಗೆ ನಡೆದ ನಿಶಾಂತ್ ಅವಮಾನದಿಂದ ಕುದಿದ. ಅಜಿತ್ "ಪೊಲೀಸ್ ಲಾಕಪ್‌ಗೆ ಹಾಕಿ ಇವನನ್ನ ಒದಿಸ್ತೀನಿ. ನೋಡ್ತಾ ಇರು" ಫೋನೆತ್ತಿದಾಗ ಆಕೆ ಕಿತ್ತಿಕೊಂಡರು.

"ಬಡವರಿಗೆ ಕೋಪ ಜಾಸ್ತಿ. ಮಾತುಗಳಿಂದ ಕೆಣಕೋಕೆ ಹೋಗ್ಬಾರ್ದು. ಅವ್ನು ಇನ್ನು ಬರೋಲ್ಲ ಬಿಡು, ಎಲ್ಲಾದ್ರೂ ಹಾಳಾಗ್ಲಿ" ಮಗನನ್ನ ಸಮಾಧಾನಿಸಿದರು.

ಮಧ್ಯಾಹ್ನ ಮಲಗಿದಾಗಲೂ ನಿಶಾಂತ್ ಬಂದು ಎದುರಿಗೆ ನಿಂತಂತಾಯಿತು. 'ಎಷ್ಟು ದುರಹಂಕಾರ....' ಮಗ್ಗುಲಾಗಿ ಮಲಗಿದರು. ಬಂದ ಕೂಡಲೇ ತಿಳಿಸಿ ಬಿಡಬೇಕು 'ಅವನಿಗೆ ಯಾವುದೇ ಸಹಾಯ ಮಾಡ್ಬೇಡಿ. ಬೇಕಿದ್ರೆ ಚಿಕ್ಕಣ್ಣನ ಮಾತಿಗೆ ಬೆಲೆಗಾಗಿ ಒಂದೆರಡು ಸಾವಿರ ಬಿಸಾಕಿಬಿಡೀಂತ ಹೇಳ್ಬೇಕು. ಅಷ್ಟಕ್ಕೂ ಇಲ್ಲಿಗೆ ಬರೋ ಧೈರ್ಯ ಅವನು ಮಾಡನು' ನಿದ್ರಿಸಲು ಪ್ರಯತ್ನಿಸಿದರು.

ಇವರ ನಿರೀಕ್ಷೆ ಸುಳ್ಳು ಮಾಡುವಂತೆ ಶರ್ಮ ಮನೆಗೆ ಬರುವ ವೇಳೆಗೆ ಬಂದು ಹಾಜರಾಗಿದ್ದ ನಿಶಾಂತ್. ಅದೇ ನೋಟ, ಅದೇ ಠೀವಿ.

ಹೊರಗಿನ ಲಾನ್ ಮೇಲೆಯೇ ಕೂತನು ಶರ್ಮ "ಹೇಗಿದ್ದಾನೆ ಚಿಕ್ಕಣ್ಣ?" ಕನ್ನಡಕ ತೆಗೆದಿಟ್ಟರು.

ಬಾಲ್ಕನಿಯಲ್ಲಿ ನಿಂತ ತಾಯಿ, ಮಗ ಒಬ್ಬರ ಮುಖವನ್ನೊಬ್ಬರು ನೋಡಿಕೊಂಡರು. "ಅವ್ನಿಗೆ ಹೆಲ್ಪ್ ಮಾಡ್ಬೇಡಾಂತ ಡ್ಯಾಡಿಗೆ ಹೇಳ್ತೀನಿ...." ಮುಂದೆ ಹೊರಟವನ ತೋಳನ್ನು ಹಿಡಿದುಕೊಂಡರು "ಬೇಡ, ನಿನ್ನ ಡ್ಯಾಡಿ ನೀನು ಹೇಳೋದ್ನ ಮಾತ್ರ ಕೇಳೋಲ್ಲ. ಅವ್ನ ಹೇಳಿಕೆನು ತಗೋತಾರೆ. ಅವ್ರು ಯಾವಾಗ್ಲೂ ತಪ್ಪಿನ ವಿರುದ್ಧವೇ. ಆಗ ನೀನು ಅಪರಾಧಿಯಾಗಿ ಬಿಡ್ತೀಯಾ?" ಮುಂದಿನ ಪ್ರಮಾದವನ್ನು ಹೇಳಿದರು.

ಅಜಿತ್ ನಿಂತಲ್ಲಿಯೇ ಹಲ್ಲು ಕಡಿದ. ಭವಾನಿ ಹೋಗಿ ಅಲ್ಲಿಯೇ ಕೂತರು. ಅಜಿತ್ ಕೂಡ ಮೂರನೇ ಖಾಲಿ ಬೆತ್ತದ ಛೇರ್ ಮೇಲೆ ಕೂತ. ತಿರಸ್ಕಾರವಿತ್ತು ಅವನ ಕಣ್ಣುಗಳಲ್ಲಿ.

ಉಸ್ತಾದ್ ಚಿಕ್ಕಣ್ಣ ಕಳಿಸಿದ ಮೂರು ಸಾಲಿನ ಪತ್ರ ಓದಿಕೊಂಡರು. 'ನಮ್ಮ ಹುಡುಗನ್ನ

ಕಳಿಸಿದ್ದೀವಿ ಓದಿ ಮುಂದು ಬರೋ ಆಸೆ ಅವನದು. ಒಂದಿಷ್ಟು ಸಹಾಯ ಮಾಡಿ' ಮಡಚಿ ಟೀಪಾಯಿ ಮೇಲಿಟ್ಟವರು ಅವನತ್ತ ನೋಡಿದರು.

''ಚಿಕ್ಕಣ್ಣ ನಿನಗೆ ಬಂಧುನಾ?'' ಕೇಳಿದರು.

ನಿಶಾಂತ್ ಮೌನವಹಿಸಿದ '' ನಿಮ್ಮ ಪ್ರಶ್ನೆಯ ಉದ್ದೇಶವೇನೋ ನಂಗೆ ಗೊತ್ತಾಗ್ಲಿಲ್ಲ, ಸರ್. ನಾಳೆ ನನ್ನ ಮೇಲೆ ಸುಳ್ಳಿನ ಆರೋಪ ಬರಬಾರ್ದು'' ಎಂದ.

ಶರ್ಮ ಹಣೆಯ ಮೇಲೆ ನೆರಿಗೆಗಳು ಮೂಡಿದವು. ತುಟಿ ಕಚ್ಚಿದರು. ಬೇರೆ ಸಂದರ್ಭದಲ್ಲಿ, ಬೇರೆ ಜನರಿಗೆ ಹೇಗೆ ನಡೆದುಕೊಳ್ಳುತ್ತಿದ್ದರೋ, ಅವರಿಂದು ಪ್ರಸನ್ನರಾಗಿದ್ದರು.

'ವೆರಿಗುಡ್, ಬಹಳ ಇಂಟರೆಸ್ಟಾಗಿ ಮಾತಾಡ್ತೀಯ, ನಿಂಗೆ ಸತ್ಯ ಅನ್ನಿಸಿದ್ದೇ ಹೇಳು, ಪರ್ವಾಗಿಲ್ಲ'' ಎಂದಾಗ ಅಜಿತ್‌ಗೆ ಕಕ್ಕಾಬಿಕ್ಕಿಯಾಯಿತು. ಇಂಥ ತಾಳ್ಮೆ ತಂದೆಗೆ ಹೇಗೆ ಬಂತು, ಯೋಚಿಸಿದ.

''ಅವ್ರು ನಂಗೆ ಬಂಧುನೇ'' ಎಂದ.

ಶರ್ಮ ಅಂಥ ವ್ಯಕ್ತಿಯ ಎದುರು ಸಹಾಯಕ್ಕಾಗಿ ಬಂದವರು ದೀನರಾಗಿ ನಿಂತಿದ್ದು ಕಂಡಿದ್ದರು. ಅಂಥ ದೀನತೆ ಇರಲಿ ಅತಿಯಾದ ನಮ್ರತೆ ಕೂಡ ಅವನ ಮಾತುಗಳಲ್ಲಿ ಇರಲಿಲ್ಲ.

''ಎಲ್ಲಿ ತನಕ ಓದಿದ್ದೀಯಾ?'' ವಿಚಾರಿಸಿದರು.

ಕ್ಲಾಸ್ ಪಡೆದು ಪಾಸಾದವ ಮುಂದೆ ಓದುವ ಇಚ್ಛೆಯು ಅವನದಾಗಿತ್ತು.

''ಮುಂದೆ ಓದಿ ಏನ್ಮಾಡ್ತಿಯಾ! ನನ್ನ ಫ್ಯಾಕ್ಟರಿಯ ಅಡ್ಮಿನಿಸ್ಟ್ರೇಷನ್ ಸೆಕ್ಷನ್‌ನಲ್ಲಿ ಕೆಲ್ಸ ಕೊಡುಸ್ತೀನಿ. ಶ್ರದ್ಧೆಯಿಂದ ದುಡಿದ್ರೆ.... ಅನುಕೂಲವಾಗುತ್ತೆ'' ಎಂದರು ಶರ್ಮ.

''ಇಲ್ಲಸರ್, ಓದು ಮುಂದುವರಿಸೋ ಜೊತೆಯಲ್ಲೇ ಐ.ಎ.ಎಸ್. ಮಾಡೋ ಯೋಚ್ನೆ ಇದೆ. ರೆಗ್ಯುಲರ್ ಆಗಿ ತರಗತಿಗಳಿಗೆ ಅಟೆಂಡ್ ಆಗೋ ಆಸೆ. ಆದ್ರಿಂದ....'' ಮುಂದೆ ಅರ್ಥ ಮಾಡಿಕೊಳ್ಳುವುದು ಅವರಿಗೆ ಬಿಟ್ಟ.

ಶರ್ಮ ಅವಾಕ್ಕಾದರು. 'ನನಗೆ ಡಿಗ್ರಿ ಮಾಡೋದೆ ಬೇಜಾರಿನ ಸಂಗ್ತಿ'' ಎನ್ನುವ ಮಗನಿಗಿಂತ ಎಷ್ಟು ವಿಭಿನ್ನ.

''ಯಾಕಯ್ಯ, ಅಷ್ಟೊಂದು ಕಷ್ಟ? ಫ್ಯಾಕ್ಟರಿಯಲ್ಲೇ ಒಂದೈದಾರು ವರ್ಷ ಪ್ರಾಮ್ಟ್ ಆಗಿ ದುಡಿದ್ರೆ.... ಅದೇ ಸ್ಯಾಲರಿ ಸಿಗುತ್ತೆ'' ಬುದ್ಧಿ ಹೇಳಿದರು.

''ಆಗ್ಲೂ, ನಾನು ನಿಮ್ಮ ಮುಂದೆ ನಿಂತುಕೊಳ್ಳಬೇಕಾಗುತ್ತೆ. ಅದೇ ನನ್ನ ಛೇಂಬರ್‌ಗೆ ನೀವು ಬಂದರೆ ಒಂದೆರಡು ಕ್ಷಣವಾದ್ರೂ ನಿಲ್ಲಿಸೋ ಅವಕಾಶ ನಂಗಿರುತ್ತೆ. ನಾನು ಅಂಥ ಪೊಜಿಷನ್‌ನಲ್ಲಿರೋಕೆ ಇಷ್ಟಪಡ್ತೀನಿ'' ಏರುಪೇರಿಲ್ಲದ ಸಹಜ ದನಿಯ ನಿಶಾಂತ್‌ನ ಮಾತುಗಳನ್ನ ಕೇಳಿ ಮೂವರು ಚಕಿತರಾದರು. ಇಂಥ ಧೈರ್ಯವನ್ನು ಶರ್ಮ ಕಂಡಿರಲೇ ಇಲ್ಲ !

ಅಸಾಧ್ಯ ಕೋಪವು ಬಂತು.

''ಸ್ಟುಪಿಡ್, ಹಗಲುಗನಸು ಕಾಣೋ ನಿನ್ನಂಥವ್ರಿಗೆ ಸಹಾಯ ಮಾಡೋದು ದಂಡ. ಗೆಟ್‌ಔಟ್.... ಗೆಟ್‌ಲಾಸ್ಟ್....'' ಅಬ್ಬರಿಸಿದರು.

ನಿಶಾಂತ್ ತುಸು ಬಗ್ಗಿ "ಎಕ್ಸ್‌ಕ್ಯೂಜ್ ಮಿ, ಸರ್.... ನಮ್ಮ ಉಸ್ತಾದರ ಪತ್ರ ತಗೋತೀನಿ. ಅದ್ಕೆ ಅವಮಾನವಾಗೋದು ನಂಗಿಷ್ಟವಿಲ್ಲ" ಎಂದವನು ಟೀಪಾಯಿ ಮೇಲಿದ್ದ ಚೀಟಿಯನ್ನೆತ್ತಿಕೊಂಡು ವಿಶ್ ಮಾಡಿ "ನಿಮ್ಮ ವ್ಯಾಲ್ಯುಬಲ್ ಟೈಮ್‌ನ ವೇಸ್ಟ್ ಮಾಡ್ದೆ, ಮುಂದೆ ಸಂಧಿಸೋ ಅವಕಾಶ ಸಿಕ್ಕಾಗ ನೋಡ್ಕೋಣ" ಎಂದ. ಆಗಲೂ ಅವನ ಕೈಯಲ್ಲಿ ಏಕೈಕ ಲಗೇಜ್ ಲೆದರ್ ಬ್ಯಾಗ್ ಇತ್ತು.

ಅವರುಗಳ ಬಾಯಿಂದ ಮಾತುಗಳು ಹೊರಡಲೇ ನಿಮಿಷಗಳು ಬೇಕಾಯಿತು. ಮೊದಲು ಅಜಿತ್‌ನ ಸ್ವರಕ್ಕೆ ಕಾವೇರಿದ್ದು "ಅವನೊಬ್ಬ ಪೂಲಿಷ್ ಡ್ಯಾಡಿ, ನೀವು ಮಾಡೋ ಸಹಾಯನ ತಾನಾಗಿ ಕಳ್ಕೊಂಡ."

ನಿಧಾನವಾಗಿ ಶರ್ಮ ಮಗನ ಕಡೆ ನೋಡಿದರು. ಅವನ ಬಗ್ಗೆ ಹೆಮ್ಮೆ ಅಭಿಮಾನ ಎಲ್ಲಾ ಇತ್ತು. ಆದರೆ ನಿಶಾಂತ್‌ನ ಕಣ್ಣುಗಳಲ್ಲಿ ಗೋಚರಿಸಿದ ಆತ್ಮವಿಶ್ವಾಸದ ಹೊಳಪು, ಇವನ ಕಣ್ಣುಗಳಲ್ಲಿ ಇದೆಯೇ ಎಂದು ಪರೀಕ್ಷಿಸುವ ನೋಟ ಅವರದು, ಇಲ್ಲವೆನಿಸಿತು.

ಮತ್ತೆ ಅಜಿತ್ ಹೇಳಿದ "ಸೋತು ಸುಣ್ಣವಾಗಿ ಮತ್ತೆ ನಿಮ್ಹತ್ರನೇ.... ಬರ್ತಾನೆ.... ನೋಡ್ತಾ ಇರೀ.... ಡ್ಯಾಡಿ" ಹೆಮ್ಮೆ ಇತ್ತು. ಅದನ್ನು ಶರ್ಮ ತಳ್ಳಿ ಹಾಕಿದರು "ನಂಗೆ ಹಾಗೆ ಅನ್ನಿಸೋಲ್ಲ. ಹದಿನೈದು ವರ್ಷಗಳ ಹಿಂದೆ ಉಸ್ತಾದ್ ನಮ್ಮ ಪ್ರಾಣಗಳನ್ನು ಕಾಪಾಡಿದ್ರು.... ಇವ್ನ ಮೂಲಕ ಇಂದೇ ಸಹಾಯ ಯಾಚನೆ ಮಾಡಿದ್ದು, ಅದು .... ಸರಿಹೋಗ್ಲಿಲ್ಲ...." ಮುಜುಗರಪಟ್ಟು ಕೊಂಡರು.

"ಅವ್ನ....ದುರಹಂಕಾರ" ಅಜಿತ್ ಮತ್ತೆ ಕೋಪ ಕಾರಿದ.

ಭವಾನಿ ಮೌನವಹಿಸಿದರು. ಲಗೇಜ್ ಕೈಯಲ್ಲಿಡಿದೆ ಎರಡು ದಿನ ಕಳೆದ ನಿಶಾಂತ್ ಎಲ್ಲಿಗೆ ಹೋಗಿರಬಹುದು? ಅವನ ಬಳಿಯಲ್ಲಿ ಹಣವಿದ್ದಿದ್ದರೆ ಎಲ್ಲಾದರೂ ವಾಸ್ತವ್ಯವೂ ಹೂಡುತ್ತಿದ್ದ. ನಿಶಾಂತ್ ಬಗ್ಗೆ ಆಕೆಗೆ ತುಂಬು ಸಹಾನುಭೂತಿ.

ಮೇಲೆದ್ದ ಆಕೆ ಮಗನ ಕಡೆ ನೋಡಿದರು "ನಮ್ಮಲ್ಲಿ ಹಣವಿದ್ದ ಮಾತ್ರಕ್ಕೆ ತಾಳ್ಮೆ, ಸಹಾನುಭೂತಿ, ಕೃತಜ್ಞತೆ ಇಲ್ದೇ ಹೋಗ್ಬಾರ್ದು. ಎಲ್ಲಕ್ಕಿಂತ ಮನುಷ್ಯತ್ವ ಮುಖ್ಯ" ತಾಯಿಯ ತೀವ್ರ ಬೇಸರದ ನುಡಿಗಳಿಗೆ ಅವನು ಚಕಿತನಾದ.

ನೇರವಾಗಿ ಮಗನ ಮೇಲೆ ಆರೋಪವನ್ನೊರೆಸಿದಕ್ಕೆ ಶರ್ಮ ಕೂಡ ಆಶ್ಚರ್ಯಗೊಂಡರು. "ಇದ್ರಲ್ಲಿ ಅಜಿತ್‌ನ ತಪ್ಪೇನು. ಬಡವನಾಗಿದ್ದೋನು ವಿನಯ, ನಮ್ರತೆ ಇಟ್ಕೋಬೇಕು. ಅನವಶ್ಯಕವಾಗಿ ಹಿಮಾಲಯದತ್ತ ನೋಡ್ಬಾರ್ದು. ಅವ್ನ ಬಿಹೇವಿಯರ್ ನಂಗೆ ಹಿಡಿಸ್ಲಿಲ್ಲ. ಇದೊಂದು ಕೆಲ್ಸಕ್ಕೆ ಬಾರದ ವಿಷ್ಯ. ಇಷ್ಟೊಂದು ಪ್ರಾಮುಖ್ಯತೆ ಕೊಡೋದ್ಬೇಡ" ಸಂತೈಯಿಸಿದರು. ಭವಾನಿ ಎದ್ದು ಹೋದರು.

ಶರ್ಮಗಂತು ಪರಮಾಶ್ಚರ್ಯ, ಮನೆ ವಿಷಯ ಬಿಟ್ಟು ಬೇರೆ ಸಮಾಚಾರಗಳ ಬಗ್ಗೆ ಹೆಚ್ಚು ನಿರ್ಲಿಪ್ತರಾಗುತ್ತಿದ್ದ ಭವಾನಿ ಇಂದೇಕೆ ಉದ್ವಿಗ್ನರಾಗಿದ್ದು? ಪ್ರಶ್ನೆಯಾಗಿ ಅವರನ್ನ ಕಾಡಿತು. ಆದರೆ ಅದಕ್ಕೂ ಮೀರಿ ನಿಶಾಂತ್ ಆಡಿದ ಮಾತು ಎದೆಯಲ್ಲಿ ಹಚ್ಚ ಹಸುರಾಯಿತು. 'ಛಾಲೆಂಜ್' ಆಗಿ ತಗೋಬೇಕೆನಿಸಿತು. ಅಲೆಗಳ ವಿರುದ್ಧ ಈಜುವುದು ಅವರಿಗೆ ಇಷ್ಟ.

ಅಂಥದ್ದರಲ್ಲಿಯೇ ಥ್ರಿಲ್ ಇರುವುದೆಂದು ಅವರಿಗೆ ಗೊತ್ತು.

ಮಗನನ್ನ ಕೇಳಿದರು "ಈಗ್ಬಂದು ಹೋದವ್ನ ಹೆಸರೇನು?" ಮಗನನ್ನ ಪ್ರಶ್ನಿಸಿದರು "ನಿಶಾಂತ್.... ನಿಶಾಂತ್....ಪೂರ್ ಟೀಚರ್.... ಆದ್ರೂ ಹೆಸರು ಮಾಡ್ರನ್" ಒಂದು ತರಹ ಹುಡುಗಾಟಿಕೆಯ ನಗು ನಕ್ಕ.

ಆ ಹೆಸರನ್ನ ಮನಸ್ಸಿನ ಮೇಲೆ ಭದ್ರವಾಗಿ ಬರೆದುಕೊಂಡರು. 'ಅವನಿಗೆ ತನ್ನನ್ನ ಕ್ಷಣಗಳಾದ್ರೂ ನಿಲ್ಲಿಸಿ ಮಾತಾಡಿಸುವ ಆಸೆ' ಅವರ ತುಟಿಯಂಚಿನಲ್ಲಿ ಕುಹಕದ ನಗೆ ಸುಳಿಯಿತು.

ಮೂವರು ಕೂತು ಇನ್ನೊಂದು ಛೇರ್ ಖಾಲಿ ಇದ್ದರೂ ಅರ್ಧಗಂಟೆ ನಿಲ್ಲಿಸಿದ್ದರು. ಅವನೇನು ಇವರ ಸರ್ವೆಂಟ್ ಅಲ್ಲ. ಉಸ್ತಾದ್ ಚಿಕ್ಕಣ್ಣನ ಮೂಲಕ ಜೀವ ಉಳಿಸಿಕೊಂಡ ಜನ. ಕನಿಷ್ಟ ಕೃತಜ್ಞತೆಯಾದರೂ ಇರಬೇಕಿತ್ತು.

"ನೀನ್ಹೋಗು...." ಮಗನನ್ನ ಕಳಿಸಿ ವಾಚ್‌ಮನ್‌ನ ಕರೆಸಿಕೊಂಡರು. "ನಾಳೆಯಿಂದ ಎಂಟು ದಿನ ಈ ಕೆಲ್ಸದಿಂದ ರಜ. ಈಗ್ಬಂದು ಹೋದ್ನಲ್ಲ ಅವನನ್ನ ಸೂಕ್ಷ್ಮವಾಗಿ ಗಮನಿಸಿ ನಂಗೆ ವಿಷ್ಯ ತಂದು ಮುಟ್ಟಿಸಬೇಕು. ವಿಷ್ಯ ಗುಟ್ಟಾಗಿರಲಿ" ಎಚ್ಚರಿಸಿದರು.

ಆಮೇಲೆ ಶರ್ಮನೇ ಯೋಚಿಸಿದರು. ಇದರಿಂದ ತನಗೇನು ಉಪಯೋಗ? 'ಅವಮಾನ.... ಅವನ ಸಹಜ ಸರಳ ಮಾತುಗಳು' ಅವಮಾನವಾಗಿ ಅವರೆದೆಯನ್ನ ಹೊಕ್ಕಿತ್ತು.

ಒಳಗೆ ಬಂದ ಶರ್ಮ ಹೆಂಡತಿಯ ಕಡೆ ನೋಡಿದರು ಮ್ಲಾನವದನರಾಗಿದ್ದು ಅವರ ಗಮನಕ್ಕೆ ಬಂತು.

"ಏನು ವಿಷ್ಯ ?" ಭುಜದ ಮೇಲೆ ಕೈಯಿಟ್ಟರು. "ಏನಿಲ್ಲ, ಉಸ್ತಾದ್ ಚಿಕ್ಕಣ್ಣ ಏನಂದ್ಕೋತಾನೋಂತ ಯೋಚಿಸ್ತಾ ಇದ್ದೆ. ಅಂದು ಆತ ಇಲ್ಲದಿದ್ರೆ ಇಡೀ ಕುಟುಂಬವೇ ನಾಶವಾಗಿ ಹೋಗ್ತಾ ಇತ್ತು. ನಿಮ್ಮನ್ನ ಉಳ್ಸಿಕೊಟ್ಟ, ಮಕ್ಳನ್ನ ಉಳಿಸಿದ. ನನ್ನ ಮಾನ ಕಾಪಾಡಿದ ಅಂದಿನ ಋಣ ನಮ್ಮ ಬೆನ್ನ ಹಿಂದೆ ಇದ್ದೇ ಇದೆ. ಅವನೇನೋ ಬಿಸಿ ರಕ್ತದ ಹುಡ್ಗ. ಅವ್ನ ವಿದ್ಯಾಭ್ಯಾಸಕ್ಕೆ ಏನ್ಬೇಕೋ ಅಷ್ಟು ಮಾಡಿ ಸಾಕು" ಮಡದಿಯ ಸ್ವರದಲ್ಲಿದ್ದ ದುಗುಡ ಗುರ್ತಿಸಿದರು. ಅದು ಸರಿಯಾದ ಕ್ರಮವೇ ಆದರೆ....ಅವಮಾನ!....

ಒಂದೆರಡು ನಿಮಿಷಗಳ ಮೌನದ ನಂತರ "ಮತ್ತೆ ಬಂದರೆ ಏನಾದ್ರೂ ಏರ್ಪಾಟು ಮಾಡೋಣ" ಜಾರಿಸಿಬಿಟ್ಟರು. ಅವನಿಗೆ ಸಹಾಯ ಮಾಡುವ ಯೋಚನೆ ಅವರಿಗೇನು ಇರಲಿಲ್ಲ. ಹೇಗೆ ಅವನನ್ನ ಮೇಲಕ್ಕೆ ಬರದಂತೆ ತಡೆಯುವುದು ಎನ್ನುವುದರ ಬಗ್ಗೆ ಮಾತ್ರ ಚಿಂತಿಸುತ್ತಿದ್ದರು.

* * *

ಹಂತ ಹಂತವಾಗಿ ಅವಮಾನ ನುಂಗಿಯೇ ಬೆಳೆದಿದ್ದ. ಆಗಾಗ ಮುಂದೆ ಕೂಡಿಸಿಕೊಂಡು ಕೈ ತುತ್ತು ಹಾಕುವ ಕೇಶವ ದೇವಸ್ಥಾನದ ಭಟ್ಟರ ಹೆಂಡತಿ ಅಲುಮೇಲಮ್ಮ ಆಗಾಗ ಹೇಳುತ್ತಿದ್ದಳು.

"ಇಡೀ ರಾತ್ರಿ ಮಳೆ ಸುರಿದು ನಿಂತಿತ್ತು. ಬೆಳಿಗ್ಗೆ ದೇವಸ್ಥಾನದ ಕಲ್ಯಾಣಿಯ ಬಳಿ ಹೋದಾಗ ಮೆಟ್ಟಲು ಮೇಲೆ ಒಂದು ಟರ್ಕಿ ಟವಲುನಲ್ಲಿ ನಿನ್ನ ಸುತ್ತಿಟ್ಟಿದ್ದರು. ಹಿಂದಿನ ದಿನ ಹುಟ್ಟಿದ ಮಗು. ಹೇಗೆ ಇದ್ದೆ ಗೊತ್ತಾ? ಮಗು ಒಂಬತ್ತು ಪೌಂಡ್ ಆದ್ರೂ ಇದ್ದಿರಬೇಕು. ತಲೆ ತುಂಬ ಕೂದ್ಲು. ಎತ್ತಿ ಮುದ್ದಾಡೋಂತ ಕೂಸು" ಅಂಥ ಸಂದರ್ಭಗಳಲ್ಲಿ ನಕ್ಕು ಬಿಡುತ್ತಿದ್ದ.

"ನಾನು ಜಾತ್ಯತೀತ. ನಂಗೆ ಭೂಮಿನೇ ಅಮ್ಮ, ಆಕಾಶನೇ ಅಪ್ಪ. ಅಂತೂ ನಾನೇ ಉದ್ಭವ ಮೂರ್ತಿ" ಎನ್ನುತ್ತಿದ್ದ ಆ ನಗು ಮಾತುಗಳ ಹಿಂದೆ ಅಪಾರ ನೋವು ಅಡಗಿಹೋಗಿತ್ತು. ಯಾವುದೇ ಬಂಧನವಿಲ್ಲದ ಪಕ್ಷಿ!

"ಕನಿಕರ, ಸಹಾನುಭೂತಿ ಎಲ್ಲರಿಗೂ ಇತ್ತು. ಹೆತ್ತ ತಾಯಿಗೂ ನೂರು ಶಾಪ ಹಾಕೋರೂ ಯಾರು ಮಗುನ ಎತ್ಕೊಂಡ್ಹೋಗಿ ಸಾಕೋಕೆ ಇಷ್ಟ ಪಡ್ಲಿಲ್ಲ. ಚಿಕ್ಕಣ್ಣ ಮುಂದು ಬಂದ. ಅವ್ನ ದೊಡ್ಡ ಕುಟುಂಬದ ವಿರೋಧವಿತ್ತು. ಅದ್ರೂ ಪಟ್ಟು ಬಿಡ್ಲಿಲ್ಲ. ಇಡೀ ಹಳ್ಳಿಯ ಮಗನಾದೆ" ಆಕೆ ಪ್ರೀತಿಯಿಂದ ಹೇಳುತ್ತಿದ್ದರು.

ಇಪ್ಪತ್ತೈದು ಜನರ ದೊಡ್ಡ ಸಂಸಾರ ಉಸ್ತಾದ್ ಚಿಕ್ಕಣ್ಣನದು. ಸ್ವಂತ ಮಕ್ಕಳಿಲ್ಲದಿದ್ದರೂ ಗರಡಿಯಲ್ಲಿನ ಹುಡುಗರನ್ನೆಲ್ಲ ತಮ್ಮ ಸ್ವಂತ ಮಕ್ಕಳಂತೆ ಕಾಣುತ್ತಿದ್ದರು. ಆತ ಆ ಮನೆಯಲಿಲ್ಲದಾಗ ನಿಶಾಂತ್ ನಿಕೃಷ್ಟ. ಇಡೀ ಹಳ್ಳಿಯ ಎಲ್ಲಾ ಮನೆಗಳಲ್ಲು ಓಡಾಡುತ್ತಿದ್ದ.

ಪುಸ್ತಕ, ಬಳಪ ಬಗ್ಗೆ ಅಕ್ಕರೆ ಇರಿಸಿಕೊಂಡ ನಿಶಾಂತ್‌ನ ಮನೆಯವರ ವಿರೋಧ ಎದುರಿಸಿಯೇ ಸ್ಕೂಲಿಗೆ ಹಾಕಿದರು. ಯಾರೋ ಪುಸ್ತಕ ತೆಗೆದು ಕೊಟ್ಟರು, ಯಾರೋ ಬಟ್ಟೆ ಹೊಲಿಸಿದರು. ಭಟ್ಟರು ದೇವಸ್ಥಾನದ ಅಂಗಳದಲ್ಲಿ ಕೂಡಿಸಿಕೊಂಡು ರಾಮಾಯಣ, ಮಹಾಭಾರತ ಹೇಳಿದರೆ, ಚಿಕ್ಕಣ್ಣ ಗರಡಿಯಲ್ಲಿ ಸಾಮು ಮಾಡಿಸಿ ಅವನನ್ನು ಪಳಗಿಸಿದ.

"ದೊಡ್ಡ ಪೈಲ್ವಾನ್‌ನ ಮಾಡ್ತೀನಿ" ಚಿಕ್ಕಣ್ಣ ಮೀಸೆಯ ಮೇಲೆ ಕೈ ಹಾಕಿದರೆ ಅವರಿವರ ಮುಂದೆ ಇವನು ಏಕಾಂತದಲ್ಲಿ ತೋಡಿಕೊಂಡ "ನಂಗೆ ಕುಸ್ತಿ ಮಾಡೋಕ್ಕಿಂತ ಓದೋದು ಇಷ್ಟ ಬಾಬ. ಕೆಲ್ಸ ಎಷ್ಟಾದ್ರೂ ಮಾಡ್ಸಿಕೊಳ್ಳಿ, ನನ್ನ ಓದು ಬಿಡಿಸ್ಬೇಡಿ"

ಅವನ ಅದಮ್ಯ ಆಸೆಯನ್ನು ತೊಡೆದು ಹಾಕುವಂಥ ಕಠಿಣ ಮನಸ್ಸಿನಲ್ಲ ಚಿಕ್ಕಣ್ಣ.

"ನೀನು ಯಾರೋ ತುಂಬ ಒಳ್ಳೆಯವ್ರ ಮನೆಯ ಹುಡ್ಗಾ ಕಣೋ, ನಿಶಾಂತ್ ನಮ್ಮ ಹೈಕಳನ್ನ ಶಾಲೆಗೆ ಹಾಕಿದ್ರೆ ಕದ್ದು ಹೊಲ, ಗದ್ದೆಗಳಿಗೆ ಓಡುತ್ತಾರೆ. ನಿನ್ನ ನಾನು ಓದಿಸ್ತೀನಿ" ಅವನನ್ನ ತಬ್ಬಿಕೊಂಡರು.

ಅಂದೇ ಭಟ್ಟರನ್ನ ಹುಡುಕಿಕೊಂಡು ಹೋಗಿದ್ದರು. "ನಮ್ಮ ನಿಶಾಂತ್ ಓದ್ಬೇಕೂಂತಾನೆ. ಮನೆ ವಿಷ್ಯ ನಿಮ್ಗೆ ಗೊತ್ತೆ ಇದೆ. ಬರೀ ನಂಗೆ ಜೀವನ ಪೂರ್ತಿ ಕೊಡೋದೇ ಗೊತ್ತಿದ್ದದ್ದು. ಈಗ ಎಲ್ಲಾ ವಹಿವಾಟು ನನ್ನ ತಮ್ಮನ ಕೈಸೇರಿ ಹೋಗಿದೆ. ಈಗ ಮಾತಾಡಿದರೆ ಹಾಲು ಹಾಗೇ ಕಾಣೋ ಸಂಸಾರದಲ್ಲಿ ವಿಷ ಬೆರೆಸಿದಂತಾಗುತ್ತೆ. ಅವ್ನ ಊಟ, ತಿಂಡಿಗೆ ಯೋಚ್ನೆ ಇಲ್ಲ. ಓದೋಕೇಂದ್ರೆ ದುಡ್ಡು, ಕಾಸು ಬೇಕಾಗುತ್ತೆ. ಇದಿಷ್ಟು ನಿಮ್ಹತ್ರ ಇರ್ಲಿ.... ನನ್ನ ಕೈನ ವಿಷ್ಯ ನಿಮ್ಗೇ ಗೊತ್ತಲ್ಲ." ಎರಡು ಸಾವಿರ ರೂಪಾಯಿ ಅವರ ಮುಂದೆ ಇಟ್ಟಿದ್ದರು.

ಭಟ್ಟರ ಕಣ್ತುಂಬಿ ಬಂದಿತ್ತು. ಸ್ವಂತ ಮಕ್ಕಳಿಗೆ ಮಾಡುವುದು ಕರ್ತವ್ಯ ಮಾತ್ರವಲ್ಲ,

ಸ್ವಾರ್ಥ ಕೂಡ. ನಿಶಾಂತ್ ಯಾರು? ಅದಕ್ಕೆ ಚಿಕ್ಕಣ್ಣನವರ ಬಳಿಯೂ ಉತ್ತರವಿಲ್ಲ.

ಅವನು ಮಿಡ್‌ಸ್ಕೂಲ್ ಮುಗಿಸಿ ಹೈಸ್ಕೂಲುಗೆ ಸೇರಿಕೊಂಡಾಗ ಕೆಲವರಿಗಂತೂ ಅಸಹನೆ, ಉರಿ. ಆದರೆ ಮತ್ತೆ ಕೆಲವರಂತೂ ಅವನ ಆಕಾಂಕ್ಷೆ, ಶ್ರದ್ಧೆ ನೋಡಿ ಸಂತಸಪಟ್ಟವರುಂಟು.

ಗೌಡತಿ ತಮ್ಮ ಮಕ್ಕಳಿಗೆ ಜಾತ್ರೆಗೆ ಬಟ್ಟೆ ಹೊಲಿಸಿದಾಗ ಅವನಿಗೂ ಒಂದು ಜೊತೆ ಹೊಲಿಸಿ ಕೊಟ್ಟಿದ್ದರು. ''ಈ ಬಟ್ಟೆಗಳ್ನ ಹಾಕ್ಕೊಂಡ್ ಹೋಗು. ನೀನು ಹೋಗೋದು ಹೈಸ್ಕೂಲುಗೆ ಅವ್ರೆಲ್ಲ ಆಡಿಕೋತಾರೆ'' ಆಕೆಯ ಕಣ್ಣು ಗಳಲ್ಲಿನ ಮಮತೆಯನ್ನ ಮಿಂದು ಪುನೀತನಾಗಿದ್ದ.

ಭಟ್ಟರ ಹೆಂಡತಿ ''ಉಸ್ತಾದರ ಮನೆಯಲ್ಲಿ ಅಡ್ಗೆ ನಿಧಾನವಾದ್ರೆ ನಮ್ಮಲ್ಲಿ ಊಟ ಮಾಡ್ಕೊಂಡ್ ಹೋಗು. ಓದೋ ಹುಡ್ಗನಿಗೆ ಹೊಟ್ಟೆ ತುಂಬ ಇದ್ದರೇ ತಾನೇ'' ಎಂದಾಗ ಹೆಣ್ಣು ಎಷ್ಟು ಅಗಾಧವಾಗಿ ಪ್ರೀತಿಸಬಲ್ಲಳು. ಅದಕ್ಕೆ ಆಳ, ಅಗಾಧ ಇಲ್ಲವೆನಿಸುತ್ತಿತ್ತು. ತನ್ನನ್ನ ಹೆತ್ತ ತಾಯಿ.... ಆಕ್ರೋಶ, ತಳಮಳವನ್ನು ಮೆಟ್ಟಿ ನೋವು ಅಂಥಹ ಸಂದರ್ಭಗಳಲ್ಲಿ ಅವನನ್ನ ಆಕ್ರಮಿಸಿಬಿಡುತ್ತಿತ್ತು.

ಶರ್ಮ ಅವರ ಬಂಗ್ಲೆಯಿಂದ ಹೊರಬಿದ್ದ ನಿಶಾಂತ್ ತಾನು ತಾಳ್ಮೆ ಕಳೆದುಕೊಂಡನೇನೋ ಎಂದುಕೊಂಡರೂ ಅಜಿತ್ ನಡೆದಕೊಂಡ ನೀತಿ, ಆಡಿದ ಮಾತುಗಳು ಅವನನ್ನ ರೊಚ್ಚಿಗೆಬ್ಬಿಸಿ ಬಿಡುತ್ತಿತ್ತು.

ಹೈಸ್ಕೂಲಿಗೆ ಅವನು ದಾಖಲಾಗುವಾಗಲೇ ಹೆಡ್‌ಮಾಸ್ಟರ್ ಅವನ ಅಪ್ಲಿಕೇಷನ್ ಫಾರಂನಲ್ಲಿ ಜಾತಿಯ ಕಾಲಂ ಬಿಟ್ಟಾಗ ರೇಗಿದ್ದರು.

''ಫಾರಂ ಪೂರ್ತಿ ಭರ್ತಿ ಮಾಡಬೇಕೆಂದು ತಿಳಿಯದಾ?''

ಆ ಕಾಲಂನಲ್ಲಿ 'ಭಾರತೀಯ' ಎಂದು ಮಾತ್ರ ಬರೆದುಕೊಟ್ಟಿದ್ದ.''ನಂಗೆ ಯಾವುದೇ ಜಾತಿ ಇಲ್ಲ. ನಾನು ಭಾರತೀಯ, ಅಷ್ಟನ್ನು ಬಿಟ್ಟು ಏನು ಬರೆಯೋಲ್ಲ.''

ಅವರು ಅರ್ಜಿ ಫಾರಂ ಬಿಸಾಕಿದ್ದರೂ ಸಾಕಷ್ಟು ಮನವೊಲಿಸಲು ನೋಡಿದರು. ''ನಿಂಗೆ ಪ್ರಯೋಜನವಾಗುವಂಥ ಜಾತಿಗೆ ಬರುದ್ಕೊಡು. ಹರಿಜನರಿಗೆ, ಹಿಂದುಳಿದವರಿಗೆ ಸಾಕಷ್ಟು ರಿಯಾಯಿತಿಗಳು ಇವೆ. ಮುಂದೆ ನಿಂಗೆ ಅನ್ಕೂಲವಾಗುತ್ತೆ'' ಸಾಕಷ್ಟು ಬುದ್ಧಿ ಹೇಳಿ ಸೋತು ಹೋಗಿದ್ದರು.

ಇವನು ಲಗೇಜ್ ತಗೊಂಡು ಹಳ್ಳಿ ಬಿಟ್ಟು ಹೊರಟಾಗ ಅವನ ಜೊತೆಯಲ್ಲಿಯೇ ಓದಿದ ಮಾದ ''ಸುಲಭವಾಗಿ ಹತ್ತಿ ಸೇರಲು ಮೆಟ್ಟಲು ಹಾಕಿದ್ದರೂ, ಸುತ್ತು ಬಳಸಿದ ಕಲ್ಲು ಮುಳ್ಳುಗಳ ದಾರಿ ಯಾಕೆ? ನಾನು ಜಾತಿ ಸರ್ಟಿಫಿಕೇಟ್ ಮಾಡ್ಸಿ ಕೊಡ್ತೀನಿ. ಫೀಜಿಲ್ಲ, ಉಚಿತ ಹಾಸ್ಟೆಲ್, ಸುಲಭವಾಗಿ ಓದು ಸಾಗೋದಲ್ಲದೇ, ಕೆಲ್ಸನು ಸಿಕ್ಕುತ್ತೆ'' ಹುರಿದುಂಬಿಸಿದ್ದ.

''ಕ್ಷಮ್ಸಿ ಬಿಡು ಮಾದ, ನನ್ನ ಮನಸ್ಸು ಒಪ್ಪೋಲ್ಲ. ಅಪ್ಪ, ಅಮ್ಮಂದಿರನ್ನೇ ನೋಡದ ನಾನು ಇಂಥ ಜಾತೀಂಥ ಹೇಗೆ ಹೇಳ್ಕೊಳ್ಲಿ? ನಾನು ಬೆಳೆದಿದ್ದು ಮಾನವ ಜಾತಿಯೊಡನೇ; ಅದೇ ನನ್ನ ಜಾತಿ, ಧರ್ಮ. ಭಟ್ಟರ ಹೆಂಡ್ತಿ ಕೈ ತುತ್ತು, ಉಸ್ತಾದರ ಮನೆಯಾಕೆಯ ಮುದ್ದೆ ಸಾರು, ನಿಮ್ಮಮ್ಮನ ಕೈನ ರೊಟ್ಟಿ ತಿಂದು ಬೆಳೆದೋನು. ಇವ್ರ ಮೂರರಲ್ಲಿ ನಾನ್ಕಂಡಿದ್ದು,

ತಾಯ್ತನ ಮಾತ್ರ. ಜಾತಿ, ಧರ್ಮ ಅಂದ್ಕೊಂಡ್ ಪವಿತ್ರ ಮಾನವ ಸಂಬಂಧಕ್ಕೆ ಅವಮಾನ ಮಾಡ್ತಾರೆ. ಹಸಿವು, ನೀರಡಿಕೆ ಎಲ್ಲರಿಗೂ ಇದೆ. ಅಂಥದ್ದರಲ್ಲಿ ಜಾತಿಯ ವಿಂಗಡಣೆ ಯಾಕೆ?'' ಬಾಯಿ ಮುಚ್ಚಿಸಿದ್ದ.

ಬಸ್‌ಸ್ಟಾಂಡ್‌ಗೆ ಬಂದು ಮುಖ ತೊಳೆದುಕೊಂಡು ಎರಡು ಬೊಗಸೆ ನೀರು ಕುಡಿದ. ಬಂದ ದಿನ ಕಂಡ ಪೊಲೀಸ್ ಪೇದೆ ಅಲ್ಲಿ ಡ್ಯೂಟಿಯ ಮೇಲಿದ್ದ. ಇಲ್ಲಿ ಏಕೈಕ ಪರಿಚಿತ ವ್ಯಕ್ತಿ ಆತ ಮಾತ್ರ ಎಂದುಕೊಂಡ.

ತಾನೇ ಹೋಗಿ ಮಾತಾಡಿಸಿದ ''ನಮಸ್ಕಾರ....'' ಅವನು ಕಣ್ಣು ಕಣ್ಣು ಬಿಟ್ಟ ''ನಿನ್ನ ಏರಿಯಾನು ಬದಲಾಯಿಸ್ಕೊಂಡು ಬಿಟ್ಟಾ? ನೀನು ಈ ತರಹ ಓಡಾಡೋದು ನೋಡಿದ್ರೆ.... ಸ್ಟೇಷನ್ನಿಗೆ ಕರ್ಕೊಂಡ್ಹೋಗಿ ವಿಚಾರಿಸ್ಕೋಬೇಕಾಗುತ್ತೆ'' ಎಂದ ಬಿರುಸಿನಿಂದ.

''ನಂಗೆ ಪರ್ಮನೆಂಟ್ ಏರಿಯಾನೇ ಇಲ್ಲ. ಇಡೀ ಸಿಟಿಯೊಳಗೆ ನೀವೊಬ್ರೆ.... ನಂಗೆ ಪರಿಚಿತರು! ಅದಕ್ಕೇ ನಿಮ್ಮ ಹಿಂದೆ ಬಿದ್ದಿರೋದು'' ಎಂದ.

ಅವನಿಗೆ ತಲೆ ಬುಡ ಅರ್ಥವಾಗಲಿಲ್ಲ. ಅಷ್ಟರಲ್ಲಿ ಸಬ್‌ಇನ್ಸ್‌ಪೆಕ್ಟರ್‌ನ ನೋಡಿ ಅತ್ತ ಹೋದ. ನಿಶಾಂತ್ ಅಲ್ಲಿಯೇ ನಿಂತ. ಸದ್ಯಕ್ಕೆ ಅವನ ಮೂಲಕವೇ ಒಂದಿಷ್ಟು ಜಾಗ ಪಡೆಯಬೇಕಿತ್ತು.

ಒಂದೆರಡು ಗಂಟೆಗಳ ನಂತರ ಪೇದೆ ವಿಠೋಬ ಬಂದಾಗಲೂ ಅಲ್ಲಿಯೇ ನಿಂತಿದ್ದ. ಅವನಿಗೆ ಆಶ್ಚರ್ಯವಾಯಿತು. ಈತ ಯಾವ ರಖಂ? ಟೋಪಿ ತೆಗೆದು ಯೋಚಿಸಿದ.

''ಏನಯ್ಯಾ ಇಲ್ಲೇ ಇದ್ದೀಯಾ! ಅಂತು ನಿಂಗೆ ಕಂಬಿಗಳೊಳಗೆ ಹೋಗೋ ಆಸೆ'' ಅವನ ಕೈಯಲ್ಲಿನ ಲಗೇಜ್ ಕಡೆ ನೋಡಿದ.

''ಅದ್ಕೆ ಯಾರದಾದ್ರೂ ಸಹಾಯ ಬೇಕು'' ನಕ್ಕ ವಿಠೋಬ ಅವನನ್ನು ದಿಟ್ಟಿಸಿದ. ಸದೃಢ ಮೈಕಟ್ಟು, ಅದಕ್ಕೆ ಅನುಗುಣವಾದ ಎತ್ತರ, ಒತ್ತು ಕೂದಲು, ಹೊಳಪಿನ ಕಣ್ಣುಗಳು, ಚಿಗುರು ಮೀಸೆ– ಇದೆಲ್ಲ ವಿಠೋಬನ ಅನುಮಾನವನ್ನು ಅಳಿಸಿ ಹಾಕಿತು.

ಟಿ.ಸಿ. ಬಂದು ಕರೆದೊಯ್ದ. ಮತ್ತೆ ಅರ್ಧಗಂಟೆಯ ನಂತರ ವಿಠೋಬ ಅಲ್ಲಿಗೆ ಬಂದ. ಕಂಬಕ್ಕೆ ಒರಗಿ ನಿಂತಿದ್ದ ನಿಶಾಂತ್, ತಗ್ಗಿದ ಠೀವಿ ಅವನದು.

ವಿಠೋಬನಲ್ಲಿ ಮೆಚ್ಚುಗೆ ಮೂಡಿತು ''ಅಂತೂ ಇನ್ನು ಇಲ್ಲೇ ಇದ್ದೀಯಾ! ಸರಿ.... ನಡೀ....'' ಜೊತೆಯಲ್ಲಿಯೇ ಕರೆದೊಯ್ದ. ನಡೆಯುತ್ತ ಕೇಳಿದ ''ಏನಾಗ್ಬೇಕಾಗಿದೆ, ನನ್ನಿಂದ?'' ನಿಶಾಂತ್ ಗಂಭೀರವಾಗಿ ಯೋಚಿಸುತ್ತಿದ್ದ.

ಸಿಟಿಯಲ್ಲಿ ಪಾದವೂರಲು ಒಂದಿಷ್ಟು ಜಾಗ ಸಿಕ್ಕರೆ ನಂತರ ಯೋಚಿಸಬಹುದಿತ್ತು.

ಉಸ್ತಾದ್ ಚಿಕ್ಕಣ್ಣ ಅವನನ್ನು ಬೀಳ್ಕೊಡುವಾಗ ಒಂದು ಮಾತು ಹೇಳಿದ್ದ ''ನಿಶ್ಚಿಂತೆಯಿಂದ ಹೋಗು; ಎಲ್ಲಾ ಶರ್ಮ ಅವ್ರು ನೋಡ್ಕೋತಾರೆ. ಮನೆ ಮಗನಂತೆ, ನೆಂಟನಂತೆ ಆದರಿಸ್ತಾರೆ''

ಆದರಣೆ ಬೇಡ. ಗೇಟಿನ ಬಳಿಗೆ ಹೋಗುತ್ತಿದಂಗೆ ಅಜಿತ್ ಅವನನ್ನ ಅವಮಾನದ ದಳ್ಳುರಿಯಲ್ಲಿ ಎತ್ತಿ ಎಸೆದಿದ್ದ. ಹಂತ ಹಂತವಾಗಿ ಅವಮಾನ, ಕಡೆಗೆ ಒಂದು ಲೋಟ ನೀರು

ಕೊಡುವಷ್ಟು ಒಳ್ಳೆಯತನವನ್ನ ಅವರು ತೋರಿರಲಿಲ್ಲ.

ವಿಠೋಬ ಬೆನ್ನ ಮೇಲೆ ಒಂದು ಏಟು ಹಾಕಿ ಅಂಗೈ ಸವರಿಕೊಂಡ "ಏನಯ್ಯ, ಒಳ್ಳೆ ಕಬ್ಬಿಣ ಇದ್ದಂಗಿದೆ ಮೈ. ಹೆತ್ತ ಮಹಾತಾಯಿ ಯಾರೊ" ಅಂದುಕೊಂಡ.

ಪುನಃ ವಿಠೋಬ "ನನ್ನ ಕ್ವಾರ್ಟರ್ಸ್‌ಗೆ ಹೋಗೋಣ್ವಾ! ಋಣ ಇದ್ದವರೇನಂತೆ ಗಂಟು ಬೀಳೋದು, ಒಪ್ಪತ್ತು ಊಟ ಹಾಕಿದರೆ ತೀರುತ್ತೇನೋ, ನೋಡ್ತೀನಿ" ಗೊಣಗಿದ.

ಇವರಿಬ್ಬರು ಕ್ವಾರ್ಟಸ್ ತಲುಪಿದಾಗ ಪೂರ್ತಿ ಕತ್ತಲಾಗಿತ್ತು. ಇವರುಗಳು ಹೋದ ಮೇಲೆಯೇ ಮನೆ ಬೆಳಕಾಗಿದ್ದು.

"ಮನೆಯಲ್ಲಿ ಯಾರು ಇಲ್ವಾ?" ಸಂಗಾತಿಯಾಗಿದ್ದ ಲೆದರ್‌ಬ್ಯಾಗ್‌ನ ಕೆಳಗಡೆ ಇಟ್ಟ.

ಇಷ್ಟು ದಿನ ನಾನೊಬ್ಬೇ ಇದ್ದೆ. ಈಗ ನೀನು ಇದ್ದೀಯಾ ನಂಗೆ. ಸಿಕ್ಕಾಗಿನಿಂದ ನೀನು ಕೂತಂಗೆ ಕಾಣ್ಲಿಲ್ಲ. ಈಗ ಕೂತ್ಕೊ!... ಒಂದಿಷ್ಟು ಟೀ ಮಾಡ್ತೀನಿ" ಸೊಂಟದ ಬೆಲ್ಟ್ ತೆಗೆದು ಗೂಟಕ್ಕೆ ಹಾಕಿದ ವಿಠೋಬ.

"ನಾನು ಕೂತು ಕೆಲವು ಕ್ಷಣಗಳಾದ್ರೂ ನಿಮ್ಮನ್ನ ನಿಲ್ಲಿಸ್ತೀನಿ" ಶರ್ಮ ಅವರ ಎದುರಿನಲ್ಲಿ ಆಡಿದ ಮಾತು ನೆನಪಾಯಿತು. ಅವನನ್ನು "ಕೂತುಕೋ" ಎಂದು ಹೇಳುವುದು ಕೂಡ ಅವಮಾನವೆಂದು ಭಾವಿಸಿದ ಶ್ರೀಮಂತ ಜನ.

ಎರಡು ಗಾಡ್ರೇಜ್ ಛೇರ್, ಒಂದು ಸಣ್ಣ ಟೇಬಲ್ಲು ಇತ್ತು. ಅದರ ಮೇಲೇನು ಟೇಬಲ್ಲು ಕ್ಲಾತ್ ಇರಲಿಲ್ಲ. ಒಂದೆರಡು ಪತ್ರಿಕೆಗಳು ಮಾತ್ರ ಇತ್ತು. ಒಂದು ಪ್ರಸಿದ್ಧ ಪತ್ರಿಕೆಯ ಬರಹ ಅವನನ್ನು ಸೆಳೆಯಿತು.

"ಆರು ಡಾಲರ್‌ಗೆ ಮಗು ಮಾರಾಟ" ಬ್ರೆಜಿಲ್‌ನಲ್ಲಿ ತಾಯಂದಿರು ತಮ್ಮ ಬಡತನ ನೀಗಲು ಪುಟ್ಟ ಮಕ್ಕಳನ್ನ ಆರು ಡಾಲರ್‌ಗೆ ಒಂದರಂತೆ ಮಾರುತ್ತಿದ್ದಾರೆ. ಒಬ್ಬ ತಾಯಿಯಂತೂ ಒಂಬತ್ತು ತಿಂಗಳ ಹಾಗೂ ಎರಡು ವರ್ಷದ ತನ್ನ ಇಬ್ಬರು ಮಕ್ಕಳನ್ನು ಮಾರಿ ಒಂದು ಟೆಲಿವಿಷನ್, ಒಂದು ಗುಡಿಸಲನ್ನು ಪಡೆದಿದ್ದಾಳೆಂಬ ವರದಿ."

ಹೃದಯ ವಿದ್ರಾವಕ ಸುದ್ದಿಯೇನೋ ನಿಜ. ಆದರೆ ಸಮಾಜದಲ್ಲಿ ತಮ್ಮ ಮಾನ, ಮರ್ಯಾದೆಗಳಿಗಾಗಿ ಹೆತ್ತ ಮಗುವನ್ನು ಕಲ್ಯಾಣಿಯ ಪಕ್ಕದಲ್ಲೋ, ಕಸದ ತೊಟ್ಟಿಗೋ ಎಸೆದು ಬಿಡುವ ತಾಯಂದಿರು – ಅವನ ಮಿದುಳಿನಲ್ಲಿ ಭಯಂಕರ ವಿಪ್ಲವ. ಮಳೆ ಬಿದ್ದ ಒದ್ದೆ ನೆಲದಲ್ಲಿ ಟವಲುನಲ್ಲಿ ಸುತ್ತಿಟ್ಟ ತನ್ನ ಮಗುವಾಗಿನ ಚಿತ್ರವನ್ನ ಕಲ್ಪಿಸಿಕೊಂಡ – ಮಾನವತೆಯ, ಸೃಷ್ಟಿಯ ದುರಂತವೆನಿಸಿತು. ಮಾತೃ ಸ್ಥಾನಕ್ಕೆ ಜಗತ್ತಿನಲ್ಲೇ ಪರಮ ಪದ. ಅವನ ಅವುಡುಗಳು ಬಿಗಿದುಕೊಂಡವು.

ಮುಷ್ಠಿ ಬಿಗಿ ಹಿಡಿದು ಗಾಳಿಯಲ್ಲಿ ಗುದ್ದಿದ. "...." ಹಲ್ಲು ಬಿಗಿ ಹಿಡಿದು ಚೀರಿದ. ಅವನ ಮೈ ಮುಖ ಎಲ್ಲ ಬೆವತು ಹೋಯಿತು.

ತಂಪಾದ ಮಂದಾನಿಲ ಬೀಸಿದಂತಾಯಿತು. "ಈ ಸ್ವೆಟರ್ ಹಾಕ್ಕೋ, ಮೊನ್ನೆ ಜಾತ್ರೆಗೆ ಹೋದಾಗ ತಂದೆ" ಅತ್ತಿತ್ತ ನೋಡಿ ಉಸ್ತಾದರ ಹೆಂಡತಿ ಅವನಿಗೆ ಹಾಕಿ ಸಂತೋಷ

ಪಡುತ್ತಿದ್ದರು.

ಈ ನವಿರಾದ ನೆನಪುಗಳು ಅವನ ಕ್ರೋಧ, ಉದ್ವಿಗ್ನತೆಯನ್ನು ತಣ್ಣಗೆ ಮಾಡುತ್ತಿದ್ದವು.

"ತಗೋ...." ಒಂದು ಲೋಟ ಟೀ ಅವನ ಕೈಗಿತ್ತು, ನಿಂತೇ ಇದ್ದವ ನನ್ನ ಎರಡು ಭುಜ ಹಿಡಿದು ಕುರ್ಚಿಯ ಮೇಲೆ ಕೂಡಿಸಿದ. ನಿಶಾಂತ್ ಕೃತಜ್ಞತೆಯಿಂದ ಅವನತ್ತ ನೋಡಿದ.

"ಅಡ್ಗೆ ಮಾಡೋವರ್ಗ್ಗೂ ಕೈಕಾಲು ತೊಳ್ದು ಪೇಪರ್ ನೋಡು" ಕುಡಿದಿಟ್ಟ ಲೋಟವನ್ನು ಒಳಗೆ ಒಯ್ದು ವಿಠೋಬ ಬಂದು ಟವಲು ಪಂಚೆ ತಂದು ಅವನ ಹೆಗಲು ಮೇಲೆ ಹಾಕಿದ "ಮೊದ್ಲು ಬಟ್ಟೆ ಬದಲಾಯ್ಸು" ಎಂದ.

ನಿಶಾಂತ್‌ಗೆ ಆ ಕ್ಷಣ ಹಾಯೆನಿಸಿತು. ಬಚ್ಚಲು ಮನೆಗೆ ಹೋಗಿ ಕೈ ಕಾಲು ತೊಳೆದು ಬಂದು ಬಟ್ಟೆ ಬದಲಾಯಿಸಿದ.

ವಿಠೋಬ ಒಂದಿಷ್ಟು ಹುರುಳಿಕಾಯಿ, ಚಾಕು ತಂದು ಅವನ ಮುಂದಿಟ್ಟ "ಇದ್ನ ಸ್ವಲ್ಪ ಹಚ್ಚಿಕೊಡು. ಪಲ್ಯ ಮಾಡಿ ಒಂದಿಷ್ಟು ಚಪಾತಿ ಮಾಡ್ಬಿಡೋಣ" ಹಿಟ್ಟು ಕಲೆಸಲು ಒಳಗೆ ಹೋದ.

ಇಬ್ಬರು ಸೇರಿಯೇ ಚಪಾತಿ, ಪಲ್ಯ ಮಾಡಿದರು.

ವಿಠೋಬ ಪಲ್ಯದ ಪಾತ್ರೆ, ಚಪಾತಿಗಳನ್ನು ತಂದು ಹಜಾರದಲ್ಲಿಟ್ಟ. ತಟ್ಟೆ ನೀರನ್ನು ತಂದಿಟ್ಟ.

"ಸಂಕೋಚ ಬೇಡ. ಎಷ್ಟು ಬೇಕೋ ಅಷ್ಟು ಹಾಕ್ಕೊಂಡ್ ತಿನ್ನು" ಆತ್ಮೀಯದಿಂದಲೇ ಹೇಳಿದ.

ಆದರೆ ನಿಶಾಂತ್ ತಿಂದಿದ್ದು ಮೂರು ಚಪಾತಿ ಮಾತ್ರ. ಹೆಚ್ಚು ತಿನ್ನುವವನು, ಏನು ತಿನ್ನದೇ ಇರುವವನು ಜಗತ್ತಿನಲ್ಲಿ ಏನು ಸಾಧಿಸನು. ಬದುಕಿಗೆ ಸಮತೋಲನ ಬೇಕು ಎಂಬ ಗೀತೆಯನ್ನ ಓದಿಕೊಂಡ ಭಟ್ಟರು ಆಡುತ್ತಿದ್ದ ಮಾತುಗಳು ಅವನ ನೆನಪಿನಲ್ಲಿತ್ತು.

ವಿಠೋಬ ಪಾತ್ರೆಗಳನ್ನೆಲ್ಲ ಎತ್ತಿಟ್ಟು ಬಂದು ಸುತ್ತಿಟ್ಟಿದ್ದ ಹಾಸಿಗೆಯನ್ನ ಬಿಡಿಸಿಕೊಟ್ಟ "ಈಗ ಮಲಕ್ಕೊ, ಬೆಳಿಗ್ಗೆ ಮಾತಾಡೋಣ" ತಾನು ಅಲ್ಲೇ ಇದ್ದ ಹಳೆಯ ಮರದ ಮಂಚದ ಮೇಲೆ ಉರುಳಿಕೊಂಡ.

ನಿಶಾಂತ್ ಕಾಲು ಚಾಚಿ ಆರಾಮವಾಗಿ ಮಲಗಿಕೊಂಡ. ಒಳ್ಳೆಯ ಮತ್ತು ಕೆಟ್ಟವರ ನಡುವೆಯೇ ಬದುಕು, ಕಣ್ಮುಚ್ಚಿಕೊಂಡ.

"ಯಾಕೆ ಮಗಾ, ನಿಂಗೆ ಓದು? ಸುಮ್ನೇ ಹಳ್ಳಿಯಲ್ಲಿ ಇರ್ಬಾರ್ದ?" ಕೆಲವು ಹಿರಿಯರು ಅವನೊಂದಿಗೆ ಪ್ರಸ್ತಾಪ ತೆಗೆದಿದ್ದರು. "ನೋಡ್ತಾ.... ಇರೀ" ಅವರುಗಳಿಂದ ಸರಿದು ಹೋಗಿದ್ದ.

ಹಳ್ಳಿಯಲ್ಲಿ ಅವನ ಊಟ, ತಿಂಡಿಗೆ ಬರವಿರಲಿಲ್ಲ. ಕೈ ತುಂಬ ಕೆಲಸವಿತ್ತು. ಇಂಥದ್ದೇ ಕೆಲಸ ಎನ್ನುವ ಹಾಗಿರಲಿಲ್ಲ. ಗಾಡಿ, ನೇಗಿಲು ಹೂಡೋದರಿಂದ ಹಿಡಿದು ಮಾರಾಟ, ಕೊಳ್ಳುವವರೆಗೆ ಮಾತ್ರವಲ್ಲ ಎಂಥ ರಿಪೇರಿಗೂ ಅವನು ಮುಂದು. ಕೈ ನೀಡಿ ಇಂತಿಷ್ಟು ಅಂತ

ಯಾರಿಂದಲೂ ಪಡೆದಿರಲಿಲ್ಲ. ಆ ಹಳ್ಳಿಗೆ ಅವನು ಅಗತ್ಯವಾಗಿದ್ದ. ಅಂಥ ಬದುಕು ಅವನಿಗಿಷ್ಟವಿಲ್ಲ. ವಿದ್ಯೆಯೆನ್ನುವ ಮೇರು ಪರ್ವತವೇರಬೇಕು. ಹುಟ್ಟಿದ್ದಕ್ಕೆ ಏನಾದರೂ ಸಾಧನೆ ಮಾಡಬೇಕು.

ಪಕ್ಕಕ್ಕೆ ತಿರುಗಿದ, ವಿಠೋಬನ ಗೊರಕೆ ಕೇಳುತ್ತಿತ್ತು. ನಿಶಾಂತ್ ನಿದ್ರಿಸಲು ಬಹಳ ಪ್ರಯತ್ನಪಟ್ಟು ಸೋತ. ಅಗ ಹುಟ್ಟಿ ಅನಾಥವಾಗಿ ಕಲ್ಯಾಣ ಮಟ್ಟಲು ಮೇಲೆ ಅಳುವ ಮಗುವಿನ ಸದ್ದೇ ಅವನಿಗೆ ಕೇಳಿಸುತ್ತಿತ್ತು. ಎಂಥ ತಾಯಿ.... ಆಕೆ?

ಕೊರೆಯುವ ಚಳಿಯಲ್ಲಿ ಅಂಥ ಪ್ರದೇಶದಲ್ಲಿ ನಿರ್ದಯವಾಗಿ ತಂದಿಡಲು ಹೇಗೆ ಮನಸ್ಸು ಮಾಡಿದಳು?

"ಅಮ್ಮ ಯಾರೋ, ಅಪ್ಪ ಯಾರೋ.... ಜಾತಿ ಕುಲ ಒಂದೂ ಗೊತ್ತಿಲ್ಲ. ಚಿಕ್ಕಣ್ಣನ ಗರಡಿ ಮನೆಯಲ್ಲಿ ಅವ್ನ ಬಿಡಾರ" ಕೆಲವರು ಕೇಳುತ್ತಿದ್ದರು.

ಬೆಳಿಗ್ಗೆ ಅವನು ಎಚ್ಚರವಾಗುವ ವೇಳೆಗೆ ವಿಠೋಬ ಎದ್ದು ಸ್ನಾನ ಮುಗಿಸಿ ಹಾಲು ತಂದು ಟೀ ಮಾಡಿಟ್ಟಿದ್ದ.

"ಸ್ನಾನ ಮುಗ್ಸಿಕೊಂಡ್ಬಾ" ಹೇಳಿದ.

ನಿಶಾಂತ್ ಹಾಸಿಗೆ ಸುತ್ತಿಟ್ಟು ತಣ್ಣೀರಿನಲ್ಲಿ ಮನಃಪೂರ್ತಿ ಸ್ನಾನ ಮಾಡಿ ಬಂದ.

"ಟಿಫನ್‌ಗೆ ಹೋಟೆಲ್‌ಗೆ ಹೋಗ್ಬಿಡೋಣ" ವಿಠೋಬ ಹೇಳಿ ಸಾಧಾರಣ ಜುಬ್ಬಾ, ಪೈಜಾಮ ಹಾಕಿಕೊಂಡು ಬಂದ "ಇವತ್ತು ಡ್ಯೂಟಿಗೆ ರಜ. ನಿನ್ನ ಕೆಲ್ಸ ಏನಿದ್ರೂ ನಾನು ಮಾಡಿಕೊಡುವಂಥದ್ದು ಇದ್ದರೆ ಹೇಳು." ಒಂದೆರಡು ಐದರ ನೋಟು, ಚಿಲ್ಲರೆ ಜೇಬಿಗೆ ಸೇರಿಸಿದ.

ನಿಶಾಂತ್ ತನ್ನ ಲೆದರ್ ಬ್ಯಾಗ್ ಕೈಗೆತ್ತಿಕೊಂಡ "ಒಂದು ರಾತ್ರಿ ಕೊಟ್ಟ ಆಶ್ರಯಕ್ಕೆ ಧನ್ಯವಾದಗಳು. ಈ ಋಣನ ಎಂದಾದ್ರೂ ತೀರಿಸೋಕೆ ಸಾಧ್ಯವೇನೋ ನೋಡ್ತೀನಿ" ಅವನ ಗಂಟಲು ಭಾರವಾಗಿತ್ತು.

ವಿಠೋಬ ನಕ್ಕುಬಿಟ್ಟ "ಇದು ಯಾವ ಸೀಮೆಯ ಉಪಕಾರ! ನಾನು ನಿನ್ನ ಹಾಗೇ ಬಂದೋನು ಒಂದು ಕೆಲ್ಸಂತ ಸಿಕ್ತೂ. ಬದ್ಕೀದ್ದೀನಿ ನಮ್ಮಪ್ಪ ಅಮ್ಮನಿಗೆ ಅನ್ನಕ್ಕೆ ಆಗೋ ಕಾಸು ಕಳಿಸದಿದ್ರೂ.... ಗಂಜಿ ಕುಡಿಯೋಷ್ಟು ಕಳುಸ್ತೀನಿ. ಆಯಸ್ಸು ಇದ್ದಷ್ಟು ಕಾಲ ಬದ್ಕಿರಬಹುದ್ದು." ಅವನ ಕೈಯಲ್ಲಿದ್ದ ಲೆದರ್ ಬ್ಯಾಗ್‌ನ ಕಿತ್ತು ಛೇರ್ ಮೇಲಿಟ್ಟ.

"ಬಂದು ಮಾತಾಡೋಣ" ವಿಶ್ವಾಸದಿಂದ ನಿಶಾಂತ್‌ನ ಭುಜದ ಮೇಲೆ ಕೈ ಹಾಕಿದ "ನಂಗೆ ಬೆಳಿಗ್ಗೆ ಎದ್ದ ಕೂಡ್ಲೇ ಏನಾದ್ರೂ ಇರ್ಬೇಕು. ಇಲ್ದಿದ್ರೆ ಸಂಕಷ್ಟ ಶುರುವಾಗುತ್ತೆ"

ಬೀಗ ಹಾಕಿ ಬೀದಿಗೆ ಇಳಿದರು. ಹತ್ತಿರದಲ್ಲಿಯೇ ಇದ್ದ ಹೋಟಲ್‌ನಲ್ಲಿ ಇಡ್ಲಿ ತಿಂದು ಕಾಫಿ ಕುಡಿದು ಹಿಂದಿರುಗಿದರು.

ಕೋಣೆಗೆ ಬಂದ ಕೂಡಲೇ ವಿಠೋಬ ಹೇಳಿದ. "ನಿಂಗೆ ಈ ಸಿಟಿಯಲ್ಲಿ ಯಾರು ಇಲ್ವಾ?" ನಿಶಾಂತ್ ನಕ್ಕುಬಿಟ್ಟ "ಈ ಪ್ರಶ್ನೆಗೆ ಉತ್ತರ ಕಷ್ಟ. ಅಂತು ಈಗ ಕೇರ್ ಆಫ್ ಫುಟ್‌ಪಾತ್"

ಎಂದವನು ತನ್ನ ಓದಿನ ಆಕಾಂಕ್ಷೆ ವಿವರಿಸಿದ.

"ಕೆಲ್ಸ ಮಾಡ್ಕೊಂಡ್, ಕಾಲೇಜ್‌ಗೆ ಹೋಗುವುದು ಕಷ್ಟ, ಅಂಥ ಕೆಲ್ಸ ಯಾವುದಿದೆ? ಅಲ್ಲಿ ಬರೋ ಹಣ ನಿಂಗೆ ಸಾಕಾಗುತ್ತ ? ಯಾವ್ದೋ ಸಿಕ್ಕಿದ ಕೆಲ್ಸ ನಿನ್ನಿಂದ ಮಾಡೋಕ್ಕಾಗುತ್ತ ?" ವಿಠೋಬ ಯೋಚನೆಗೆ ಒಳಗಾದ.

"ಎಂಥ ಕಷ್ಟಕರವಾದ ಕೆಲ್ಸನಾದ್ರೂ ಮಾಡ್ತೀನಿ. ಅದ್ರಿಂದ ನನ್ನ ಕಾಲೇಜ್ ಓದಿಗೆ ತೊಂದರೆಯಾಗ್ಬಾರ್ದು" ಉತ್ಸಾಹ ತೋರಿದ.

ವಿಠೋಬ ಕನಿಕರದಿಂದ ಅವನತ್ತ ನೋಡಿದ. ಸಿಟಿಗಳಲ್ಲಿ ಬದುಕು ಎಷ್ಟೊಂದು ದುರ್ಭರ. ಮನೆಯ ಮಂದಿಯೆಲ್ಲ ದುಡಿದರೂ ಎರಡು ಹೊತ್ತು ಊಟಕ್ಕೆ ಸಾಲದು. ಜಾತಿಯ ಹೆಸರಿನಲ್ಲಿ ಬರುವ ಸವಲತ್ತುಗಳು ಅವನಿಗೆ ಬೇಡ.

"ನೋಡೋಣ, ಇಲ್ಲೇ ಇರು ನಾನು ಹೇಗೂ ಒಂಟಿ, ಹಳ್ಳಿಯಲ್ಲಿ ನನ್ನವರನ್ನ ಕರ್ದುಕೊಂಡ್ಬಂದು ಇಲ್ಲಿ ಜೀವ್ನ ಸಾಗಿಸೋದು ನನ್ನಿಂದ ಸಾಧ್ಯವಿಲ್ಲ. ಏನಾದ್ರೂ ಪ್ರಯತ್ನ ಮಾಡೋಣ" ಇರುವುದಕ್ಕೆ ಧಾರಾಳ ಮನಸ್ಸಿನಿಂದ ಒಂದು ನೆಲೆಯನ್ನೊದಗಿಸಿಬಿಟ್ಟ.

ನಿಶಾಂತ್‌ಗೂ ಗಾಬರಿಯ ಜೊತೆ ಆಶ್ಚರ್ಯ. ನಿರಾಯಾಸವಾಗಿ ವಿಠೋಬನಂಥವನ ಸ್ನೇಹ, ನೆರಳು ಸಿಕ್ಕಿದ್ದು ಒಂದು ರೀತಿಯ ಪವಾಡವೇ.

ಮರುದಿನವೇ ಕಾಲೇಜಿಗೆ ಅಪ್ಲಿಕೇಷನ್ ಫಾರಂ ತರಲು ಹೋದ ನಿಶಾಂತ್. ಅಷ್ಟಿಷ್ಟು ಹಣ ಅವನ ಬಳಿಯಲ್ಲಿ ಇತ್ತು. ಎಚ್ಚರದಿಂದ ಖರ್ಚು ಮಾಡುತ್ತಿದ್ದ.

* * *

ಶರ್ಮ ತಮ್ಮ ಕೆಲಸಗಳಲ್ಲಿ ನಿಶಾಂತ್‌ನ ಸ್ವಲ್ಪಮಟ್ಟಿಗೆ ಮರೆತರೂ ತಮ್ಮ ಬಳಿಗೆ ಮತ್ತೆ ಬರಲಾರದ್ದು ಅವರಿಗೆ ತಮ್ಮ ಸೋಲೆನಿಸಿತು.

ವಾಚ್‌ಮನ್ ಆ ಸಂಜೆಯೇ ಬಂದು ವಿಷಯ ಮುಟ್ಟಿಸಿದ. "ಎರ್ಡು ಸಲ ಸಿಕ್ಕ, ಪಾದರಸದ ಹಾಗೆ ಎಲ್ಲಿ ಜನ ಜಂಗುಳಿಯಲ್ಲಿ ಮರೆಯಾಗಿ ಬಿಡುತ್ತಿದ್ದನೋ. ಈ ಎರಡು ದಿನದಿಂದ ಸಿಕ್ಕಿಲ್ಲ ಹಳ್ಳಿಗೆ ವಾಪಸ್ಸು ಹೋಗಿರಬೇಕು. ಇಲ್ಲ ಪೊಲೀಸ್ ಲಾಕಪ್‌ನಲ್ಲಿರಬೇಕು"

ತೀರಾ ಬೇಸರದಿಂದ ಅವನನ್ನ ಹೋಗುವಂತೆ ಸನ್ನೆ ಮಾಡಿದರು.

ಬಂದ ಭವಾನಿ ಅವನನ್ನ ಪ್ರಶಂಸಿಸಿದರು "ತೀರಾ ಹಟದ ಹುಡ್ಗ. ಅವ್ನ ಅಂದಿದ್ದು ಮಾಡಿ ತೋರಿಸ್ತಾನೆ" ಹಿಡಿಯ ಮೇಲಿದ್ದ ಶರ್ಮ ಕೈ ಮತ್ತಷ್ಟು ಬಿಗಿಗೊಳಿಸಿತು. ಅವನು ಸರಳವಾಗಿ, ಸಹಜವಾಗಿ ಹೇಳಿದ ಮಾತುಗಳು ಅವರಿಗೆ ಸವಾಲ್‌ನಂತೆ ಕಂಡಿತು.

"ಇಂಥ ಹಟದಿಂದ ಭವಿಷ್ಯನೇ ಹಾಳಾಗುತ್ತೆ. ಅವನೊಬ್ಬ ಫೂಲ್ ಗೋ ಟು ಹೆಲ್. ಅರ್ಚನಾ ಎಲ್ಲಿ?" ಅವನ ವಿಷಯ ಪ್ರಸ್ತಾಪಿಸುವುದು ಪತಿಗೆ ಇಷ್ಟವಿಲ್ಲವೆಂದು ಅಕೆಗೆ ಅರ್ಥವಾಯಿತು.

ನಗೆಯುತ್ತ ಬಂದ ಅರ್ಚನಾ ಕೈಗಳಿಂದ ತಂದೆಯ ಕತ್ತನ್ನ ತಬ್ಬಿದಳು. "ತುಂಬ ಫಾಸ್ಟ್

ರೈಡಿಂಗ್ ಡ್ಯಾಡಿ, ಅಜಿತ್‌ದು. ನಾನು ಇನ್ಮೇಲೆ ಅವ್ನ ಜೊತೆ ಹೋಗೋಲ್ಲ ನಂಗೊಂದು ಮೊಪೆಡ್ ಕೊಡ್ಸಿಬಿಡಿ'' ಮುದ್ದು ಮುದ್ದಾಗಿ ಹೇಳಿದಳು.

''ನಿನ್ನ ಮಮ್ಮಿ ಕಾರು ನೀನು ಉಪಯೋಗಿಸ್ಕೋ. ಹೇಗೂ ನಿಂಗೆ ಡ್ರೈವಿಂಗ್ ಬರುತ್ತಲ್ಲ. ಅವ್ನ ಸಹಾಯ ಯಾಕೆ?'' ಮಗಳ ಬಿಚ್ಚು ಕೂದಲನ್ನ ಸವರಿದರು.

''ಅಜಿತ್‌ಗೆ ಸ್ವಲ್ಪ ಬುದ್ಧಿ ಹೇಳಿ'' ಮಗನ ಫಾಸ್ಟ್ ಡ್ರೈವಿಂಗ್ ಬಗ್ಗೆ ಆಕೆಗೆ ಭಯ. ಶರ್ಮ ನಕ್ಕುಬಿಟ್ಟರು ''ಈ ವಯಸ್ಸೇ ಹಾಗೇ ಕಣೆ. ಎಂಜಾಯ್ ಮಾಡ್ಲೀ ಬಿಡೆ. ಆಮೇಲೆ ಇದೆಲ್ಲ ಏನು ಸಾಧ್ಯವಿಲ್ಲ'' ತಮ್ಮ ಯೌವನದ ದಿನಗಳನ್ನ ನೆನಪು ಮಾಡಿಕೊಂಡಿರಬೇಕು.

ಆ ದಿನಗಳಲ್ಲಿ ಭವಾನಿ ಅವರ ಆರಾಧ್ಯದೈವ. ಕಾಡಿಸಿ, ಪೀಡಿಸಿ, ಪಟ್ಟು ಹಿಡಿದು ವಿವಾಹ ಬಂಧನದಲ್ಲಿ ತಮ್ಮವಳನ್ನಾಗಿಸಿಕೊಂಡಿದ್ದರು.

ಬಂದ ಅಜಿತ್‌ನ ಮುಖ ಕೋಪದಿಂದ ಉರಿಯುತ್ತಿತ್ತು.

''ಡ್ಯಾಡಿ, ಆ ನಿಶಾಂತ್ ನಮ್ಮ ಕಾಲೇಜಿಗೆ ಸೇರ್ಕೊಂಡಿದ್ದಾನೆ. ಅವ್ನ ಹೈಟ್, ಪರ್ಸನಾಲಿಟಿ, ಕಣ್ಣುಗಳನ್ನು ನೋಡಿಯೇ ಅವ್ನಿಗೆ ಕಾಲೇಜು ಹೀರೋ ಪಟ್ಟ ಕಟ್ಟಿಬಿಟ್ಟಿದ್ದಾರೆ.''

ಅರಿವಾಗದಂತೆ ಶರ್ಮ ಅವರ ಮುಷ್ಠಿ ಬಿಗಿದುಕೊಂಡಿತು. ಸೋಲಿನ ಮೊದಲ ಮೆಟ್ಟಲಿನಲ್ಲಿ ನಿಂತಂತಾಯಿತು. ತಮ್ಮ ಮನದ ಉದ್ವಿಗ್ನತೆ ತೋರಿಸಿಕೊಳ್ಳಲಿಲ್ಲ.

''ಹೋಗ್ಲಿ ಬಿಡು, ಅದು ನಮ್ಗೆ ಸಂಬಂಧಿಸಿದ ವಿಷ್ಯವಲ್ಲ. ಒಂದು ರೀತಿಯಲ್ಲಿ ಒಳ್ಳೆಯದೇ ಆಯ್ತು. ಸಿಕ್ಕದ್ರೆ ಬರೋಕೆ ಹೇಳು. ರಾತ್ರಿ ಶಿಫ್ಟ್‌ನಲ್ಲಿ ವಾಚ್‌ಮನ್ ಕೆಲ್ಸನಾದ್ರೂ ಕೊಡೋಣ. ಬಡ ಜನರ ಬಗ್ಗೆ ಕರುಣೆ ಇರ್ಬೇಕು'' ಮಾತುಗಳಲ್ಲಿ ತಮ್ಮ ದೊಡ್ಡತನ ಪ್ರದರ್ಶಿಸಿದರು. ಆ ಕ್ಷಣ ಅವರು ಕೃತಜ್ಞತೆಯ ಮಾತುಗಳನ್ನಾಡಬೇಕಿತ್ತು. ಈಗ ಅದು ಯಾವುದೂ ಅಲ್ಲ. ಅವನನ್ನು ಎದುರಿನಲ್ಲಿಯೇ ಇರಿಸಿಕೊಂಡು ಮೇಲೇರದಂತೆ ತಡೆಯುವುದೇ ಅವರ ಉದ್ದೇಶವಾಗಿತ್ತು.

ಅಜಿತ್‌ಗೆ ಅದು ಇಷ್ಟವಾಗಲಿಲ್ಲ ''ಬೇಡ ಡ್ಯಾಡಿ, ಅಂಥ ದುರಹಂಕಾರದವ್ರನ್ನ ಮನೆ ಹತ್ರ ಸೇರಿಸೋದ್ಬೇಡ'' ಕನಲಿದ.

''ಹೋಗ್ಲಿ ಬಿಡು....'' ಮಗನ ಭುಜ ತಟ್ಟಿದರು.

ಅಂದು ಬ್ಯಾಡ್ಮಿಂಟನ್‌ಗೆ ಕೂಡ ಹೋಗಲಿಲ್ಲ. ಒಂದೇ ಸಮ ತನ್ನ ಗೆಳೆಯನೊಂದಿಗೆ ಕರಾಟೆಯನ್ನು ಅಭ್ಯಾಸ ಮಾಡಿದ. ನಿಶಾಂತ್‌ಗೆ ನಾಲ್ಕು ತದಕುವ ಸದವಕಾಶ ಅವನಿಗೆ ಬೇಕು.... ಯಾಕೆ? ಅವನಂತು ಆ ಪ್ರಶ್ನೆಗೆ ಉತ್ತರಿಸಲಾರ.

ಇಡೀ ರಾತ್ರಿ ನಿಶಾಂತ್ ಬಗ್ಗೆಯೇ ಯೋಚಿಸಿದ. ಅವನಂತು ಇವನನ್ನ ಜ್ಞಾಪಿಸಿಕೊಂಡಿರಲಿಕ್ಕಿಲ್ಲ.

ಬೆಳಿಗ್ಗೆ ಎದ್ದ ಕೂಡಲೇ ಕಾಫಿ ಕಪ್ ಹಿಡಿದು ಬಂದ ಅರ್ಚನ ''ನಾನು ನಿನ್ನೊಟ್ಟೆ ಕಾಲೇಜಿಗೆ ಬರೋಲ್ಲ. ಮಮ್ಮಿ ಕಾರು ಉಪಯೋಗಿಸೋಕೆ ಡ್ಯಾಡಿ ಹೇಳಿದ್ದಾರೆ'' ಅಣಕಿಸಿ ಹೋದಳು.

ಬ್ರೇಕ್‌ಫಾಸ್ಟ್ ಸಮಯದಲ್ಲಿ ಶರ್ಮ ಕೂಡ ಎಚ್ಚರಿಸಿದರು. ''ಡ್ರೈವಿಂಗ್ ಮಾಡೋವಾಗ

ಎಚ್ಚರವಿರ್ಲಿ. ಸೇಫ್ಟಿ ಫಸ್ಟ್...." ಅಜಿತ್ ತಲೆಯೆತ್ತಲಿಲ್ಲ.

ಅವನು ಸ್ನೇಹಮಯಿ, ಹೊಗಳುಬುರುಕ, ಸ್ವಪ್ರತಿಷ್ಠೆಯಂತು ಬಹಳ.

"ನಂಗೆ ಕಾರೇ ಬೇಡ. ಸಿಟಿ ಬಸ್ಸಿನಲ್ಲಿ ಹೋಗ್ತೀನಿ" ಎಂದಾಗ ಬಾಯಲ್ಲಿದ್ದನ್ನ ನುಂಗಿದ ಶರ್ಮ "ಹಾಗೇ ಮಾಡು. ಡಿ. ಎಫ್. ಆಚಾರ್ಯರ ಮಗ್ಳು ತರಂಗಿಣಿ ಕೂಡ ಬಸ್ಸು, ಟ್ಯಾಕ್ಸಿ, ಆಟೋ ಕೆಲವೊಮ್ಮೆ ನಡ್ದು ಕೂಡ ಹೋಗ್ತಾಳಂತೆ" ತೀಕ್ಷ್ಣವಾಗಿ ಹೇಳಿದರು.

ಅಜಿತ್ ಮಾತಾಡದೇ ಬ್ರೇಕ್‌ಫಾಸ್ಟ್ ಮುಗಿಸಿಕೊಂಡು ಎದ್ದುಹೋದ. ಅರ್ಚನಾ ಘೊಳ್ಳೆಂದು ನಕ್ಕಳು. ತರಂಗಿಣಿ ಅವಳ ಕ್ಲಾಸ್‌ಮೇಟ್ ಬಾಲ್ಯದ ಗೆಳತಿ.

"ಬಸ್ಸಿನಲ್ಲಿ ಹೋಗೋದು ಚೆನ್ನಾಗಿರುತ್ತೆ. ನಾನು.... ಹೋಗ್ಲಾ....?" ತಂದೆಯ ಕಡೆ ನೋಡಿದಳು. ಶರ್ಮ ತಲೆಯ ಮೇಲೊಂದು ಮೊಟಕಿದರು "ಯೂ ನಾಟಿ ಗರ್ಲ್...."

ನಿಶಾಂತ್ ಆತುರಾತುರವಾಗಿ ಬರುವುದಕ್ಕೂ ಅಜಿತ್‌ನ ಕಾರು ಬಂದು ನಿಲ್ಲುವುದಕ್ಕೂ ಸರಿ ಹೋಯಿತು. ಕಿರು ನಗೆ ನಕ್ಕ, ಅವನಿಗೆ ಯಾರೊಂದಿಗೂ ವೈಷಮ್ಯ ಬೇಕಿರಲಿಲ್ಲ ಸಾಧನೆ ಮುಖ್ಯವಾಗಿತ್ತು.

ಅಜಿತ್ ಕ್ಯಾಕರಿಸಿ ಉಗಿದು ಅಲ್ಲೇ ಬಿದ್ದಿದ್ದ ಸಣ್ಣ ಕಲ್ಲನ್ನ ಷೂ ಕಾಲಿನಿಂದ ಒದ್ದ. ಅದು ನಿಶಾಂತ್‌ನ ಕಾಲು ಬಳಿ ಬಂದು ಬಿತ್ತು. ಬಂದ ಕೋಪವನ್ನ ಮೆಟ್ಟಿ ನಿಶಾಂತ್ ಸುಮ್ಮನೆ ಹಾದು ಹೋದ.

ಕಾಲೇಜಿನ ಪ್ರಾರಂಭದ ದಿನಗಳು. ವಿದ್ಯಾರ್ಥಿಗಳಾಗಲಿ, ಅಧ್ಯಾಪಕರಾಗಲಿ ಬಂದಿರಲಿಲ್ಲ, ನಿಶಾಂತ್ ಕಾಲೇಜಿನ ಆವರಣದಿಂದ ಹೊರಬಂದ.

ಇಂದು ಕೂಡ ವಿಠೋಬ ಮನೆಯಿಂದ ಹೊರಡುವಾಗ ನೆನಪಿಸಿದ್ದ "ನನ್ನ ಕೆಲಸದ ದಾರಿ ನೋಡು. ನಿಂಗೆ ಹೊರೆ ಮಾತ್ರವಲ್ಲ ನಂಗೂ ಜೀವ ಹಿಂಡಿದಂತಾಗುತ್ತೆ" ಬರೀ ನಕ್ಕಿದ್ದ. ಅಷ್ಟು ಸುಲಭವಾಗಿ ಕೆಲಸ ಸಿಗುವುದಿಲ್ಲವೆಂದು ಅವನಿಗೂ ಗೊತ್ತು.

ಅಲ್ಲಿಂದ ಹೊರಡುವಾಗ ಚಿಕ್ಕಣ ಮೂರು ನೂರರ ಮೊತ್ತವನ್ನ ಅವನ ಕೈಯಲ್ಲಿ ಇಟ್ಟಿದ್ದರು. "ಶರ್ಮ ಸಹಾಯ ಮಾಡ್ತಾರೆ. ಆದ್ರೂ ಕೈಗಾವಲಿಗೆ ಇರಲಿ" ನಿಸ್ಸಹಾಯಕತೆಯಿಂದ ಅವರ ಕಣ್ಣಲ್ಲಿ ಕಂಬನಿ ಚಿಮ್ಮಿತು.

ವಯಸ್ಸಾದರೂ ಗಟ್ಟಿಮುಟ್ಟಾಗಿದ್ದರು. ತುಂಬು ಸಂಸಾರ. ತಮ್ಮ, ನಾದಿನಿಯರ ಯಜಮಾನಿಕೆ, ಅವರ ಮಕ್ಕಳುಗಳ ಪಾರುಪತ್ಯ. ಎಲ್ಲರೂ ಗೌರವ, ವಿನಯದಿಂದ ನಡೆದುಕೊಂಡರು. ನಿಶಾಂತ್‌ಗೆ ಮಾಡುವುದು ಯಾರಿಗೂ ಸರಿ ಕಂಡಿರಲಿಲ್ಲ.

"ಕೈಲಾದಷ್ಟು ಮಾಡಿದ್ದಾಗಿದೆ. ಗಟ್ಟಿಮುಟ್ಟಾಗಿದ್ದಾನೆ. ಎಲ್ಲಾದ್ರೂ ಕೂಲಿ ನಾಲಿ ಮಾಡಿ ಹೊಟ್ಟೆ ಹೊರೆದುಕೊಳ್ತಾನೆ. ನಮ್ಗೂ ಸಾಕಷ್ಟು ಜವಾಬ್ದಾರಿಗಳು ಇವೆ" ತಮ್ಮ ಚಿಕ್ಕಣ್ಣನನ್ನು ಎಚ್ಚರಿಸಿದ್ದು ಮಾತ್ರವಲ್ಲದೇ ಹಣ ಸಿಕ್ಕದಂತೆ ಬಂದೋಬಸ್ತು ಮಾಡಿದ್ದ.

ಆದರೂ ಹೇಗೋ ಅವನಿಗಾಗಿ ಹಣ ಹೊಂಚಿಕೊಡುತ್ತಿದ್ದರು. ನೆನಪಾದ ಕೂಡಲೇ ನಿಶಾಂತ್ ಕಣ್ತುಂಬಿತು. 'ಅವರ ಋಣ ಹೇಗೆ ತೀರಿಸುವುದು?' ಈ ಋಣದ ಬಾಧೆ

ಮನುಷ್ಯನನ್ನ ಬಹಳವಾಗಿ ಕಾಡತ್ತೆ.

ಕಾಲು ನಡಿಗೆಯಲ್ಲಿಯೇ ಸರ್ಕಲ್‌ಗೆ ಬಂದ. ಮೂಟೆಗಳನ್ನು ಇಳಿಸುತ್ತಿದ್ದರು. ಒಬ್ಬ ವಯಸ್ಸಾದ, ರೋಗಿಷ್ಟ ವ್ಯಕ್ತಿ ಬಿದ್ದ. ಅವನ ಸುತ್ತಲು ಜನ ತುಂಬಿಕೊಂಡರು.

"ಅವನನ್ನ ಆಚೆಗೆ ಕಳ್ಸಿ, ಇವತ್ತು ಬೇರೆಯವನನ್ನ ಕರೆದುಕೊಂಡರಾಯ್ತು" ಮೇಸ್ತ್ರಿ ಜನರನ್ನ ಗದರಿಸುತ್ತಿದ್ದ.

"ಬೇಡ.... ಸಾಮಿ...." ಅವನ ಗೋಳಾಟ ಹೇಳತೀರದು. ಬೆಣ್ಣೆಯ ಮನಸ್ಸಿನ ದೇವರಿಗೆ ಅವನ ಆಕ್ರಂದನ ಕೇಳಿರಬೇಕು.

ಮೇಸ್ತ್ರಿಯ ಬಳಿ ಹೋದ ನಿಶಾಂತ್ "ಅವನ ಕೆಲ್ಸ ನಾನು ಮಾಡ್ತೀನಿ. ಮುಂದಕ್ಕೆ ಹೋದ. ಅವನಿಗೂ ಯಾರಾದರೂ ಬೇಕಾಗಿತ್ತು. ತಾತ್ಕಾಲಿಕವಾಗಿ "ಓದ್ದೋ ಹುಡ್ಗನ ಹಾಗೇ ಕಾಣ್ತೀಯಾ! ಮೂಟೆ ಹೊರೋದು ಮುದ್ದೆ ಉಂಡಂಗಲ್ಲ" ಅಣಕಿಸಿದ.

"ಇಲ್ಲ ನಂಗೆ ಅಭ್ಯಾಸ" ಷರಟು ಬಿಚ್ಚಿ ಅಲ್ಲೆಸೆದು ಲಾರಿಯ ಬಳಿಗೆ ಹೋಗಿಯೇ ಬಿಟ್ಟ. ಮಿಕ್ಕ ಕೂಲಿಗಳು ಅವನನ್ನು ದುರದುರ ನೋಡಿದರು. "ಓದಿದ ಜನ ಈ ಕೆಲಸ್ಕೂ ಕೈ ಹಾಕಿ ಬಿಟ್ಟರೇ ಗತಿಯೇನು?" ಇಂಥ ಭಯ ಕೆಲವರನ್ನಾದರೂ ಕಾಡಿದ್ದುಂಟು. ಅದರ ಜೊತೆ 'ಪುಸ್ತಕ ಓದಿದಂಗೆ ಅಲ್ಲ, ಮೂಟೆ ಹೊರೋದು' ತಾತ್ಸಾರ ನೋಟ ಬೀರಿದುಂಟು.

ಸರ ಸರ ಮೂಟೆ ಇಳಿಸುವ ಹೊರುವ ಜಾತಿಗೆ ವೃತ್ತಿಪರರು ಕೂಡ ವಿಸ್ಮಿತರಾದರು. ಕೆಲಸ ನಿಲ್ಲುವ ವೇಳೆಗೆ ಧೂಳು, ಮಣ್ಣು ಮೆತ್ತಿಕೊಂಡು ನಿಶಾಂತ್ ಥೇಟ್ ಕೂಲಿಯೇ ಆಗಿಬಿಟ್ಟಿದ್ದ. ಅವರಲ್ಲೊಬ್ಬ ಎನ್ನುವಂತೆ ಕಂಡ.

ಕೂಲಿ ಪಡೆದವನು ಇನ್ನ ರೋದಿಸುತಲೇ ಇದ್ದ ಕೂಲಿಯ ಕೈಯ್ಯಲ್ಲಿ ಹಣವಿಟ್ಟ "ನಿನ್ನ ಕೆಲ್ಸ ನಾನು ಮಾಡ್ದೇ ಅಷ್ಟೆ, ನಿನ್ನ ಹಣ ನಂಗೆ ಬೇಡ" ಅವನ ಪ್ರತಿಕ್ರಿಯೆಯನ್ನೂ ಕಾಯದೇ ಹೊರಟುಬಿಟ್ಟ. ಉಳಿದವರೆಲ್ಲ ಗೊಂಬೆಗಳಾದರು ಮನುಷ್ಯ ಹೀಗೆ ವರ್ತಿಸಲು ಸಾಧ್ಯವೆ?

ನಿಶಾಂತ್ ಪಾರ್ಕ್‌ನಲ್ಲಿದ್ದ ನಲ್ಲಿಯ ಬಳಿಗೆ ಹೋಗಿ ಕೈಕಾಲು ತೊಳೆದು ಬಟ್ಟೆ, ತಲೆಯಲ್ಲಿನ ಧೂಳು ಜಾಡಿಸಿದ. ಮೂಟೆಗಳನ್ನ ಹೊರುವುದು ಅವನಿಗೇನು ಹೊಸ ಕೆಲಸವಲ್ಲ.

ಇಂದಿನ ಕೆಲಸದಿಂದ ಸೋಮಾರಿತನ ಹೊರಟು ಹೋದಂತಿತ್ತು. ಕ್ವಾರ್ಟರ್ಸ್ ಕೀಲಿ ತೆಗೆದು ಒಳಗೆ ಹೋದ. ಟೇಬಲ್ಲು ಮೇಲೆ ಒಂದು ಕ್ಯಾರಿಯರ್ ಇತ್ತು. 'ಮೊದ್ಲು ಊಟ ಮಾಡು' ಸಣ್ಣ ಚೀಟಿ ಅದರ ಪಕ್ಕದಲ್ಲಿತ್ತು. ಹೃದಯ ತುಂಬಿ ಬಂತು.

ಸಿಟಿಗೆ ಬಂದಾಗಿನಿಂದ ಊರಿಗೆ ಹೋಗಿರಲಿಲ್ಲ, ಮಾತ್ರವಲ್ಲ ಕಾಗದವನ್ನ ಕೂಡ ಬರೆದಿರಲಿಲ್ಲ. ತನಗೆ ಶರ್ಮ ಅವರಿಂದ ಸಹಾಯ ಸಿಕ್ಕಲಿಲ್ಲ ಅಂದರೇ ಉಸ್ತಾದರ ಕೋಪ ಗಗನಕ್ಕೆ ಮುಟ್ಟಬಹುದು. ನೇರವಾಗಿ ಅಖಾಡಕ್ಕೆ ಇಳಿಯಲು ಕೂಡ ಹಿಂಜರಿಯದ ಮನುಷ್ಯ.

ಅರ್ಧ ಊಟ ಮಾಡಿ ಉಳಿದಿದ್ದನ್ನ ಮುಚ್ಚಿಟ್ಟು ಉರುಳಿಕೊಂಡ. ಕಾಲೇಜನಲ್ಲಿ ಇವನಿಗೆ ಯಾವುದೇ ರಿಯಾಯಿತಿ ಸಿಗುವುದಿಲ್ಲ! ಅಜಿತ್‌ನಂತೆಯೇ ಅವನು ಕೂಡ ಹಣ ಕಟ್ಟಬೇಕು. ಹೇಗೆ ಸಂಪಾದಿಸುವುದು? ಕ್ರಿಮಿನಲ್‌ಗೆ ಸಂಬಂಧಪಡದ ಯಾವ ಕೆಲಸವನ್ನಾದರೂ

ಮಾಡಲು ಸಿದ್ಧ.

ವಿಠೋಬ ಬಂದಾಗ ಆರು ಗಂಟೆ ಆಗಿತ್ತು. "ಇವತ್ತು ಥಿಯೇಟರ್ ಹತ್ತಿರ ಹಾಕಿದ್ರು. ಅದೇನು ಜನ. ಎರ್ಡು ದಿನ ತಡವಾಗಿ ನೋಡಿದ್ರೇನಾಗುತ್ತೆ" ಗೊಣಗಿಕೊಂಡು ಟೋಪಿ ತೆಗೆದು ಮೊಳೆಗೆ ತಗುಲಿ ಹಾಕಿದ.

ಬಿಸಿ ಬಿಸಿ ಜೋಳದ ರೊಟ್ಟಿ ಮಾಡಿದ್ದ ನಿಶಾಂತ್ ಬದನೆಕಾಯಿ ಎಣ್ಣೆ ಗಾಯಿಯೊಂದಿಗೆ ತಂದಿಟ್ಟ.

"ವ್ಹಾ...." ಬಾಯಿಗಿಟ್ಟ ವಿಠೋಬ ಚಪ್ಪರಿಸಿದ. "ಏವನ್....ಆಗಿದೆ ಎಲ್ಲಿ ಕಲಿತೇ ಅಡ್ಗೇಯೆಲ್ಲ?" ಎಂದಾಗ ನಿಶಾಂತ್ ನಕ್ಕುಬಿಟ್ಟ.

ಅಗತ್ಯಬಿದ್ದಾಗ ಹಳ್ಳಿಯ ಯಾರ ಮನೆಯಲ್ಲಿಯಾದರೂ ಅಡಿಗೆ ಮಾಡುತ್ತಿದ್ದ. ಮೊದಲು ಜಾತಿ, ಧರ್ಮದ ಗೋಜಲಿನಲ್ಲಿದ್ದ ಜನ, ಪ್ರತಿಯೊಬ್ಬರು ತಮ್ಮ ಪಂಗಡಕ್ಕೆ ಸೇರಿದವನು ಎನುವಂಥ ನಂಬಿಕೆ ತಳೆದು ಅವನನ್ನ ತಮ್ಮಲ್ಲಿ ಒಬ್ಬನನ್ನಾಗಿಸಿಕೊಂಡು ಬಿಟ್ಟಿದ್ದರು.

"ನನ್ನ ಕೆಲ್ಸದ್ದು ಏನ್ಮಾಡ್ದೇ ?" ವಿಠೋಬ ಅವನ ಪ್ರಶ್ನೆಗೆ ರೊಟ್ಟಿ ನುಂಗಿ ಉತ್ತರಿಸಿದ "ನೋಡ್ತಾ ಇದ್ದೀನಿ ಡಿಗ್ರಿ ಓದೋ ಯುವಕ ಸರ್‍ಯಾದ ಕೆಲ್ಸ ನೋಡ್ಬೇಕಲ್ಲ. ಎಲ್ಲಾದ್ರೂ ಮೂಟೆ ಹೋರೋಕಾಗುತ್ತ ?"

ನಿಶಾಂತ್ ಮುಖ ಗಂಭೀರವಾಯಿತು "ಯಾಕಾಗ್ಬಾರ್ದು? ನಾನು ಓದೋಕೆ ಹಣ ಬೇಕು. ಅದಕೋಸ್ಕರ ಯಾವ ಕೆಲ್ಸ ಮಾಡೋಕು ಸೈ" ಎಂದ. ವಿಠೋಬ ತಟ್ಟೆ ಪಕ್ಕಕ್ಕೆ ಸರಿಸಿ ನಕ್ಕುಬಿಟ್ಟ.

"ಹೇಳಿದಷ್ಟು ಯಾವ್ದು ಸುಲಭವಲ್ಲ, ಇನ್ನೆರಡು ದಿನ ಸುಧಾರ್‍ಸು" ಭುಜ ತಟ್ಟಿದ.

ವಿಠೋಬ ಅವನ ಕೆಲಸಕ್ಕಾಗಿ ಪ್ರಯತ್ನ ಮಾಡುತ್ತಿದ್ದ. ಕಾಲೇಜಿನ ನಂತರದ ಸಮಯದಲ್ಲಿ ಪಾರ್ಟ್ ಟೈಮ್ ಕೆಲಸ ಮಾಡಬೇಕು. ಓದೋ ವ್ಯಕ್ತಿ ಕನಿಷ್ಟ ಗೌರವಾನ್ವಿತವಾದ ಕೆಲಸವಾದರೂ ಬೇಕು.

"ಪ್ಲೀಸ್...." ವಿಠೋಬನ ಕೈ ಹಿಡಿದುಕೊಂಡ "ಹೋಗ್ಲಿ, ಒಂದು ಸಣ್ಣ ವ್ಯಾಪಾರ ರೈಲ್ವೆ ಸ್ಟೇಷನ್, ಬಸ್ ಸ್ಟಾಂಡ್, ಹೆಚ್ಚಿನ ಜನಸಂದಣಿ ಇರೋ ಕಡೆ ಬಿಸ್ಕತ್, ಹಣ್ಣು ಯಾವುದಾದ್ರೂ ಮಾರಾಟ ಪರ್ವಾಗಿಲ್ಲ ಕಡೆಗೆ ಪೇಪರ್ ಹಾಕೋದು."

ವಿಠೋಬನಿಗೆ ಕಡೆಯದು ಹಿಡಿಸಿತು.

"ಆಯ್ತು, ಪೇಪರ್ ಏಜೆಂಟ್ ಒಬ್ರು ನಂಗೆ ಪರಿಚಯದವ್ರು ಇದ್ದಾರೆ. ಅವ್ರನ್ನ ಕೇಳಿ ನೋಡ್ತೀನಿ. ಕಾಲೇಜಿಗೆ ಹೋಗಿದ್ಯಾ ?" ಮಾತನ್ನ ಬದಲಾಯಿಸಿದ.

ವಿಠೋಬ ತೋರುವ ಸ್ನೇಹಕ್ಕೆ ಅವನು ಮೂಕನಾಗಿದ್ದ.

ಒಂದು ವಾರದಲ್ಲಿ ಪೇಪರ್ ಹಾಕುವ ಕೆಲಸ ಗೊತ್ತು ಮಾಡಿದ. ವಿಠೋಬ ತನ್ನ ಸೈಕಲನ್ನ ಅವನಿಗೆ ಕೊಟ್ಟ.

"ನಾನು ಹೇಗಾದ್ರೂ ಮ್ಯಾನೇಜ್ ಮಾಡ್ಕೋತೀನಿ" ಅವನ ಭುಜ ತಟ್ಟಿದ.

ಅವನು ಪೇಪರ್ ಹಾಕಬೇಕಾದ ಬೀದಿಗಳ ವ್ಯಾಪ್ತಿಯಲ್ಲಿ ಶರ್ಮ ಅವರ ಬಂಗ್ಲೆಯು ಬರುತ್ತಿದ್ದುದ್ದು. ಅ ಸಮಯ ಅಜಿತ್‌ನ ಜಾಗಿಂಗ್‌ದು. ಒಂದೆರಡು ದಿನ ಗಮನಿಸಿದ. ನಾಲ್ಕನೆಯ ದಿನ ಇವನ ಬಗ್ಗೆ ರಿಪೋರ್ಟ್.

"ಎರ್ಡು ದಿನ ಪೇಪರ್ ಬಂದಿಲ್ಲಾಂತ ಶರ್ಮ ಅವ್ರ ಮನೆಯಿಂದ ಫೋನ್ ಬಂದಿತ್ತು. ಇರ್‌ರಗ್ಯುಲಾರಿಟಿ ಸಹಿಸೋಲ್ಲಾಂತ ದಬಾಯಿಸಿದ್ರು. ದೊಡ್ಡ ಇಂಡಸ್ಟ್ರಿಯಲಿಸ್ಟ್ ನೇರವಾಗಿ ಪೇಪರ್ ಮ್ಯಾನೇಜ್‌ಮೆಂಟಿನ ಎಂ.ಡಿ.ಗೆ ಕೂಡ ಫೋನಾಯಿಸಲು ಹಿಂಜರಿಯಲಾರರು. ಪೇಪರ್ ಅಲ್ದೇ ನಮ್ಮ ಏಜನ್ಸಿಯ ನಾಲ್ಕು ಮ್ಯಾಗಝೀನ್ ತರಿಸ್ಕೋತಾರೆ. ಹೀಗಾದರೆ– ಹೇಗೆ?" ಬೇಸರ ವ್ಯಕ್ತಪಡಿಸಿದರು ಏಜೆಂಟ್.

"ಇಲ್ಲ, ನಾನೆಂದು ಮಿಸ್ ಮಾಡಿಲ್ಲ" ಹೇಳಿದ.

"ನೋಡು ನಿಶಾಂತ್, ನಿನ್ನ ಮಾತಿಗಿಂತ ಅವ್ರ ಮಾತನ್ನೇ ನಂಬಬೇಕು. ಅದ್ರಲ್ಲಿ ನಮ್ಮ ಕ್ಷೇಮವಿದೆ. ಒಳ್ಗೇ ಹೋಗಿ ಅವ್ರಿಗೆ ಕೊಟ್ಟು ಬಾ" ಆದೇಶಿಸಿದ ಏಜೆಂಟ್.

ನಿಶಾಂತ್ ಹೊರಗೆ ಬಂದ. ಅಜಿತ್‌ಗೆ ತನ್ನ ಮೇಲೇಕೆ ದ್ವೇಷ? ಹೆಚ್ಚು ಅನುಕೂಲಗಳನ್ನ ಅನುಭವಿಸುತ್ತ ಆರಾಮಾಗಿರುವ ಜನರು ಮನಸ್ಸಿನಲ್ಲಿ ಇಂಥದೊಂದನ್ನ ಬೆಳೆಸಿಕೋತಾರೆ.

ಮರುದಿನ ಸೈಕಲ್ ನಿಲ್ಲಿಸಿ ಒಳಗೆ ಹೋಗಿ ಪೇಪರ್ ಕೊಟ್ಟು ಬಂದು ಅಂದು ಹತ್ತು ಪೇಪರ್ ಕಮ್ಮಿ ಬಂತು. ಅಂದು ಅವನ ಕಣ್ಮುಂದೆ ಬಂದು ನಿಂತಿದ್ದು ಅಜಿತ್‌ನ ಕುಹಕ ನಗು.

ಒಂದಲ್ಲ ಒಂದು ತೊಂದರೆ ಕೊಡತೊಡಗಿದ. ಆದರೆ ಸೋಲು ಸ್ವೀಕರಿಸಲು ನಿಶಾಂತ್ ಸಿದ್ಧನಾಗಲಿಲ್ಲ. ಇನ್ನೊಂದು ಏರ್ಪಾಟು ಮಾಡಿದ.

ಎರಡು, ಮೂರು ದಿನ ವಾಚ್‌ಮನ್ ತಂದು ಪೇಪರ್ ಒಳಗೆ ಹಾಕಿದಾಗ ಅವನ ಕಣ್ಣುಗಳು ಕೆಂಪಗಾಯಿತು.

"ಒಳಗಡೇ ತಂದು ಕೊಡೋಕೆ ನಿಂಗೆ ಕಮೀಷನ್ ಕೊಡ್ತಾನಾ?" ಅಜಿತ್‌ನ ಪ್ರಶ್ನೆಗೆ ಅವನು ಕಕ್ಕಾಬಿಕ್ಕಿಯಾದ "ಯಾವ ಕಮೀಷನ್ ಚಿಕ್ಕ ಯಜಮಾನ್ರೆ ?"

ಅಜಿತ್ ಕಾಲು ಮೇಲೆ ಕಾಲು ಹಾಕಿ ಕೂತು "ನಾಳೆಯಿಂದ ಅವನೇ ತಂದು ಹಾಕಿ ಹೋಗ್ಲಿ" ಆಜ್ಞಾಪಿಸಿದ.

ಅವನು ತಲೆ ಬಗ್ಗಿಸಿಕೊಂಡು ಹೊರಗೆ ಹೋದ.

ಕೇಳಿಸಿಕೊಂಡ ಅರ್ಚನಾ ಬಂದು ಆಕ್ಷೇಪಿಸಿದಳು.

"ನಿಂಗ್ಯಾಕೆ ಇಷ್ಟೊಂದು ಸಣ್ಣ ಬುದ್ಧಿ? ನಿಶಾಂತ್ ತಂದು ಹಾಕ್ತಾನೇಂತ ಇಲ್ಲದೆಲ್ಲ ಕಿತಾಪತಿ ತೆಗೀತೀಯಾ. ಛಿ...." ಅವಳ ಮಾತುಗಳು ಅವನನ್ನು ಕೆರಳಿಸಿಬಿಟ್ಟಿತು. ಆದರೆ ಅವಳು ಅವನ ಪ್ರೀತಿ ಪಾತ್ರ ತಂಗಿ ಮಾತ್ರವಲ್ಲ, ತಾಯ್ತಂದೆಯರ ಮುದ್ದಿನ ಮಗಳು.

"ನಿಂಗ್ಯಾಕೆ.... ಹೋಗು!" ರೇಗಿದ.

ಅಕೌಂಟ್ಸ್ ನೋಡುತ್ತಿದ್ದ ಶರ್ಮ ಅವರ ಕಿವಿಗೆ ಬಿತ್ತು. ಅಂದರೆ ಈಗ ಕಾಲೇಜು ಓದಿನ ಜೊತೆ ಪೇಪರ್ ಹಾಕುವ ಕೆಲಸವನ್ನು ಮಾಡುತ್ತಿದ್ದಾನೆ ಯೋಚನೆಗೊಳಗಾದರು.

ನಂತರ ಒಂದು ವಾರದಲ್ಲಿಯೇ ಶರ್ಮ ಅವರ ಮನೆಯ ನಾಯಿ ನಿಶಾಂತ್ ಮೇಲೇರಿ ಬಂತು. ಅವನ ವೇಗಕ್ಕೆ ಸರಿಯಾಗಿ ಓಡಿ ಸೈಕಲ್‌ನ ಉರುಳಿಸಿಬಿಟ್ಟಿತ್ತು. ತಕ್ಷಣ ಸೈಕಲ್ ಹ್ಯಾಂಡಲ್‌ಗೆ ತಗುಲಿ ಹಾಕಿದ್ದ ಲೆದರ್ ಬ್ಯಾಗ್‌ನ ತೆಗೆದು ಮೇಲೇರಿ ಬರುವ ನಾಯಿಯ ಬಾಯಿಗೆ ತುರುಕಿ ಅದರ ಕೊರಳಿಗೆ ಹಾಕಿದ್ದ ಬೆಲ್ಟ್ ಬಲವಾಗಿ ಹಿಡಿದು ಜಗ್ಗಿದ. ಅದಕ್ಕೆ ಉಸಿರು ಕಟ್ಟಿದಂತಾಗಿ ಒದ್ದಾಡಿಬಿಟ್ಟಿತು. ಅದರ ಆರ್ಭಟ ಕಡಿಮೆಯೆನಿಸಿದ ಮೇಲೆಯೇ ಅವನು ಹಿಡಿತ ಸಡಿಲ ಮಾಡಿದ್ದು, ಸೋತ ನಾಯಿ ಅವನತ್ತ ದೈನ್ಯದ ನೋಟ ಬೀರಿದಾಗ ಪ್ರೀತಿಯಿಂದ ತಲೆ ಸವರಿದ. ಅದು ಅವನನ್ನೆಲ್ಲ ನೆಕ್ಕಿ ಪ್ರೀತಿ ತೋರಿಸಿತು.

"ಮನೆಗೆ ಹೋಗು" ಅದರ ಕತ್ತನ್ನ ಸವರಿದ.

ಅದು ಹಿಂದಕ್ಕೆ ಓಡಿತು. ಕೆಳಗೆ ಬಿದ್ದು ಎರಚಾಡಿದ ಪೇಪರ್‌ಗಳನ್ನೆಲ್ಲ ಸರಿ ಮಾಡಿ ಜೋಡಿಸಿಕೊಂಡ ನಿಶಾಂತ್. ಅಂದು ಒಂದು ರೀತಿಯ ಛಲ ಅವನಲ್ಲಿ ಮೂಡಿತು.

ಓಡಿ ಬಂದು ಬೆಳಗಿನ ಜಾಗಿಂಗ್ ವೇಷದಲ್ಲಿ ನಿಂತ ಅರ್ಚನಾ "ನಾಯಿಯೇನಾದ್ರೂ ಕಚ್ಚಿತ್ತಾ? ಅದ್ನ ಯಾರು ಬಿಟ್ಟರೋ" ಪ್ರಾಮಾಣಿಕ ಗಾಬರಿ ವ್ಯಕ್ತಪಡಿಸಿದಳು.

"ಏನಿಲ್ಲ, ಮುಗೀತಾ ಜಾಗ್ಗಿಂಗ್?" ಸಲಿಗೆಯಿಂದ ಮಾತಾಡಿಸಿದ. ಶರ್ಮ ಅವರೊಂದಿಗೆ ಮಾತಾಡಿದಾಗ ಅರ್ಚನಾ ಅಷ್ಟು ದೂರದಲ್ಲಿ ನಿಂತಿದ್ದಳು. ಸದಾ ಆತ್ಮೀಯತೆ ವ್ಯಕ್ತಪಡಿಸುವ ಕಣ್ಣುಗಳೇ ಪ್ರಬಲ ಆಕರ್ಷಣೆ "ಬರ್ತೀನಿ...." ಸೈಕಲ್ ಹತ್ತಿ ಹೊರಟುಬಿಟ್ಟ.

ಅರ್ಚನಾ ಅವನು ಹೋದತ್ತಲೇ ನೋಡಿದಳು. "ಒಂದ್ಸಲ ಡ್ಯಾಡಿನ ಸಹಾಯ ಕೇಳೋಕೆ ಬಂದಿದ್ದ. ಆಮೇಲೆ ಏನಾಯಿತೋ! ಒಳ್ಳೆ ಹ್ಯಾಂಡ್‌ಸಮ್ ಪರ್ಸನಾಲಿಟಿ ಅಲ್ವಾ?" ಮೆಚ್ಚಿಗೆ ವ್ಯಕ್ತಪಡಿಸಿದಳು ಅಮಾಯಕವಾಗಿ.

ತರಂಗಿಣಿ ಮೌನವಾಗಿ ತಲೆದೂಗಿದಳು. ಅನವಶ್ಯಕವಾಗಿ ಛೇಡಿಸುವ, ಸಣ್ಣ ವಿಷಯಗಳಿಗೆಲ್ಲ ಬಣ್ಣ ಕಟ್ಟುವ ಸ್ವಭಾವ ಅವಳದಲ್ಲ.

"ಇವತ್ತು ನಮ್ಮ ಮನೆಯಲ್ಲಿ ಕಾಫೀ...." ಗೇಟು ಹತ್ತಿರ ಹೋದ ಕೂಡಲೇ ತರಂಗಿಣಿಯ ಕೈ ಹಿಡಿದುಕೊಂಡಳು. "ಬೆಳಗಿನ ಫಸ್ಟ್ ಡೋಸ್ ಕಾಫಿ ಮಮ್ಮಿ ಮಾಡ್ತಾಳೆ. ತುಂಬ ರುಚಿ" ಎಳೆದೊಯ್ದಳು.

ಮುಂದಿದ್ದ ಗಾರ್ಡನ್‌ನಲ್ಲಿಯೇ ವಾಕ್ ಮಾಡುತ್ತಿದ್ದ ಶರ್ಮ.

"ಸರ್‌ಪ್ರೈಜ್....ತರಂಗಿಣಿ ಬೆಳಿಗ್ಗೆ ಬರೋದೂಂದ್ರೆ ಆಶ್ಚರ್ಯಕರವಾದ ವಿಷ್ಯವೇ" ಆತ್ಮೀಯವಾಗಿ ಛೇಡಿಸಿದರು.

ತರಂಗಿಣಿಯ ಕೆನ್ನೆಗಳಲ್ಲಿ ಗುಳಿಗಳು ಬಿದ್ದವು. ಅವಳ ನಗು ತುಂಬ ಚೆನ್ನ. ಮಾತು ಮಾತ್ರ ಕಮ್ಮಿ. ಈಗಲೂ ಅವಳು ಮಾಡಿದ್ದು ಅದೇ.

"ಹೇಗಿದ್ದಾರೆ, ನಿನ್ನ ಪಪ್ಪ? ನಂಗೆ ಬರೋಕೆ ಪುರುಸೊತ್ತಿಲ್ಲ, ಅವ್ರಿಗೆ ಹೊರಗಿನ ಜಗತ್ತು ಬೇಡ" ಹತ್ತಿರಕ್ಕೆ ಬಂದ ಜಾನಿ ತಲೆ ಸವರಿದರು.

"ಚೆನ್ನಾಗಿದ್ದಾರೆ...." ತರಂಗಿಣಿ ಹೇಳಿದ್ದು ಅಷ್ಟೆ.

ಭವಾನಿ ಮೂವರಿಗೂ ತಾವೇ ಕಾಫಿ ತಂದುಕೊಟ್ಟರು.

ತುಟಿಗೆ ಕಪ್ ಹಚ್ಚುವ ಮುನ್ನ ಅರ್ಚನಾ ತಂದೆಯ ಕಾಲಿನ ಬಳಿಯಲ್ಲಿ ಮಲಗಿದ್ದ ಜಾನಿಯತ್ತ ಕೋಪದ ನೋಟ ಬೀರಿದಳು.

''ಪೇಪರ್ ಕೊಡೋರ ಬಗ್ಗೆ ನಿಂಗೆಂಥ ದ್ವೇಷ? ಯಾರು ಇದ್ನ ಹೊರ್ಗೆ ಬಿಟ್ಟಿದ್ದು'' ಅಂದವಳು. ''ಮಮ್ಮಿ, ಉಸ್ತಾದ್ ಕಳಿಸಿದ್ದ ಅಂತ ನಮ್ಮ ಮನೆಗೆ ಬಂದಿರಲ್ಲಿಲ್ವಾ. ಅವ್ನೇ ಈಗ ಪೇಪರ್ ಹಾಕೋದು'' ತಿಳಿಸಿದಳು.

ಭವಾನಿ ಗಂಡನ ಕಡೆ ನೋಡಿದರು. ಅವನಿಗೆ ಏನಾದರೂ ಮಾಡುವ ಎನ್ನುವುದಕ್ಕಿಂತ ಉಸ್ತಾದ್‌ಗೆ ತೋರುವ ಕೃತಜ್ಞತೆಯ ಅವಕಾಶವು ಕೂಡ ಕಳೆದುಹೋಯಿತಲ್ಲ ಎನ್ನುವ ವ್ಯಥೆ.

''ಉಸ್ತಾದ್ ತೀರಾ ಸ್ವಾಭಿಮಾನಿ, ಅವ್ನು ಅಂದು ಮಾಡಿದ್ದಕ್ಕೆ ನಾವು ಏನು ಮಾಡಿದ್ರು.... ಕಡಿಮೆಯೇ. ಒಂದಿಷ್ಟು ಸಹಾಯ ಮಾಡ್ಬೇತ್ತು'' ಎಂದರು ವ್ಯಥೆಯಿಂದ.

''ಮಮ್ಮಿ ಮಾತು ಕೇಳ್ಬೇಡಿ, ಡ್ಯಾಡಿ. ಅವನಂಥ ದುರಹಂಕಾರದ ವ್ಯಕ್ತಿಗೆ ಏನು ಮಾಡ್ಬಾರ್ದು. ಉಸ್ತಾದ್ ಅಲ್ಲ ಅವರಪ್ಪ ಬಂದ್ರೂ ನಮ್ಗೇನು ಭಯವಿಲ್ಲ'' ಅಜಿತ್ ಕನಲಿದ.

ಭವಾನಿ ರೇಗಿಕೊಂಡರು. ''ಅಂದು ಒಂದು ಹಿಂಡು ಜನ ಕಾರು ಮುತ್ತಿ ನಮ್ಮನ್ನೆಲ್ಲ ಇಲ್ಲವಾಗಿಸಿ ಬಿಡ್ತಾ ಇದ್ರು. ಅವ್ರ ಕೋಪ ವೇಷ ನೆನೆಸಿಕೊಂಡ್ರೆ.... ಇಂದಿಗೂ ನನ್ನೆದೆ ಹಾರುತ್ತೆ. ಅವ್ರುಗಳ ಕೋಲು, ಮೆಚ್ಚುಗೆ ತನ್ನ ತಲೆಯೊಡ್ಡಿ ಹೋರಾಡಿದ. ಆತನ ತಲೆ, ಮೈಯೆಲ್ಲ ರಕ್ತಮಯವಾಗಿತ್ತು. ಆದ್ರೂ ನಿನ್ನ ಎದೆಗವಚಿಕೊಂಡ್ಬಂದು.... ಕಾರಿನೊಳಕ್ಕೆ ಹಾಕಿದ'' ಅಂದಿನ ಘಟನೆಯನ್ನು ಆಕೆ ನೆನೆಸಿಕೊಂಡರು.

ಒಬ್ಬ ಹಳ್ಳಿ ಹುಡುಗನ ಮೇಲೆ ಅಜಾಗರೂಕತೆಯಿಂದ ಕಾರು ಓಡಿಸಿ ಅವನ ಬಲಗಾಲನ್ನ ಬಲಿ ತೆಗೆದುಕೊಂಡಿದ್ದರು ಶರ್ಮ. ಇಡೀ ಹಳ್ಳಿಯ ಜನ ಆ ಅಪರಾಧಕ್ಕೆ ಕುಟುಂಬವನ್ನೇ ಆಹುತಿ ತೆಗೆದುಕೊಳ್ಳಲು ನಿರ್ಧರಿಸಿದ್ದರು. ಆಗ ಒಂಟಿಯಾಗಿ ನಿಂತು ಹೋರಾಡಿದ ಉಸ್ತಾದ್ ಆಕೆಯ ಹೃದಯದಲ್ಲಿ ಒಂದು ದೊಡ್ಡ ಸ್ಥಾನ ಪಡೆದುಕೊಂಡಿದ್ದ.

ಅಜಿತ್ ತೆಪ್ಪಗೆ ಎದ್ದು ಹೋದ.

ಶರ್ಮ ಹೆಂಡತಿಯ ಕಡೆ ಒಂದು ತರಹ ನೋಡಿದರು. ತರಂಗಿಣಿಯ ಎದುರು ಅಂದಿನ ಘಟನೆಯ ಪ್ರಸ್ತಾಪ ಎತ್ತಿದ್ದು ಸರಿ ಹೋಗಲಿಲ್ಲ. ಗೆಳತಿಯರಿಬ್ಬರು ಎದ್ದು ಹೋದ ಮೇಲೆ ಅದನ್ನ ಅಂದರು ಕೂಡ.

''ನಿಂಗೆ ಕಾಮನ್‌ಸೆನ್ಸ್ ಪೂರ್ತಿ ಕಡಿಮೆ. ತರಂಗಿಣಿ ಇಲ್ಲಿ ಇದ್ಲು ಅನ್ನೋದ್ನ ಗಮನದಲ್ಲಿಟ್ಕೊಂಡ್ ಮಾತಾಡ್ಬೇಕಿತ್ತು. ಸಣ್ಣ ವಿಷ್ಯಕ್ಕಾಗ್ಲಿ ರೆಕ್ಕೆ ಪುಕ್ಕಗಳು ಹುಟ್ಟುಕೊಳ್ಳುತ್ತೆ. ವಿಷ್ಯ ಎಷ್ಟು ವರ್ಷ ಹಳೆಯದಾದ್ರೂ ಅದ್ಕೇ ಜೀವ ಕೊಡೋ ಜನ ಇದ್ದೇ ಇರ್ತಾರೆ. ನಮ್ಮಂಥವ್ರು ಎಷ್ಟು ಎಚ್ಚರವಾಗಿದ್ರೂ ಸಾಲ್ದು. ಯು ಅಂಡರ್‌ಸ್ಟಾಂಡ್'' ಗಂಡನ ಸ್ವರದ ಬಿರುಸಿಗೆ ಸ್ವಲ್ಪ ಹೆದರಿದರು ಭವಾನಿ.

''ನಿಮ್ಗೆ ತಪ್ಪು ಅನ್ನಿಸಲ್ಲಿಲ್ವಾ?'' ಆಕೆ ಪ್ರಶ್ನಿಸಿದರು.

"ನಮ್ಮ ತಪ್ಪೇನು ಅಲ್ಲ, ಅದು ಅವ್ನ ದುರಹಂಕಾರ. ಬೇರೆ ಯಾರಾದ್ರೂ ಹಾಗೇ ಮಾತಾಡಿದ್ರೆ.... ಸೊಂಟ ಮುರ್ಸಿ ಬಿಡ್ತಾ ಇದ್ದೆ. ಮಿತಿಗಳ ಅರಿವು ಯಾರಿಗಾದ್ರೂ ಬೇಕು" ಎಂದವರು ಎದ್ದು ಹೋದರು.

ಯಾಕೋ ಭವಾನಿ ಹೆದರಿದರು.

ಗಂಡ ಬುದ್ಧಿವಂತ, ಚಾಣಕ್ಷ. ಕೆಲವು ವಿಷಯಗಳಲ್ಲಿ ತೀರಾ ಹಟಮಾರಿಯೆಂದು ಆಕೆಗೆ ಗೊತ್ತು. ಮೇರುವಿನೆತ್ತರದ ಆತ್ಮವಿಶ್ವಾಸ ಶರ್ಮದ್ದೆಂದು ಆಕೆಯ ಅಭಿಪ್ರಾಯ.

ಮಗ, ಗಂಡ ಹೊರಗೆ ಹೋದ ಮೇಲೆ ಅರ್ಚನಾನ ಕರೆದು ವಿಚಾರಿಸಿದರು. "ಜಾನಿ, ನಿಶಾಂತ್‌ಗೆ ಕಚ್ಚಿತ್ತಾ? ಯಾರು ಇದ್ನ ಹೊರ್ಗೆ ಬಿಟ್ಟೋರು? ಬಿಟ್ಟರೂ ಅನವಶ್ಯಕವಾಗಿ ಬೇರೆಯವ್ರ ಮೇಲೇರಿ ಹೋಗುವಂಥ ಬುದ್ಧಿ ಅದಕ್ಕಿಲ್ಲ"

"ಬಹುಶಃ ಕಚ್ಚಿಲ್ಲ. ನಿಶಾಂತ್ ಬುದ್ಧಿವಂತಿಕೆಯಿಂದ ತಪ್ಪಿಸ್ಕೊಂಡ. ಅಜಿತ್ ಅವ್ನ ಮೇಲೆ ಛೂ ಬಿಟ್ಟಿರಬೇಕು" ಮುಲಾಜ್ ಇಲ್ಲದೇ ಅಣ್ಣನನ್ನ ದೂರಿಬಿಟ್ಟಳು.

"ಮಮ್ಮಿ ಅವ್ನಿಗೆ ಸ್ವಲ್ಪ ಬುದ್ಧಿ ಹೇಳು, ನಾವಂತು ಸಹಾಯ ಮಾಡ್ಲಿಲ್ಲ ತೊಂದರೆ ಕೊಡೋದು ಯಾಕೆ?" ಅವಳದು ಪ್ರಾಮಾಣಿಕವಾದ ಅಪೀಲು.

ಆಕೆ ತಲೆದೂಗಿದರು. "ಅವನದು ಹುಡ್ಗಾಟ. ನಾನು ಹೇಳ್ತೀನಿ ಬಿಡು" ತಾವು ವಹಿಸಿಕೊಂಡರು ಭವಾನಿ.

ಯಾಕೋ ಒಂದು ರೀತಿಯ ಸಂಕಟ ಆಕೆಯ ಎದೆಯಾಳದಲ್ಲಿ.

* * *

ನಿಶಾಂತ್ ಡ್ಯೂಟಿಯಲ್ಲಿದ್ದ ವಿಠೋಬನಿಗೆ ಸೈಕಲ್ ಕೊಟ್ಟು ಕಾಲೇಜಿಗೆ ಹೊರಟಿದ್ದ. ಇವನ ಪಕ್ಕದಲ್ಲಿಯೇ ಮುಂದಕ್ಕೆ ಹೋದ ಕಾರು ನಿಂತಿತು. ಅವನೇನು ಅತ್ತ ತಿರುಗಿ ಕೂಡ ನೋಡದೇ ರೋಡು ಕ್ರಾಸ್ ಮಾಡಿದ.

ಬಿಳಿಯ ಯೂನಿಫಾರಂನಲ್ಲಿದ್ದ ಡ್ರೈವರ್ ಓಡಿ ಬಂದ. "ಸಾಬ್, ಕರೀತಾರೆ...." ನಿಶಾಂತ್ ಸರಿಯಾಗಿಯೇ ಊಹಿಸಿದ. ಅವನಿಗೆ ಅವರ ಮೇಲೇನು ದ್ವೇಷವಿಲ್ಲ.

ಡ್ರೈವರ್ ಜೊತೆಯಲ್ಲಿ ಬಂದ. ಮರ್ಸಿಡಿಸ್ ಬೆಂಜ್ ಕಾರು. ನಾಲ್ಕು ಫ್ಯಾಕ್ಟರಿ ಓನರ್‌ಗೆ ಇದೇನು ದೊಡ್ಡ ವಿಷಯವಲ್ಲ.

"ಗುಡ್ ಮಾರ್ನಿಂಗ್ ಸರ್" ಮಾಮೂಲು ವಿಶ್ ಮಾಡಿದ.

"ಇಲ್ಲೇ ಇದ್ದೀಯಾ?" ಕೇಳಿದರು.

ಹೌದೆನ್ನುವಂತೆ ತಲೆದೂಗಿದ. "ಹೆಲ್ಪ್ ಬೇಕಾದ್ರೆ ಬಾ...." ಎಂದರು ಗತ್ತಿನಿಂದ.

"ಓಕೆ.... ಸರ್" ಎಂದ. ಕಾರು ಮುಂದಕ್ಕೆ ಹೋಯಿತು. 'ನಿಮ್ಮಂಥವರ ಸಹಾಯ, ಋಣ ಎರ್ಡು ಬೇಡ' ಎಂದ ಮನದಲ್ಲೇ.

ಅದಾದ ಒಂದೆರಡು ದಿನಗಳ ನಂತರ ಪೇಪರ್ ಏಜೆಂಟ್ ಅವನನ್ನ ಕರೆದು "ಹಿಂದೆ

ಇದ್ದವನೇ ಬಂದಿದ್ದಾನೆ. ನಾಳೆಯಿಂದ ಬರೋದೇನು ಬೇಡ. ಬಿಲ್‌ನ ವಸೂಲು ಮಾಡಿಕೊಂಡ್ಬಂದು ಕೊಟ್ಟು ಸಂಬಳ ತಗೊಂಡ್ಹೋಗು'' ಎಂದಾಗ ತುಟಿ ಕಚ್ಚಿ ತಲೆದೂಗಿದ.

'ಸಾಯೋಕೆ ಬಂದಿದ್ದೀಯಾ?' ಅಜಿತ್ ಗಹಗಹಿಸಿ ಪ್ರಶ್ನಿಸಿದಂತಾಯಿತು. 'ಇಲ್ಲ, ಬದುಕೋಕೆ ಬಂದಿರೋದು' ಬಹಳ ಸಮಾಧಾನದಿಂದ ಉತ್ತರಿಸಿದ. ಅವನ ಗಹಗಹಿಸುವಿಕೆಗೆ ಅವನ ಮುಗುಳ್ನಗು ಉತ್ತರ.

ಕಾಲೇಜು ನಂತರ ಪೇಪರ್ ಬಿಲ್ ಬುಕ್ ಪಡೆದು ಅವನು ಪೇಪರ್ ಹಂಚುತ್ತಿದ್ದ ಬೀದಿಗಳಲ್ಲಿ ಹಣ ವಸೂಲಿ ಮಾಡತೊಡಗಿದ. ಶರ್ಮ ಮನೆಯ ಬಳಿ ಬಂದಾಗ ಅಜಿತ್ ಹೊರಗಿನ ಕೈತೋಟದಲ್ಲಿನಾಯಿಗೆ ಬಾಲು ಎಸೆಯುತ್ತಿದ್ದ. ಇವನನ್ನ ನೋಡಿದವನೇ ಬಾಲನ್ನ ಇವನ ಕಾಲಿನ ಬಳಿ ಎಸೆದ. ಅಲ್ಲಿಗೆ ಓಡಿದ ಜಾನಿ ಬೊಗಳದೆ ಮೇಲೇರಿ ಹೋಗದೇ ಅವನನ್ನ ಮೂಸತೊಡಗಿದಾಗ ನಿಶಾಂತ್ ಪ್ರೀತಿಯಿಂದ ಸವರಿದ.

ಅಜಿತ್ ವಿಸ್ಮಿತನಾದ. ಜಾನಿ ಸಾಧಾರಣದ ನಾಯಲ್ಲ. ''ಜಾನಿ....'' ಅಬ್ಬರಿಸಿದ. ಬಾಲು ಹಿಡಿದು ಅವನ ಬಳಿ ಓಡಿತು.

ಇವನು ಪೇಪರ್ ಕೊಡುವ ವೇಳೆಗೆ ಜಾನಿ ವಾಚ್‌ಮನ್ ಜೊತೆ ತಿರುಗಾಟಕ್ಕೆ ಹೊರಗೆ ಬರುತ್ತಿತ್ತು. ಚಾಕಲೇಟ್ ಕೊಟ್ಟು ಅದರ ಸ್ನೇಹ ಬೆಳೆಸಿಕೊಂಡಿದ್ದ ನಿಶಾಂತ್.

''ಪೇಪರ್....ಬಿಲ್....'' ಎಂದ ಅಜಿತ್‌ನತ್ತ ನೋಡಿ.

''ಸ್ವಲ್ಪ .... ಇರು'' ಎಂದ ಅಜಿತ್ ನಾಯಿಯೊಂದಿಗೆ ಆಡತೊಡಗಿದಾಗ ನಿಶಾಂತ್ ಕಾಲಿಂಗ್ ಬೆಲ್ ಒತ್ತಿದ.

ಹೊರಗೆ ಬಂದ ಅರ್ಚನಾ ಬಾಯಿ ತೆರೆದು ನಿಂತಳು. ಅವಳು ತರಂಗಿಣಿ ಜಾಗಿಂಗ್ ಹೋಗುವಾಗ ಆಗಾಗ ಸಿಗುತ್ತಿದ್ದ ನಿಶಾಂತ್ ಮುಗುಳ್ನಗೆಯೊಂದಿಗೆ ಕೈಯಾಡಿಸುವಷ್ಟು ಸ್ನೇಹ ಬೆಳೆಸಿಕೊಂಡು ಬಿಟ್ಟಿದ್ದಳು.

''ಒಳ್ಗೆ ಬನ್ನಿ.... ನಿಶಾಂತ್'' ಗೌರವದಿಂದ ಕರೆದಳು.

''ಡ್ಯೂಟಿ ಮೇಲೆ ಬಂದಿರೋದು ಪೇಪರ್ ಬಿಲ್ ಕೊಟ್ಟರೇ....'' ಬಿಲ್‌ನ ಹರಿದು ಅವಳಿಗೆ ಕೊಟ್ಟ. ಒಂದ್ಹೆಜ್ಜೆ ಕೂಡ ಎತ್ತಿ ಮುಂದಕ್ಕೆ ಇಡಲಿಲ್ಲ.

ಅಷ್ಟರಲ್ಲಿ ಹೊರಗೆ ಬಂದ ಭವಾನಿ ''ಬಾ....ಒಳ್ಗಡೆ....'' ಕರೆದರು.

''ಪೇಪರ್ ಬಿಲ್‌ಗೋಸ್ಕರ ಬಂದಿರೋದು'' ಎಂದ ಅವನು ಬಾಗಿಲಿನಿಂದ ಹೊರಗೆ ನಿಂತಿದ್ದ 'ಮಿತಿ'ಗಳ ಬಗ್ಗೆ ಆಡಿದ್ದ ಗಂಡನ ಮಾತುಗಳು ನೆನಪಿಗೆ ಬಂದವು ''ಅರ್ಚನಾ....ಬಿಲ್‌ನ ಹಣ ಕೊಡು'' ಆಕೆ ಒಳಗೆ ಹೋದಳು.

ಅರ್ಚನಾ ಬಿಲ್‌ನ ಹಣ ಕೊಟ್ಟವಳು ನಿಷ್ಠೂರ ಮಾಡಿದಳು ''ದೊಡ್ಡ ಡ್ಯೂಟಿ ಅಂತೀರಲ್ಲ, ಒಳ್ಗೆ ಬಂದು ಒಂದು ಕಪ್ ಕಾಫಿ ಕುಡ್ದು ಹೋಗ್ಬಹುದಿತ್ತು'' ಬರೀ ಮುಗುಳ್ನಕ್ಕು ನಡೆದ.

ಅಷ್ಟರಲ್ಲಿ ಬಂದ ಕಾರು ಅವನನ್ನ ತಡೆದಂತೆ ನಿಂತಿತು. ಡ್ರೈವರ್ ಇಳಿದು ಹಿಂದಿನ ಡೋರ್

ತೆಗೆದಾಗ ಶರ್ಮ ಇಳಿದರು. ಬರಿ ವಿಶ್ ಮಾಡಿ ಮುಂದಕ್ಕೆ ಹೊರಟುಬಿಟ್ಟ.

ಶರ್ಮರಲ್ಲಿ ಮೂಡಿದ ಗೆಲವು ಅಳಿಸಿ ಹೋಯಿತು. ಅವನು ತನ್ನ ಸಹಾಯಕ್ಕಲ್ಲ ಬಂದಿದ್ದು!

"ಅವ್ನು ಯಾಕೆ ಬಂದಿದ್ದು ?" ಕೇಳಿದರು.

"ಪೇಪರ್ ಬಿಲ್ ತಗೊಂಡ್ಹೋಗೋಕೆ" ಎಂದ ಅರ್ಚನಾ ನೆಗೆದು ಹೊರಗೆ ಹೋದವಳು ಹಿಂದಕ್ಕೆ ತಿರುಗಿ "ಡ್ಯಾಡಿ, ನಾನು ತರಂಗಿಣಿ ಮನೆಗೆ ಹೋಗ್ತಿರ್ತೀನಿ" ಕೂಗಿ ಹೇಳಿದಳು.

ಅವಳು ಡಿ.ಎಫ್. ಆಚಾರ್ಯರ ಮನೆಗೆ ಹೋಗುವುದು ಸಂತೋಷದ ವಿಷಯವೇ. ಇವಳು ಪದೇ ಪದೇ ಹೋಗುತ್ತಿದ್ದರೂ ಅವಳು ಬರುತ್ತಿರಲಿಲ್ಲ. ಅದು ಅವರಿಗೆ ಒಂದು ರೀತಿಯ ಬೇಸರ.

"ನೀನು ಹೋಗೋದು ಕಮ್ಮಿ ಮಾಡಿ, ಅವಳನ್ನ ಇಲ್ಲಿಗೆ ಬರೋಕೆ ಹೇಳು." ಮಗಳಿಗೆ ಆಗಾಗ ಹೇಳುತ್ತಿದ್ದರು.

"ಆಗೋಲ್ಲ ಡ್ಯಾಡಿ. ನಾನೇ ಹೋಗ್ತೀನಿ ಇಲ್ಲಿಗಿಂತ ಅಲ್ಲಿ ಚೆನ್ನಾಗಿದೆ. ಅವ್ಳ ಪಪ್ಪ ಎಷ್ಟೆಷ್ಟು ವಿಷ್ಯಗಳ ಬಗ್ಗೆ ಹೇಳ್ತಾರೆ, ಕೇಳೋಕೆ ತುಂಬ ಇಂಟರೆಸ್ಟಾಗಿರುತ್ತೆ" ಎಂದು ಅವರ ಮಾತನ್ನು ತಳ್ಳಿಹಾಕುತ್ತಿದ್ದಳು.

ಇಂದು ಒಳಗೆ ಬಂದ ಕೂಡಲೇ ಹೆಂಡತಿಗೆ ಹೇಳಿದರು.

"ಸ್ವಲ್ಪ ನಿನ್ನ ಮಗಳಿಗೆ ಹೇಳು. ತರಂಗಿಣಿಗೆ ಒಬ್ಬ ಅಣ್ಣ ಇದ್ದಿದ್ರೆ ಅವನನ್ನೆ ಮದ್ವೆಯಾಗಿ ಅಲ್ಲೇ ಇದ್ದುಬಿಡುತ್ತಿದ್ದಳೇನೋ" ಬೇಸರ ವ್ಯಕ್ತಪಡಿಸಿದರು.

ಭವಾನಿ ಮುಕ್ತವಾಗಿ ನಕ್ಕುಬಿಟ್ಟರು.

"ಅಂಥ ಛಾನ್ಸ್ ಇಲ್ವಲ್ಲ. ನಾವು ನಿಶ್ಚಿಂತರಾಗಿ ಇರಬಹುದು. ತರಂಗಿಣಿ-ಅರ್ಚನಾ ಗುಡ್‌ಫ್ರೆಂಡ್ಸ್. ನಾವ್ಯಾಕೆ ಅವರಿಬ್ರ ಮಧ್ಯೆ ತಲೆ ಹಾಕ್ಬೇಕು? ಈ ವಯಸ್ಸಿನ ದಿನಗಳು ಯಾರ ಜೀವನದಲ್ಲಿಯಾದ್ರೂ ಸುಂದರ" ಕ್ಷಣ ಬಾವುಕರಾಗಿಬಿಟ್ಟರು ಆಕೆ.

ಶರ್ಮ ಸ್ವಲ್ಪ ಬಿಗುಮಾನದ ವ್ಯಕ್ತಿ.

"ಸ್ವಲ್ಪ ಅರ್ಥ ಮಾಡ್ಕೋ...." ಸಮಜಾಯಿಸಿ ಹೇಳಲು ನೋಡಿದರು. ಭವಾನಿ ತಳ್ಳಿ ಹಾಕಿಬಿಟ್ಟರು. "ಡಿ.ಎಫ್. ಆಚಾರ್ಯ ಜಗತ್ತಿಗೆ ಸಂದ ವ್ಯಕ್ತಿ. ಸದಾ ಅವ್ರ ಸುತ್ತಮುತ್ತಲ ನೆರಳಲ್ಲಿ ಕಳೆಯುವುದು ಅದೃಷ್ಟ. ತರಂಗಿಣಿಯಂಥ ಹುಡುಗಿ ಲಕ್ಷಕ್ಕೆ ಒಬ್ಬಳು." ದನಿಯಲ್ಲಿ ಅಭಿಮಾನ ಮೂಡಿತು.

ಶರ್ಮಗೂ ತರಂಗಿಣಿ ಮೆಚ್ಚಿಗೆಯೇ. ಅವಳ ಮುಖದ ಮೇಲಿನ ಮುಗ್ಧತೆ, ಮಾರ್ದವತೆ ಅವಳ ವಯಸ್ಸಿನ ಯಾವ ಹುಡುಗಿಯರಲ್ಲೂ ಕಂಡಿರಲಿಲ್ಲ. ಕಡೆಗೆ ತಮ್ಮ ಮಗಳು ಅರ್ಚನಾ ಮುಖದಲ್ಲೂ ಇಲ್ಲವೆಂದು ಅವರ ನಿರ್ದಿಷ್ಟ ಅಭಿಪ್ರಾಯ.

"ಓಕೆ.... ಓಕೆ...." ಮಡದಿಯನ್ನ ಸೆಳೆದು ಅಪ್ಪಿಕೊಂಡರು "ನನ್ನ ಹುಡ್ಗಿ ಕೂಡ ಕೋಟಿಯಲ್ಲಿ ಒಬ್ಳು! ಇವಳನ್ನು ಪಡೆಯೋಕೆ ಕೊಂಚ ಕಷ್ಟಪಟ್ಟಿದ್ದೀನಾ?" ಅವರ ಮನ

ಗತವನ್ನು ಮೆಲುಕು ಹಾಕಿತು. ಅಂದಿನ ಸಂದರ್ಭಗಳು, ಘಟನೆಗಳು ಇಂದಿಗೂ ಅವರೆದೆಯಲ್ಲಿ ಅಚ್ಚ ಹಸಿರು.

ಭವಾನಿಯ ಹೃದಯ ಭಾರವಾಯಿತು. ಅದು ಶರ್ಮ ಅವರ ಗಮನಕ್ಕೆ ಬರಲಿಲ್ಲ. ಬೇರೆಯವರ ಮನಸ್ಸು ; ಹೃದಯಗಳ ಕಡೆ ಗಮನ ಕೊಡುವ ವ್ಯಕ್ತಿಯಾಗಿದ್ದರೆ ಅವರಿಬ್ಬರ ಬದುಕಿನ ದಾರಿಯೇ ಬೇರೆ ಬೇರೆಯಾಗಿ ಬಿಡುತ್ತಿತ್ತು.

ಫೋನ್ ಸದ್ದಿಗೆ ಶರ್ಮ ಅತ್ತ ನಡೆದಾಗ ಭವಾನಿ ಕಣ್ಣೊರೆಸಿಕೊಂಡು ಹೊರಗೆ ಹೋದರು.

ತರಂಗಿಣಿಯ ಮನೆ ಬಳಿ ನಿಶಾಂತ್‌ನ ನೋಡಿದವಳೇ ಅರ್ಚನಾ ಕಣ್ಣರಳಿಸಿದಳು ''ಈ ಏರಿಯಾಗೂ ನೀವೇನಾ?'' ಷರಟಿಗೆ ಸಿಕ್ಕಿಸಿದ್ದ ಬಾಲ್ ಪೆನ್ನು ಹೊರೆಗೆ ತೆಗೆದ ''ನಾಳೆಯಿಂದ ಬೇರೆಯವ್ರು ಬರ್ತಾರೆ.''

ಗೇಟು ತೆರೆದು ಒಳಗೆ ಕರೆದೊಯ್ದಳು. ''ನಾಳೆಯಿಂದ ಬೇರೆಯವ್ರು ಯಾಕೆ ಬರ್ತಾರೆ?'' ಕೇಳಿದಳು.

''ಸರ್‍ಯಾದ ಕಾರಣ ಹೇಳೋದು ಕಷ್ಟ. ಇಷ್ಟು ದಿನ ನಾನು ಅವ್ರ ಕೆಲ್ಸಾನೇ ಮಾಡ್ತಾ ಇದ್ದೆ. ಬದಲಿ....'' ಬಿಲ್ ಗುರುತು ಹಾಕಿದ.

''ಬದಲೀ....ಅಂದರೇ'' ಕೇಳಿದಳು.

''ಬದಲೀ ಮೀನ್ಸ್ ಬದಲಿ ಅಷ್ಟೆ'' ಮುಗುಳ್ನಕ್ಕ.

ಆಚಾರ್ಯರ ಪಿ.ಎ. ಬಂದು ಹಣ ಪಾವತಿ ಮಾಡಿದಾಗ ಹಿಂದಿರುಗಿದ.

''ಸ್ವಲ್ಪ....ನೋಡಿ'' ಮಧುರವಾದ ದನಿ.

ನಿಶಾಂತ್ ಹಿಂದಕ್ಕೆ ತಿರುಗಿದ ಸುಪ್ರಭಾತದ ಒಂದು ಬಿಂದುವಿನಂತೆ ಕಂಡಳು. ''ವ್ಹಾಟ್....ಮೇಡಮ್?'' ಏನೂ ಇಲ್ಲವೆನ್ನುವಂತೆ ತಲೆಯಾಡಿಸಿದವಳು ''ಒಳ್ಗಡೆ....ಬನ್ನಿ'' ಕರೆದಳು.

''ಸಾರಿ, ನಿಮ್ಮ ಕರೆಗೆ ಇಲ್ಲ ಅನ್ನೋ ಧೈರ್ಯ ಯಾರ್‍ಗೂ ಬರೋಲ್ಲ. ಆದ್ರೆ.... ಅನಿವಾರ್ಯ'' ಎಂದ.

ಅಷ್ಟರಲ್ಲಿ ಹೊರಗೆ ಬಂದ ಅರ್ಚನಾ ಪಟ್ಟು ಹಿಡಿದು ಅವನನ್ನು ಒಳಗೆ ಕರೆದೊಯ್ದಳು. ಒಳಗಿನ ಪರಿಸರ ನೋಡಿ ದಿಗ್ಭ್ರಮಿತನಾದ. ತಾನು ಪ್ರವೇಶಿಸಿದ್ದು ಮನೆಯೋ ಅಥವಾ ಸುಪ್ರಸಿದ್ಧ ಆರ್ಟ್ ಗ್ಯಾಲರಿಯೋ? ಪ್ರತಿಯೊಂದರಲ್ಲೂ ಕಲಾತ್ಮಕತೆ.

''ಕೂತ್ಕೊಳ್ಳಿ....''ಸೋಫಾದತ್ತ ಕೈ ತೋರಿಸಿದಳು ಅರ್ಚನಾ.

ನಿಶಾಂತ್ ಕೂತ. ಅವನ ನೋಟ ಗೋಡೆಗಳ ಮೇಲೆಲ್ಲ ಹರಿದಾಡುತ್ತಿತ್ತು. ಅವನು ಮೂಕನಾಗಿದ್ದ. ಅರ್ಚನಾ ಮಾತ್ರ ಮಾತಾಡುತ್ತಿದ್ದಳು.

ತಣ್ಣನೆಯ ಜ್ಯೂಸ್ ಕುಡಿದು ಮೇಲೆದ್ದ.

"ಮೆನಿ ಮೆನಿ ಥ್ಯಾಂಕ್ಸ್" ಬೀಳ್ಕೊಟ್ಟು ಹೊರನಡೆದ.

ಸುಂದರ, ಅದ್ಭುತ, ಕಲಾತ್ಮಕ ಪ್ರಪಂಚದಿಂದ ಹೊರಬಂದಂತಾಯಿತು.

ಅವನು ವಸೂಲಿ ಮುಗಿಸಿ ಹಿಂದಕ್ಕೆ ಹೊರಟಾಗ ಎಂಟು ಗಂಟೆ ಮೀರಿತ್ತು. ಇತ್ತೀಚೆಗೆ ನಿರ್ಮಿತವಾದ ಪಾರ್ಕಿನ ಏರಿಯಾದಲ್ಲಿ ಜನಜಂಗುಳಿ ಕಮ್ಮಿ. ಸಣ್ಣನೆಯ ದನಿಯಲ್ಲಿ ಜಾನಪದ ಹಾಡನ್ನು ಗುನುಗುಣಿಸುತ್ತ ನಿಧಾನವಾಗಿ ಸೈಕಲ್ ತುಳಿಯುತ್ತಿದ್ದ ನಿಶಾಂತ್. ಎಲ್ಲಿಂದಲೋ ನಾಲ್ಕು ಜನ ಬಂದು ಅಟ್ಯಾಕ್ ಮಾಡಿದರು. ಪೆಟ್ಟುಬಿದ್ದ ಕೂಡಲೇ ನೆಲಕ್ಕೆ ಬಿದ್ದಿದ್ದ. ಮುಂದಿನ ಕ್ರಮವನ್ನು ಊಹಿಸಿ ಹಣದ ಲೆದರ್ ಬ್ಯಾಗನ್ನು ಕಟಕಟೆಯ ರಕ್ಷೆಯಲ್ಲಿ ಬೆಳೆಸಿದ್ದ ಗಿಡದೊಳಕ್ಕೆ ಎಸೆದುಬಿಟ್ಟ.

ಇವನೊಬ್ಬ, ಅವರು ನಾಲ್ವರು. ಆದರೂ ಇವನ ಕೈಯೇ ಜೋರಾಯಿತು. ಉಸ್ತಾದ್ ಚಿಕ್ಕಣ್ಣನ ಗರಡಿಯಲ್ಲಿ ಬೆಳೆದವ. ಹಲವು ತಾಯಿಯರ ಆಶೀರ್ವಾದ ಕೂಸು.

ಸ್ಕೂಟರ್ ಬಂದಾಗ ಇವನನ್ನು ಬಿಟ್ಟು ಓಡಿದರು. ಚಾಕುವಿನಲ್ಲಿ ಎರಡು ಕಡೆ ಕೈಗೆ ತಿವಿತ, ತಲೆಗೆ ಪೆಟ್ಟು, ಸೊಂಟ ಸ್ವಲ್ಪ ಜಖಂ. ಆದರೂ ಮೇಲೇಳಲು ಪ್ರಯತ್ನಿಸಿದ.

"ಛೆ, ಛೆ.... ಎಂಥ ಕೆಲ್ಸವಾಯ್ತು!" ಸ್ಕೂಟರ್ ಸವಾರ ಇಳಿದ. ಹಿಂದೆ ಕೂತವನು ವಿರೋಧಿಸಿ "ಇವೆಲ್ಲ ನಮ್ಗೆ ಬೇಡ. ತದಕಿ ಹೋದವ್ರು ಪುಂಡು ಪೋಕರಿಗಳು ಇರ್ಬಹ್ದು. ನಾವೀಗ ಸಹಾಯ ಮಾಡೋಕೆ ಹೋದ್ರೆ.... ಅವ್ರು ನಮ್ಮ ಮೇಲೆ ದ್ವೇಷ ಸಾಧಿಸಿಯಾರು. ಅದೂ ಅಲ್ದೇ ಪೊಲೀಸ್‌ನೋರು ಸ್ಟೇಷನ್‌ಗೆ ಅಲೆದಾಡಿಸಿಬಿಡ್ತಾರೆ" ಭೀತಿ ಇತ್ತು ಅವನ ಸ್ವರದಲ್ಲಿ.

"ಅವೆಲ್ಲ ಮುಂದಿನದು. ನಂಗೋ, ನಿಂಗೋ ಆ ಸ್ಥಿತಿ ಬಂದಿದ್ರೆ.... ನೀನು ಸ್ಕೂಟರ್ ತಗೊಂಡ್ಹೋಗು. ನಾನು ಆಸ್ಪತ್ರೆಗೆ ಸೇರ್ಸಿ ಬರ್ತೀನಿ" ಮುಂದಕ್ಕೆ ಬಂದ.

ಇಬ್ಬರು ಜಗದ ನೀರು, ಗಾಳಿ ಕುಡಿದು ಬದುಕುತ್ತಿರುವವರು, ಅವರಲ್ಲೂ ಅಭಿಪ್ರಾಯ ಭೇದ.

* * *

ವಿಠೋಬನಿಗೆ ವಿಷಯ ಮುಟ್ಟಿದ್ದು ನಲವತ್ತೆಂಟು ಗಂಟೆಗಳ ನಂತರವೇ. ಗಾಬರಿ, ಆತಂಕದಿಂದ ಓಡಿ ಬಂದ. ಕೈಕಾಲು, ಹಣೆ ಬ್ಯಾಂಡೇಜ್‌ನಿಂದ ಆವೃತವಾದ ನಿಶಾಂತ್‌ನ ಕಂಡಾಗ ಗಳಗಳ ಅತ್ತುಬಿಟ್ಟ. ಆಗ ಅವನೆದೆಯಲ್ಲಿ ಮಿಡಿಯುತ್ತಿದ್ದುದು ಸ್ನೇಹದ ರಸಗಂಗೆ.

"ಪ್ರಾಣಕ್ಕೇನೂ ಅಪಾಯವಿಲ್ಲ. ಡೋಂಟ್‌ವರೀ" ಡಾಕ್ಟರ್ ಹೇಳಿದ ಮೇಲೆಯೇ ಅವನಿಗೆ ಸಮಾಧಾನ. ನಿಶಾಂತ್‌ನ ಪಕ್ಕ ಕೂತುಬಿಟ್ಟ. ಪ್ರಜ್ಞೆ ಬಂದ ಕೂಡಲೇ ಸಬ್ ಇನ್‌ಸ್ಪೆಕ್ಟರ್ ಬಂದು ವಿಚಾರಿಸಿದ್ದರು. "ಅವ್ರನ್ನ ಗುರ್ತಿಸ್ತೀರಾ?" ಬಳಲಿಕೆಯಿಂದ ತಲೆಯಾಡಿಸಿದ.

ಸಬ್ ಇನ್‌ಸ್ಪೆಕ್ಟರ್ ಹಿಂದೆ ಹೊರಗೆ ಹೋದ ವಿಠೋಬ "ಸಾರ್, ಹೇಗೂ ಉಳ್ಳುಕೊಂಡಿದ್ದಾನೆ. ಎರ್ಡು ದಿನ ಬಿಟ್ಟು ಸ್ಟೇಟ್‌ಮೆಂಟ್ ತಗೋಬಹುದಲ್ಲ..." ಕೈ ಕೈ ಹೊಸೆದ.

ಕೆಂಗಣ್ಣು ಬಿಟ್ಟ ಸಬ್ ಇನ್‌ಸ್ಪೆಕ್ಟರ್ ನಕ್ಕುಬಿಟ್ಟ "ನಮ್ಮ ಡ್ಯೂಟಿ ನಾವು ಮಾಡ್ಬೇಕಲ್ಲ"

ಭುಜ ತಟ್ಟಿ ಹೋದ.

ಆಸ್ಪತ್ರೆಯಿಂದ ನಿಶಾಂತ್ ಮನೆಗೆ ಬರಲು ಹದಿನೈದು ದಿನಗಳೇ ಬೇಕಾಯಿತು. ಕೆಲಸ ಕೊಟ್ಟ ಪೇಪರ್ ಏಜೆಂಟ್‌ನಿಂದ ಹಿಡಿದು ಕೆಲವು ವಿದ್ಯಾರ್ಥಿಗಳು ಕೂಡ ಬಂದು ಅವನನ್ನು ನೋಡಿಕೊಂಡು ಹೋದರು.

ಅರ್ಚನಾ, ತರಂಗಿಣಿ ಕೂಡ ಬಂದು ಹೋಗಿದ್ದರು.

ಬೆಳಿಗ್ಗೆ ಎದ್ದ ನಿಶಾಂತ್ "ಪೇಪರ್ ಬಿಲ್‌ನ ಹಣ...." ಪೂರ್ತಿ ಮಾಡುವ ಮುನ್ನವೇ ವಿಠೋಬ ರೇಗಿದ. "ಹಾಳಾಗ್ಲಿಬಿಡು, ಇಷ್ಟಕ್ಕೆ ಮುಗೀತಲ್ಲ, ನನ್ಮಕ್ಳು ನನ್ನ ಕೈಗೆ ಸಿಕ್ಕಬೇಕು ಹುಟ್ಟಲಿಲ್ಲ ಅನ್ನಿಸಿಬಿಡ್ತೀನಿ. ಹೊಡೆಯೋಕು ಕಳ್ಳತನ ಮಾಡೋಕು ಒಂದು ರೂಲ್ಸು, ರೆಗ್ಯುಲೇಷನ್ ಬೇಡ್ವಾ!" ಕೋಪಗೊಂಡ.

ನಿಶಾಂತ್ ನಕ್ಕುಬಿಟ್ಟ. "ಆ ಬಗ್ಗೆ ಒಂದು ತಿಳಿವಳಿಕೆ ಪತ್ರ ಹೊರಡಿಸೋಣ. ಅದ್ರ ಪ್ರಕಾರ ಅವ್ರು ಕೆಲ್ಸ ಮಾಡ್ತಾರೆ" ತಮಾಷೆ ಮಾಡಿದ.

ಆದರೆ ನಿಶಾಂತ್‌ಗೆ ಅಜಿತ್‌ನ ಮೇಲೆ ಅನುಮಾನ. ಬರೀ ಅನುಮಾನವನ್ನೇ ಸತ್ಯವೆಂದು ಒಪ್ಪಲಾರ. ಆದರೆ ಒಂದಲ್ಲ ಒಂದು ರೀತಿಯಲ್ಲಿ ಅವಮಾನ ಮಾಡುತ್ತಿದ್ದ. ತೊಂದರೆ ಕೊಡುತ್ತಿದ್ದ. ಇದು ಅವನದೆ ಯಾಕೆ ಆಗಿರಬಾರದು? ನಿರ್ಣಯಕ್ಕೆ ಬರಲಾರದೆ ಒದ್ದಾಡಿದ.

ಬಟ್ಟೆತೊಟ್ಟು ರೆಡಿಯಾದಾಗ ವಿಠೋಬ ಹುಬ್ಬುಗಂಟಿಕ್ಕಿದ. "ಇನ್ನೂ ಪೂರ್ತಿ ಗಾಯಾನೇ ವಾಸಿಯಾಗಿಲ್ಲ. ಮತ್ತೆ ಆಸ್ಪತ್ರೆಗೆ ಸೇರ್ಸಿಬಿಡ್ತೀನಿ. ಇನ್ನೊಂದ್ವಾರ ಎಲ್ಲೂ ಹೋಗೋಹಂಗಿಲ್ಲ" ತಡೆದ.

"ಖಂಡಿತ, ನೀನು ಹೇಳಿದಂಗೇನೇ! ಸ್ವಲ್ಪ ಜೊತೆಯಲ್ಲಿ ಬಾ" ರಿಕ್ವೆಸ್ಟ್ ಮಾಡಿಕೊಂಡ.

ತಾನು ಎಸೆದ ಹಣದ ಬ್ಯಾಗ್ ಸಿಗುತ್ತದೆಯೆಂದು ನಿಶಾಂತ್‌ಗೆ ನಂಬಿಕೆ ಇರಲಿಲ್ಲ. ತಾನು ಕಥೆ ಕಟ್ಟಿದೆಯೆಂದು ನಗೆಪಾಟಲಾಗಬಾರದೆಂದು ವಿಷಯ ಮುಚ್ಚಿಟ್ಟಿದ್ದ. ಈಗಲೂ ಸಿಗುವ ನಂಬಿಕೆ ಇರಲಿಲ್ಲ. ಅದಕ್ಕೆ ವಿಠೋಬನಿಗೂ ಕೂಡ ಹೇಳಿರಲಿಲ್ಲ.

ಸೈಕಲ್‌ನಲ್ಲಿ ಹೋಗೋಣವೆಂದರೂ ವಿಠೋಬ ಆಟೋ ಮಾಡಿದ. ಸರ್ಕಲ್‌ಗೆ ಅಷ್ಟು ದೂರದಲ್ಲಿಯೇ ಆಟೋದಿಂದ ಇಳಿದ ನಿಶಾಂತ್ ಅತ್ತಿತ್ತ ನೋಡಿದ.

ಜನರ ಓಡಾಟ ಸ್ವಲ್ಪ ಕಮ್ಮಿಯಾಗುವವರೆಗೂ ಕಾದು ಸಿಮೆಂಟ್‌ನ ಆವರಣದ ಗಿಡದ ಬಳಿಗೆ ಹೋದ. ಕೆಲವು ಕೊಂಬೆಗಳು ಕಾಂಡದಿಂದ ಮೇಲೇರಲಾರದೆ ಅಲ್ಲೇ ಸ್ಥಗಿತಗೊಂಡಿದ್ದವು. ಅಲ್ಲೇ ಬಿದ್ದಿದ್ದ ಒಂದು ಕೋಲಿನಿಂದ ಕೆದಕಿದ. ಹಣದ ಪುಟ್ಟ ಲೆದರ್ ಬ್ಯಾಗ್ ಸುರಕ್ಷಿತ. ಹೊರಗೆ ತೆಗೆಯಬೇಕಾದರೆ ಮಾತ್ರ ಪ್ರಯಾಸವಾಯಿತು.

ವಿಠೋಬ ಹಣೆ ಗಟ್ಟಿಸಿಕೊಂಡ "ನಂಗೆ ಪ್ರಜ್ಞೆ ಮರಳಿದಾಗ್ಲೇ ಹೇಳಿದ್ರಾಗಿತ್ತು. ಇಷ್ಟು ದಿನ ಇದು ಪರದೇಶಿಯಂತೆ ಬಿದ್ದಿರಬೇಕಿರಲಿಲ್ಲ" ಬ್ಯಾಗ್ ಮೇಲಿನ ಧೂಳನ್ನು ಕೊಡವಿದ.

"ಬರೀ ಕತೆಯಾಗಿ ಬಿಡ್ತಾಇತ್ತು. ಸಿಗುತ್ತೆ ಅನ್ನೋ ನಂಬ್ಕೆ ನಂಗೆ ಇರ್ಲಿಲ್ಲ" ನಿಟ್ಟುಸಿರು ಚೆಲ್ಲಿದ.

ಆಗಲೇ ಬ್ಯಾಗನ್ನು ಪೇಪರ್ ಏಜೆಂಟ್‌ಗೆ ಮುಟ್ಟಿಸಿದಾಗ ಅವನ ಮುಖದಲ್ಲಿ ಬೆವರೊಡೆಯಿತು. ಒಳಗೆ ಇಟ್ಟಿದ್ದ ಸಿಟಿಜನ್ ವಾಚ್‌ನ ಹಿಂದಕ್ಕೆ ಕೊಟ್ಟ.

"ಸಾರಿ, ಕೆಲವೊಮ್ಮೆ ಏನೇನೋ ಊಹೆ, ಕಲ್ಪನೆ".

ವಿಠೋಬ ವಾಚ್ ತಗೊಂಡ್ ಮಾತಾಡದೇ ಹೊರಗೆ ಬಂದ. "ಮನುಷ್ಯ ಮನುಷ್ಯನನ್ನು ನಂಬದ ಕಾಲ. ಪ್ರತಿಯೊಬ್ಬರನ್ನ ಮಾತ್ರವಲ್ಲ ಪ್ರತಿಯೊಂದನ್ನು ಅನುಮಾನದ ದೃಷ್ಟಿಯಿಂದಲೇ ನೋಡಬೇಕು" ವಿಠೋಬ ಆಕಾಶದ ಕಡೆ ಕೈಯೆತ್ತಿದ.

ಇದರ ನಂತರ ವಿಠೋಬನ, ನಿಶಾಂತ್ ಕೆಲಸಕ್ಕೆ ಕಾಡುವಿಕೆ ಶುರುವಾಯಿತು.

ಕಾಲೇಜು ಮುಗಿಸಿಕೊಂಡು ನೇರವಾಗಿ ಮೂಟೆ ಹೊರುವ ಸ್ಥಳಕ್ಕೆ ಬಂದ. ಬಡವರ ಹೃದಯದಲ್ಲಿ ಕೃತಜ್ಞತೆಗೆ ಸ್ಥಳವಿದೆಯೆನ್ನುವಂತೆ ಅವನನ್ನು ಗುರ್ತಿಸಿ ಮುತ್ತಿಕೊಂಡರು.

ಮೇಸ್ತ್ರಿಯ ಬಳಿ ಹೋಗಿ ಕೇಳಿದ. "ಪರ್ಮನೆಂಟ್ ಕೆಲ್ಸ ಬೇಡ. ಟೆಂಪರರಿಯಾಗಿ ಯಾವುದಾದ್ರೂ ಕೆಲ್ಸ ಕೊಡಿ" ಅವನಲ್ಲಿ ಅಳುಕು, ಅವಮಾನದ ಪ್ರಶ್ನೆಯೇ ಬರಲಿಲ್ಲ.

ಇತರರ ಜೊತೆ ಮೂರು ಗಂಟೆಯವರೆಗೂ ಮೂಟೆ ಹೊತ್ತ. ಬೇರೆಯವರಿಗಿಂತ ಹತ್ತು ಪಟ್ಟು ಹೆಚ್ಚು ಕೆಲಸ ಮಾಡುವ ಶಕ್ತಿ ಅವನಲ್ಲಿತ್ತು.

ಹದಿನೆಂಟು ರೂಪಾಯಿ ಜೇಬಿಗೆ ಸೇರಿಸಿ ಬರುವಾಗ ಒಂದಿಷ್ಟು ತರಕಾರಿ ಹಿಡಿದು ಬಂದ. ಅವನಲ್ಲಿ ಉಲ್ಲಾಸ, ಉತ್ಸಾಹ ಮೂಡಿತು.

ಬಿಸಿ ಬಿಸಿ ಅಡಿಗೆ ಮಾಡಿ ವಿಠೋಬನಿಗಾಗಿ ಕಾದ. ಅವನು ಬಂದಿದ್ದು ರಾತ್ರಿ ಒಂದು ಗಂಟೆಗೆ.

"ನೀನು ಇರದಿದ್ರೆ.... ಬರ್ತಾನೆ ಇರ್‍ಲಿಲ್ಲ" ಬಟ್ಟೆ ಬದಲಾಯಿಸಿ ಒಂದು ಕಡೆ ಕೂತುಬಿಟ್ಟ "ಸ್ಟೇಷನ್‌ನಲ್ಲಿ ಒಂದು ಡೆತ್ ಆಯ್ತು. ಲಾಠಿ ಛಾರ್ಜ್, ಟಿಯರ್ ಗ್ಯಾಸ್‌ಗೂ ಜನ ಬಗ್ಗದಾಗ ಫೈರಿಂಗ್ ಮಾಡ್ಬೇಕಾಯ್ತು" ಭಯಕ್ಕಿಂತ ಹೆಚ್ಚಾಗಿ ಅವನೆದೆಯಲ್ಲಿ ನೋವು, ವ್ಯಥೆ ಇತ್ತು.

"ಅವೆಲ್ಲ ನಿಮ್ಮ ಡಿಪಾರ್ಟ್‌ಮೆಂಟ್‌ನಲ್ಲಿ ಕಾಮನ್ ತಾನೇ ಎದ್ದು ಕೈ ಕಾಲು ತೊಳೀ, ಊಟ ಮಾಡೋಣ" ರೆಟ್ಟೆ ಹಿಡಿದು ಎಬ್ಬಿಸಿದ.

ಮನುಷ್ಯ ಎಲ್ಲಿಯೇ ಇರಲಿ, ಹೇಗೆಯೇ ಇರಲಿ, ಒಂಟಿ ಜೀವಕ್ಕೆ ಒಂದು ನಂಟು ಅಗತ್ಯ. ವಿಠೋಬ, ನಿಶಾಂತ್ ಕೂಡಿಯೇ ಊಟ ಮಾಡಿದರು.

"ಏನು ವಿಷ್ಯ ?" ಅವನು ಕೇಳಿದ.

"ನಾನು ಥಿಯೇಟರ್ ಹತ್ತಿರ ಡ್ಯೂಟಿ ಮೇಲಿದ್ದೆ! 'ಸ್ಪೆಷಲ್ ಡಿಟೆಕ್ಟಿವ್ ಸ್ಕ್ವಾಡ್'ನ ಕಾನ್‌ಸ್ಟೇಬಲ್‌ನಿಂದ ವಿಷ್ಯ ತಿಳೀತು. ದೊಂಬಿ, ಜನ, ಕೆಟ್ಟ ಘೋಷಣೆ, ಅಶ್ಲೀಲ ಸಂಭಾಷಣೆ.... ಅಂತು ನನ್ನ ಹಣೆಯಲ್ಲಿ ಬ್ರಹ್ಮ ಆಯಿಸನ್ನ ಬರೆದಿದ್ದ" ಹಳ್ಳಿಯಲ್ಲಿನ ನಿಸ್ಸಹಾಯಕ ತನ್ನ ಕುಟುಂಬವನ್ನು ನೆನಸಿಕೊಂಡ.

"ಎರ್‍ಡು ತುತ್ತು ಅನ್ನಕ್ಕೂ ಮನುಷ್ಯ ಹೋರಾಡಬೇಕಾದ ಸಂದರ್ಭದಲ್ಲಿ ಯಾವ ಆದರ್ಶ,

ಎಲ್ಲಿಯ ಕರ್ತವ್ಯ. ಇನ್ನೆಂಥ ಸಾಧನೆ" ವಿಠೋಬ ನಿಟ್ಟುಸಿರು ದಬ್ಬಿದ. ಆ ಉಸುರಿನಲ್ಲಿದ್ದುದು ಸಹಾಯಕ ಬೆಂಕಿ.

ನಿಶಾಂತ್ ಮಾತಾಡಲಿಲ್ಲ. ಎಷ್ಟೋ ಹೊತ್ತು ಯೋಚಿಸುತ್ತ ಕೂತಿದ್ದ. ಆ ಇಡೀ ರಾತ್ರಿ ವಿಠೋಬ ನಿದ್ದೆಯಲ್ಲಿಯೇ ಬಡಬಡಿಸುತ್ತಿದ್ದ.

ಕಾಲೇಜಿನ ಕಾರಿಡಾರ್‌ನಲ್ಲಿ ಅರ್ಚನಾ, ತರಂಗಿಣಿ ಜೊತೆಯಾಗಿಯೇ ಭೇಟಿಯಾದರು.

"ಹಾಯ್.... ನಿಶಾಂತ್" ಅರ್ಚನಾ ಮಾತಾಡಿದರೆ ತರಂಗಿಣಿ ನಸು ನಗು ಬೀರಿದಳು" ಅಂತೂ ಜೋಡಿಯಾಗಿಯೇ ಓಡಾಡ್ತೀರಾ" ಎಂದ ಮುಗುಳ್ನಗುತ್ತ.

"ನರ್ಸರಿಯಿಂದ ಸಹಪಾಠಿಗಳು, ನಾವಿಬ್ರೂ ಜಗಳ ಆಡಿಯೇ ಇಲ್ಲ" ಅರ್ಚನಾ, ತರಂಗಿಣಿಯ ಕಡೆ ನೋಡಿದಳು. "ನೀವು ಸಿದ್ಧವಾದ್ರೂ ಅವ್ರು ಕದನ ವಿರಾಮದ ರೇಖೆ ದಾಟೋಲ್ಲ ಮತ್ತೆ ಹೇಗೆ ಜಗಳ ಆಡ್ತೀರಾ?" ತರಂಗಿಣಿಯನ್ನು ಉದ್ದೇಶಿಸಿ ಹೇಳಿದ. ಸುಂದರವಾದ ಗುಳಿಗಳು ಅವಳ ಕೆನ್ನೆಗಳಲ್ಲಿ ಮೂಡಿದವು. ಅವನು ಕವಿಯು ಅಲ್ಲ, ಭಾವುಕನೂ ಅಲ್ಲ ಅದಕ್ಕೆ ಸೋತು ಹೋಗಲು.

"ಬರ್ತೀನಿ...." ಹೆಜ್ಜೆ ಹಾಕಿದ.

"ನಿಶಾಂತ್ ಸ್ವಲ್ಪ ನಿಂತ್ಕೊಳ್ಳಿ, ನಮ್ಮ ಜೊತೆ ನೀವ್ಯಾಕೆ ಕ್ಯಾಂಟೀನ್‌ಗೆ ಬರಬಾರ್ದು?" ಅರ್ಚನಾ ಕೇಳಿದಳು.

"ಬರಬಹ್ದು, ಆದ್ರೆ ಈಗ್ಬೇಡ, ಇನ್ನೆಂದಾದ್ರು ಬರ್ತೀನಿ. ಎಕ್ಸ್‌ಕ್ಯೂಜ್ ಮೀ" ಹೊರಟುಬಿಟ್ಟ.

ಯಾಕೋ ಏನೋ ಅರ್ಚನಾಗೆ ನಿಶಾಂತ್ ಬಗ್ಗೆ ಒಳ್ಳೆಯ ಅಭಿಪ್ರಾಯ. ಅವಳಾಗಿ ಕಾರಣವಿಲ್ಲದೆ ಸೀನಿಯರ್ ವಿದ್ಯಾರ್ಥಿಯನ್ನು ಮಾತಾಡಿಸುತ್ತಿದ್ದಳೊಂದ್ರೆ ನಿಶಾಂತ್‌ನ ಮಾತ್ರ. ಅವನು ಡಿಗ್ರಿ ಸ್ಟೂಡೆಂಟ್. ಇವರಿಬ್ಬರು ಪಿ.ಯು.ಸಿ. ವಿದ್ಯಾರ್ಥಿನಿಯರು.

"ನಿಶಾಂತ್ ಮೇಲೆ ಮೆಚ್ಚಿಗೆಯ ಜೊತೆ ಅನುಕಂಪ ಕೂಡ. ರಿಯಲೀ... ಗ್ರೇಟ್. ಅವ್ನ ಜೀವನವನ್ನು ಎದುರಿಸೋ ರೀತಿಯಲ್ಲಿ ಯುವಕರು ಸಜ್ಜಾಗ್ಬೇಕು" ಅರ್ಚನಾಳ ದನಿಯಲ್ಲಿ ಅಭಿಮಾನ ತುಳುಕಿತು.

"ಬೇರೆಯವ್ರ ಸಹಾನುಭೂತಿಯನ್ನು ನಿಶಾಂತ್ ಇಷ್ಟಪಡೋಲ್ಲ" ಅವನ ಬಗ್ಗೆ ಒಂದು ಮಾತಾಡಿದಳು.

"ಯು ಆರ್ ಕರೆಕ್ಟ್" ಅವಳ ಭುಜ ಹಿಡಿದು ಅದುಮಿದಳು.

ಅಷ್ಟರಲ್ಲಿ ಒಂದು ಹಿಂಡು ಕಟ್ಟಿಕೊಂಡು ಬಂದ ಅಜಿತ್ "ಮಮ್ಮಿ, ತರಂಗಿಣೀನೂ ಅಲ್ಲಿಗೆ ಊಟಕ್ಕೆ ಕರ್ಕೊಂಡ್ಬರೋಕೆ ಹೇಳಿದ್ರು. ಬರ್ತೀರಾ.... ತಾನೇ?" ತರಂಗಿಣಿಯ ಕಡೆ ನೋಡಿದ.

"ಪಪ್ಪ ಕಾಯ್ತ ಇರ್ತಾರೆ" ಅವಳ ನಿರಾಕಣೆಯನ್ನ ತಳ್ಳಿ ಹಾಕಿದ "ಅವ್ರು ಎಗ್ಸಿಬಿಷನ್‌ಗೆ

ಹೋಗಿದ್ದಾರೆ. ಪ್ರತಿಯೊಂದು ವಸ್ತು, ಪ್ರತಿಮೆಯನ್ನ ಅಳೆದು ಸುರಿಯೋ ವೇಳೆಗೆ ಸಂಜೆ ಆಗುತ್ತೆ. ಅದ್ನ ಅಲ್ಲಿನವರೇ ನೆನಪಿಸ್ಬೇಕು'' ನಕ್ಕ. ತಂದೆಯ ವಿಷಯದಲ್ಲಿ ತಮಾಷೆ ಅವಳಿಗೆ ಇಷ್ಟವಾಗಲಿಲ್ಲವೆಂದು ಅವಳ ಮುಖವೇ ಹೇಳಿತು.

''ಎಕ್ಸ್‌ಕ್ಯೂಜ್ ಮೀ....ಪ್ಲೀಸ್.... ಬನ್ನಿ'' ಕ್ಷಮೆ ಯಾಚಿಸಿದ. ಅವನ ಹಿಂದಿನ ತಂಡ ಘೊಳ್ಳೆದ್ದಿತು. ''ನಾವೇ....ಹೋಗ್ತೀವಿ'' ಅರ್ಚನಾ ಅವಳನ್ನ ಎಳೆದುಕೊಂಡು ಹೋಗಿಬಿಟ್ಟಳು.

''ಬ್ಯೂಟಿಫುಲ್ ಡಾಲ್, ನೀನು ಲವ್ ಮಾಡೋದಾದ್ರೆ ತರಂಗಿಣಿನ ಚ್ಯೂಸ್ ಮಾಡ್ಕೊ. ಬಳಸೋದು ಬೇಡ, ಮರ ಸುತ್ತೋದ್ಬೇಡ, ಕದ್ದು ತಿರುಗಾಡೋದ್ಬೇಡ. ಆ ಹೆಣ್ಣಿನ ಕಣ್ಣುಗಳನ್ನು ನೋಡ್ತಾ ಪ್ರೇಮ ಕಾವ್ಯಗಳನ್ನು ಹಾಡಬಹುದ್ದು'' ಒಬ್ಬ ಜೋಕ್ ಹಾರಿಸಿದ. ಮಿಕ್ಕವರು ಹುಯಿಲೆಬ್ಬಿಸಿದರು.

''ಷಟಪ್....'' ಗದರಿ ಎಲ್ಲರನ್ನೂ ಸುಮ್ಮನಾಗಿಸಿದ. ಅಜಿತ್ ಕಾರು ಹತ್ತಿ ಮನೆಗೆ ಬರುವ ವೇಳೆಗೆ ಟ್ಯಾಕ್ಸಿಯಿಂದ ಇಳಿದರು ಅರ್ಚನಾ, ತರಂಗಿಣಿ.

''ನನ್ನೊಜ್ತೆ ಬಂದಿದ್ರೇನಾಗ್ತ ಇತ್ತು ?'' ಕೀ ಬಂಚ್ ಮೇಲಕ್ಕೆಸೆದು ಹಿಡಿದ. ''ಈಗೇನಾಯ್ತು!'' ಅವನನ್ನ ಅಣಕಿಸಿ ಅರ್ಚನಾ, ತರಂಗಿಣಿಯ ಕೈ ಹಿಡಿದು ಎಳೆದೊಯ್ದಳು.

ಪುಟ್ಟವರಾಗಿದ್ದಾಗಿನಿಂದಲೂ ಜೊತೆಗಾರರು. ಆಗಲೂ ತರಂಗಿಣಿ ಮಾತಾಡುತ್ತಿದ್ದುದು ಕಮ್ಮಿ. ಸದಾ ಮೌನಗೌರಿಯಾಗಿರುವ ಅವಳನ್ನು ನೋಡುವುದೊಂದು ಚೆನ್ನ.

ಭವಾನಿ ಊಟಕ್ಕೆ ಬಡಿಸುವ ಮುಂಚೆ ಅರ್ಚನಾ ನೆನಪಿಸಿಕೊಂಡಂತೆ ''ಮಮ್ಮಿ, ಇವತ್ತು ನಿಶಾಂತ್ ಸಿಕ್ಕಿದ'' ಆಕೆ ನೆನಪಿಸಿಕೊಳ್ಳುವ ಮೊದಲೇ ಅಜಿತ್ ಕಿಡಿಕಾರಿದ ''ನೀನ್ಹೋಗಿ ಅಡ್ಡ ಬಿದ್ದು ಮಾತಾಡಿಸ್ದೇ ತಾನೇ! ಅವನೊಬ್ಬ ರೋಗ್.... ಗೂಂಡಗಳು ಚಚ್ಚಿ ಹಾಕಿದ್ರೂ.... ಅವ್ನ ಅಹಂಕಾರ ತಗ್ಗಲಿಲ್ಲ''

''ಯಾವ ಗೂಂಡಗಳು....'' ಭವಾನಿ ಸ್ವರದಲ್ಲಿ ಗಾಬರಿ ಇಣಕಿತು. ಅರ್ಚನಾ ವಿಷಯ ವಿವರಿಸಿದಳು. ''ನಾನು, ತರಂಗಿಣಿ ಕೂಡ ಆಸ್ಪತ್ರೆಗೆ ಹೋಗಿ ನೋಡ್ಕೊಂಡ್ಬಂದ್ವಿ, ಅವ್ನು ಗುಡ್ ಸ್ಟೂಡೆಂಟ್ ಅಂತ ಪ್ರಿನ್ಸಿಪಾಲ್, ಪ್ರೊಫೆಸರ್‌ಗಳು ಕೂಡ ಅವನನ್ನ ವಿಶ್ವಾಸದಿಂದ ಕಾಣ್ತಾರೆ. ಅವ್ನು ಕಾಲೇಜಿಗೆ ಮಿನೀ ಉಸ್ತಾದ್....'' ಎಡಗೈ ಎತ್ತಿ ಮಡಚಿದಳು.

''ಬಾಯಿ ಮುಚ್ಕೊಂಡು ಊಟ ಮಾಡು. ಚಾಟರ್ ಬಾಕ್ಸ್....'' ತಲೆಯ ಮೇಲೊಂದು ಮೊಟಕಿ ಅರ್ಧ ಊಟದಲ್ಲಿಯೇ ಎದ್ದು ಹೋದ ಅಜಿತ್.

ಭವಾನಿಗೆ ಅರ್ಥವಾಗಲಿಲ್ಲ. ಅನವಶ್ಯಕವಾಗಿ ಅಜಿತ್, ನಿಶಾಂತ್ ಮೇಲೆ ದ್ವೇಷ ಸಾಧಿಸೋದೇಕೆ?

ಆಮೇಲೆ ಅರ್ಚನಾ ಹರಟುತ್ತಲೇ ಊಟ ಮಾಡಿದಳು. ಅವಳಿಗೆ ಸದಾ ಮಾತು ಇಷ್ಟ. ಇಂಥದ್ದೇ ವಿಷಯ ಬೇಕಿರಲಿಲ್ಲ. ನಿರ್ದಿಷ್ಟ ವ್ಯಕ್ತಿಯ ಅಗತ್ಯವೂ ಇಲ್ಲ, ಹೊಗಳುವಷ್ಟೇ ಖಂಡಿಸೋಕು ಹಿಂಜರಿಯಳು.

''ಯಾರೋ.... ಬಂದಿದ್ದಾರೆ'' ಆಳು ಬಂದು ತಿಳಿಸಿ ಹೋದಾಗ ''ನೀವುಗಳು

ನಿಧಾನವಾಗಿ ಊಟ ಮಾಡಿ'' ಹೊರಗೆ ಬಂದರು.

ಮುಂದೆ ಬಟ್ಟತಲೆ, ಹಿಂದೆ ಕಟ್ಟಿದ ಜುಟ್ಟು, ಹಣೆಯಲ್ಲಿ ಮೂರು ನಾಮ. ಸೆಕೆ, ಬಿಸಿಲಿಗೆ ಸ್ವಲ್ಪ ಅಳಿಸಿ ಹೋಗಿದ್ದರೂ ಗುರುತಿಸುವಷ್ಟಿತ್ತು.

''ಯಾರು.... ಬೇಕಾಗಿತ್ತು?'' ಭವಾನಿ ಕೇಳಿದರು ಅತ್ತಿತ್ತ ನೋಡಿ ನಿಟ್ಟುಸಿರು ಚೆಲ್ಲಿದರು. ''ಶರ್ಮ ಅವರ ಮನೆ ಇದೇ ತಾನೆ? ಚಿಕ್ಕಣ ಉಸ್ತಾದ್'' ಎನ್ನುವ ವೇಳೆಗೆ ಅಜಿತ್ ಹಾಜರಾದ.

''ನಮ್ಗೇ ಅವರ್‍ಯಾರೂ ಗೊತ್ತಿಲ್ಲ. ನೀವು ಬಂದ ಕೆಲ್ಸವೇನು?'' ಅಹಂಕಾರದಿಂದ ಅವನಾಡಿದ ಮಾತಿಗೆ ನೊಂದರು. ''ಅವ್ರು ಗೊತ್ತಿಲ್ಲ ಎಂದ್ಮೇಲೆ.... ಹೇಳೋಕೇನು ಉಳಿದಿಲ್ಲ. ಬಂದು ತೊಂದರೆ ಕೊಟ್ಟಂಗಾಯ್ತು ತಾಯಿ'' ಹಿಂದಕ್ಕೆ ತಿರುಗಿದರು.

ಭವಾನಿ ಕೋಪದಿಂದ ಮಗನತ್ತ ನೋಡಿ ಒಳಕ್ಕೆ ಹೋಗುವಂತೆ ಸನ್ನೆ ಮಾಡಿದರು.

''ನಿಂತ್ಕೊಳ್ಳಿ, ಅವ್ನಿಗೆ ಗೊತ್ತಿಲ್ಲ, ಚಿಕ್ಕಣ ಉಸ್ತಾದರ ಹಳ್ಳಿಯವರಾ? ಏನ್ಸಮಾಚಾರ?'' ಶ್ರದ್ಧೆಯಿಂದ ವಿಚಾರಿಸಿದರು.

''ನಮ್ಮ ನಿಶಾಂತ್‌ನ ನೋಡ್ಬೇಕಿತ್ತು. ಚಿಕ್ಕಣ್ಣ ನಿಮ್ಮ ವಿಳಾಸ ಕೊಟ್ಟಿದ್ದ. ಅದ್ಕೇ.... ಬಂದೆ'' ಭುಜದ ಮೇಲಿನ ವಲ್ಲಿಯಿಂದ ಮುಖದ ಬೆವರನ್ನು ತೊಡೆದುಕೊಂಡರು. ಆಕೆ ಏನು ಹೇಳಿಯಾರು?

''ನಮ್ಗೇ ಅವ್ನ ವಿಷ್ಯ ಗೊತ್ತಿಲ್ಲ!'' ಅಜಿತ್ ಅಸಹನೆ ಕಕ್ಕಿದ.

'ಗೊತ್ತು' ಎಂದು ಹೇಗೆ ಹೇಳಿಯಾರು ಭವಾನಿ? ಮೌನ ವಹಿಸಿದರು. ವ್ಯಥೆಯಿಂದ ಅವರ ಮುಖ ಹಿಂಡಿತು. ಇನ್ನೊಂದು ಮಾತಾಡದೇ ಹೊರಟುಬಿಟ್ಟರು.

ಅರ್ಚನಾ ಹೋಗಿ ಅವರನ್ನ ನಿಲ್ಲಿಸಿ ''ನಿಶಾಂತ್ ಎಲ್ಲಿದ್ದಾನೇಂತ ಗೊತ್ತಿಲ್ಲ. ಆದರೆ ನಾಳೆ ಬೆಳಿಗ್ಗೆ ಕಾಲೇಜಿಗೆ ಬರ್ತಾನೆ. ನಾನು ಕರ್ಕೊಂಡ್ಬರ್ತೀನಿ. ಅದ್ವರ್ಗೂ ನಮ್ಮಲ್ಲೇ ಇರೀ'' ಎಂದಳು.

''ಭಟ್ಟರು ನಿನ್ನ ಹುಡ್ಕಿಕೊಂಡು ಬಂದಿದ್ರು ಅನೋದ್ನ ಅವ್ನ ಕಿವಿಗೆ ಹಾಕ್ಬಿಡಿ. ಗೌರ್ನಮೆಂಟ್ ಆಸ್ಪತ್ರೆಗೆ ಬಂದರೇ..... ಸಿಕ್ತೀನೀಂತ ತಿಳ್ಸಿಬಿಟ್ಟರೇ ದೊಡ್ಡ ಉಪಕಾರ'' ಎರಡು ಕೈ ಜೋಡಿಸಿದರು.

ಅವರ ಮುಖದ ಮೇಲಿನ ಸಾತ್ವಕ ಕಳೆ ನೋಡಿ ಅವಳಿಗೆ ಕೈ ಮುಗಿಯಬೇಕೆನಿಸಿತು.

''ನಿಶಾಂತ್ ನಿಮ್ಗೆ ಏನಾಗ್ಬೇಕು?'' ಪ್ರಶ್ನಿಸಿದಳು.

''ರಕ್ತ ಸಂಬಂಧವಲ್ಲ ತಾಯಿ, ಮಾನಸಿಕ ಸಂಬಂಧ. ಮಗನ ಸ್ಥಾನಕ್ಕಿಂತ ದೊಡ್ಡ ಸ್ಥಾನ ಅವನದು'' ಕಣ್ತುಂಬಿ ಹೊರಟುಬಿಟ್ಟರು.

ಗೊಂಬೆಯಂತೆ ನಿಂತ ತರಂಗಿಣಿ ಓಡಿದಳು.

''ನಮ್ಮ ಮನೆಗೆ ಬನ್ನಿ''

ಭಟ್ಟರು ಇಲ್ಲವೆಂದು ತಲೆಯಾಡಿಸಿ ಹೊರಟುಬಿಟ್ಟರು.

ಭವಾನಿ ಒಂದು ಕಡೆ ಕೂತುಬಿಟ್ಟರು. ಕಡೆ ಪಕ್ಷ ಅವರನ್ನ ಕೂಡಿಸಿ ಒಂದು ಲೋಟ ನೀರು ಕೂಡ ಕೊಡಲಾಗಲಿಲ್ಲವಲ್ಲ ಎಂದು ಮರುಗಿದರು. ಭಾವಟಿಯೇಟಿನಂತೆ

ಮಾತಾಡುವುದನ್ನು ಇವನಿಗೆ ಯಾರು ಕಲಿಸಿದರು? ಯಾವ ವಿಷಯಕ್ಕೂ ತಲೆ ಹಾಕದ ಅಜಿತ್, ನಿಶಾಂತ್‌ನ ಪ್ರಸ್ತಾಪ ಬಂದಾಗ ಅನವಶ್ಯಕವಾಗಿ ಪ್ರವೇಶಿಸುತ್ತಾನೆ.

ಮಗನನ್ನ ಕರೆದು ಹತ್ತಿರ ಕೂಡಿಸಿಕೊಂಡರು. "ನಿಂಗೇನಾಗಿದೆ? ಉಸ್ತಾದ್ ಚಿಕ್ಕಣ್ಣನ ಊರಿನವರು ಭಟ್ಟರು. ನಿಶಾಂತ್‌ನ ಇಲ್ಲಿಗೆ ಹುಡ್ಕಿಕೊಂಡು ಬಂದರೂಂದ್ರೆ ಚಿಕ್ಕಣ್ಣನಿಗೆ ನಮ್ಮ ಬಗ್ಗೆ ಎಂಥ ಭರವಸೆಯಿದೆಯೆಂದು ನಿನಗೆ ಅರ್ಥವಾಗುತ್ತೆ. ನೀನು ಮಧ್ಯೆ ಯಾಕೆ ಪ್ರವೇಶಿಸ್ತೀಯಾ?'' ಎಂದಾಗ ಅವನ ಕಣ್ಣುಗಳಲ್ಲಿ ಅಭಿಮಾನದ ಬೆಂಕಿ ಹತ್ತಿಕೊಂಡು ಉರಿಯಿತು.

"ನಂಗೆ ಅವ್ನು ಅವಮಾನ ಮಾಡಿದ್ದಾನೆ!" ಭುಸುಗುಟ್ಟಿದ.

"ಎಂದು, ಯಾವಾಗ, ಅಂಥ ಸಂದರ್ಭ ತಾನೇ ಯಾಕ್ಬಂತು?'' ಆಕೆಯ ಸ್ವರ ನಡುಗಿತು "ಅವನನ್ನೇ ಕೇಳು'' ಎದ್ದು ಹೋದ.

ಅರ್ಚನಾ ಅವನು ಹೋದತ್ತ ನೋಡಿ ಅಣಕಿಸಿದಳು. "ಎಲ್ಲಾ ಸುಳ್ಳು! ಇವ್ನ ಹಿಂದೆ ಅವ್ನು ಚಮಚಾ ಆಗಿ ಸುತ್ತಲಿಲ್ಲಾಂತ. ಸರಿಹೋಗ್ತಾನೆ ಬಿಡಮ್ಮ. ನಾನು ತರಂಗಿಣಿ ಮನೆಗೆ ಹೋಗ್ತೀನಿ" ಎಂದಳು.

ಅವಳ ಓಡಾಟ ವರ್ಷಗಳದ್ದು. ಅದೆಂದೂ ಬದಲಾಗಿರಲಿಲ್ಲ. ಮುಂದೆ ಮದುವೆಯಾದ ಮೇಲೆ ಬದಲಾಗ ಬೇಕಷ್ಟೆ.

ಮೀಟಿಂಗ್ ಮುಗಿಸಿಕೊಂಡು ಶರ್ಮ ಮನೆಗೆ ಬಂದಾಗ ತುಂಬಾ ಸುಸ್ತಾಗಿದ್ದರು.

"ಸದಾ ಬಿಜಿ, ಆರಾಮಿನ ಜೀವನವೇ ಕನಸಾಗಿಬಿಟ್ಟಿದೆ. ಬೇಗ ಅಜಿತ್‌ಗೆ ಎಲ್ಲಾ ವಹಿಸಿ ರೆಸ್ಟ್ ತಗೊಂಡ್ ಬಿಡ್ಬೇಕು..." ಟೈ ಗಂಟು ಸಡಿಲಿಸಿ ಸೋಫಾ ಬೆನ್ನಿಗೆ ಒರಗಿದರು.

ಭವಾನಿ ಹಣೆಯ ಮೇಲೆ ಕೈಯಿಟ್ಟರು. "ನೀವು ಮಹತ್ವಾಕಾಂಕ್ಷಿ, ಇನ್ನೆಷ್ಟು ಸಾಧಿಸಬೇಕೆಂದಿದೆಯೋ ನಿಮ್ಮ ಮನದಲ್ಲಿ, ರೆಸ್ಟ್ ಲೈಫ್ ನಿಮಗಲ್ಲ" ಎಂದಾಗ ಮಡದಿಯನ್ನ ಹತ್ತಿರಕ್ಕೆಳೆದುಕೊಂಡರು.

"ನನ್ನ ಮಹತ್ವಾಕಾಂಕ್ಷೆ ಸಾಧನೆಯಾಗಿದೆಯೋ ಅಥವಾ ಅಂಥದೊಂದು ಭ್ರಮೆಯಲ್ಲಿ ಇದ್ದೀನೋ?'' ಭವಾನಿ ಕಣ್ಣಲ್ಲಿ ಕಣ್ಣಿಟ್ಟು ನೋಡಿದರು. ನೋಟದ ತೀವ್ರತೆಯನ್ನು ಎದುರಿಸಲಾರದೆ ತಲೆ ತಗ್ಗಿಸಿದರು ಆಕೆ.

"ಯಾಕೆ ಭವಾನಿ ನನ್ನ ಕಣ್ಣಲ್ಲಿ ಕಣ್ಣಿಟ್ಟು ನೋಡೋಕೆ ಈಗ್ಲೂ ಹೆದರುತ್ತೀಯಾ? ಯಾಕೆ? ಇನ್ನ ನಿನ್ನ ಪ್ರೀತಿಯ ಪೂರ್ಣ ನೈವೇದ್ಯ ನಂಗೆ ಅರ್ಪಿಸಲು ಸಿದ್ಧವಾಗಿಲ್ವಾ?'' ಮುಖವನ್ನು ಬೊಗಸೆಯಲ್ಲಿಡಿದರು.

ಭವಾನಿ ಶರ್ಮ ಎದೆಯಲ್ಲಿ ಮುಖವಿಟ್ಟರು. ಆಕೆಯ ಮೈ ಕಂಪಿಸುತ್ತಿತ್ತು. ಗುಡುಗು, ಸಿಡಿಲು, ಭೋರ್ಗರೆಯುವ ಮಳೆಯ ಅನುಭವ-ನಡುಗಿ ಹೋದರು.

ಶರ್ಮರ ಈ ತರಹದ ಮಾತುಗಳು ಪುನರಾವರ್ತನೆಯಾದಾಗಲೆಲ್ಲ ಅಂಥ ಅನುಭವದಲ್ಲಿ ಆಕೆ ಕರಗಿಹೋಗುತ್ತಿದ್ದರು. ನೆನಪುಗಳು ಆಕೆಯ ಸಮಾಧಾನವನ್ನು ಕದಡಿ

ಬಿಡುತ್ತಿತ್ತು.

ಬಿಗಿಯಾಗಿ ಅತ್ಯಂತ ಬಿಗಿಯಾಗಿ ಮಡದಿಯನ್ನು ಅಪ್ಪಿಕೊಂಡರು. ಅವರು ಒಂದು ತಪ್ಪು ಮಾಡಿರಬಹುದು. 'ಪ್ರೇಮದಲ್ಲಿ' ಯುದ್ಧದಲ್ಲಿ ಎಲ್ಲಾ ಸರಿ ಅವರು ಸಾರಿದ್ದು ಯುದ್ಧವನ್ನ ಸೋಲು ಪ್ರತಿಸ್ಪರ್ಧಿಯ ಹಣೆಬರಹ. ಅದಕ್ಕೆ ತಮ್ಮನ್ನ ಎಂದು ನಿಂದಿಸಿಕೊಳ್ಳಲಾರರು.

ಎಷ್ಟೋ ಹೊತ್ತಿನ ನಂತರ ಶರ್ಮರ ತೋಳುಗಳಿಂದ ಭವಾನಿ ಹೊರಗೆ ಬಂದರು.

''ನಿಶಾಂತ್‌ನ ಹುಡ್ಕಿಕೊಂಡು ಚಿಕ್ಕಣ್ಣನ ಹಳ್ಳಿಯ ಭಟ್ಟರು ಬಂದಿದ್ರು. ಅವ್ನು ನಮ್ಮ ಆಶ್ರಯದಲ್ಲೇ ಇದ್ದಾನೇಂತ ತಿಳ್ಕೊಂಡಿರ್‍ಬಹ್ದು. ಅವನೇನು ತಿಳಿಸಿದ್ದ ಹಾಗೆ ಕಾಣ್ಲಿಲ್ಲ'' ವಿಷಯ ತಿಳಿಸಿದರು.

ಶರ್ಮ ಮುಖದ ಪ್ರಸನ್ನತೆಯಲ್ಲಿ ಬದಲಾವಣೆ ಆಯಿತು. ಕ್ಷಣ ತೀರಾ ಗಂಭೀರರಾದರು.

''ನೀವೇನು.... ಹೇಳಿದ್ರಿ ?'' ಸೀಲಿಂಗ್‌ನತ್ತ ನೋಡಿದರು.

''ನಂಗೆ ಗೊತ್ತಿಲ್ಲಾಂದೆ. ನಿಮ್ಮ ಮಗ್ಳು ನಿಶಾಂತ್‌ಗೆ ವಿಷ್ಯ ಮುಟ್ಟಿಸುವ ಭಾರ ಹೊತ್ತಳು. ಆಗ್ಲೂ ನಿಮ್ಮ ಮಗನ ಕೋಪ ಪ್ರದರ್ಶನ? ಏನಾಗಿದೆ ಇವನಿಗೆ? ಪ್ರೆಸ್ಟಿಜ್‌ಗೋಸ್ಕರ ಸಾವಿರಾರು ಕೊಟ್ಟಿದ್ದೀರಾ, ಎಷ್ಟೋ ಜನಕ್ಕೆ ಸಹಾಯ ಮಾಡಿದ್ದೀರ. ಕೃತಜ್ಞತೆ ತೀರಿಸೋ ಒಂದೇ ಒಂದು ಅವಕಾಶ ಸಿಕ್ಕಿದ್ದು. ಅದು ಹಾಳಾಯ್ತು'' ಆಕೆಯ ಧ್ವನಿಯಲ್ಲಿ ವ್ಯಥೆ ಇತ್ತು. ಅದನ್ನು ಶರ್ಮ ಎಂದೂ ಸಹಿಸರು.

''ಭವಾನಿ. ನಾನು ಏನು ಬೇಕಾದ್ರೂ ಸಹಿಸಬಲ್ಲೆ. ಸದಾ ನಾನು ನಿನ್ನ ಕಣ್ಣಲ್ಲಿ ನೋಡಲು ಬಯಸೋದು ಪ್ರೀತಿಯ ಬೆಳಕನ್ನು, ಹರ್ಷದ ಕಾರಂಜಿಯನ್ನು....ಮೈಂಡ್ ಇಟ್... ನಿಶಾಂತ್‌ಗೆ ನಾವು ಸಹಾಯ ಮಾಡ್ದೇ ಇರೋಕೆ ಸ್ವತಃ ಅವ್ನೇ ಕಾರಣ... ಅವ್ನೇ ಕಾರಣ... ಅವ್ನೇ ಕಾರಣ. ನಾವು ನೊಂದುಕೊಳ್ಳೋ ಅಗತ್ಯವಿಲ್ಲ'' ಉದ್ವಿಗ್ನರಾಗಿ ಬಿಟ್ಟರು.

''ಇಲ್ಲ.... ಬಿಡಿ'' ಭವಾನಿ ಸಮಾಧಾನಿಸಿದರು.

ಲಕ್ಷ ಲಕ್ಷಗಳು ನಷ್ಟವಾದರೂ ಸಹಿಸಿಯಾರು. ಮಡದಿಯ ಕಣ್ಣೀರು, ನೋವು, ವ್ಯಥೆಯನ್ನು ಸಹಿಸಲಾರರು. ಅದಕ್ಕೆ ಕಾರಣರಾದವರನ್ನು ಭೂಗತ ಮಾಡಲು ಸಹ ಹಿಂಜರಿಯಲಾರರು.

''ಬಟ್ಟೆ ಬದಲಾಯಿಸಿ'' ಶರ್ಮ ಕೋಟು ತೆಗೆದು ಹ್ಯಾಂಗರ್‌ಗೆ ಹಾಕಿ ಹೊರಗೆ ಹೊರಟವರನ್ನು ಕೂಗು ತಡೆದು ನಿಲ್ಲಿಸಿತು. ''ಭಟ್ಟರು ಮತ್ತೇನಾದ್ರೂ.... ಹೇಳಿದ್ರಾ ?'' ಆಕೆ ಹಿಂದಕ್ಕೆ ತಿರುಗಿ ''ನಿಶಾಂತ್‌ಗೆ ಗೌರ್ನಮೆಂಟ್ ಆಸ್ಪತ್ರೆಗೆ ಬರೋಕೆ ಹೇಳಿದ್ರು. ಅವ್ನನಪ್ಪಿಗೆ ಏನಾದ್ರೂ ಕಾಯಿಲೆನೇನೋ'' ಹೊರಗೆ ಹೋಗಿಬಿಟ್ಟರು.

ಹತ್ತೂವರೆಯ ಕಾಲೇಜಿಗೆ ಮರುದಿನ ಅರ್ಚನಾ ಏಳಕ್ಕೆ ಹೊರಡಲು ತಯಾರಾದಾಗ, ಅಜಿತ್ ಹುಬ್ಬೇರಿಸಿದ ''ಇಷ್ಟು ಬೇಗ ಎಲ್ಲಿಗೆ? ನಿನ್ನ ಫ್ರೆಂಡ್‌ಗೆ ಬ್ರೇಕ್‌ಫಾಸ್ಟ್‌ಗೆ ಅಲ್ಲಿಗೆ ಬರುತ್ತೀನಿಂತ ಪ್ರಾಮೀಸ್ ಮಾಡಿದ್ದೀಯಾ ಹೇಗೆ? ಇವತ್ತು ನಾನು ಬರ್ತೀನಿ ನಿನ್ಜೊತೆ'' ತಮಾಷೆ

ಮಾಡಿದ.

"ಇಲ್ಲಪ್ಪ, ನಿಶಾಂತ್‌ನ ಮೀಟ್ ಮಾಡಿ ಅವ್ರಿಗೆ ವಿಷ್ಯ ತಿಳಿಸ್ಬೇಕಲ್ಲ. ಅದ್ಕೇ ಬೇಗ... ಹೋಗ್ತಾ ಇದ್ದೀನಿ" ಎಂದಳು.

ಅವನ ಕೈಯಲ್ಲಿನ ಕಾಫೀ ಕಪ್ ಕೆಳಗೆ ಬಿದ್ದು ಚೂರು ಚೂರಾಯಿತು. ಅದ್ಹು ಅನ್‌ಬ್ರೋಕನಬಲ್ ಅಲ್ಲ.

"ನಿಂಗ್ಯಾಕೆ, ಈ ರಾಯಭಾರ? ಅವನೊಬ್ಬ ಬೆಗ್ಗರ್...." ಹಲ್ಮುಡಿ ಕಚ್ಚಿ ಗರ್ಜಿಸಿದ.

ಅರ್ಚನಾ ವಿಸ್ಮಿತಳಾದಳು. ಗಾಬರಿಯಿಂದ ಅವನ ಮುಖ ನೋಡಿದಳು. "ನಿಂಗ್ಯಾಕೆ ಅವನ ಮೇಲೆ ಕೋಪ? ಅವನಂಥ ಆತ್ಮಾಭಿಮಾನವುಳ್ಳ ಜನ ಯಾವತ್ತು ಬೆಗ್ಗರ್ಸ್ ಆಗೋಲ್ಲ. ಹಾಗೇ ನೋಡಿದ್ರೆ ನಾನು.... ನೀನೇ.... ಬೆಗ್ಗರ್ಸ್..." ಎಂಕೂಡಲೇ ಅವಳನ್ನು ತಳ್ಳಿಬಿಟ್ಟ. ಕೆರಳಿದ ಸರ್ಪವಾಗಿದ್ದ.

ಅಜಿತ್‌ನ ವಿವೇಕ ಶೂನ್ಯವಾಗಿತ್ತು "ನನ್ನ ಬೆಗ್ಗರ್ ಅಂತಿಯಾ...." ಅಂತ ತಂಗಿ ಆಡಿದ ಮಾತಿನ ಹಿಂದಿನ ಉದ್ದೇಶವನ್ನು ಅವನು ಅರ್ಥಮಾಡಿಕೊಳ್ಳಲಿಲ್ಲ.

"ಮಮ್ಮಿ...." ಕೂಗಿಕೊಂಡಳು.

ಶರ್ಮ, ಭವಾನಿ ಧಾವಿಸಿ ಬಂದರು. ಅವರಿಬ್ಬರ ಬಾಯಿಂದ ಮಾತು ಹೊರಡಲಿಲ್ಲ. ಅರ್ಚನಾ ಅವನ ಅತ್ಯಂತ ಪ್ರೀತಿಯ ತಂಗಿ. ಅವಳ ತುದಿ ನಾಲಿಗೆಯಲ್ಲಿನ ಬೇಡಿಕೆಯನ್ನು ಪೂರೈಸಲು ಸದಾ ಸಿದ್ಧನಿದ್ದ.

"ಅಜಿತ್...." ಶರ್ಮ ಅವನತ್ತ ನೋಡಿದರು.

"ಅವಳದೇ..... ತಪ್ಪು!" ದಡದಡ ನಡೆದುಬಿಟ್ಟ.

ಇದೊಂದು ಆಶ್ಚರ್ಯಕರವಾದ ಬೆಳವಣಿಗೆಯೆನಿಸಿತು. ಶರ್ಮ ಚಲಿಸದೇ ನಿಂತರು. ಭವಾನಿ ಮಗಳನ್ನು ಎಬ್ಬಿಸಿದರು.

"ಈಗಿನ ಕಾಲದ ಹುಡುಗರನ್ನ ಅರ್ಥಮಾಡಿಕೊಳ್ಳೋದೇ ಕಷ್ಟ" ಭವಾನಿ ಬೇಸರ ವ್ಯಕ್ತಪಡಿಸಿದರು. ಶರ್ಮ ನಕ್ಕುಬಿಟ್ಟರು.

"ಎಲ್ಲಾ ಕಾಲದಲ್ಲು ಹುಡುಗುತನ ಅಷ್ಟೆ. ಅಲ್ಪಸ್ವಲ್ಪ ವ್ಯತ್ಯಾಸ ಬಿಟ್ಟರೆ ಏನು ಬದಲಾವಣೆಯಾಗದು" ಮಡದಿಯ ಕೆನ್ನೆಯ ಮೇಲೆ ಕೈಯಾಡಿಸಿದರು. ಕೆಂಪಗಾದ ಕೆನ್ನೆಗಳ ಹಿಂದೆ ದಟ್ಟವಾದ ಕಪ್ಪು ಛಾಯೆ ಇತ್ತು. ಅದು ಭವಾನಿಗೆ ಮಾತ್ರ ಗೊತ್ತು.

ಕಾಲೇಜಿಗೆ ಬಂದ ಅರ್ಚನಾ ನಿಶಾಂತ್‌ಗಾಗಿ ಅವನ ಕ್ಲಾಸ್ ರೂಂ, ಲ್ಯಾಬೋರೇಟರಿ, ಕ್ಯಾಂಟೀನ್, ಕಾರಿಡಾರ್, ಪ್ಲೇಗ್ರೌಂಡ್ ಜೊತೆಗೆ ಅವನ ಜೊತೆಯಲ್ಲಿ ಒಮ್ಮೆ ಕಂಡವರನ್ನು ಕೂಡ ವಿಚಾರಿಸಿದಳು. ಅವರೆಲ್ಲ ಹುಬ್ಬೇರಿಸಿದರು. ಎಳೆಯ ಬಾಳೆಯ ಗಿಡದಂಥ ಸುಂದರ ಹುಡುಗಿ ನಿಶಾಂತ್ ಹಿಂದೆ ಬಿದ್ದಿದ್ದಾಳೆಯೆ!? ಅವನ ಅದೃಷ್ಟಕ್ಕೆ ಅವರಿಗೆ ಕರುಬುವಂತಾಯಿತು.

ಕಾರಿಡಾರ್ ಬಿಟ್ಟು ಹೊರಗೆ ಬಂದು ಕಾಂಪೌಂಡ್‌ನಲ್ಲಿ ನಿಂತಳು. ಸೈಕಲ್ ಹತ್ತುತ್ತಿದ್ದ

ನಿಶಾಂತ್ ಕಂಡ. ಇವಳ ಕೂಗು ಅವನ ಕಿವಿ ತಲುಪುವ ಮುನ್ನ ಸೈಕಲ್‌ನ ಚಕ್ರಗಳು ಮುಂದಕ್ಕೆ ಉರುಳಿದವು.

ಗೇಟಿಗೆ ಓಡಿ ಬಂದಳು. ಅಲ್ಲಿಂದ ಸ್ವಲ್ಪ ಹಿಂದಕ್ಕೆ ಸರಿದರೂ ಮರೆಯಾಗಿಬಿಡುತ್ತಿದ್ದ. ಎದರು ಸಿಕ್ಕ ಸೀನಿಯರ್ ವಿದ್ಯಾರ್ಥಿಯ ಸೈಕಲ್ ಕಿತ್ತುಕೊಂಡು ಹತ್ತಿದಳು.

ಇವಳ ಅವನ ಮಧ್ಯೆ ಬಿದ್ದ ರೆಡ್ ಲೈಟು ದೊಡ್ಡ ಅಂತರವನ್ನು ನಿರ್ಮಿಸಿತು. ಕೈ ಕೈ ಹಿಸುಕಿಕೊಂಡಳು. ಅಷ್ಟು ದೂರ ಹೋದವಳು ಪಾರ್ಕಿಂಗ್ ಸ್ಥಳದಲ್ಲಿ ಸೈಕಲ್ ನಿಲ್ಲಿಸಿ ಅತ್ತಿತ್ತ ನೋಡಿದಳು. ನಿಶಾಂತ್ ಕಾಲೇಜು ಆವರಣದಿಂದಲೇ ಹೊರಗೆ ಹೋದ. ಮತ್ತೆ ಕಾಲೇಜಿಗೆ ಬರುತ್ತಾನೋ ಇಲ್ಲವೋ ಭಟ್ಟರ ಜ್ಞಾಪಕದ ಜೊತೆ, ಇಂಥ ಅವಕಾಶ ಮತ್ತೆ ಲಭಿಸುತ್ತದೆಯೋ, ಇಲ್ಲವೋ ಎಂದು ಯೋಚಿಸಿದಳು.

ಅಷ್ಟು ದೂರದಲ್ಲಿ ಫುಟ್‌ಪಾತ್ ಪಕ್ಕದಲ್ಲಿ ನೀಲಿ ಟೀ ಷರಟಿನೊಂದಿಗೆ ಮಾತಾಡುತ್ತಿದ್ದ ಯುವಕ ಕಂಡುಬಂದ. ಅದೇ ನಿಲುವು ಇವಳು ಸೈಕಲ್ ಹತ್ತುವ ವೇಳೆಗೆ ಅವರಿಬ್ಬರು ಡಬಲ್ ರೈಡಿಂಗ್‌ನಲ್ಲಿ ಮುಂದಕ್ಕೆ ಹೋದರು. ರೇಸ್‌ನಂತೆ ಪೆಡಲ್‌ಗಳನ್ನು ತುಳಿಯತೊಡಗಿದಳು.

"ರ್ರೀ.... ರ್ರೀ...." ಕೂಗಿಕೊಂಡಳು.

ಅವರ ಸೈಕಲ್ ನಿಂತಿತು. ಯುವಕ ಹಿಂದಿರುಗಿದಾಗ "ಸಾರಿ.... ನನ್ನ ಫ್ರೆಂಡ್ ಒಬ್ರು ನಿಮ್ಮ ಹಾಗೇ ಇದ್ರು, ನೀವೇ.... ಅಂದ್ಕೊಂಡ್ಬಿಟ್ಟೆ" ಏದುಸಿರುಬಿಡುತ್ತ ಕ್ಷಮೆ ಯಾಚಿಸಿದಳು.

ಅವರುಗಳ ತುಟಿಗಳ ಮೇಲೆ ಚೇಷ್ಟೆಯ ನಗು ಅರಳಿತು. 'ಮಿಡಿ ನಾಗರದಂಥ ಸುಂದರ ಹುಡುಗೀ' ಆ ಅದೃಷ್ಟ ನಮಗಿಲ್ಲವಲ್ಲಾಂತ ಜಲಸೀ' ಸೈಕಲ್ ಹತ್ತಿ ಟಾಟಾ ಮಾಡಿದಾಗ ಕೆನ್ನೆಗೆ ಅಪ್ಪಳಿಸಿಬಿಡಬೇಕೆನಿಸಿತು.

"ಫೂಲ್ಸ್, ಹುಡ್ಗೀ ಅಂದರೆ ಲವ್.... ಅದಷ್ಟು ಬಿಟ್ಟು ಏನು ತೋಚಲ್ಲ ಇವ್ರಿಗೆ...." ಮುಖ ತಿರುಗಿ ಸೈಕಲ್ ಹತ್ತಿದಾಗ ಅವಳನ್ನು ನಿಶಾಂತ್ ಸ್ವರ ಹಿಡಿದು ನಿಲ್ಲಿಸಿತು. "ಅರ್ಚನಾ ಅವರೇ– ಈ ಟ್ರಾಫಿಕ್ ರಸ್ತೆಯಲ್ಲಿ ಯಾವ ಸೈಕಲ್ ರೇಸ್‌ನಲ್ಲಿ ಭಾಗವಹಿಸ್ತಾ ಇದ್ದೀರಾ?"

ಅವನತ್ತ ನೋಡಿ ತಲೆಯ ಮೇಲೆ ಕೈ ಇಟ್ಟುಕೊಂಡಳು. "ಯಾರನ್ನೋ ಬೆನ್ನಟ್ಟಿಕೊಂಡು ಹೋಗಿದ್ದೆ. ನೀವು ಕಾಲೇಜು ಆವರಣದಲ್ಲಿ ಸೈಕಲ್ ಹತ್ತಿದಾಗ್ಲೇ ಹಿಂಬಾಲಿಸ್ದೇ. ಬರೀ ಕಣ್ಣಾಮುಚ್ಚಾಲೆಯಾಡಿಬಿಟ್ರಿ" ಅವನನ್ನೆ ನಯವಾಗಿ ನಿಷ್ಠೂರ ಮಾಡಿದಾಗ ಅವನಿಗೆ ನಗು ಬಂತು.

"ಡಿಟೆಕ್ಟಿವ್ ಏಜೆನ್ಸಿಯಲ್ಲಿ ಎಲ್ಲಾದ್ರೂ ಕೆಲ್ಸ ಮಾಡ್ತಾ ಇದ್ದೀರಾ? ನನ್ನಿಂದ ಯಾವ ಮಾಹಿತಿ ಬೇಕು?" ಕೇಳಿದ.

ತುದಿ ನಾಲಿಗೆಗೆ ಬಂದ ಭಟ್ಟರ ಹೆಸರು ಮರೆತುಹೋಯಿತು. ಹಣೆ ತಟ್ಟಿಕೊಂಡಳು, ಕೆನ್ನೆಯುಜ್ಜಿದಳು, ಮೂತಿ ಉದ್ದ ಮಾಡಿದಳು.

"ದೇವರ ಪೂಜೆ ಮಾಡೋರ ವೇಷಕ್ಕೆ ಏನಂತಾರೆ?" ಅವನನ್ನೇ ಕೇಳಿದಳು. "ಪೂಜಾರರು ಅಂತಾರೆ.... ಮತ್ತೆ...." ಅವನನ್ನ ಅರ್ಧದಲ್ಲಿಯೇ ತಡೆದಳು "ನಿಮ್ಮ ಹಳ್ಳಿಯ ಪೂಜಾರರು

ಬಂದಿದ್ರು...ಯೆಸ್....ಯೆಸ್....ಜುಟ್ಟು, ನಾಮ.... ಮುಖದ ತುಂಬಾ ಬೆವರು...."

"ಭಟ್ಟರು...." ಆತಂಕಗೊಂಡ.

"ಅವ್ರೆ.... ಅವ್ರೆ.... ಗೌರ್ನಮೆಂಟ್ ಆಸ್ಪತ್ರೆಯಲ್ಲಿ ಸಿಕ್ತಾರಂತೆ. ನಿಮ್ಗೆ ವಿಷ್ಯ ಮುಟ್ಸೋಕೆ ಹೇಳಿದ್ರು" ಜವಾಬ್ದಾರಿ ಕಳೆದುಕೊಂಡವಳಂತೆ ಉಸಿರಾಡಿದಳು.

ನಿಶಾಂತ ಅಡಿಯಿಂದ ಮುಡಿಯವರೆಗೂ ನೋಡಿದ. ಅಜಿತ್‌ಗಿಂತ ಭಿನ್ನ. ಸರಳ ಸ್ನೇಹಮಯ ವ್ಯಕ್ತಿತ್ವ ಅರ್ಚನಾಳದು. ಮೂರ್‍ನಾಲ್ಕು ಕಾರುಗಳುಳ್ಳ ಶ್ರೀಮಂತರ ಕುಮಾರಿ ಈ ವಿಷಯ ತಿಳಿಸೋಕೆ ತನ್ನ ಹಿಂದೆ ಸೈಕಲ್ ತುಳಿಯುತ್ತ ಬಂದಳೆಂದರೆ.... ಅದ್ಭುತವೆನಿಸಿತು.

"ನಿಮಗೆ ಧನ್ಯವಾದ ತಿಳಿಸಲು ನನ್ನಲ್ಲಿ ಪದಗಳಿಲ್ಲ" ಎಂದಾಗ ಮಗುವಿನಂತೆ ನಕ್ಕುಬಿಟ್ಟಳು. "ಬೇಡ, ನೀವಿನ್ನು ಹೋಗಿ ನೋಡಿ ನಾನು ಸ್ಲೋ ರನ್ನಿಂಗ್ ರೇಸ್‌ನಲ್ಲಿ ಭಾಗವಹಿಸ್ತೀನಿ" ಸೈಕಲ್ ಸೀಟು ಸವರಿದಳು.

ಬಂದ ಕಾರು ನಿಧಾನವಾಗಿ ಅವಳ ಬಳಿಯಲ್ಲಿ ನಿಂತಿತು. ಹಿಂದಿನ ಸೀಟಿನಲ್ಲಿ ಕೂತಿದ್ದ ಶರ್ಮ ಮಗಳಿಗೆ ಸನ್ನೆ ಮಾಡಿದರು. ಡ್ರೈವರ್ ಇಳಿದು ಬಂದು ಡೋರ್ ತೆಗೆದ.

"ರೋಸಿ ಸೈಕಲ್ ಇದೆ, ಡ್ಯಾಡಿ" ರಾಗ ಎಳೆದಳು.

"ಹತ್ತು...." ಅವರ ಕನ್ನಡಕದೊಳಗಿನ ಕಣ್ಣುಗಳು ಕಿಡಿಗಳನ್ನೆರಚುತ್ತಿತ್ತು.

ನಿಶಾಂತ್ ಮಧ್ಯೆ ಪ್ರವೇಶಿಸಿದ "ನೀವ್ಹೋಗಿ ನಾನು ಸೈಕಲ್‌ನ ತಲುಪಿಸ್ತೀನಿ" ಆ ಭಾರವನ್ನ ಹೊತ್ತುಕೊಂಡ.

ಶರ್ಮ ಅವರ ಕಾರು ಮುಂದಕ್ಕೆ ಹೋದ ಮೇಲೆ ತನ್ನ ಸೈಕಲ್‌ನ ಡ್ಯೂಟಿಯಲ್ಲಿದ್ದ ಕಾನ್‌ಸ್ಟೇಬಲ್‌ಗೆ ಒಪ್ಪಿಸಿ ಆ ಸೈಕಲ್‌ನ ಹಿಂದಕ್ಕೆ ತಿರುಗಿಸಿದ.

ಶರ್ಮ ಅವರಿಗೆ ಕೋಪ ಬಂದಿದೆಯೆಂದು ಮಾತ್ರವಲ್ಲ, ಪರಿಣಾಮದ ಬಗ್ಗೆ ಮಾತ್ರ ಅವನಿಗೆ ಗೊತ್ತು. ತಮ್ಮ ಸೊಸೈಟಿಯ ಪ್ರಿಸ್ಟಿಜಿಯಸ್ ಬಗ್ಗೆ ತಿಳಿವಳಿಕೆ ನೀಡಬಹುದು.

ರೋಸಿಗೆ ಸೈಕಲ್ ಕೊಟ್ಟು ಥ್ಯಾಂಕ್ಸ್ ಹೇಳಿದಾಗ ಅವಳಿಗೂ ಕೂಡ ಆಶ್ಚರ್ಯ.

"ಅರ್ಚನಾ ನಿಮ್ಮ ಗರ್ಲ್‌ಫ್ರೆಂಡಾ?" ಕೇಳಿದಳು.

"ನಾನು ಈಗ ನಿಮ್ಹತ್ರ ಮಾತಾಡ್ತಾ ಇದ್ದೀನಿ. ಬೇರೆಯವ್ರು ಇದೇ ಪ್ರಶ್ನೆ ಕೇಳ್ತಾರೆ? ಗರ್ಲ್ ಫ್ರೆಂಡಾ ಅಂದರೇನು? ಗರ್ಲ್ ಫ್ರೆಂಡ್, ಬಾಯ್‌ಫ್ರೆಂಡ್‌ನಲ್ಲಿ ನಂಗೇನು ವ್ಯತ್ಯಾಸ ಕಾಣಿಸೋಲ್ಲ" ನಿಖರ ಬಂಧವಾಗಿ ಹೇಳಿದ.

ಅವಳು ಸುಮ್ಮನೆ ಹೋದಳು.

ಕಾಲೇಜು ಯೋಚನೆಯನ್ನೇ ಬಿಟ್ಟು ನಿಶಾಂತ್ ಸರ್ಕಾರಿ ಆಸ್ಪತ್ರೆಗೆ ಧಾವಿಸಿದ. ಔಟ್ ಪೇಷಂಟ್‌ನಿಂದ ಮೇಲ್ ಸೆಕ್ಷನ್‌ನಲ್ಲಿ ಎಲ್ಲಾ ವಿಚಾರ್‍ಸಿ. ಜಾಲಾಡಿದ ಅಂಥ ಪೇಷಂಟ್ ಯಾರು ಅಡ್ಮಿಟ್ ಆಗಿರಲಿಲ್ಲ.

ಹೊರಗೆ ಕಾರಿಡಾರ್‌ನಲ್ಲಿ ನಡೆದು ಬರುತ್ತಿದ್ದಾಗ ಭಟ್ಟರು ಎದುರಾದರು. ಹಿಂದಿನ

ಪ್ರಸನ್ನಭಾವವಿಲ್ಲ ಮುಖದಲ್ಲಿ ಮಂಕುತನ.

"ಭಟ್ಟರ್ರೇ...." ಅವರ ಬಳಿಗೆ ಧಾವಿಸಿದ.

"ಬಂದ್ಯಾ....ನಿಶಾಂತ್!" ಮರುಳುಗಾಡಿನಲ್ಲಿ ಓಯಸಿಸ್ ಕಂಡಂತಾಯಿತು ಅವರಿಗೆ "ಆ ಹುಡ್ಗಿ ಮಾತು ಕೊಟ್ಟ ಪ್ರಕಾರ ನಿಂಗೆ ವಿಷ್ಯ ಮುಟ್ಸಿ ಉಪಕಾರ ಮಾಡಿದ್ಲು" ಅವರ ಮಂಕಾದ ಕಣ್ಣುಗಳಲ್ಲಿ ಮಿಣುಕು ದೀಪ ಹತ್ತಿಕೊಂಡಿತು.

ವಿಷಯ ಪೂರ್ತಿ ತಿಳಿದ ಮೇಲೆ ನಿಶಾಂತ್ ಹೃದಯ ಸ್ತಬ್ಧವಾಯಿತು. ಅಲುಮೇಲಮ್ಮ ಹಾಸಿಗೆಯಲ್ಲಿ ಬಟ್ಟೆಯಂತೆ ಸೇರಿ ಹೋಗಿದ್ದರು. ಇಡೀ ಮುಖದಲ್ಲಿ ಮಿನುಗುತ್ತಿದ್ದುದು ಕುಂಕುಮದ ಬೊಟ್ಟು ಮಾತ್ರ.

"ಡಾಕ್ಟ್ರು ಏನ್ಹೇಳಿದ್ರು ?" ಭಟ್ಟರತ್ತ ನೋಡಿದರು.

"ಬೆಡ್‌ಗೋಸ್ಕರ ಎರಡು ದಿನ ಪರಿಪಾಟಲು ಪಟ್ಟಿದಾಯ್ತು. ಬೆಳಿಗ್ಗೆ ಹೊಟ್ಟೆಯಲ್ಲಿ ಗಡ್ಡೆ ಇದೆ, ಆಪರೇಷನ್ ಆಗ್ಬೇಕೂಂದ್ರು" ಆತ ತಲೆ ಕೆಳಗೆ ಹಾಕಿದ.

ಸಂಜೆಯವರೆಗೂ ಅಲ್ಲೇ ಉಳಿದ ನಿಶಾಂತ್ ಡಾಕ್ಟರ್ ಬಳಿ ಮಾತಾಡಿದ.

"ಬಯಾಪ್ಸಿಗೆ ಕಳ್ಸಿದ್ದೀವಿ. ನೋಡ್ಬೇಕು" ಅಡ್ಡ ಗೋಡೆಯ ಮೇಲೆ ದೀಪವಿಟ್ಟರು.

ಅಲಮೇಲಮ್ಮ ಕಣ್ತುಂಬಿ ಅವನಲ್ಲಿ ಪ್ರಾರ್ಥಿಸಿಕೊಂಡರು. "ಸ್ನಾನ, ಸಂಧ್ಯಾವಂದನೆ, ಊಟವೊಂದು ಇಲ್ಲ. ಬಲವಂತಕ್ಕೆ ಬಾಳೆಹಣ್ಣು ತಿಂದು ಕತೆ ಹಾಕ್ತ ಇದ್ದಾರೆ. ಇಂದಾದ್ರೂ ಒಂದು ತುತ್ತು ಅನ್ನ ತಿನ್ಲಿ" ಅವರ ಕಣ್ಣಿಂದ ಹರಿದ ಕಂಬನಿಯನ್ನು ಸ್ವತಃ ಕೈಯಿಂದ ತೊಡೆಯದಿದ್ದರೂ ಗೋಣು ಹಾಕಿದ.

ಅವನಿಗೆ ಮನೆ ಎಲ್ಲಿದೆ? ಹಾಗೆಂದು ವಿಠೋಬನನ್ನು ಅವಮಾನಿಸಲು ಅವನಿಗೆ ಇಷ್ಟವಾಗಲಿಲ್ಲ.

"ಮನೆಗೆ ಕರ್ಕೊಂಡ್ಹೋಗ್ತೀನಿ" ಅವರಿಗೆ ಆಶ್ವಾಸನೆ ಕೊಟ್ಟ.

ಭಟ್ಟರನ್ನ ಹೊರಡಿಸುವ ವೇಳೆಗೆ ಅವನಿಗೆ ಸಾಕು ಸಾಕಾಯಿತು. ದಾರಿಯಲ್ಲಿ ಪ್ರಶ್ನಿಸಿದರು "ಈಗ ನೀನು ಎಲ್ಲಿದ್ದೀಯಾ? ಶರ್ಮ ಮನೆಯವ್ರಿಗೆ ಏನು ನಿನ್ನ ಬಗ್ಗೆ ಗೊತ್ತಿಲ್ಲ. ಚಿಕ್ಕಣ್ಣ ನಿನ್ನ ಅವ್ರ ಮನೆಯಲ್ಲೇ ಇಟ್ಕೊಂಡಿದ್ದಾರೆ, ಅಂದ್ಕೊಂಡಿದ್ದಾರೆ".

ನಿಶಾಂತ್ ಮಾತಾಡಲಿಲ್ಲ.

ಪೊಲೀಸ್ ಕ್ವಾರ್ಟರ್ಸ್‌ಗೆ ಕರೆದೊಯ್ದಾಗ ಭಟ್ಟರು ಕಕ್ಕಾಬಿಕ್ಕಿಯಾದರು. "ಇದೇನಪ್ಪ.... ಇಲ್ಲಿ?" ಬೀಗ ತೆಗೆದು ಬಾಗಿಲು ತಳ್ಳಿದ "ಸದ್ಯಕ್ಕೆ ಇಲ್ಲೇ ಇರೋದು.... ಅವರ ಬ್ಯಾಗನ್ನು ಟೇಬಲ್ಲು ಮೇಲಿಟ್ಟ.

ಸದಾ ಬಾವಿಯ ಬಳಿ ಸೇದಿ ಸ್ನಾನ ಮಾಡುತ್ತಿದ್ದ ಭಟ್ಟರು ಕೆಲವೊಮ್ಮೆ ಕಲ್ಯಾಣಿಯಲ್ಲಿಯೇ ಮೀಯುತ್ತಿದ್ದರು. ಕಾದ ನೀರನ್ನೋ ಬೇರೆಯವರು ತುಂಬಿಟ್ಟ ನೀರನ್ನೋ ಸ್ನಾನ ಮಾಡಿ ಅವ್ರಿಗೆ ಅಭ್ಯಾಸವಿಲ್ಲ. ನಿಶಾಂತ್ ಸಂಕೋಚಿಸಿದ.

"ಇವತ್ತು ಬೆಳಿಗ್ಗೆ ನೀರು ಬಂದರೆ, ಮತ್ತೆ ನಾಳೆ ನೀರು ಬರೋದು ಹತ್ತಿರದಲ್ಲಿ ಬಾವಿ, ಕಲ್ಯಾಣಿ ಯಾವ್ದು ಇಲ್ಲ."

ಭಟ್ಟರು ಅವನ ಮಾತಿಗೆ ಏನೂ ಹೇಳದೇ ಬ್ಯಾಗ್‌ನಲ್ಲಿನ ಬಟ್ಟೆಗಳನ್ನು ತಗೊಂಡು "ಬಚ್ಚಲ ಮನೆ ತೋರ್ಸಿ ಬಿಡು" ಎಂದರು.

ನಿಬ್ಬೆರಗಾದ ನಿಶಾಂತ್.

ಭಟ್ಟರು ನಿಶ್ಚಿಂತೆಯಿಂದ ಸ್ನಾನ ಮಾಡಿ ಮಡಿಯುಟ್ಟು ಬಂದರು. ಆ ಇಡೀ ಕ್ವಾರ್ಟ್‌ರ್ಸ್‌ನಲ್ಲಿದ್ದುದ್ದು ದೇವರು ಎನ್ನುವುದು ಗೋಡೆಯ ಮೇಲಿದ್ದ ವಿಠಲನ ಫೋಟೋನೇ.

ಮಂತ್ರಗಳನ್ನು ಪಠಿಸುತ್ತ ನಾಮದ ಸಲಕರಣೆಗಳನ್ನು ತಗೊಂಡು ನಾಮ ಹಾಕಿಕೊಂಡರು. ಅಲ್ಲೇ ಪ್ರದಕ್ಷಿಣೆ, ನಮಸ್ಕಾರ ಮುಗಿಸಿ ಮುಂದಿದ್ದ ಬಾಳೆಯ ಗಿಡದಿಂದ ಒಂದು ಎಲೆಯನ್ನು ಕೊಯ್ದುಕೊಂಡು ಬಂದು ಹಾಕಿಕೊಂಡರು.

"ನಿಶಾಂತ್, ಏನಾಗಿದೆ ಅದ್ನ ಬಡಿಸು" ಎಂದರು. ಬೆಳಿಗ್ಗೆ ವಿಠೋಬ ಮಾಡಿಟ್ಟಿದ್ದ ಅನ್ನ, ಹುಳಿಯ ಪಾತ್ರೆಗಳನ್ನು ತಂದು ಮುಂದಿಟ್ಟ.

"ಅಕ್ಕಿ, ಬೇಳೆಗಳ್ನ ಕೊಡ್ತೀನಿ ತಾವೇ...." ಮುಂದೆ ಹೇಳಲಾರದೆ ಹೋದ. ಭಟ್ಟರು ಅವನ ಮಾತಿನತ್ತ ಗಮನ ಕೊಡದೆ ಬಡಿಸುವಂತೆ ಸನ್ನೆ ಮಾಡಿದರು.

ತೃಪ್ತಿಯಾಗಿ ಒಂದು ಮಾತು ಆಡದೇ ಊಟ ಮಾಡಿ ತಾವೇ ಎಲೆ ಎತ್ತಿ ಗೋಮವಿಟ್ಟು ಹಾಸಿದ ಚಾಪೆಯ ಮೇಲೆ ಬಂದು ಕೂತರು.

"ಹಳ್ಳಿ ಬಿಟ್ಟ ಹಿಂದಿನ ದಿನ ಊಟ ಮಾಡಿದ್ದು ಪರಮಾತ್ಮ ಸಂತೃಪ್ತಿಗೊಂಡ" ತಮ್ಮ ಚೀಲವನ್ನೇ ದಿಂಬಾಗಿಸಿಕೊಂಡು ಮಲಗಿಬಿಟ್ಟರು.

ನಿಶಾಂತ್ ಅವರನ್ನೇ ನೋಡಿದ. ಎಂದೂ ಜಾತಿ, ಮತಗಳ ಬಗ್ಗೆ ಮಾತಾಡದ ಅವರು ನೀತಿ, ನಿಯಮ, ನಿಷ್ಠೆಯಿಂದ ಬದುಕುತ್ತಿದ್ದರು. ದೇವರ ಪೂಜೆಯನ್ನ ಭಕ್ತಿಯಿಂದ ಮಾಡುತ್ತಿದ್ದರು. ಹಿಡಿ ಅನ್ನಕ್ಕಾಗಿ ಮಾಡುವ ಕೈಂಕರ್ಯವಾಗಿರಲಿಲ್ಲ ಅದು ಅವರ ಪಾಲಿಗೆ.

ಸಂಜೆಯವರೆಗೂ ಮೇಲಕ್ಕೇಳಲಿಲ್ಲ. ಎದ್ದಾಗ ಸ್ವಲ್ಪ ಪ್ರಸನ್ನರಾಗಿದ್ದರು. ತಮ್ಮ ಕೈ ಚೀಲದಿಂದ ಒಂದು ಪುಟ್ಟ ಗಂಟನ್ನ ತೆಗೆದವರು ಬಿಚ್ಚಿ ಅದರಲ್ಲಿನ ನೋಟಿನ ಮಡಿಕೆಯನ್ನು ಚಾಪೆಯ ಮೇಲಿಟ್ಟರು.

"ಎರಡು ಸಾವಿರ ರೂಪಾಯಿ ಇದೆ. ಚಿಕ್ಕಣ್ಣ ನಿನ್ನ ಓದಿಗೇಂತ ನನ್ನಲ್ಲಿ ಕೊಟ್ಟಿದ್ದ, ತೆಗ್ದು ಇಟ್ಕೋ, ನಾಳೆ ಹಳ್ಳಿಗೆ ಹೋಗಿಬಿಡ್ತೀವಿ" ಎಂದರು.

ಅವನಿಗೆ ಗಾಬರಿಯಾಯಿತು. "ಹೇಗೆ ಕರ್ಕೊಂಡ್ಹೋಗ್ತೀರಿ. ಅವ್ರನ್ನ ಈ ಸ್ಥಿತಿಯಲ್ಲಿ? ಆಪರೇಷನ್ ಮಾಡಿದ್ರೆ ಡಾಕ್ಟ್ರು ಸರಿ ಹೋಗುತ್ತೆ ಅಂದ್ರು. ಅವ್ರು ಹೋಗೂನ್ನೋವರ್ಗ್ಗೂ.... ಇರ್ಬೇಕು" ಹೇಳಿದ.

ಭಟ್ಟರು ತಲೆಯಾಡಿಸಿಬಿಟ್ಟರು.

"ಆಗೋಲಪ್ಪ, ಎಷ್ಟು ದಿನ ಅವ್ಳ ಆಯುಸ್ಸು ಇರುತ್ತೋ ಅಲ್ಲಿವರ್ಗ್ಗೂ ಇರ್ತಾಳೆ. ಇಷ್ಟು

ದಿನ ನನ್ನ, ಕೇಶವನ ಸೇವೆ ಮಾಡಿದ್ದಾಳೆ. ಮುಂದೆ ನಾನು ಅವ್ಳ ಸೇವೆ ಮಾಡ್ತೀನಿ'' ಅವರು ತೀರ್ಮಾನಕ್ಕೆ ಬಂದಂತೆ ಕಂಡರು.

ಬಲು ಒತ್ತಾಯದ ನಂತರವೇ ಅವರು ಬಾಯಿ ಬಿಟ್ಟಿದ್ದು ಇರೋ ಅಷ್ಟಿಷ್ಟು ಚಿನ್ನಾನೂ ಮಾರಿ ಐನೂರು ಹೊಂದಿಸಿಕೊಂಡು ಬಂದಿದ್ದರು. ಗೋಡೆ ಗೋಡೆಯು ಲಂಚ ಭೇಡಿ ಅವರನ್ನೇ ಸೂರೆ ಮಾಡಿತ್ತು. ಬರಿಗೈ ನಂತರದ ಸ್ಥಿತಿಯೇನೆಂದು ಅವರಿಗೆ ಅರ್ಥವಾಗಿತ್ತು. ಅದಕ್ಕೆ ಹಿಂದಿರುಗಲು ನಿಶ್ಚಯಿಸಿದ್ದರು.

''ಇನ್ನೊಂದ್ಮಾತೂ ಬೇಡ. ಹೇಗೂ ಈ ಹಣ ನಂದೇ. ನಂಗೆ ಈಗ ಅದ್ರ ಅಗತ್ಯವಿಲ್ಲ. ಅಮ್ಮನ ಕಾಯಿಲೇನ ವಾಸಿ ಮಾಡ್ಸಿ. ಎಲ್ಲಾ ನಂಗೆ ಬಿಡಿ'' ಎಂದ.

ಅವರು ಬಡಪಟ್ಟಿಗೆ ಒಪ್ಪಲಿಲ್ಲ. ಒಪ್ಪಿಸುವ ವೇಳೆಗೆ ಅವನು ಸಾಕು ಸಾಕಾದ.

* * *

ಅರ್ಚನಾ, ತರಂಗಿಣಿ ಲ್ಯಾಬ್‌ನಿಂದ ಹೊರಗೆ ಬಂದಾಗ ಲೈಬ್ರರಿ ಕಡೆಯಿಂದ ಬರುತ್ತಿದ್ದ ನಿಶಾಂತ್ ಕಂಡ. ಆ ನಂತರ ಅವನನ್ನು ನೋಡೇ ಇರಲಿಲ್ಲ.

ಶರ್ಮ ಮಗಳಿಗೆ ಎಚ್ಚರಿಸಿದ್ದರು. ''ನಿನ್ನ ಅತಿಶಯವಾದ ಸಂವೇದನೆಯಿಂದ ಯಾರ್ಗೂ ಒಳ್ಳೇದಲ್ಲ, ಇನ್ಮೇಲೆ ಇಂಥದ್ದು ಕೂಡದು. ನಿಶಾಂತ್ ನಿನ್ನ ಕ್ಲಾಸ್‌ಮೇಟಲ್ಲ, ಅಜಿತ್‌ನ ಫ್ರೆಂಡ್ ಅಲ್ಲ, ನಿನ್ನ ತಂದೆಗೆ ಬೇಕಾದವ್ರ ಮಗ ಮೊದ್ಲೇ ಇಲ್ಲ. ಇದನ್ನೆಲ್ಲ ನೀನು ಗಮನದಲ್ಲಿಟ್ಕೋ.''

ಮುಖ ತಿರುವಿದಳು. ''ಅಂದರೇ ನಂಗೆ ಸ್ವತಂತ್ರನೇ ಬೇಡ್ವಾ! ನಿಮ್ಗೆ ಏನಾದರೂ ಆದವರೊಡನೆಯೇ ನನ್ನ ಫ್ರೆಂಡ್‌ಶಿಪ್, ಇದ್ನ ನಾನು ಒಪ್ಪೋಲ್ಲ. ನಿಶಾಂತ್ ಒಬ್ಬ ಒಳ್ಳೆ ಸ್ನೇಹಿತ'' ತಾಯಿಯ ಮುಂದೆ ಗೊಣಗಿ ಸಮರ್ಥಿಸಿಕೊಂಡಿದ್ದಳು.

''ಬೇಡ ಅಂದ್ಮೇಲೆ.... ಬೇಡ'' ಭವಾನಿ ಕೂಡ ರೇಗಿದ್ದರು. ಅದನ್ನ ಈ ಸಮಯದಲ್ಲಿ ಮರೆತುಬಿಟ್ಟಳು.

''ಹಲೋ ನಿಶಾಂತ್, ಸಿಗಲೇ ಇಲ್ಲ. ಊರಿನಲ್ಲಿ ಇರಲಿಲ್ವಾ?'' ಕೇಳಿದಳು.

''ಅಂದಿನಿಂದ ನಾನು ಕಾಲೇಜಿಗೆ ಬಂದೇ ಇಲ್ಲ.'' ಚುಟುಕಾಗಿತ್ತು ಉತ್ತರ.

''ಜುಟ್ಟು, ನಾಮ....'' ಎಂದಾಗ ನಕ್ಕುಬಿಟ್ಟ.

''ಅವ್ರು ನೆನ್ನೆ ಹಳ್ಳಿಗೆ ಹೋದ್ರು. ಕ್ಯಾಂಟೀನ್ ಕಡೆಗಾ? ಹೋಗ್ಬನ್ನಿ'' ನಿಲ್ಲದೇ ಹೊರಟು ಬಿಟ್ಟ.

ತರಂಗಿಣಿಗೆ ಅಂದಿನ ವಿಷಯವನ್ನ ತನ್ನ ಸೈಕಲ್ ರೇಸನ್ನು ತಿಳಿಸುವುದರ ಜೊತೆಗೆ ತಂದೆಯ ಪಾಲಿಸಿಯನ್ನು ಅವಳ ಮುಂದೆ ಯದ್ವಾತದ್ವಾ ಟೀಕಿಸಿದ್ದಳು.

''ನಿಶಾಂತ್ ಅಂಥವ್ರು ಅಪರೂಪ ಅಲ್ವಾ?'' ಅರ್ಚನಾ ರಾಗ ಎಳೆದಾಗ ತರಂಗಿಣಿ ಏನು ಹೇಳದಿದ್ದರೂ ಹೌದೆನಿಸಿತು.

ನಾಲ್ಕೈದು ಜನರನ್ನು ಕಟ್ಟಿಕೊಂಡು ಎದುರಾದ ಅಜಿತ್‌ನ ನೋಡಿ ಅರ್ಚನಾ ಮೂತಿ

ತಿರುವಿದಳು. "ನಂಗೆ ಇದು ಇಷ್ಟವಾಗೋಲ್ಲ. ಒಂಟಿಯಾಗಿ ಓಡಾಡೋ ಅಭ್ಯಾಸನೇ ಇಲ್ಲ. ಹಿಂಡು ಹಿಂಡು ಜನರನ್ನು ಹಿಂದೆ ಇಟ್ಕೊಂಡ್ ಓಡಾಡೋರು ರಾಜಕಾರಣಿಗಳು, ಪುಂಡರು. ಇವ್ನು ಯಾರ ಗುಂಪಿಗೆ ಸೇರ್ತಾನೋ?" ಎಂದಳು.

ಅಜಿತ್ ಅವಳ ಕೈ ಹಿಡಿದು ಪಕ್ಕಕ್ಕೆ ಕರೆದುಕೊಂಡು ಹೋದ.

"ನಿಶಾಂತ್ ಜೊತೆ ಯಾಕೆ ಮಾತಾಡ್ದೆ?" ಪಿಸುದನಿಯಲ್ಲಿ ಪ್ರಶ್ನಿಸಿದ.

ಅಚ್ಚರಿಯ ನೋಟ ಬೀರಿದಳು ಅವನತ್ತ "ಅದ್ರಿಂದ ನಿಂಗೇನಾಯ್ತು. ಯಾರ್ಹತ್ರನಾದ್ರೂ ಮಾತಾಡೋಕೆ ನಿನ್ನಿಂದ ಪರ್ಮಿಷನ್ ತಗೋಬೇಕಾ?" ಎಂದವಳು ಅತ್ತಿತ್ತ ನೋಡಿದಳು.

"ಬೇರೆಯವ್ರ ಸುದ್ದಿ ಬೇಡ. ನಿಶಾಂತ್ ಜೊತೆ ಮಾತು ಬೇಡಾಂತ ಡ್ಯಾಡಿ ಹೇಳಿಲ್ವಾ? ಅವನಂಥವ್ರ ಜೊತೆ ಯಾಕೆ?" ಪಿಸು ದನಿಯಲ್ಲಿಯೇ ರೋಫ್ ಹಾಕಿದ.

ಅಷ್ಟು ದೂರದಲ್ಲಿ ನಿಂತ ಅವನ ಗೆಳೆಯರ ಹಿಂಡನ್ನು ನೋಡಿದಳು. ಕೊಬ್ಬಿದ ಗೂಳಿಗಳಂತೆ ಕಂಡರು.

"ನನ್ನಿಷ್ಟ...." ಅರ್ಚನಾ ಮುಖ ತಿರುಗಿಸಿಕೊಂಡು ಹೋಗಿಬಿಟ್ಟಳು.

"ನಡೀ.... ತರಂಗಿಣಿ...." ಅವಳ ಕೈ ಹಿಡಿದು ಹೆಚ್ಚು ಕಡಿಮೆ ಎಳೆದೊಯ್ದುಬಿಟ್ಟಳು.

"ನಿಶಾಂತ್ ಹತ್ರ ಮಾತಾಡ್ಬಾರದಂತೆ. ಇವನಿಗೇಕೆ? ದೊಡ್ಡ ಪಟಾಲಂನ ಕಟ್ಟಿಕೊಂಡು ಓಡಾಡ್ತಾನೆ? ನಾನೆಂದಾದ್ರೂ ಕೇಳಿದ್ದೀನಾ? ದಬ್ಬಾಳಿಕೆ...." ಕಾರಿಡಾರ್‌ನಲ್ಲಿ ನಿಲ್ಲಿಸಿದ್ದ ಕಾರಿನತ್ತ ನಡೆದಳು.

ಪರ್ಸ್ ತೆಗೆದು ನೋಡಿದಳು. ಕೀ ಬಂಚ್ ಇತ್ತು ಡೋರ್ ಓಪನ್ ಮಾಡಿ ಹತ್ತಿ ಕೂತಳು.

"ಬಾ.... ತರಂಗಿಣಿ, ಅವ್ನಿಗೆ ಪನಿಷ್‌ಮೆಂಟ್. ಏನಾದ್ರೂ ಮಾಡ್ಕೊಳ್ಳಿ" ಕೋಪ ಪ್ರದರ್ಶಿಸಿದಳು.

ದಢ ದಢ ಮಾತಾಡುವ ಅಭ್ಯಾಸವಿಲ್ಲದ ತರಂಗಿಣಿ ನಿಶ್ಯಬ್ದವಾಗಿ ಹತ್ತಿ ಕೂತಳು. ಕಾರು ವೇಗವಾಗಿ ಮುಂದಕ್ಕೆ ಹೋಯಿತು. ಹದಿನೆಂಟು ತುಂಬದ ಅವಳಿಗೆ ಡ್ರೈವಿಂಗ್ ಲೈಸನ್ ಇಲ್ಲವೆಂದು ಗೆಳತಿಗೆ ಗೊತ್ತು.

"ನಿಧಾನವಾಗಿ ಡ್ರೈವ್ ಮಾಡು" ತರಂಗಿಣಿ ಹೇಳಿದಳು.

"ಆಕ್ಸಿಡೆಂಟ್ ಮಾಡೋಲ್ಲ ಸುಮ್ಮನಿರು"ಧೈರ್ಯ ಹೇಳಿದಳು.

ಕಾರಿನ ವೇಗವೇನು ತಗ್ಗಲಿಲ್ಲ. ಆದರೆ ದಾರಿಯಲ್ಲಿ ಆಕ್ಸಿಡೆಂಟ್ ಮಾಡದಿದ್ದರೂ ಅವರ ಬಂಗ್ಲೆಯ ಗೇಟಿಗೆ ಬಂದು ಗುದ್ದಿದಳು. ಮುಂದಿನ ಲೈಟ್‌ನ ಗಾಜೊಡೆಯಿತು ಅಷ್ಟೆ. ಇಬ್ಬರಿಗೂ ಪೆಟ್ಟಾಗದಿದ್ದರೂ ಚೇತರಿಸಿಕೊಳ್ಳಲು ನಿಮಿಷಗಳು ಬೇಕಾಯಿತು.

"ದಾರಿಯಲ್ಲಿ ಆಕ್ಸಿಡೆಂಟ್ ಮಾಡಿ ಆಸ್ಪತ್ರೆ, ಪೊಲೀಸ್ ಸ್ಟೇಷನ್ ಸೇರಲಿಲ್ಲ ಅನ್ನೋದೇ ಸಮಾಧಾನ" ತರಂಗಿಣಿ ಹೊರಗೆ ಇಳಿದುಕೊಂಡಳು.

ವಾಚ್‌ಮನ್ ಗಾಬರಿಯಾಗಿ ನೋಡುತ್ತಿದ್ದ. ತರಂಗಿಣಿ ಕೂಡ ಅಲ್ಲಿಯೇ ಇಳಿದು ಬಂದಳು.

"ಒಳ್ಳಗಡೇ.... ತಳ್ಳಿ ಬಿಡು. ಆಮೇಲೆ ಏನಾದ್ರೂ ಮಾಡ್ಕೊಳ್ಳಿ. ಒಂದ್ನಿಮಿಷ ಬಾ.... ಈಗ ನಿನ್ನ ಹೆಲ್ಪ್ ಬೇಕು" ಬಲವಂತದಿಂದ ಎಳೆದೊಯ್ದಳು ಅರ್ಚನಾ.

ಭವಾನಿಯ ಮುಂದೆ ದೊಡ್ಡ ರಾಮಾಯಣ ತೆಗೆದಳು "ನಾನು ಈ ಮನೆ ಮಗಳು ಅಲ್ವಾ? ನಂಗೂ ಅಜಿತ್‌ನಷ್ಟೇ ಸ್ವಾತಂತ್ರ್ಯ ಇದೆ. ನನ್ನ ಸ್ವಾತಂತ್ರ್ಯನ ಮೊಟಕುಗೊಳಿಸೋಕೆ ಯಾರ್ಗೂ ಅವಕಾಶ ಕೊಡೋಲ್ಲ."

ಮಗಳ ಮಾತುಗಳೊಂದು ಆಕೆಗೆ ಅರ್ಥವಾಗಲಿಲ್ಲ.

"ವಿವರಿಸದ ಹೊರತು ನಾನು ಏನ್ಹೇಳ್ಲಿ? ಅವ್ಳ ಸ್ವತಂತ್ರವನ್ನ ಯಾರು ಮೊಟಕುಗೊಳಿಸೋಕೆ ಸಾಧ್ಯವಿಲ್ಲ. ಆದರೆ.... ಅಂಥ ಮಾನಸಿಕ ಸ್ಥಿತಿಯಲ್ಲೇ ಹೆಣ್ಣಿಲ್ಲ. ಅವ್ಳು ತನಗಿಂತ ತನ್ನವರೆನಿಸಿಕೊಂಡವ್ರ ಬಗ್ಗೆ ಸದಾ ಯೋಚಿಸ್ಸಿ ಸ್ವಂತ ಆಸೆ, ಆಕಾಂಕ್ಷೆಗಳನ್ನ ಬಲಿಕೊಟ್ಟು ಬಿಡ್ತಾಳೆ" ಯಾಕೋ ಆ ಕ್ಷಣ ಭಾವುಕರಾಗಿ ಬಿಟ್ಟರು. ನೆನಪುಗಳು ಭವಾನಿಯನ್ನು ಘಾಸಿ ಗೊಳಿಸಿರಬೇಕು.

"ನಿಶಾಂತ್ ಜೊತೆ ಮಾತಾಡಿದಕ್ಕೆ ಅಂದು ಡ್ಯಾಡಿಯ ಅಬ್ಜೆಕ್ಷನ್ ಇಂದು ಅಜಿತ್ ವಿರೋಧ. ಯಾಕೆ? ನಾನೇನಾದ್ರೂ ಅವ್ನ ಸುದ್ದಿಯಲ್ಲಿ ತಲೆ ಹಾಕ್ತೀನಾ?" ಆರೋಪಿಸಿದಳು.

ಆಕೆಯ ಮುಖ ಮತ್ತಷ್ಟು ಗಂಭೀರವಾಯಿತು. ಅದೊಂದು ದೊಡ್ಡ ವಿಷಯವಲ್ಲ. ಹಗುರವಾಗಿ ತಗೊಂಡರೇ ಸರಿಹೋದೀತು!

"ನಾನು ಅಜಿತ್‌ಗೆ ಹೇಳ್ತೀನಿ, ಬಿಡು" ಎಂದರು.

"ನೋ, ಅವ್ನ ರೀತಿಯೇನು ಸರಿ ಹೋಗೋಲ್ಲ. ವ್ಯಕ್ತಿತ್ವಕ್ಕೆ ಧಕ್ಕೆ ಬಂದಾಗ ಸ್ವಂತವೇ ಪ್ರತಿಭಟಿಸ್ಬೇಕು. ನಾನು ಅದ್ನ ಮಾಡ್ತೀನಿ" ಮೊಂಡು ಹಿಡಿದಳು.

ತರಂಗಿಣಿಯ ಜೊತೆ ಹೊರಡುವ ಮುನ್ನ ಹೇಳಿದಳು.

"ಅಜಿತ್ ಬಂದು ಎಕ್ಸ್‌ಕ್ಯೂಜ್ ಕೇಳೋವರ್ಗೂ.... ನಾನು ಬರೋಲ್ಲ" ಮಗಳ ಮುಖದ ಮೇಲಿನ ಹಟ ನೋಡಿ ಆಕೆ ಗಾಬರಿಯಾದರು. "ಅಷ್ಟೆ ತಾನೇ, ಕೇಳ್ತಾನೆ" ಅವಳನ್ನು ಇರಿಸಿಕೊಳ್ಳಲು ನೋಡಿದರು. ಅರ್ಚನಾ ನಿಲುವು ಬದಲಾಗಲಿಲ್ಲ.

ಮಗಳ ಪ್ರಬುದ್ಧತೆ, ಸ್ವತಂತ್ರ ಧೋರಣೆಯನ್ನು ಆಕೆ ಒಳಗೊಳಗೆ ಮೆಚ್ಚಿಕೊಂಡಿದ್ದರು. ಸಮಸ್ಯೆಗಳನ್ನು ನೇರವಾಗಿ ಎದುರಿಸುವ ಅರ್ಚನಾ ಸಂಬಂಧಗಳನ್ನು ಕೂಡ ಲೆಕ್ಕಕ್ಕೆ ಇಡಲಾರಳೆನಿಸಿತು. ಒಂದು ರೀತಿಯಲ್ಲಿ ಸಂತೋಷವೇ.

ಓಡಿ ಬಂದ ಅಜಿತ್ "ಮಮ್ಮಿ, ಅರ್ಚನಾ ನನ್ನ ಕಾರನ್ನ ಆಕ್ಸಿಡೆಂಟ್ ಮಾಡಿದ್ದಾಳೆ." ಮಗನ ಮಾತಿನಿಂದ ಆಕೆಯ ಎದೆಬಡಿತ ಕ್ಷಣ ಕಾಲ ಸ್ತಬ್ಧವಾಯಿತು.

ಕೈ ಹಿಡಿದು ಎಳೆದೊಯ್ದ ಅಜಿತ್. ಭವಾನಿ ಚಲನೆ ಇಲ್ಲದೆ ಸ್ತಬ್ಧಚಿತ್ರವಾದರು.

ಒಡೆದ ಕಾರಿನ ಮುಂದಿನ ಲೈಟುಗಳ ಕಡೆ ತಾಯಿಯ ಗಮನ ಸೆಳೆದ. ಮುಂದಿನ ವಿನ್ಯಾಸ ಪೂರ್ತಿ ಬದಲಾಗಿತ್ತು.

ಅಜಿತ್ ತುಂಬ ನೊಂದುಕೊಂಡು "ಡ್ಯಾಡಿ, ನನ್ನ ಬರ್ತ್‌ಡೇಗೆ ಪ್ರಸೆಂಟ್ ಮಾಡಿದ್ದು."

ಆಕೆ ಮಗನನ್ನ ತಡೆದು "ಎಲ್ಲಿ ಆಕ್ಸಿಡೆಂಟ್ ಆಗಿದ್ದು?" ಕೇಳಿದರು.

"ನಮ್ಮ ಗೇಟಿಗೆ...." ಎಂದ.

ಭವಾನಿ ನಕ್ಕುಬಿಟ್ಟರು "ಅಂತು ಕಂಪ್ಲೇಂಟ್ ಮಾಡೋರಿಲ್ಲ. ಒಂದು ರೀತಿಯಲ್ಲಿ ನಿಶ್ಚಿಂತೆ". ಆತಂಕ ಪರಿಹಾರ ಮಾಡಿಕೊಂಡವರಂತೆ ನಿಟ್ಟುಸಿರು ಬಿಟ್ಟರು.

"ಎಲ್ಲಿ.... ಅರ್ಚನಾ?" ಸುತ್ತಲೂ ನೋಟ ಹರಿಸಿದ.

"ನೀನ್ಹೋಗಿ ಅಪಾಲಜಿ ಕೇಳೋವರ್ಗೂ ಅವ್ಳು ಬರೋಲ್ವಂತೆ. ತರಂಗಿಣಿ ಮನೆಗೆ ಹೋದ್ಲು" ಎಂದಳು.

"ಕಳ್ಳನಿಗೊಂದು ಪಿಳ್ಳೆ ನೆವ. ಅಲ್ಲಿಯೇ ಇದ್ಕೊಳ್ಳಿ ಬಿಡು. ನನ್ನ ಕಾರು ಹಾಳಾಯ್ತು" ಭುಸುಗುಟ್ಟಿದ.

ಭವಾನಿ ಮಗನನ್ನ ತದೇಕಚಿತ್ತರಾಗಿ ನೋಡಿದರು. ಅವನ ವಯಸ್ಸಿಗೆ ಈ ಹುಡುಗುತನ, ಅಪ್ರಬುದ್ಧತೆ ಹೆಚ್ಚೆನಿಸಿತು.

"ನಿನ್ನ ಅರ್ಚನಾ ಮಧ್ಯೆ ಕಾಂಟ್ರವರ್ಸಿ ಯಾಕೆ?" ಕೇಳಿದರು.

ಅಜಿತ್ ಮುಖ ಇಷ್ಟು ದಪ್ಪ ಮಾಡಿದ.

"ಅವ್ಳು ಪಿರ್ಯಾದು ಕೊಟ್ಟು ಹೋಗಿರಬೇಕಲ್ಲ. ನಿಶಾಂತ್‌ನ ಅವಳಾಗಿ ಮಾತಾಡಿಸಿದ್ದಾಳೆ ಯಾಕೆ?" ಅಪೋಜಿಷನ್ ಪಾರ್ಟಿಯ ಲೀಡರ್‌ನಂತೆ ಪ್ರಶ್ನಿಸಿದ.

"ನಿಂದು ಟೂ ಮಚ್. ಅಷ್ಟೊಂದು ಅವ್ಳ ಸ್ವಾತಂತ್ರ್ಯನ ಮೊಟಕು ಮಾಡೋಕೆ ಯಾರ್ಗೂ ಅಧಿಕಾರವಿಲ್ಲ. ನಿಶಾಂತ್‌ನ ಮಾತಾಡಿಸಿದ್ದು ದೊಡ್ಡ ವಿಷ್ಯವೇನು ಅಲ್ಲ. ಕೋ ಎಜುಕೇಷನ್ ಇರೋ ಕಡೆ ಹುಡುಗರು, ಹುಡುಗಿಯರು ಮಾತಾಡೋದೇನು ತಪ್ಪಲ್ಲ. ಆದರೆ, ಅಂಥ ವಿಷಯದಲ್ಲಿ ತಲೆ ಹಾಕೋ ನಿಂದೇ ತಪ್ಪು" ಮಗಳ ಪಕ್ಷ ವಹಿಸಿದರು.

ಅದನ್ನ ಒಪ್ಪಲು ಅಜಿತ್ ಸಿದ್ಧನಿಲ್ಲ "ಇಲ್ಲಿ ಸ್ವತಂತ್ರದ ವಿಷ್ಯ ಬರೋಲ್ಲ ಮಮ್ಮಿ. ಅವ್ಳು ನಿಶಾಂತ್ ಕೂಡ ಮಾತಾಡ್ಬಾರ್ದು., ಮಾತಾಡಕೂಡ್ದು" ಅವನ ಸ್ವರದಲ್ಲಿ ಭಯಂಕರ ಹಟ ಇತ್ತು.

"ಯಾಕೆ, ಅವ್ನು ಪುಂಡನಾ, ಪೋಕರಿಯಾ ಅಥವಾ ಅದಕ್ಕೂ ಮೀರಿದ ಕ್ರಿಮಿನಲ್ಲಾ?" ತಾಯಿಯ ಪ್ರಶ್ನೆಗೆ ಉತ್ತರಿಸಲು ತಡಕಾಡಿದ. ಬಹುಶಃ ಅವನು ಇದು ಯಾವುದೂ ಅಲ್ಲ ಹಾಗಂತ ಅವನನ್ನು ಒಪ್ಪಿಕೊಳ್ಳಲಾರ. "ಎಲ್ಲಕ್ಕೂ ಮೀರಿದ ಅಹಂಕಾರಿ. ದೊಡ್ಡ ಸ್ವಾಭಿಮಾನಿ. ಮಗ್ಗಲು ಮುರಿದಾಗಲೇ ಅವನಿಗೆ ಬುದ್ಧಿ ಬರೋದು" ಆಗಲೂ ಕೂಡ ಅವನ ಮುಖದಲ್ಲಿ ಕೋಪ ಸ್ಪಷ್ಟವಾದಾಗ ಆಕೆ ಗಾಬರಿಕೊಂಡರು.

"ಮಮ್ಮಿ, ನಿಶಾಂತ್ ಪೇಪರ್ ಬಿಲ್ ಕಲೆಕ್ಷನ್ ಮುಗ್ಸಿಕೊಂಡು ಹೋಗ್ತಾ ಇರೋವಾಗ ಯಾರೋ ದಾಂಢಿಗರು ಅವನನ್ನು ಹೊಡೆದು ಹಣ ಕಿತ್ತುಕೊಂಡ್ಹೋಗಿದ್ದಾರೆ" ಅಂದು ಬಂದು ಹೇಳಿದ ಮಗಳ ಮಾತುಗಳನ್ನು ನೆನೆಸಿಕೊಳ್ಳುವುದರ ಜೊತೆ ತಾಳೆ ಹಾಕಿದರು.

ಭವಾನಿ ಮಗನ ತೋಳಿಡಿದುಕೊಂಡರು "ನಿಂಗ್ಯಾಕೆ ಆ ಬಡ ಹುಡುಗನ ಮೇಲೆ ದ್ವೇಷ.

ಅಪ್ಪು ನಮ್ಮಲ್ಲಿ ಸಹಾಯ ಕೇಳ್ದ ಅಂತ ಒಂದೇ ಕಾರಣಕ್ಕೆ ಅವ್ನ ಮೇಲೆ ಜಿದ್ದು ಸಾಧಿಸೋದು ಒಳ್ಳೆದಲ್ಲ. ನಿನ್ನ 'ಅಹಂಕಾರ' ಪದ ಬಳಕೆಯ ಇನ್ನೊಂದು ಅರ್ಥ 'ಸ್ವಾಭಿಮಾನ'. ಅಂದಿನ ತಪ್ಪು ನಮ್ಮದೆ. ಖಾಲಿಯಾದ ಒಂದು ಛೇರ್ ಇದ್ದರೂ 'ಕುಳಿತುಕೋ' ಎಂದು ಹೇಳಿದರೆ ನಮ್ಮ ' ಪ್ರೆಸ್ಟಿಜ್' ಎಲ್ಲಿ ಕಡ್ಮೆಯಾಗುತ್ತೋಂತ ಯೋಚಿಸಿದ್ವಿ. ಜೀವನಚಕ್ರದ ತಿರುಗಾಲಿಯಲ್ಲಿ ಯಾರು ಮೇಲೋ, ಯಾರು ಕೀಳೋ...." ಆಕೆಯ ಎದೆಯಾಳದಿಂದ ಒತ್ತಿಕೊಂಡು ಬಂದ ನೋವು, ವ್ಯಥೆ ನಿಟ್ಟುಸಿರಿನ ರೂಪದಲ್ಲಿ ಹೊರಬಿತ್ತು.

ಅಜಿತ್ ವಿಚಲಿತನಾದ "ನಾನು ಒಪ್ಪೋಲ್ಲ. ಅವ್ನ ಅಹಂಕಾರ ಮುರ್ದು ಬೀಳಬೇಕು. ಅಪ್ಪು ನಮ್ಮಲ್ಲಿಗೆ ಸಹಾಯಕ್ಕೆ ಬರ್ಬೇಕು" ಅವನನ್ನು ಮಣಿಸಲೇಬೇಕೆಂಬ ಕೆಟ್ಟ ಹಠ ಅವನಲ್ಲಿ ವಿಜೃಂಭಿಸಿತು.

ಆಕೆ ಚಿಂತಿತರಾದರು. ಇದು ಯಾರ ಭವಿಷ್ಯಕ್ಕೂ ಒಳ್ಳೆಯದಲ್ಲವೆಂದು ಆಕೆಗೆ ಗೊತ್ತು. ಹಟದ ಬೃಹತ್ ವೃಕ್ಷ ಶರ್ಮ ಅವರ ಮಗ ಅಜಿತ್. ಅದೇ ಗುಣ. ಗೆಲುವು, ಸೋಲುಗಳ ಬಗ್ಗೆ ತಲೆ ಕೆಡಿಸಿಕೊಳ್ಳುವುದು ಆಕೆಗೆ ಬೇಡವೆನಿಸಿತು.

"ಬೇಡ ಅಜಿತ್, ಅವ್ನು ನಿನ್ನ ಸ್ಟೇಟಸ್‌ಗೆ ಸಮವಲ್ಲ. ಸಾಟಿಯಲ್ಲ. ಫ್ರೆಂಡ್‌ಶಿಪ್, ಛಾಲೆಂಜ್ ಆಗ್ಲಿ ಸಮಾನಸ್ಥರಲ್ಲಿ ಇರ್ಬೇಕು. ನಿಶಾಂತ್ ಜೊತೆ ಇದು ಯಾವ್ದು ಬೇಡ" ಬುದ್ಧಿ ಹೇಳಿದರು.

ಅವನು ಅಂದಿದ್ದು ಮರೆಯಬಲ್ಲ, ನಿಶಾಂತ್ ಕುತ್ತಿಗೆಯ ಪಟ್ಟಿಗೆ ಕೈ ಹಾಕಿದ್ದಾಗಲಿ, ಅವನು ಸ್ವಾಭಿಮಾನದಿಂದ ತಲೆಯೆತ್ತಿ ಹೇಳಿದಾಗಲೀ ಅವನು ಮರೆಯಲಾರ.

"ಅವನ ಜೊತೆ ಮಾತು ಬೇಡಾಂತ ಅರ್ಚನಾಗೆ ಹೇಳು" ಅದೇ ಹಟಮಾರಿತನ "ಆಯಿತು ಬಿಡು, ಸಿಕ್ಕಾಗ ಮಾತಾಡಿಸಬಹುದೇ ವಿನಃ ಅವನ್ನೇನು ಅವ್ಳು ಹುಡ್ಕಿಕೊಂಡು ಹೋಗೋಲ್ಲ. ಅವ್ಳು ಶರ್ಮ ಅವರ ಮಗಳೇ, ನಿನ್ನಷ್ಟೆ ಹಟ ಅವ್ಳಿಗೂ ಇರುತ್ತೆ. ಏನು ಹೇಳೋಕೆ ಹೋಗ್ಬೇಡ" ಅವನನ್ನು ಮನವೊಲಿಸಲು ನೋಡಿದರು.

ಅಜಿತ್ ಎದ್ದು ಹೋದ. ಆದರೆ ಎರಡು ಸಲ ಫೋನ್ ಮಾಡಿದರೂ ಅರ್ಚನಾ ಬರಲಿಲ್ಲ.

"ಅಜಿತ್ ಅಪಾಲಜಿ ಕೇಳೋವರ್ಗೂ ಬರೋಲ್ಲ. ಅವನದೇ ತಪ್ಪು" ಅವಳದು ಅದೇ ಪಟ್ಟು. ಭವಾನಿಗೆ ಸಾಕು ಸಾಕಾಯಿತು.

ಗಂಡನವರೆಗೂ ಇದು ಹೋಗುವುದು ಆಕೆಗೆ ಇಷ್ಟವಿಲ್ಲ. ನಿಶಾಂತ್ ಬಗ್ಗೆ ಸಹಾನುಭೂತಿಗಿಂತ ಕೋಪವೇ ಹೆಚ್ಚಾಗಿದೆಯೆಂದು ಆಕೆಗೆ ಗೊತ್ತು.

ಇಬ್ಬರ ಮನವೊಲಿಸಿ ಸಾಕಾದ ಭವಾನಿ ತಾವೇ ಹೊರಟರು. ಹೊರಡುವುದಕ್ಕೆ ಮೊದಲು ಶರ್ಮ ಪಿ.ಎ.ನ ಸಂಪರ್ಕಿಸಿ ಇನ್ನು ಬರುವುದು ತಡವೆಂದೇ ತಿಳಿದು ಹೊರಟರು.

ಆದರೆ ಭವಾನಿ ಹೊರಟ ಹತ್ತು ನಿಮಿಷಕ್ಕೆ ಶರ್ಮ ಬಂದರು. ಬಂದಕೂಡಲೇ ಮಡದಿ ಎದುರಿನಲ್ಲಿರಬೇಕು. ಲಾಭದ ಲೆಕ್ಕದಲ್ಲಿ ಒಂದು ಸೊನ್ನೆ ಬಿಟ್ಟು ಹೋಗಿ ನಷ್ಟವೆನಿಸಿದರೂ

ಸಹಿಸಿಯಾರು. ಇದನ್ನು ಮಾತ್ರ ಸಹಿಸಲಾರರು.

"ಭವಾನಿ...." ಹುಬ್ಬುಗಂಟಿಕ್ಕಿಯೇ ಮಗನನ್ನು ಪ್ರಶ್ನಿಸಿದರು. "ಡಿ.ಎಫ್, ಆಚಾರ್ಯರ ಮನೆಗೆ ಹೋಗಿದ್ದಾರೆ" ಎಂದ. ಅವರ ಹುಬ್ಬುಗಳು ಮತ್ತಷ್ಟು ಸಂಕುಚಿತಗೊಂಡವು.

ಅಜಿತ್ ಉಗುಳು ನುಂಗಿದ "ಅರ್ಚನಾ ಅಲ್ಲಿದ್ಲು.... ಕರ್ಕೊಂಡ್ಬರೋಕೆ .... ಹೋದ್ರು" ಎಂದಕೂಡಲೇ ಅವರ ಪಿತ್ತ ನೆತ್ತಿಗೇರಿತು. "ವ್ಹಾಟ್ ನಾನ್ಸೆನ್ಸ್ ಮನೆಯಲ್ಲಿರೋರೆಲ್ಲ ಎಲ್ಲಿ ಸತ್ತಿದ್ರು ? ನೀನೇನು ಮಾಡ್ತಾ ಇದ್ದೆ? ಅವಳ್ಯಾಕೆ ಅಲ್ಲಿದ್ಲು?" ತಂದೆಯ ಪ್ರಶ್ನೆಗಳಿಗೆ ಉತ್ತರಿಸಲಾರದೆ ತಪ್ಪಿಸಿಕೊಂಡು ಹೊರಗೆ ಹೋದ.

ಫೋನೆತ್ತಿದ್ದ ಶರ್ಮ ಕುಕ್ಕಿದಂತೆ ಇಟ್ಟರು. ಅವರೆದೆಯ ನಿರಂತರ ಆರಾಧನೆ ಮಡದಿಗೆ. ಅದೆಷ್ಟು ಒಪ್ಪಿಗೆಯಾಗಿತ್ತೊ, ಆಕೆಗೆ.

ನಿಮಿಷಗಳು, ಕ್ಷಣಗಳು ಗಂಟೆಗಳಾಯಿತು. ಶತಃ ಪಥ ಹಾಕಿದರು. ಮದುವೆಯಾದ ಮೇಲೆ ಮಡದಿಯನ್ನು ಎಂದೂ ತವರುಮನೆಗೆ ಕಳಿಸಿರಲಿಲ್ಲ!

ಪೂರ್ತಿ ಸಹನೆ ಕಳೆದುಕೊಳ್ಳುವುದರ ಮುನ್ನ ಫೋನೆತ್ತಿ ಡಯಲ್ ತಿರುಗಿಸಿದರು. "ಹಲೋ ...." ಅದು ತರಂಗಿಣಿಯ ದನಿಯೇ. ಅಷ್ಟು ಮೃದುವಾಗಿ, ನಯವಾಗಿ ಮಾತಾಡುವವಳು ಅವಳೊಬ್ಬಳೇ "ಹಲೋ....ಶರ್ಮ ಹಿಯರ್" ಎಂದ ಕೂಡಲೇ "ಆಂಟೀಗೆ ಕೊಡ್ತೀನಿ" ಅಂದುಬಿಟ್ಟಳು.

"ಹಲೋ...." ಮಡದಿಯ ದನಿ ಕಂಪಿಸಿದ್ದು ಶರ್ಮ ಅರಿವಿಗೆ ಬರಲಿಲ್ಲ "ಹಲೋ, ಬೇಗ್ಬನ್ನಿ" ಇಟ್ಟುಬಿಟ್ಟರು.

ಅರ್ಚನಾ ಘೊಳ್ಳನೆ ನಕ್ಕಳು. "ಡ್ಯಾಡಿ,ಅಪ್‌ಸೆಟ್ ಆಗ್ಬಿಟ್ಟಿರ್ತಾರೆ ಹೋಗೋಣ...." ಎಂದಳು. ತರಂಗಿಣಿಗೆ ವಿವರಿಸಬೇಕಿರಲಿಲ್ಲ.

ಭವಾನಿ ಪೂರ್ತಿ ಮಂಕಾಗಿಬಿಟ್ಟರು. ವಾಕಿಂಗ್, ಪಿಕ್‌ನಿಕ್, ಔಟಿಂಗ್, ಷಾಪಿಂಗ್ ಎಲ್ಲಾ ಶರ್ಮ ಅವರ ಜೊತೆಯಲ್ಲಿಯೇ. ಕ್ಲಬ್, ಪಾರ್ಟಿಗಳಿಗೆ ಕೂಡ ಜೊತೆಯಲ್ಲಿಯೇ ಕರೆದೊಯ್ಯುತ್ತಿದ್ದರು. ಒಂಟಿಯಾಗಿ ಕಳಿಸಲು ಸದಾ ಅವರ ವಿರೋಧವೇ?

"ಕಾಲೇಜು ಫಂಕ್ಷನ್‌ನಲ್ಲಿ ಅಜಿತ್ ಪಾರ್ಟಿಸಿಪೇಟ್ ಮಾಡಿದ್ದಾನಂತೆ, ನನ್ನ ಬರಲು ಬಲವಂತ ಮಾಡ್ತಾ ಇದ್ದಾನೆ" ಶರ್ಮಗೆ ತಿಳಿಸಿದರೆ ಅವರು ಉತ್ತರಿಸುತ್ತಿದ್ದುದ್ದು "ಓಕೇ.... ನಾನ್ಬರ್ತೀನಿ, ರೆಡಿಯಾಗಿರು"

ಅಕಸ್ಮಾತ್ ಶರ್ಮ ಟೂರ್ ಹೋದ ಸಂದರ್ಭಗಳಲ್ಲಿ ಆಕೆ ಮನೆಯ ಬಂಧಿ. ಎಷ್ಟೇ ಒತ್ತಾಯ, ಒತ್ತಡ ಬಂದರೂ ಹೋಗುವಂತಿರಲಿಲ್ಲ.

ಕಾರಿನಿಂದ ಇಳಿದ ಕೂಡಲೇ ಬಾಲ್ಕನಿಯಲ್ಲಿ ಅಡ್ಡಾಡುತ್ತಿದ್ದ ಶರ್ಮ ಮುಖ ಪ್ರಸನ್ನವಾಗಿಲ್ಲವೆಂದು ಆಕೆಗೆ ಅರಿವಾಯಿತು. ಇಂದಂತು ತೀರಾ ಬೇಸರವೆನಿಸಿತು.

ಮಾತಾಡದೆ ಭವಾನಿ ಕೋಣೆಗೆ ಹೋದವರು ಸುಮ್ಮನೆ ಕೂತುಬಿಟ್ಟರು. ಮದುವೆಯಾಗಿ ಬಂದ ದಿನದಿಂದ ಇದೇ ತಾಕೀತು. ಇಂದೋ, ನಾಳೆಯೋ ಸಡಿಲವಾಗಬಹುದೆಂದು ಇಪ್ಪತ್ತು

ವರ್ಷ ಕಾದಿದ್ದರು.

ಅರ್ಚನಾನ ತರಾಟೆಗೆ ತಗೊಂಡಿರಬೇಕು. ಜೋರು ದನಿಯಲ್ಲಿ ಪ್ರತಿಭಟಿಸುತ್ತಿದ್ದಳು.

''ಇದೇನು ಡ್ಯಾಡಿ, ಇದು.... ಮಮ್ಮಿ ಬರೋವರ್ಗೂ ನಾನು ಮನೆಗೆ ಬರೋಲ್ಲಂತ ಬೆಟ್ಸ್ ಕಟ್ಟಿದ್ದೆ. ಆಗ್ಲೇ ಬಂದ್ರೂ.... ಈಗೇನಾಯ್ತು ಡಿ.ಎಫ್. ಆಚಾರ್ಯ ಅವ್ರ ಸ್ಟೇಟಸ್‌ಗೆ ಲೆವಲ್ಲೇ ಇಲ್ಲ. ಅವ್ರು ಇಂಟರ್ ನ್ಯಾಷನಲ್ ಫಿಗರ್. ಅಂಥವರ ಮನೆಗೆ ಹೋಗೋದೇನು ತಪ್ಪಲ್ಲ. ನೀವು ಜೊತೆಯಲ್ಲಿ ಇರ್ಲಿಲ್ಲ ಅನ್ನೋದೆ ದೊಡ್ಡ ತಪ್ಪು.

ಹಠಾತ್ತಾಗಿ ಮಾತುಗಳು ನಿಂತವು. ಇನ್ನು ಕೋಣೆಗೆ ಬರುತ್ತಾರೆಂದುಕೊಂಡರು ಭವಾನಿ.

''ಅವ್ಳ ಹಟಕ್ಕೆ ಮಣಿದು ನೀನು ಹೋಗೋದಾ? ಅವ್ಳೇ ಬರ್‍ತಾ ಇದ್ಲು'' ಮಗಳ ಜೋರಿಗೆ ಸ್ವಲ್ಪ ಮೆತ್ತಗಾಗಿದ್ದ ಹಾಗೇ ಕಂಡರು.

ಬಹಳ ನಿಧಾನವಾಗಿ ಬಗ್ಗಿಸಿದ್ದ ತಲೆಯನ್ನು ಎತ್ತಿದ ಭವಾನಿ ಆಳವಾಗಿ, ಅತ್ಯಂತ ಗಾಢವಾಗಿ ಗಂಡನನ್ನು ನೋಡಿದರು. 'ಒಂದು ಪ್ರಶ್ನೆ' ಅದಕ್ಕೆ ಶರ್ಮ ಉತ್ತರಿಸಲಾರರು.

''ಇನ್ನು ಅಂಥ ನಿಬಂಧನೆಯ ಅಗತ್ಯವಿದ್ಯಾ ?'' ಫಳಕ್ಕನೆ ಆಕೆಯ ಕಣ್ಣಿನಿಂದ ಮುತ್ತುಗಳಂತೆ ಕಂಬನಿಯ ಬಿಂದುಗಳು ಉದುರಿದವು. ಎಷ್ಟು ವರ್ಷದಿಂದ ತಡೆದಿಟ್ಟ ಬಿಂದುಗಳು ಇಂದು ಉರುಳಿ ಸ್ವತಂತ್ರಗೊಂಡವು.

ಶರ್ಮ ಹೊರಗೆ ಹೋಗಿಬಿಟ್ಟರು.

ಮೇಲಿನ ಬಾಲ್ಕನಿಯಲ್ಲಿ ನಿಂತವರು ಸಿಗಾರ್ ಹಚ್ಚಿದರು. ಸಾಹಸಕ್ಕೆ ಕತೆಯಾದರು. ಒಂದು ಹೆಣ್ಣಿಗೋಸ್ಕರ ಯಾವ ಮಜಲನ್ನು ಮುಟ್ಟಿದ್ದರು ಅಂದರೆ ಆಶ್ಚರ್ಯ.

''ನಮ್ಗೆ ಆ ಸಂಬಂಧ ಬೇಡ'' ಅವರ ತಂದೆ ಅಂದಾಗ ''ಯಾಕೆ ಬೇಡ? ಮದ್ವೆ ಆಗೋನು ನಾನು, ನನ್ನ ಇಷ್ಟದ ಪ್ರಕಾರವೇ ನನ್ನ ವೈವಾಹಿಕ ಜೀವನ'' ಸಿಡಿದೆದ್ದಿದ್ದರು.

ಮಗನ ಆವೇಶಕ್ಕೆ ಅವರಿಗೆ ಬೇಸರವಾಗಿತ್ತು.

''ಇದೆಲ್ಲ ಸ್ವಲ್ಪ ದಿನಗಳು. ಆ ಹುಡ್ಗೀಗೂ ನಿನ್ನ ಮದ್ವೆ ಆಗೋ ಇಷ್ಟವಿಲ್ಲಾಂತ ಕಾಣುತ್ತೆ, ನಮ್ಮ ಸ್ಟೇಟಸ್‌ಗೆ ಅವ್ರು ಸರಿಯಾದವರಲ್ಲ'' ಸಮಾಧಾನಿಸಲು ನೋಡಿದ್ದರು.

ಡ್ರಾಯರ್‌ನಲ್ಲಿದ್ದ ರಿವಾಲ್ವರ್ ತಂದು ತಂದೆಯ ಮುಂದೆ ಹಿಡಿದಿದ್ದರು. ''ರಿವಾಲ್ವರ್ ಹಿಡಿಯೋದ್ರಲ್ಲಿ ನಂಗೆ ಚೆನ್ನಾಗಿ ಟ್ರೇನಿಂಗ್ ಇದೆ. ಯಾರನ್ನ ಬಲಿ ತೆಗೆದುಕೊಳ್ಳೋಕು ಹಿಂಜರಿಯೋಲ್ಲ'' ರೆಬಲ್ ಆಗಿದ್ದರು.

ನೆನಪುಗಳು ಹಚ್ಚ ಹಸಿರು. ಶರ್ಮ ತುಟಿಯಂಚಿನಲ್ಲಿ ಕಿರುನಗು ಮಿನುಗಿತು. ಈಗ ಬದಲಾಗಿದ್ದರು! ಹಿಂದಿನ ಒರಟುತನವಿಲ್ಲ ಅಷ್ಟೆ. ಎದುರಿಗಿದ್ದವರು ಮಾತಾಡುವಾಗ ಸಮಾಧಾನವಾಗಿ ಕೇಳುವ ತಾಳ್ಮೆ ಇದೆ.

ಸಿಗಾರ್ ಆರಿಸಿ ಒಳಗೆ ಬಂದರು. ಅಜಿತ್, ಅರ್ಚನಾ ಕೋಣೆಯಲ್ಲಿ ಚರ್ಚೆ ಮಾಡುತ್ತಿದ್ದುದ್ದು ಅವರ ಕಿವಿಗೆ ಬಿತ್ತು.

'ನೀನು, ಇನ್ನೊಂದ್ಸಲ ನಿಶಾಂತ್ ಹತ್ರ ಮಾತಾಡಿದ್ದು ನೋಡಿದ್ರೆ.... ಡ್ಯಾಡಿಗೆ ಹೇಳ್ತೀನಿ'' ಅಜಿತ್ ಸ್ವರ.

''ಅದ್ವರ್ಗೂ ಯಾಕೆ ಕಾಯ್ತೀಯಾ! ಈಗ್ಲೆ ಹೋಗಿ ಹೇಳು. ನೀನು ಇನ್ನಷ್ಟು ಜೋರು ಮಾಡಿದ್ರೆ.... ನಾಳೆ ನಿಶಾಂತ್‌ನ ಹುಡ್ಕಿ ಅವ್ನ ಜೊತೆಯಲ್ಲಿಯೇ ಕ್ಯಾಂಟೀನ್‌ಗೆ ಹೋಗಿ ಕಾಫಿ ಕುಡೀತೀನಿ'' ಅಪ್ಪಳಿಸಿದಂಥ ಮಾತುಗಳು ಮಗಳದು.

ಮಗಳ ಬಾಯಿ ಎಂದೂ ಜೋರು ಅನ್ನಿಸಿರಲಿಲ್ಲ. ಇಂದಿನ ಅರ್ಚನಾಳ ಮಾತಿಗೆ ಅವರೇ ಬೆದರಿದ್ದರು. 'ಸೌಮ್ಯ' ಮುಖದ ಭವಾನಿ ಕಾಳಿಯನ್ನೇ ಹೆತ್ತು ಕೊಟ್ಟಿದ್ದಾಳೆ. ಅವರ ತುಟಿಯಂಚಿನಲ್ಲಿ ನಗು ಸುಳಿದರೂ ನಿಶಾಂತ್‌ನ ಗಂಭೀರ ಮುಖ, ಛಾಲೆಂಜ್ ಎಸೆಯುವ ಕಣ್ಣುಗಳು ಕಣ್ಮುಂದೆ ಸುಳಿದವು. ಅವರೆದೆಯಲ್ಲಿದ್ದ ಬೆಂಕಿ ಹೊಗೆಯಾಡಿತು.

''ಭವಾನಿ, ಏನು ಅವರಿಬ್ರ ಜಗಳ?'' ಹೆಂಡತಿಯನ್ನೇ ಕೇಳಿದರು. ''ಏನೋ ಚರ್ಚೆ ನಡೆಸಿದ್ದಾರೆ'' ಅಷ್ಟೇ ಉಸುರಿದರು.

''ನಿಂಗೆ ಗೊತ್ತಿಲ್ವಾ, ವಿಷ್ಯ ?'' ತೀಕ್ಷ್ಣವಾಗಿತ್ತು ಶರ್ಮ ದನಿ. ಭವಾನಿ ಬೆವತುಬಿಟ್ಟರು. ಸುಳ್ಳು ಹೇಳಲಾರರು ''ಗೊತ್ತು, ಅದೊಂದು ಸಣ್ಣ ವಿಷ್ಯ. ನಿಶಾಂತ್ ಜೊತೆ ಅರ್ಚನಾ ಮಾತಾಡಿದಳೂಂತ ನಿಮ್ಮ ಮಗನ ರಾದ್ಧಾಂತ''

''ಯಾಕೆ....ಮಾತಾಡಿದಳು?'' ಕೇಳಿದರು.

''ನಂಗೆ ಗೊತ್ತಿಲ್ಲ, ಸಣ್ಣಪುಟ್ಟ ವಿಷ್ಯಗಳ ಬಗ್ಗೆ ವಿವರಣೆ ಅನಗತ್ಯ, ಬೇಕಿದ್ರೆ ನಿಮ್ಮ ಮಗಳನ್ನ ಕೇಳಿ'' ಅಲ್ಲಿರದೆ ಹೊರಟುಬಿಟ್ಟರು.

ಮಡದಿ ಇಂದು ತಮ್ಮ ಬೇಸರ, ಕೋಪದ ಪ್ರದರ್ಶನದ ಜೊತೆ ಒಂದು ಪ್ರಶ್ನೆಯನ್ನ ಎಸೆದು ಅವರನ್ನ ವಿಸ್ಮಯಗೊಳಿಸಿದ್ದರು.

ಊಟದ ಟೇಬಲ್ಲಿನ ಮುಂದೆ ಅರ್ಚನಾ, ಅಜಿತ್ ಆರಾಮವಾಗಿ ಹರಟುತ್ತಿದ್ದರು. ಅವರ ನಿಶ್ಚಿಂತೆ ಶರ್ಮಗೆ ಇರಲಿಲ್ಲ. ನಿಶಾಂತ್‌ನ ಅವರು ಮರೆಯಲಾರರು. ಯಾಕೆ? ಅಂದು ಆಡಿದ ಮಾತನ್ನ ಎಂದೂ ಮರೆಯಲಾರರು. ಅವರ ಮನೆಯಲ್ಲಿಯೇ ಅವರನ್ನೇ ಕತ್ತಿಡಿದು ಹೊರಗೆ ನೂಕಿಸಿದಂತಾಗಿತ್ತು.

''ಇಬ್ರೂ, ಒಂದು ಕಾನ್ಫರೆನ್ಸ್ ನಡ್ಸಿದಂತೆ ಕಾಣ್ತಾ ಇತ್ತು'' ಎಂದರು. ಅವರನ್ನ ನೋಡುತ್ತ ''ಬೇಡ ಬಿಡಿ, ಡ್ಯಾಡಿ ಅದು ನಮ್ಮಿಬ್ಬರಿಗೆ ಇರ್ಲಿ. ಅಜಿತ್‌ನ ತುಂಬ ಉಬ್ಬಿಸಿಬಿಟ್ಟೇರಿ ಡ್ಯಾಡಿ'' ತಂದೆಗೆ ಹೇಳಿದಳು. ಅವನನ್ನ ಅಣಕಿಸದೆ ಬಿಡಲಿಲ್ಲ.

ಶರ್ಮ ಮೌನವಾಗಿ ನಕ್ಕರು. ಭಾವ ಮುಕ್ತರಂತೆ ಭವಾನಿ ಊಟ ಮಾಡುತ್ತಿದ್ದರು. ಎಂದಿಗಿಂತ ಇಂದು ಹಳೆಯ ನೋವು ಆಕೆಯನ್ನು ಬಾಧಿಸುತಿತ್ತು.

ತಂದೆ, ಮಕ್ಕಳನ್ನ ಬಿಟ್ಟು ಭವಾನಿ ಎದ್ದು ಹೋಗಿಬಿಟ್ಟರು.

ಹೊರಗಿನ ಗಾರ್ಡನ್‌ನಲ್ಲಿ ಒಂಟಿಯಾಗಿ ನಿಂತ ನಸು ಬಿರಿದ ಗುಲಾಬಿಯ ಬಳಿಯಲ್ಲಿ ನಿಂತು ಕಣ್ಣೀರು ಸುರಿಸಿದರು. ಇದು ಮೂಕ ವೇದನೆ.

"ಮಮ್ಮಿ...." ಮಗಳ ದನಿ ಹತ್ತಿರದಲ್ಲಿಯೇ ಕೇಳಿ ಬೆಚ್ಚಿ ಬಿದ್ದರು. "ಯಾಕೆ, ಇಲ್ಲಿ ನಿಂತೆ ಮಮ್ಮಿ? ನಮ್ಮಿಬ್ರ ಜಗಳದಿಂದ ಬೇಜಾರಾದಿರಾ? ಕಾಂಪ್ರಮೈಸ್.... ಆಗ್ಬಿಟ್ಟಿ. ಅಜಿತ್ ಬರೀ ಇನೋಸೆಂಟ್...." ಎಂದಳು. ಅತ್ತಿತ್ತ ನೋಡಿ ಆಮೇಲೆ ಫಕ್ಕನೆ ನಕ್ಕು ಬಿಟ್ಟಳು.

ಆಮೇಲೆ ನಿಶಾಂತ್ ಬಗೆಗೆ ಹೇಳತೊಡಗಿದಳು "ನಿಶಾಂತ್ ಸ್ವಾಭಿಮಾನ ನಂಗಿಷ್ಟ ಆಯ್ತು ಮಮ್ಮಿ, ಅವನೇನು ನಮ್ಮನ್ನ ನಿಷ್ಠೂರ ಮಾಡಿಲ್ವಲ್ಲ! ಇವನ್ಯಾಕೆ ಅವ್ನ ಮೇಲೆ ಉರಿದು ಬೀಳ್ತಾನೆ. ಬರಿ ಪ್ರೆಸ್ಟೀಜ್.... ಪ್ರೆಸ್ಟೀಜ್.... ಅಂತಾರೆ ಡ್ಯಾಡಿ, ಅಜಿತ್. ನಾನು ಮಾತ್ರ ನಿನ್ನಂಗೆ...." ಅಮ್ಮನ ಕತ್ತಿಗೆ ಜೋತು ಬಿದ್ದು ಕೆನ್ನೆಗೆ ಮುತ್ತಿಟ್ಟಳು.

ಮರುದಿನ ಕಾಲೇಜ್‌ನಲ್ಲಿ ಅರ್ಚನಾ ನಿಶಾಂತ್‌ನ ಹುಡುಕಿಕೊಂಡು ಹೋಗದಿದ್ದರೂ ಲೈಬ್ರರಿಯಲ್ಲಿ ಸಿಕ್ಕ.

"ಹಲೊ...." ಎಂದು ಪುಸ್ತಕದ ರ್‍ಯಾಕ್‌ನ ಕಡೆ ಹೊರಟ. ಏನೋ ನೆನೆಸಿಕೊಂಡು "ಒಂದ್ನಿಮಿಷ.... ತರಂಗಿಣಿ" ಎಂದವಳು ಅವನ ಹಿಂದೆ ಓಡಿದಳು.

"ನಿಶಾಂತ್...." ಪುಟಗಳನ್ನ ತಿರುವುತ್ತಿದ್ದವನು ಅವಳ ದನಿಗೆ ತಲೆಯೆತ್ತಿದ. "ಇವತ್ತು ಕ್ಯಾಂಟಿನ್‌ನಲ್ಲಿ ಕಾಫಿ ಕುಡಿಯೋಕೆ ನಮಗ್ಯಾಕೆ ಕಂಪನಿ ಕೊಡ್ಬಾರ್ದು?" ಕೇಳಿದಳು.

ಮೂರನೆಯ ಬಾರಿ ಅವಳು ಆಫರ್ ಮಾಡುತ್ತಿದ್ದುದು, ತುಂಬು ಸ್ನೇಹದಿಂದ ಮಾತಾಡಿಸುವ ಅರ್ಚನಾ ಅವನಿಗೆ ಇಷ್ಟವಾಗಿದ್ದಳು.

"ಬೈ ಆಲ್ ಮೀನ್ಸ್, ಅದ್ಕೇ ನನ್ನದೊಂದು ಕಂಡೀಷನ್, ಬಿಲ್ ಹಣ ನಾನು ಕೊಡ್ತೀನಿ. ನೀವು ನನ್ನ ಗೆಸ್ಟ್‌ಗಳು...." ಸಂತೋಷದಿಂದ ತಲೆ ಕುಣಿಸಿ ಒಪ್ಪಿಗೆ ಸೂಚಿಸಿದಳು.

ಜೊತೆಯಾಗಿ ಬಂದವರನ್ನ ತರಂಗಿಣಿ ಕಣ್ಣರಳಿಸಿ ನೋಡಿ ಮುಗುಳ್ನಕ್ಕಳು. ಎಂಥ ಸುಂದರವಾದ ನಗೆ ಎಂದುಕೊಂಡ.

ಕ್ಯಾಂಟೀನ್‌ನಲ್ಲಿ ಒಂದಿಷ್ಟು ತಿಂಡಿ ಕೂಡ ತಿಂದರು. ಅರ್ಚನಾ ಮುಕ್ತವಾಗಿ ಹರಟಿದಳು. ಆದರೆ ತರಂಗಿಣಿ ಮಾತು ಆಡಲಿಲ್ಲ.

ಬಂದ ಗೆಳತಿಯರ ಹಿಂಡಿನಲ್ಲಿ ಇವರಿಬ್ಬರು, ಕಾಣೆಯಾದಾಗ ಛೇರ್ ಮೇಲೆ ಉಳಿದು ಹೋದ ಪರ್ಸ್‌ನತ್ತ ಅವನ ನೋಟ ಹೊರಳಿತು. ಬಹುಶಃ ಇಬ್ಬರಲ್ಲಿ ಒಬ್ಬರದು. ಅದನ್ನೆತ್ತಿಕೊಂಡ.

ಅವರಿಬ್ಬರಿಗಾಗಿ ಹುಡುಕಾಡಿದ. ನಾಪತ್ತೆ.

ವಿಠೋಬ ಬಂದಿದ್ದರಿಂದ ಅದನ್ನು ಸೈಕಲ್‌ಗೆ ತಗುಲಿ ಹಾಕಿದ್ದ ಬ್ಯಾಗ್‌ಗೆ ಸೇರಿಸಿದ.

"ಇದ್ನ ಮನಿಯಾರ್ಡರ್ ಮಾಡ್ಬಿಡು. ಇದ್ನ ನೀನು ಇಟ್ಕೋ. ನಾಲ್ಕು ದಿನ ಜಾತ್ರೆಯ ಸ್ಪೆಷಲ್ ಡ್ಯೂಟಿಗೆ ಹಾಕಿದ್ದಾರೆ. ಸೋಮವಾರ ಸಂಜೆ ಬರ್ತೀನಿ" ವಿಠೋಬ ಹೆಚ್ಚು ಕಡಿಮೆ ಸಂಬಳದ ಪೂರ್ಣ ಹಣವನ್ನು ಅವನ ಕೈಯಲ್ಲಿ ಇಟ್ಟಿದ್ದ.

"ರಾತ್ರಿ ಜ್ವರ ಇತ್ತಲ್ಲ, ಎರ್ಡು ದಿನ ರಜ ಹಾಕ್ಬೇಕಿತ್ತು" ಅವನ ಕೈ, ಹಣೆ ಮುಟ್ಟಿ ನೋಡಿದ. ಇನ್ನೂ ಬೆಚ್ಚಗಿತ್ತು. "ಈಗ ಆಗೋಲ್ಲ, ಸಾಹೇಬ್ರು ತುಂಬಾ ಸ್ಟ್ರಿಕ್ಟ್. ಸರ್‍ಯಾಗಿ ಅಡ್ಗೆ ಮಾಡ್ಕೊಂಡ್

ಊಟ ಮಾಡು'' ಸೈಕಲ್ ಅವನಿಗೆ ಕೊಟ್ಟು ಹೋಗಿಬಿಟ್ಟ.

ಮ್ಲಾನವದನನಾಗಿ ನಿಶಾಂತ್ ಸೈಕಲ್ಲೇರಿದ.

ಶರ್ಮ ಅವರ ಬಂಗ್ಲೆಯ ಗೇಟಿನಲ್ಲಿ ಅವನು ಮೊದಲ ಸಲ ಬಂದ ದಿನ ಇದ್ದ ವಾಚ್‌ಮನ್ನೆ. ಅಂದು ನಡೆದ ಪ್ರಕರಣಕ್ಕೆ ಅವನು ಪ್ರತ್ಯಕ್ಷ ಸಾಕ್ಷಿ.

''ಸರ‍್ಯಾದ ಪರ್ಮಿಷನ್ ಇಲ್ದೇ ಯಾರನ್ನೂ ಒಳ್ಗೇ ಬಿಡೋಹಂಗಿಲ್ಲ, ಯಾರನ್ನು ನೋಡೋಕೆ.... ಬಂದ್ರಿ?'' ಕೇಳಿದ.

ನಿಶಾಂತ್ ಸೈಕಲ್ ನಿಲ್ಲಿಸಿ ''ಶರ್ಮ ಅವ್ರ ಮಗಳನ್ನು....'' ಅನ್ನೋ ವೇಳೆಗೆ ಒಳಗಿನಿಂದ ಅವನಿಗೆ ಬುಲಾವ್ ಬಂತು.

ಗಿಡಗಳ ಬಳಿಯಲ್ಲಿ ನಿಂತಿದ್ದ ಭವಾನಿ ಅವನನ್ನು ಒಳಗೆ ಬರುವಂತೆ ಸನ್ನೆ ಮಾಡಿದರು.

''ಕರೀತಾ.... ಇದ್ದಾರೆ'' ಸೈಕಲ್ ನಿಲ್ಲಿಸಿ ಒಳಗೆ ಹೋದವನು ವಿಶ್ ಮಾಡಿದ ''ಅರ್ಚನಾ.... ಇದ್ದಾರ? ಕ್ಯಾಂಟೀನ್‌ನಲ್ಲಿ ಬ್ಯಾಗ್ ಬಿಟ್ಟು ಬಂದಿದ್ರು'' ಹ್ಯಾಂಡ್ ಬ್ಯಾಗ್ ತೆಗೆದು ಅವರ ಮುಂದಿಡಿದ ''ಇಲ್ಲದಿದ್ರೂ, ಕೊಟ್ಟು ಬಿಡಿ.''

ಅದನ್ನ ಭವಾನಿ ಕೈಗೆ ತಗೊಂಡರು. ನಿಶಾಂತ್ ಬಗೆಗೆ ಅರ್ಥವಾಗದ ಹೇಳಿಕೊಳ್ಳಲಾಗದ ಆಂದೋಲನ.

''ಅರ್ಚನಾ ಇಲ್ಲ, ಒಳ್ಗಡೆ....ಬಾ'' ಕರೆದರು.

''ಎಕ್ಸ್‌ಕ್ಯೂಜ್ ಮೀ, ಒಂದಿಷ್ಟು ಅರ್ಜೆಂಟ್ ಕೆಲ್ಸ ಇದೆ. ಬರ್ತೀನಿ'' ಹಿಂದಕ್ಕೆ ತಿರುಗಿದ. ''ನಿಶಾಂತ್....'' ಸ್ವರ ಅವನ ಕಾಲುಗಳಿಗೆ ಕಡಿವಾಣ ಹಾಕಿತು.

ನಿಂತಲ್ಲಿಂದಲೇ ಕತ್ತು ತಿರುಗಿಸಿದ ''ಪರ್ವಾಗಿಲ್ಲ ಒಂದ್ನಿಮ್ಷ.... ಒಳ್ಗಡೆ.... ಬಾ'' ಕರೆದರು. ಅವನಿಗೂ ಆಕೆಯ ಮಾತರನ್ನು ಮೀರಬೇಕೆನಿಸಲಿಲ್ಲ.

''ಕುತ್ಕೋ....ನಿಶಾಂತ್'' ಎಂದವರು ಒಳಗೆ ಹೋದರು.

ಅನುಮಾನಿಸುತ್ತಲೇ ನಿಶಾಂತ್ ಕೂತ. ತಾಯಿ, ಮಗಳ ಸ್ವಭಾವ ಒಂದೇ ಎನಿಸಿತು. ಯಾವುದೋ ನೆನಪು ತಟ್ಟನೇ ಅವನನ್ನ ಬಡಿದೆಬ್ಬಿಸಿತು. ತಣ್ಣನೆಯ ವಾತಾವರಣದಲ್ಲಿ ಕೂಡ ಬೆವೆತುಬಿಟ್ಟ.

'ಆಗ ತಾನೇ ಹುಟ್ಟಿದ ಮಗುವಿನ ಅಳು' ಎಲ್ಲೆಡೆ ಪ್ರತಿಧ್ವನಿಸಿದಂತಾಯಿತು. ನಿರ್ಜನ ಕಲ್ಯಾಣಿಯ ಮೆಟ್ಟಲು ಮೇಲೆ ಟವಲಿನಲ್ಲಿ ಸುತ್ತಿಟ್ಟ ಅನಾಥ ಮಗು ತನ್ನ ದುರ್ದೈವಕ್ಕಾಗಿ ಆಕ್ರಂದನ ಮಾಡುತ್ತಿತ್ತು.

ಸಹಿಸಲಾರದೆ ಎರಡು ಕೈಯಲ್ಲಿ ತಲೆ ಹಿಡಿದುಕೊಂಡ 'ಮಾತೃದೇವೋ ಭವ' ಕೇಳಿಸಿದಂತಾಯಿತು.' 'ನೋ ನಾನು ಒಪ್ಪೋಲ್ಲ' ಜಾಗದ ಅರಿವಿಲ್ಲದೇ ಚೀರಿಬಿಟ್ಟ. ಈಗ ಹೆಣ್ಣು ತೀರಾ ಕಟುಕಳಾಗಿ ಕಂಡಳು.

ಸದ್ದಿಗೆ ತಕ್ಷಣ ಎಚ್ಚೆತ್ತ

ಅಚ್ಚರಿಯಿಂದ ಅವನ ಮುಖದತ್ತ ನೋಡುತ್ತ ಟ್ರೇ ಅವನ ಮುಂದಿಟ್ಟು ಹೋದ. ಬಿಸ್ಕತ್, ಸಮೋಸ, ಸ್ವೀಟ್, ಟೀ ಎಲ್ಲಾ ಇತ್ತು. ಶರ್ಮ ಮನೆಯಲ್ಲಿ ಇಂಥ ಆತಿಥ್ಯ.

''ತಗೋ ನಿಶಾಂತ್....'' ಹಿಂದೆಯೇ ಬಂದ ಭವಾನಿ ಹೇಳಿದರು.

ತುಟಿಯಂಚಿಗೆ ಬಂದ ಮಾತನ್ನ ನುಂಗಿಕೊಂಡ. ಎರಡು ಬಿಸ್ಕತ್ ತಿಂದು, ಹಲ್ವಾ ತಿಂದ. ಸಂಕೋಚವೋ, ಮೋಡಿಯೋ ಏನೋ ವಿಧೇಯನಾಗಿದ್ದ.

ಆಕೆಯೇ ಸ್ವತಃ ಬೆರೆಸಿಕೊಟ್ಟಿದ್ದ ಟೀ ಕುಡಿದು ಮೇಲೆದ್ದಾಗ ಒಂದು ಕವರ್ ಅವನತ್ತ ಚಾಚಿದರು.

''ಉಸ್ತಾದ್ ಚಕ್ಕಣ್ಣ ನಮ್ಮ ಇಡೀ ಕುಟುಂಬವನ್ನೇ ಕಾಪಾಡಿದರು. ಅವ್ರ ಉಪಕಾರಕ್ಕೆ ನಮ್ಮೆಲ್ಲಾ ಆಸ್ತಿ ಕೊಟ್ಟರೂ ಕಡ್ಮೆಯೆ. ಈ ಹಣ ನೀನು ಇಟ್ಕೋ. ಬೇಕಾದಾಗ ಬಂದು ಕೇಳು'' ಎಂದರು. ಆಕೆಯ ಸ್ವರ ಕೃತಜ್ಞತೆಯ ಭಾರದಿಂದ ನಡುಗುತ್ತಿತ್ತು.

ಅದರಲ್ಲಿ ಹೆಚ್ಚಿಗೆ ಭಯದ ಛಾಯೆಯೇ ಇದೆಯೆಂದು ಅವನಿಗೆ ಅರಿವಾಯಿತು. ಇದನ್ನ ಸ್ವೀಕರಿಸಲು ಅವನು ಸಿದ್ಧನಿಲ್ಲ.

''ಕ್ಷಮ್ಸಿ, ನಂಗೆ ಹಣದ ಅಗತ್ಯವಿಲ್ಲ. ನಾನು ಉಸ್ತಾದರ ಗರಡಿಯಲ್ಲಿ ಬೆಳೆದವ. ಅವರಲ್ಲಿನ ಧೈರ್ಯ, ಸ್ವಾಭಿಮಾನದ ಹತ್ತು ಪರ್ಸೆಂಟಾದರೂ ನನ್ನಲ್ಲಿ ಇದೆ. ನನ್ನ ವಿದ್ಯಾಭ್ಯಾಸ ಮುಗ್ಸಿ, ನನ್ನ ಕನಸನ್ನು ಖಂಡಿತ ನಿಜ ಮಾಡ್ತೀನಿ. ನಿಮ್ಮಗಳ ಸಹಾಯ ಬೇಡ. ಅದ್ನ ಅಹಂಕಾರಂತ ತಿಳ್ಕೋಬೇಡಿ'' ಮುಲಾಜಿಲ್ಲದೆ ನಿರಾಕರಿಸಿದ. ಇಪ್ಪತ್ತೈದು ಸಾವಿರದಷ್ಟು ದೊಡ್ಡ ಮೊತ್ತ ಕೂಡ ಅವನನ್ನು ಅಲುಗಾಡಿಸಲಿಲ್ಲ.

''ಅರ್ಚನಾಗೆ ಕೊಟ್ಟುಬಿಡಿ, ನಾನು ಇಲ್ಲಿಗೆ ಬಂದ ಕಾರಣ ಅದೊಂದೇ....'' ಬಾಗಿಲು ದಾಟಿ ಹೋಗಿಬಿಟ್ಟ.

ಮದುವೆಯಾಗಿ ಈ ಮನೆಗೆ ಬಂದ ನಂತರ ಸ್ವಂತ ನಿರ್ಧಾರ ತೆಗೆದುಕೊಂಡಿದ್ದು ನಿಶಾಂತ್‌ನ ವಿಷಯದಲ್ಲಿಯೇ. ಅದು ಕೂಡ ಸಫಲವಾಗಲಿಲ್ಲ.

ಗೇಟಿನ ಬಳಿ ಸಿಕ್ಕಿದ ಅರ್ಚನಾ ಪುನಃ ಬಲವಂತ ಮಾಡಿ ಅವನನ್ನ ಒಳಗೆಳೆದುಕೊಂಡು ಬಂದಳು. ಭವಾನಿ ಒಳಗೆ ಹೋಗಿಬಿಟ್ಟರು.

''ಸ್ವಲ್ಪ ಅರ್ಥಮಾಡ್ಕೊಳ್ಳಿ. ಅಮ್ಮ ನಿಮ್ಮ ಪರವಾಗಿ ಎಲ್ಲಾ ಮಾಡಿದ್ದಾರೆ.'' ಬಿಡಿಸಿಕೊಂಡು ಹೊರಟುಬಿಟ್ಟ. ತನ್ನ ನಿರಾಕರಣೆಯನ್ನು ಭವಾನಿಯವರು ಅವಮಾನವೆಂದು ತಿಳಿದರೇನೋ ಎನ್ನುವ ಭಾವನೆ.

ತಮ್ಮ ಕೋಣೆಗೆ ಹೋದ ಭವಾನಿ ಸುಮ್ಮನೆ ಕೂತುಬಿಟ್ಟರು. ಅವರ ಸುತ್ತ ಬಂಧನದ ಬೆಂಕಿ ಉರಿಯುತ್ತಿತ್ತು. ಅದು ಪ್ರೀತಿಯದೇ ಇರಬಹುದು. ಬಂಧನ ಅನ್ನುವುದಂತು ಸುಳ್ಳಲ್ಲ.

ಮೊದಲ ಸಲ ಶರ್ಮ ಅವಳನ್ನ ಭೇಟಿಯಾದುದ್ದು ಒಂದು ಚಿಕ್ಕ ಸಮಾರಂಭದಲ್ಲಿ. ''ಐ ಲೈಕ್ ಯು'' ಎಂದಾಗ ಮುಖ ತಿರುಗಿಸಿದ್ದಳು. ಎರಡನೇ ಸಲ ''ಐ ಲವ್ ಯು'' ಎಂದದ್ದು ಕಾಲೇಜಿನಿಂದ ಬರುತ್ತಿದ್ದಾಗ, ಮೂರನೆಯ ಸಲ ಅವರ ಮನೆಯ ಗಾರ್ಡನ್‌ನಲ್ಲಿಯೇ

ಹೇಳಿದ್ದು "ಐ ಅಡೋರ್ ಯು."

"ನಂಗೆ ಅದು ಯಾವ್ದೂ ಇಷ್ಟವಿಲ್ಲ. ನಿಮ್ಗೆ ಬೇಕಿದ್ರೆ ಪುಸ್ತಕದಲ್ಲಿ ಬರೆದಿಟ್ಟುಕೊಂಡು ಓದ್ಕೊಳ್ಳಿ" ಧೈರ್ಯದಿಂದ ಹೇಳಿದ್ದಳು ಭವಾನಿ.

ಶರ್ಮ ನಕ್ಕಿದ್ದರು. "ನನ್ನ ಮನಸ್ಸಿನಲ್ಲಿ ಬರ್ದುಕೊಂಡು ಸದಾ ನಿನ್ನ ಕಿವಿಯಲ್ಲಿ ಹೇಳ್ತೀನಿ. ಐ ಮ್ಯಾರಿ ಯು" ಎಂದಾಗ ತಿರಸ್ಕಾರದ ನೋಟ ಬೀರಿದ್ದಳು.

"ಇಂಪಾಜಿಬಲ್, ಕನಸಿನಲ್ಲು ಕೂಡ ಸಾಧ್ಯವಿಲ್ಲ."

"ಪಾಜಿಬಲ್ ಮಾಡಿ ತೋರಿಸ್ತೀನಿ. ಜಗತ್ತಿನಲ್ಲಿ ನಿಂಗೆ ಶರ್ಮ ತೋಳುಗಳ ಆಸರೆಯೆ. ಅದ್ರಿಂದ ನಿನ್ನ ಬಿಡಿಸೋರು ಯಾರಿಲ್ಲ" ಪ್ರತಿಜ್ಞೆ ಮಾಡಿದ್ದ.

ಭಯವಾದರೂ ತಳ್ಳಿ ಹಾಕಿದ್ದಳು ಭವಾನಿ. ಮುಂದಿನ ಸಂದರ್ಭ ಸನ್ನಿವೇಶ.... ಅಳು ಉಕ್ಕಿ ಬಂತು.

"ನೀನು ಶರ್ಮರ ಮದ್ವೆ ಮಾಡಿಕೊಳ್ಳದೇ ಬೇರೆ ದಾರಿನೇ ಇಲ್ಲ" ಅವಳ ಮುಂದೆ ತಂದೆ ಅಂಜಲಿ ಬದ್ಧರಾಗಿ ನಿಂತಾಗ ನಿಂತ ನೆಲವೇ ಇಬ್ಭಾಗವಾಗಿತ್ತು" "ಇಲ್ಲ.... ಇಲ್ಲ...." ಮಿಂಚಿ ಹೋದದ್ದನ್ನು ಹೇಳಲಾರದೆ ಹೋಗಿದ್ದಳು.

ಭವಾನಿ ಕುತ್ತಿಗೆಗೆ ಶರ್ಮ ತಾಳಿ ಬಿಗಿದಿದ್ದರು. ಅದರ ಹಿನ್ನಲೆಯಲ್ಲಿ ಜೀವಂತ ಸತ್ಯವನ್ನು ಹೂತು ಹಾಕಿದ್ದರು.

"ಮಮ್ಮಿ...." ಅರ್ಚನಾ ದನಿ ಕೇಳಿ ಕಣ್ಣೊರೆಸಿಕೊಂಡರು.

* * *

ನಿಶಾಂತ್ ಕೈ ಪೂರ್ತಿ ಬರಿದಾಗಿತ್ತು. ವಿಠೋಬ ಅವನ ತಂದೆಯ ಅನಾರೋಗ್ಯದ ಸುದ್ದಿ ತಿಳಿದು ಊರಿಗೆ ಹೋದವನು ಇನ್ನೂ ಬಂದಿರಲಿಲ್ಲ. ಅವನದೆಲ್ಲ ಪಾರ್ಟ್ ಟೈಮ್ ಕೆಲಸಗಳೇ.

ಮೆಕ್ಯಾನಿಕ್ ಷಾಪ್‌ನಲ್ಲಿ ಪಡೆದ ಹಣವನ್ನ ವಿಠೋಬನಿಗೆ ಮನಿಯಾರ್ಡರ್ ಮಾಡಿದ್ದ. ಅವನ ಮನೆಯ ಪರಿಸ್ಥಿತಿ ನಿಶಾಂತ್‌ಗೆ ಗೊತ್ತು.

ಇಂದು ನೇರವಾಗಿ ಹೊರಟಿದ್ದು ಮೂಟೆ ಹೊರುವ ಸ್ಥಳಕ್ಕೆ. ಆಗಾಗ ಹೋಗಿ ಬರುತ್ತಿದ್ದರಿಂದ ದಿನಗೂಲಿಗಳೆಲ್ಲ ಇವನ ಸ್ನೇಹಿತರೇ. ಒಂದಿಷ್ಟು ಗೌರವದ ಜೊತೆ ತುಂಬು ಆತ್ಮೀಯತೆಯನ್ನು ತೋರಿಸುತ್ತಿದ್ದರು.

ಮಧ್ಯಾಹ್ನದವರೆಗೂ ಕೆಲಸ ಮಾಡಿ ಹೊರಬರುವ ವೇಳೆಗೆ ತರಂಗಿಣಿ, ಅರ್ಚನಾ ಎದುರಾದರು.

ಅವರಂತು ಬಿಟ್ಟ ಕಣ್ಣಲ್ಲಿಯೇ ನಿಂತರು "ಇದೇನು.... ನೀವಿಲ್ಲಿ?" ಅರ್ಚನಾ ಕೇಳಿದಾಗ ಷರಟು, ಪ್ಯಾಂಟ್ ಮೇಲಿನ ಧೂಳನ್ನ ಕೊಡವಿಕೊಂಡ "ಕೆಲ್ಸ....ಹೇಗೂ ಬೆಳಗಿನ ಕ್ಲಾಸ್ ಇರ್ಲಿಲ್ಲ. ಮಧ್ಯಾಹ್ನದವರ್ಗೂ ವ್ಯಾಯಾಮ. ಇದೇನು....ನೀವಿಲ್ಲಿ?" ಸಂಕೋಚದ

ಲಕ್ಷಣವಿಲ್ಲದ ಮಾತುಗಳು. ಬಡ ಬಡ ಮಾತಾಡುವ ಅರ್ಚನಾ ನಾಲಿಗೆಯಿಂದ ಕೂಡ ಸ್ವರ ಹೊರಡದಾಯಿತು.

''ಜಗತ್ತಿನ ಎಂಟನೇ ಅದ್ಭುತ ನೋಡಿದವರಂತೆ ನಿಂತುಬಿಟ್ರೆಲ್ಲಾ'' ಧೂಳು ಕೊಡವುತ್ತಲೇ ಹಾಸ್ಯ ಮಾಡಿದ ನಿಶಾಂತ್ ''ಅಂದರೆ ನೀವು ಮೂಟೆ ಹೊರುತ್ತೀರಾ?'' ಅರ್ಚನಾ ಸ್ವರ ಸುಧಾರಿಸಿತು.

''ಹೌದು, ಅವ್ರೆಲ್ಲಹೊರ್ತಾ ಇರೋದು ಜನನೇ. ಮುಂದುವರಿದ ನ್ಯೂ ಟೆಕ್ನಾಲಜಿಯಿಂದ ಅವ್ರೆಲ್ಲ ಎಂದು ಕೆಲ್ಸವಿಲ್ದೇ ಹೋಗ್ತಾರೋ'' ಅವರುಗಳ ಬಗ್ಗೆ ಅವನಿಗೆ ಅನುಕಂಪವಿತ್ತು.

ಕೋಪ, ತಾಪ, ಒರಟು ವರ್ತನೆಯ ಜನರ ಹೃದಯದಲ್ಲಿ ಮಾನವೀಯತೆ ಇತ್ತು. ಸಮಾನತೆ ಇತ್ತು. ಹಂಚಿಕೊಂಡು ತಿನ್ನುವ ಮನೋಭಾವವಿತ್ತು. ಸ್ಟೇಟಸ್‌ನ ಪರಿವೆ ಇಲ್ಲದ ಜನ.

''ನಾವು ನೋಡಬಹುದಾ?'' ಅಪರೂಪಕ್ಕೆ ತರಂಗಿಣಿ ಬಾಯಿ ಬಿಟ್ಟಳು. ''ಬೈ ಆಲ್ ಮೀನ್ಸ್, ಬನ್ನಿ....'' ಕರೆದೊಯ್ದ.

ಮೂಟೆಗಳ ಹೊತ್ತು, ಇಳಿಸುವಿಕೆಯಿಂದ ಧೂಳು ತುಂಬಿಕೊಂಡಿತ್ತು. ಎಣ್ಣೆ ಕಾಣದ ಕೂದಲು, ಬಣ್ಣ ಕಳೆದುಕೊಂಡ ಬಡಕಲು ಶರೀರಗಳು ಬದುಕಿನ ಇನ್ನೊಂದು ಚಿತ್ರವಿದು.

ಮೂವರು ಹೊರಗೆ ಬಂದಾಗ ನಿಶಾಂತ್‌ನ ಬಿಟ್ಟು ಅವರಿಬ್ಬರು ಮೂಕರಾಗಿದ್ದರು. ಅಲ್ಲಿನ ಕೆಟ್ಟ ವಾತಾವರಣ, ಗಲೀಜು, ಪೆಟ್ರೋಲ್, ಡೀಸೆಲ್‌ನ ವಾಸನೆಗಳನ್ನು ನುಗ್ಗಿ ಹಾಕುವಂಥ ಗಬ್ಬು ವಾಸನೆ.

ಮೈನ್ ರೋಡಿಗೆ ಬಂದ ನಿಶಾಂತ್‌ನ ಬೆನ್ನಟ್ಟಿಕೊಂಡಂತೆ ಒಬ್ಬ ಕೂಲಿ ಓಡಿ ಬಂದ.

''ಅಣ್ಣ, ಎನ್ನ.... ತಂಗಚ್ಚಿ'' ಅಳು ಬೆರೆಸಿ ತಮಿಳು, ಕನ್ನಡದ ಕಲಬೆರಕೆಯಲ್ಲಿ ಉಸುರಿದ. ಅಲ್ಲಿ ಭಾಷೆಯ ತಾರತಮ್ಯವಿಲ್ಲ. ಅವನಿಗೆ ಕಷ್ಟ ಎನ್ನುವ ಭಾವವೇ ಮುಖ್ಯ ''ತಗೋ.... ಸಂಜೆ ಬಂದು ನೋಡ್ತೀನಿ'' ನೋಟುಗಳನ್ನು ಅವನ ಕೈಯಲ್ಲಿಟ್ಟು ಭುಜ ತಟ್ಟಿ ಏನೋ ಹೇಳಿ ಕಳಿಸಿದ.

ಮೂಟೆ ಹೊತ್ತು ಸಂಪಾದಿಸಿದ ಹಣ ಅವನಿಗೆ ಸಂದಾಯವಾಗಿ ಹೋಗಿತ್ತು. ನಿಶಾಂತ್ ಏನು ಅದರ ಬಗ್ಗೆ ಚಿಂತಿಸಿದಂತೆ ಕಾಣಲಿಲ್ಲ.

''ನೀವು ಯಾವ ಕಡೆಗೆ?'' ಕೇಳಿದ ನಿಂತು.

''ಇವತ್ತು ನಿಮ್ಮ ಮನೆಗೆ ಬರೋಣಾಂತ'' ಅರ್ಚನಾ ಅಂದುಬಿಟ್ಟಳು. ನಿಶಾಂತ್ ಗೊಂದಲಕ್ಕೆ ಒಳಗಾಗಲಿಲ್ಲ. ''ಬರಬಹ್ದು ನಂಗೆ ಲ್ಯಾಬ್ ಇದೆಯಲ್ಲ'' ಎಂದ. ಬರೀ ತಮಾಷೆಗೆ ಹೇಳಿದ್ದಳೇ ವಿನಹ ಅರ್ಚನಾ ಹೋಗುವ ಸಾಹಸ ಮಾಡಳು.

''ನಿಮ್ಮ ಬರ್ತ್‌ಡೇಗೆ ಇನ್ವೈಟ್ ಮಾಡಿ'' ಎಂದಳು ನಗುತ್ತ ''ಸಾರಿ ಮಿಸ್, ನಾನು ಹುಟ್ಟಿದ ದಿನ ಯಾವುದೂಂತ ಸರ್‍ಯಾಗಿ ಗೊತ್ತಿಲ್ಲ, ಅಂಥದ್ದರಲ್ಲಿ ಎಂತಹ ಆಚರಣೆ....'' ಹೊರಟುಬಿಟ್ಟ.

ನಿಶಾಂತ್ ಕಾಲೇಜಿನ ಹಾದಿ ಬಿಟ್ಟು ಕ್ವಾರ್ಟರ್ಸ್‌ಗೆ ಬಂದು ಮಲಗಿಬಿಟ್ಟ.

''ತನ್ನ ಅಮ್ಮ ಹೇಗಿದ್ದಿರಬಹುದು? ಜನನಕ್ಕೆ ಕಾರಣನಾದ ತಂದೆಯ ರೂಪು ರೇಖೆಯ

ಕಲ್ಪನೆ ಕೂಡ ತನ್ನಿಂದ ಸಾಧ್ಯವಿಲ್ಲ. ಏನಾದರೂ ಸಾಧಿಸಬಲ್ಲೆ ಎನ್ನುವ ಹಟ, ಛಲ ಕೂಡ ಇಲ್ಲಿ ಕೆಲಸ ಮಾಡಬಲ್ಲದಲ್ಲ.''

ಪೂರ್ತಿ ದುಃಖಿತನಾದ, ಮಗುವನಿಂತೆ ಅತ್ತುಬಿಟ್ಟ. 'ನೀನೊಬ್ಬನಿಗೆ ನನ್ನ ತಾಯ್ತಂದೆಯರನ್ನು ತೋರಿಸೋಕೆ ಸಾಧ್ಯ ಪ್ಲೀಸ್ ಆ ಕೆಲ್ಸ ಮಾಡು' ಬೇಡಿಕೊಂಡ ದೇವರನ್ನು.

ಸ್ವಲ್ಪ ಬುದ್ಧಿ ತಿಳಿದ ಮೇಲೆ ಅವನ ಅನ್ವೇಷಣೆ ಮಾತಾ ಪಿತೃಗಳ ಬಗ್ಗೆ.

ಉಸ್ತಾದ್ ಚಿಕ್ಕಣ್ಣನವರ ತೊಡೆಯೇರಿ ಕೇಳುತ್ತಿದ್ದ. ''ನಂಗೂ ಅಮ್ಮ, ಅಪ್ಪ ಬೇಕು. ಅವ್ರು ಎಲ್ಲಿದ್ದಾರೆ?'' ಆತ ಮುಖ ಕಿವಿಚಿ ನಿಟ್ಟುಸಿರಿಡುತ್ತಿದ್ದ ''ಅಯ್ಯೋ ದೇವರೇ, ಕಲ್ಲು ಕೂಡ ಕರಗತ್ತಲ್ಲ. ಹೆತ್ತ ಅಮ್ಮನಿಗೆ ಕನಿಕರವಿಲ್ದೇ ಹೋಯಿತಲ್ಲ'' ಅವನನ್ನ ಬಿಗಿಯಾಗಿ ಅಪ್ಪಿಕೊಂಡು ''ನಿಂಗೆ ಅಪ್ಪ, ಅಮ್ಮ ಇಲ್ಲ ಕಂದ. ಭೂಮಿನೇ ಅಮ್ಮ, ಆಕಾಶನೇ ಅಪ್ಪ'' ಸಂತೈಯಿಸುತ್ತಿದ್ದರು.

ಇನ್ನಷ್ಟು ಬುದ್ಧಿ ಬಂದ ಮೇಲೆ ಭಟ್ಟರ ಹೆಂಡತಿ ಅಲುಮೇಲಮ್ಮನ ಬಳಿಯಲ್ಲಿ ಪ್ರಸ್ತಾಪಿಸುತ್ತಿದ್ದ ''ನಮ್ಮಪ್ಪ, ಅಮ್ಮನ ಬಗ್ಗೆ ತಿಳ್ಕೋಬೇಕಲ್ಲ. ಹೇಗೆ?'' ಆಕೆ ಕಣ್ತುಂಬಿ ಕೈಯಾಡಿಸಿಬಿಟ್ಟಿದ್ದರು. ''ಹೇಗೆ ತಿಳಿಯುತ್ತೆ? ಹುಟ್ಟಿದ ಕೂಡ್ಲೇ ತೊಟ್ಟಿಗೆ ಎಸೆದರಲ್ಲ. ಅದ್ನೆಲ್ಲ ಯೋಚ್ನೇ ಮಾಡ್ಬೇಡ ನಿಶಾಂತು....'' ಸಮಾಧಾನಿಸುತ್ತಿದ್ದರು.

ತನ್ನ ಪ್ರಶ್ನೆಗೆ, ಕುತೂಹಲಕ್ಕೆ ಸಮಾಧಾನ ಹುಡುಕುವ ಪ್ರಯತ್ನ ಮಾಡಲು ಪ್ರಯತ್ನಿಸುತ್ತಿದ್ದ ಹೇಗೆ? ದಾರಿಯೇ ಇಲ್ಲ. ಸುತ್ತಲೂ ಏನೂ ಕಾಣದಷ್ಟು ದಟ್ಟ ಕತ್ತಲು. ಎಲ್ಲಾ ದಾರಿಗಳು ಪೂರ್ತಿ ಬಂದ್. ಎತ್ತ ತಿರುಗಿದರೂ ಬರೀ ಶೂನ್ಯವೆ.

ಎದ್ದು ಮುಖ ತೊಳೆದು ಕ್ವಾರ್ಟರ್ಸ್‌ಗೆ ಬೀಗ ಹಾಕಿ ಹೊರಗೆ ಬಂದ. ಮುಂದೆ ಬೆಳೆದಿದ್ದ ಸೊಪ್ಪೆಲ್ಲ ಖಾಲಿಯಾಗಿತ್ತು. ರಾತ್ರಿ ಅದನ್ನ ಬೇಯಿಸಿ ತಿನ್ನೋಣವೆಂದುಕೊಂಡಿದ್ದ.

''ಸೊಪ್ಪು ನಾನು ಕಿತ್ತುಕೊಂಡೆ. ನಿಂಗೆ ಸಾರಿಗೇನಾದ್ರೂ ಬೇಕಾದ್ರೆ ಒಂದಿಷ್ಟು ತೆಗೆದಿಟ್ಕೋ'' ಕೂಲಿಯ ಸಿದ್ದಮ್ಮ ಎದುರು ಬಂದು ನುಡಿದಾಗ,

''ಬೇಡ....'' ಹೆಜ್ಜೆಯನ್ನು ಚುರುಕುಗೊಳಿಸಿದ.

ಮೆಕ್ಯಾನಿಕ್ ಸೆಂಟರ್ ಬಳಿ ಬಂದ. ವಿಠೋಬ ಹೇಳಿ ಕೆಲಸ ಕೊಡಿಸಿದ್ದ, ಆದರೆ ಮಾಲೀಕ ಆಗಾಗ ರಾಗ ಎಳೆಯುತ್ತಿ.

''ಪೂರ್ತಿ ಕೆಲ್ಸ ಕಲಿಯೋವರ್ಗೂ, ಕಾಸು ಕೊಡೋ ಪದ್ಧತಿ ನಮ್ಮಲಿಲ್ಲ. ವಿಠೋಬಣ್ಣನ ಗಲಾಟೆ.''

''ಕೆಲ್ಸ ಕಲ್ತ ಮೇಲೆಯೇ ಕೊಡಿ'' ಎಂದಿದ್ದ.

ಜಿಪುಣನಾದ ಮಾಲೀಕ ಇಂದಿನವರೆಗೂ ಬಂದು ಪೈಸೆ ಕೊಟ್ಟಿರಲಿಲ್ಲ. ಇಂದು ಒಂದು ನಿರ್ಧಾರಕ್ಕೆ ಬಂದಿದ್ದ.

ಪ್ಲಗ್‌ಕ್ಲೀನ್ ಹಿಡಿದು ಕಾರ್ಪೆಟರ್ ಬಿಚ್ಚೋದ್, ಬ್ರೇಕ್ ಸರಿ ಮಾಡೋದು, ಇಂಜಿನ್ ಬಿಚ್ಚೋದು–ಎಲ್ಲಾ ಅವರ ಎದುರಿನಲ್ಲೇ ಮಾಡಿದ.

''ಶಹಬಾಷ್.... ನಿಶಾಂತ್, ಎರ್ಡು ವರ್ಷ ಕಲಿಯೋದ್ನ ಎರ್ಡು ತಿಂಗಳಲ್ಲೇ ಕಲ್ತುಬಿಟ್ಟೆ.

ಯಾರು ಇಲ್ಲದಿದ್ರೂ ಸಂಭಾಳಿಸಿಕೊಂಡ್ಹೋಗಿಬಿಡ್ತೀಯ. ಸುಮ್ನೇ ಕಾಲೇಜೂಂತ ಓಡಾಡೋದು ಬಿಟ್ಟು....... ಇಲ್ಲೇ ಇದ್ಬಿಡು. ತಿಂಗ್ಳ ಸಂಬಳ ಗೊತ್ತು ಮಾಡಿಬಿಡ್ತೀನಿ'' ಆಸೆಯ ಕಂಗಳಲ್ಲಿ ಅವನ ಚುರುಕುತನವನ್ನು ನೋಡಿ ಹೊಗಳಿದ.

ನಿಶಾಂತ್ ಹೋಗಿ ಅವರ ಮುಂದೆ ನಿಂತ.

''ನಂಗೆ ಕೆಲ್ಸ ಬರುತ್ತೆ ತಾನೆ?'' ಕೇಳಿದ.

''ಬರುತ್ತೆ....ಬರುತ್ತೆ.... ಎಕ್ಸ್‌ಪರ್ಟ್ ಮೆಕ್ಯಾನಿಕ್ ಆಗ್ಬಿಟ್ಟಿದ್ದೀಯ'' ಹೊಗಳಿದ. ನಿಶಾಂತ್ ಅವನ ಮುಂದೆ ಕೈ ಚಾಚಿದ.

''ಇನ್ನು ಮಾಡ್ದ ಕೆಲ್ಸಕ್ಕೆ ಧಾರಾಳವಾಗಿ ಕಾಸು ಕೊಡ್ಬಹುದಲ್ಲ. ಇಡೀ ದಿನ ನಾನು ಇರೋಲ್ಲ. ತಿಂಗ್ಳ ಸಂಬಳ ನಂಗೆ ಬೇಡ''

ಮಾಲೀಕ ವಿಸ್ಮಿತನಾದ.

''ವಿಠೋಬಣ್ಣ ನಿನ್ನ ಕರ್ಕೊಂಡ್ಬಂದಾಗ ವಿಧಿ ಇಲ್ದೇ 'ಹ್ಞೂ' ಅಂದೇ. ಈ ವಯಸ್ಸಿನಲ್ಲಿ ಮೇಲು ಕಾಸಿನ ಆಸೆಗೆ ಕೆಲ್ಸಕ್ಕೆ ಬರ್ತಾರೆ ವಿನಹ ಮೈ ಬಗ್ಗಿಸಿ ಕೆಲ್ಸ ಕಲಿಯೋಲ್ಲ. ಪೈಸೆ ಪೈಸೆಗೂ ಬಾಯಿ ಬಿಡ್ತಾರೆ. ಕಾಲೇಜಿಗೆ ಚಕ್ಕರೊಡೆದು ಸಿಗರೇಟು, ಸಿನಿಮಾ, ಡ್ರಗ್ಸ್ ತಗೋಳ್ಳೋದು ನೂರೆಂಟು....ಚಟ.... ನೀನು'' ಬಾಯಿ ತುಂಬ ಹೊಗಳಿಬಿಟ್ಟ.

ಅಷ್ಟರಲ್ಲಿ ಬಂದು ನಿಂತ ಕಾರಿನಿಂದ ಅಜಿತ್ ಇಳಿದು ಬಂದ.

''ಗೇರ್ ಟ್ರಬಲ್ ಇದೆ. ಸ್ವಲ್ಪ ನೋಡಿ'' ದಿಮಾಕಿನ ನಡುಗೆ. ನಿಶಾಂತ್‌ನ ನೋಡಿದ ಕೂಡಲೇ ಇನ್ನಷ್ಟು ಬಿಗುಮಾನ ತೋರಿಸಿದ ಮುಖದ ಮೇಲೆ.

''ಸ್ವಲ್ಪ ನೋಡಪ್ಪ, ನಿಶಾಂತ್....'' ಮಾಲೀಕ ಅವನಿಗೆ ಹೇಳಿದ.

ಅಜಿತ್ ಕೈಯೆತ್ತಿ ಉದಾಸೀನದಿಂದ ಬೇಡವೆಂದ,

''ಇಂಥ ಬಚ್ಚಾಗಳು ನೋಡೋ ಕಾರು ಅಲ್ಲನಂದು. ಸೀನಿಯರ್ ಮೆಕ್ಯಾನಿಕ್‌ನ ಕಳ್ಸು'' ಅವಮಾನಿಸುವ ಉದ್ದೇಶದಿಂದ ಹೇಳಿದ.

ನಿಶಾಂತ್ ಒಂದು ಸಲ ಅಜಿತ್‌ನತ್ತ ನೋಡಿ ಕೈಗೆ ಅಂಟಿದ ಮಸಿಯನ್ನೊರೆಸಿಕೊಳ್ಳುತ್ತ ಒಳಕ್ಕೆ ಹೋಗಿ ಜಾನ್‌ನ ಕಳಿಸಿದ.

ಇಂಥ ಸಹನೆ ಬಹಳ ದಿನ ಉಳಿಯೋಲ್ಲವೆನಿಸಿತು ಅವನಿಗೆ. ಅಷ್ಟರಲ್ಲಿ ಇನ್ನೊಂದು ಕಾರು ಬಂದಿದ್ದರಿಂದ ಬುಲಾವ್ ಬಂತು.

ಸ್ವಲ್ಪ ಜೋರಾಗಿ ಹಿಂದಿ ಫಿಲಂನ ಹಿಟ್‌ಸಾಂಗ್ ಗುನುಗುತ್ತಿದ್ದವನು ಬೆರಳಿಗೆ ಹಾಕಿ ತಿರುಗಿಸುತ್ತಿದ್ದ ಕೀ ಬಂಚನ್ನ ಇವನು ಬರುವ ವೇಳೆಗೆ ಸರಿಯಾಗಿ ಕಾಲಿಗೆ ಬೀಳುವಂತೆ ಎಸೆದ. ಇದರ ನಿರೀಕ್ಷಣೆ ನಿಶಾಂತ್‌ಗೆ ಇತ್ತೇನೋ ಕಾಲನ್ನ ಹಿಂದಕ್ಕೆ ತಗೊಂಡ. ಅಲ್ಲೇ ಕೆಲಸ ಮಾಡುತ್ತಿದ್ದ ಪೆರುಮಾಳ್‌ಗೆ ಹೋಗಿ ಬಿತ್ತು.

ಸದಾ ಕುಡಿತದ ಅಮಲಿನಲ್ಲೇ ಇರುವ ಅವನು ಮೇಲೇರಿ ಹೋಗಿ ಅಜಿತ್ ಕೊರಳು ಪಟ್ಟಿಗೆ ಕೈ ಹಾಕಿದ, ಅವಾಚ್ಯ ಶಬ್ದಗಳು ಬಾಯಲ್ಲಿ.

ಮಾಲೀಕ ಮಧ್ಯೆ ಪ್ರವೇಶಿಸದಿದ್ದರೆ ಪೆರುಮಾಳ್ ಕೈಯಲ್ಲಿ ಚಟ್ನಿಯಾಗಿ ಬಿಡುತ್ತಿದ್ದ. ಪೆರುಮಾಳ್ ಅಯ್ಯಪ್ಪ ಸ್ವಾಮಿಗೆ ಬಿಟ್ಟು ಯಾರಿಗೂ ಹೆದರುವವನಲ್ಲ.

''ಇಂಥ ನಡತೆ ಒಳ್ಳೇದಲ್ಲ'' ಮಾಲೀಕ ಅವನಿಗೆ ಬುದ್ಧಿ ಹೇಳಿದ.

ಗ್ಯಾರೇಜಿನ ಕೆಲಸದವರೆಲ್ಲ ಸೇರಿಬಿಟ್ಟರು. ತಲಾ ಒಂದೊಂದು ಮಾತು. ಆದರೆ ಅಜಿತ್ ಭುಸುಗುಟ್ಟಿದ್ದು ನಿಶಾಂತ್ ಮೇಲೆ.

''ಸೀ ಯೂ....'' ಡೋರ್ ಮುರಿಯುವಂತೆ ಹಾಕಿದ.

''ಸೀಯುತ್ತಾನಂತೆ....ಪೋಡಾ....ಪೋಡಾ....'' ಪೆರುಮಾಳ್ ಕೈಯಲ್ಲಿದ್ದ ಸ್ಪಾನರ್‌ನ ಅವನ ಕಾರು ಹೋದ ದಿಕ್ಕಿಗೆ ಎಸೆದುಬಿಟ್ಟ.

''ಪೆರಿ ಪಣಕಾರ........ ಈ ಪೆರುಮಾಳ್ ಎಂಥವನೂಂತ ಗೊತ್ತಿಲ್ಲ. ಒಳ್ಳೆಯವ್ರಿಗೆ ಒಳ್ಳೆಯೋನು. ಕೆಟ್ಟವರಿಗೆ ಕೆಟ್ಟೋನು. ನಮ್ಮ ಬಡವರ ಜೀವಕ್ಕೆ ಬೆಲೆ ಇಲ್ಲಾಂತ ಇವ್ನಿಗೆ ಗೊತ್ತಿಲ್ಲ'' ವಟಗುಟ್ಟತೊಡಗಿದ.

ನಿಶಾಂತ್ ಇಂದು ಅಜಿತ್ ಬಗ್ಗೆ ಬಹಳ ಗಂಭೀರವಾಗಿ ಯೋಚಿಸಿದ. ಅವನು ಇಷ್ಟಕ್ಕೆ ಸುಮ್ಮನಾಗಲಾರ. ಇಂಥ ಪುನರಾವರ್ತನೆಗಳು ಪದೇ ಪದೇಯಾದರೆ ಪರಿಸ್ಥಿತಿ ವಿಕೋಪಕ್ಕೆ ಹೋಗುತ್ತೆ.

''ಬರ್ತೀನಿ....'' ಹೊರಟಾಗ ಮಾಲೀಕ ಅವನ ಕೈಯಲ್ಲಿ ಐವತ್ತರ ಒಂದು ನೋಟು ಇಟ್ಟ. ಮಾಡಿದ ಕೆಲ್ಸಕ್ಕೆ ಹಣ. ನಿಂಗೆ ಯಾವಾಗ ಪುರುಸೊತ್ತೋ ಆಗ್ಬಂದು ಕೆಲ್ಸ ಮಾಡು. ಓದಿನತ್ತ ಆಸಕ್ತಿ ಇರೋ ನಿನ್ನಂಥವ್ರು ಓದ್ಬೇಕು'' ಮನದುಂಬಿ ಬಂದ ಮಾತುಗಳು. ಇಂಥ ಮಾನವತೆಯ ನಡುವೆಯೇ ಅವನು ಬೆಳೆದು ಬಂದಿದ್ದು. ಇದರಿಂದ ಕೊರಗೇನು ಕಡಿಮೆಯಾಗಿರಲಿಲ್ಲ.

ಹೋಟಲಲ್ಲಿ ಊಟ ಮುಗಿಸಿ ಕ್ವಾರ್ಟರ್ಸ್‌ಗೆ ಬಂದಾಗ ಲೈಟು ಉರಿಯುತ್ತಿತ್ತು. ವಿಠೋಬ ಚಾಪೆಯ ಮೇಲೆ ಮಲಗಿ ಸೂರನ್ನು ದಿಟ್ಟಿಸುತ್ತಿದ್ದ.

''ಹೇಗಿದ್ದಾರೆ. ನಿನ್ತಂದೆ?'' ಅವನ ಪಕ್ಕದಲ್ಲಿಯೇ ಕೂತ.

ಮೇಲಕ್ಕೆ ಕೈ ತೋರಿಸಿದ ''ಹೋದ್ರು, ಅವ್ರಿಗೂ ಸಾಕಾಗಿತ್ತು ಬಿಡು. ಕನಿಷ್ಟಸುಖವಾದ್ರೂ ಇದ್ದರೆ ಈ ಲೋಕದ ಆಕರ್ಷಣೆ ಉಳಿಯುತ್ತೆ. ಅದ್ಕೇ ಕಂಬಿ ಕಿತ್ತರು'' ಎಂದ. ಅವನು ಸತ್ತವರಿಗಿಂತ ಇದ್ದವರ ಬಗ್ಗೆ ಯೋಚಿಸುವಂತೆ ಕಂಡಿತು.

ಮೆಕ್ಯಾನಿಕ್ ಷಾಪ್‌ನ ಘಟನೆಯ ನಂತರ ಒಮ್ಮೆ ಕಾರಿಡಾರ್‌ನಲ್ಲಿ ಸಿಕ್ಕಿದ ಅಜಿತ್ ಮುಂದಕ್ಕೆ ಹೋದ. ಅವನಿಗೇನೋ ಅನುಮಾನ ಬಂತು. ನಿಶಾಂತ್ ಗ್ರೌಂಡ್‌ನೊಳಕ್ಕೆ ಸರಿದ. ಹಿಂದಿನಿಂದ ಬಂದ ಇಬ್ಬರು ಯುವಕರು ಮುಂದೆ ಹೋಗುತ್ತಿದ್ದ ಯುವಕನನ್ನು ಅನಾಮತ್ ಡ್ಯಾಷ್ ಕೊಟ್ಟವರಂತೆ ಮುಂದಕ್ಕೆ ತಳ್ಳಿದರು. ಅವನು ಹೋಗಿ ಮುಂದಿದ್ದ ಜೂನಿಯರ್ ಹುಡುಗಿಯರ ಮೇಲೆ ಹಠಾತ್ತನೆ ಬಿದ್ದ.

ದೊಡ್ಡ ಕೋಲಾಹಲ. ತಳ್ಳಿದವರು ಕಂಬಿ ಕಿತ್ತರು. ಕಾರಣನಾದ ಅಜಿತ್ ದೂರದಲ್ಲಿ

ನಿಂತು ನೋಡುತ್ತಿದ್ದ. ಅವಮಾಯಕರು ಇಲ್ಲಿ ಅಪರಾಧಿಗಳು ಆಗಿದ್ದರು. ಸತ್ಯ ನಿಶಾಂತ್‌ನೊಬ್ಬನಿಗೆ ಮಾತ್ರ ಗೊತ್ತಿದ್ದುದು.

ಮಧ್ಯೆ ನುಸುಳಿ ವಿಕೋಪಕ್ಕೆ ಹೋಗಬೇಕಾದ ಪ್ರಕರಣವನ್ನು ತಟಸ್ಥಗೊಳಿಸಿದ. ಈಗ ಅಜಿತ್‌ನ ನಿಲುವು ಸ್ಪಷ್ಟವಾಯಿತು. ಆದರೆ ಅನಗತ್ಯ ಜಗಳಕ್ಕೆ ನಿಲ್ಲಲಾರ. ಸಮಯಕ್ಕಾಗಿ ಕಾಯಲು ನಿರ್ಧರಿಸಿದ.

ಬಳಸಿಕೊಂಡು ಹೊರಬಂದಾಗ ಅಜಿತ್ ಒಬ್ಬನೇ ಸಿಕ್ಕ.

''ಹಲೋ, ಅಜಿತ್....'' ಎಂದು ಹತ್ತಿರಕ್ಕೆ ಹೋದವನು. ''ಬಹಳ ತಪ್ಪು ಮಾಡ್ತಾ ಇದ್ದೀಯಾ ತೀರಾ ಅನಗತ್ಯವಾಗಿ. ಇಷ್ಟಕ್ಕೆ ನಿಲ್ಲದಿದ್ದರೆ....'' ಅವುಡುಗಚ್ಚಿದ ನಿಶಾಂತ್ ''ನಂಗೆ ಇದು ಇಷ್ಟವಿಲ್ಲ. ಇಲ್ಲಿಗೆ ನಾನ್ಬಂದಿದ್ದು ವಿದ್ಯೆ ಕಲಿಯುವ ಸಲುವಾಗಿಯೇ ವಿನಹ ವ್ಯರ್ಥವಾಗಿ ಜಗಳ ಕಾಯಲು ಅಲ್ಲ. ಇವೊತ್ತಿನಿಂದ ನಾವಿಬ್ರೂ ಫ್ರೆಂಡ್ಸ್ ಆಗೋಣ. ಅದು ಬೇಡದಿದ್ದರೂ ಪರ್‍ವಾಗಿಲ್ಲ ಪ್ರತಿಸ್ಪರ್ಧಿಗಳಾಗೋದ್ಬೇಡ'' ಬುದ್ಧಿ ಹೇಳಿದ.

ಆಗಲು ಅಜಿತ್ ಕಣ್ಣುಗಳಲ್ಲಿ ಸಿಡಿದಿದ್ದು ಕಿಡಿಗಳು ''ನೋ....ನೋ.... ಫ್ರೆಂಡ್‌ಶಿಪ್.... ಸಾಧ್ಯವಿಲ್ಲ'' ಕನಲಿದ.

''ದಟ್ಸ್.... ಓಕೇ.... ನಿನ್ನಂಥ ಫ್ರೆಂಡ್‌ನ ಅಗತ್ಯ ನಂಗೂ ಇಲ್ಲ. ಆದರೆ ನಿನ್ನ ಕೆಟ್ಟ ಆಟಗಳ್ನ ಮಾತ್ರ ನಿಲ್ಸಿಬಿಡ್ಬೇಕು. ಈ ನಿಶಾಂತ್ ಬಗ್ಗೆ ನಿಂಗೆ ಗೊತ್ತಿಲ್ಲ. ನಂಗೆ ಮಿದುಳಿನ ಜೊತೆ ಮೈಯ ಬಲವು ಇದೆ. ನಾನು ಉಸ್ತಾದ್ ಚಿಕ್ಕಣ್ಣನ ಶಿಷ್ಯ. ರಿಪೇರಿಯಾಗದಂತೆ ಮೂಳೆಗಳನ್ನು ಮುರಿಯಬಲ್ಲೆ'' ಎಚ್ಚರಿಕೆ ಇತ್ತು ನಡೆದುಬಿಟ್ಟ.

''ಏಯ್....ನಿಂತ್ಕೋ....'' ಕೂಗಿದ ಅಜಿತ್.

ಹಿಂದಕ್ಕೆ ಬಂದ ನಿಶಾಂತ್ ಅವನ ಕೊರಳಿನ ಪಟ್ಟಿ ಹಿಡಿದು ಬಲವಾಗಿ ''ಹುಡ್ಗಾಟ ಬೇಡ.... ನಾನು ಖಂಡಿತ ಸಹಿಸೋಲ್ಲ'' ದಬ್ಬಿದಂತೆ ಕತ್ತಿನ ಪಟ್ಟಿ ಬಿಟ್ಟು ''ಬೇಡ ಅಜಿತ್, ನಾವಿಬ್ರೂ ಪ್ರತಿಸ್ಪರ್ಧಿಗಳಾಗೋಕೆ ಕಾರಣಗಳೇ ಇಲ್ಲ. ನಮ್ಮಿಬ್ರ ಮಧ್ಯೆ ರಾಜ್ಯವೇ, ಹೆಣ್ಣೇ.... ಏನಿಲ್ಲ. ನಿನ್ನ ಓದಿಗೆ ನಾನು ಅಡ್ಡಿ ಇಲ್ಲ. ನನ್ನ ಓದು ನನ್ನ ಪಾಡಿಗೆ'' ಭುಜ ತಟ್ಟಿ ಹಿಂದಕ್ಕೆ ಮರಳಿದ.

ಅಜಿತ್ ಕತ್ತು ಮುಟ್ಟಿ ನೋಡಿಕೊಂಡ. ನೋಯುತ್ತಿತ್ತು. ಎಡಗೈನಲ್ಲಿ ಹಿಡಿದ ಪಟ್ಟಿಗೆ ನಡುಗಿಹೋಗಿದ್ದ. ಎಂಥ....ಬಲ! ಮುಖದ ಬೆವರನ್ನು ತೊಡೆದುಕೊಂಡು ಕಾಲೇಜು ಕ್ಯಾಂಪಸಿನಿಂದ ಹೊರಬಿದ್ದ.

ಎದುರಾದ ತರಂಗಿಣಿ ಕಾರಿಗೆ ಕಾಯುತ್ತಿದ್ದಳು. ''ಎಕ್ಸಿಬಿಷನ್ ಹಾಲ್‌ನಿಂದ ನೇರವಾಗಿ ಕಾರು ಕಳುಸ್ತೀನಿ. ಅಲ್ಲಿಗೆ....ಬಾ'' ಹೇಳಿದ್ದರು. ಅವರು ಇನ್ನೂ ಹೋಗಿದ್ದಾರೋ ಇಲ್ಲವೋ ಅವಳಿಗೆ ಅನುಮಾನ.

''ಹಾಯ್....'' ಅವಳ ಸನಿಹದಲ್ಲಿಯೇ ಕಾರು ನಿಲ್ಲಿಸಿದ ''ಅಂತು, ಫ್ರೆಂಡ್ ಇಲ್ದೇ ಕಾಲೇಜಿಗೆ ಒಬ್ಬಳೆ ಬಂದಿದ್ದೀಯಾ, ಮನೆಗೆ.... ತಾನೇ?'' ಕೇಳಿದ.

"ಇಲ್ಲ, ಆರ್ಟ್ ಗ್ಯಾಲರಿಗೆ" ಎಂದಳು ಕಾರನ್ನೆ ನಿರೀಕ್ಷಿಸುತ್ತ.

"ಅಲ್ಲೇ ಹೋಗೋಣ.... ಬಾ" ಹೊತೆಯಲ್ಲಿ ಬೆಳೆದವರು ಸಲಿಗೆಯಿಂದಲೇ ಹೇಳಿದ. ತಲೆಯಾಡಿಸಿದಳು. ಅಜಿತ್‌ಗೆ ಕೋಪದಿಂದ ಮೈ ಉರಿಯಿತು "ನಿನ್ನಿಷ್ಟ...." ಕಾರು ಮುಂದಕ್ಕೆ ಹೋಯಿತು. ಅವನಿಗೆ ಬೇಸರವೇ.

ಐದಾರು ವರ್ಷದ ಹುಡುಗಿಯಾಗಿದ್ದಾಗಿನಿಂದ ತರಂಗಿಣಿ ಗೊತ್ತು. ಅಂದಿಗೂ ಇಂದಿಗೂ ಏನೂ ವ್ಯತ್ಯಾಸವಿಲ್ಲ, ಈಗಲೂ ಅವಳ ನಗುವಿನಲ್ಲಿ ಮುಗ್ಧತನವಿತ್ತು. ಅವಳನ್ನು ಎಲ್ಲರೂ ಇಷ್ಟಪಡುತ್ತಿದ್ದರು. ಅವನಿಗೂ ಇಷ್ಟವೇ.

ಅವನು ಆರ್ಟ್ ಗ್ಯಾಲರಿ ಸುತ್ತಿಕೊಂಡು ಹಿಂದಕ್ಕೆ ಬರುವ ವೇಳೆಗೆ ನಿಶಾಂತ್, ತರಂಗಿಣಿ ಜೊತೆಯಲ್ಲಿ ಹೋಗುತ್ತಿದ್ದರು. ಜಗತ್ತಿನ ಅದ್ಭುತಗಳಲ್ಲಿ ಒಂದನ್ನು ಕಂಡಂತಾಯಿತು. ಇವರಿಬ್ಬರಿಗೂ ಹೇಗೆ ಪರಿಚಯ?

ನಿಶಾಂತ್‌ನ ಸದಾ ಸೂಕ್ಷ್ಮವಾಗಿ ಗಮನಿಸುತ್ತಿದ್ದ. ಹುಡುಗಿಯರ ಬಗ್ಗೆ ಅವನಿಗೆ ಯಾವುದೇ ಕ್ರೇಜ್ ಇರಲಿಲ್ಲ, ಅವನಾಗಿ ಮಾತಾಡಿಸುತ್ತಿದುದ್ದೇ ಅಪರೂಪ. ಅನವಶ್ಯಕವಾಗಿ ಕಾಲೇಜ್‌ನಲ್ಲಿ ಅರ್ಧ ಗಂಟೆ ಕಳೆಯುತ್ತಿರಲಿಲ್ಲ. ಇಂಥವ.... ತೀರಾ ಮಾತಾಡದ, ನಯಗಾರಿಕೆಯ ಕುಸುರಿ ಕೆಲಸದಂತಿದ್ದ ತರಂಗಿಣಿಯನ್ನು ಹೇಗೆ ಪರಿಚಯ ಮಾಡಿಕೊಂಡ?

ತರಂಗಿಣಿಯು ಅಷ್ಟೆ, ತಾನಾಗಿ ಯಾರೊಂದಿಗೂ ಮಾತಾಡಲು ಬಹುಶಃ ಅರ್ಚನಾನ ಬಿಟ್ಟರೆ ಅವಳಿಗೆ ಸ್ನೇಹಿತರೇ ಇಲ್ಲ. ಅಂಥವಳು ಸಮಾಜದಲ್ಲಿ ಯಾವುದೇ ಸ್ಟೇಟಸ್ ಇಲ್ಲದ, ಇಲ್ಲಿನವನಲ್ಲದ ನಿಶಾಂತ್ ಜೊತೆ ಹೇಗೆ ಪರಿಚಯ? ತಟ್ಟನೆ ಅವನಿಗೆ ಹೊಳೆದಿದ್ದು ಅರ್ಚನಾ.

ಮತ್ತೆ ಮತ್ತೆ ಎರಡು ಸಲ ಅಲ್ಲೇ ಸುತ್ತು ಹೊಡೆದು ಆರ್ಟ್ ಗ್ಯಾಲರಿಯ ಬಳಿ ಬಂದ. ಕೆಳಗೆ ನಿಂತ ನಿಶಾಂತ್‌ಗೆ ಎರಡು ಮೆಟ್ಟಲು ಏರಿದ್ದ ತರಂಗಿಣಿ ಏನೋ ಹೇಳುತ್ತಿದ್ದಳು. ಬೆಳದಿಂಗಳಿನಂಥ ಸುಂದರ ನಗು ಅವಳ ತುಟಿಯಂಚಿನಲ್ಲಿ, ಭರ್ಜಿಯಲ್ಲಿ ಇರಿದಂಥ ಅನುಭವ ಅಜಿತ್‌ಗೆ.

'ಪ್ರತಿದ್ವಂದ್ವಿಗಳಾಗಲು ನಮ್ಮಿಬ್ಬರ ಮಧ್ಯೆ ರಾಜ್ಯ ಇಲ್ಲ, ಹೆಣ್ಣೂ ಇಲ್ಲ' ಗಂಟೆಗಳ ಹಿಂದೆ ನಿಶಾಂತ್ ಹೇಳಿದ್ದ. ಅಜಿತ್ ಹಲ್ಲುಗಳನ್ನು ಕಡಿದ. ಕಾರು ಸ್ಪೀಡಾಗಿ ಮುಂದಕ್ಕೆ ಹೋಯಿತು. ಇದರ ಅರಿವು ತರಂಗಿಣಿಗಾಗಲೀ, ನಿಶಾಂತ್‌ಗಾಗಲಿ ಇಲ್ಲ.

ಮನೆಗೆ ಬಂದಾಗ ಶಾಲು ಹೊದ್ದ ಅರ್ಚನಾ ತಾಯಿಯ ತೊಡೆಯ ಮೇಲೆ ತಲೆ ಇಟ್ಟು ನರಳುತ್ತಿದ್ದಳು.

"ತರಂಗಿಣಿ....ಬಂದಿದ್ಲಾ? ಹೋಗೋವಾಗ ಅವಳನ್ನ ಪಿಕ್‌ಅಪ್ ಮಾಡ್ಕೊಂಡ್ಹೋಗ್ಬಹುದಿತ್ತು. ನನ್ನೊಂದಿಗೆ ಬಿಟ್ಟು ಇನ್ನೊಬ್ಬರಲ್ಲಿ ಅವ್ಳು ಮಾತಾಡೋಲ್ಲ. ಅವ್ಳ ಸ್ವಭಾವ ಗೊತ್ತಾದ್ಮೇಲೆ ಯಾರೂ ಮಾತಾಡಿಸೋಕೆ ಹೋಗೋಲ್ಲ ಬರೀ.... ಮೌನವ್ರತ...." ಜ್ವರದ ನರಳಿಕೆಯಲ್ಲಿಯೇ ಅವಳನ್ನು ವಿಚಾರಿಸಿಕೊಂಡಳು. ಅಜಿತ್ 'ಹ್ಞಾ' ಎನ್ನಲಿಲ್ಲ. 'ಹ್ಞೂ' ಎನ್ನಲಿಲ್ಲ.

"ಡಾಕ್ಟ್ರು.... ಬಂದಿದ್ರಾ?" ಅವಳ ಬಳಿಯಲ್ಲಿ ಕೂತು ಹಣೆಯ ಮೇಲೆ ಕೈಯಿಟ್ಟ "ಅಂತು

ನಿಂಗೆ ಅವಳದೇ ಯೋಚ್ನೆ. ಒಳ್ಳೆ ಗೂಸ್ಲು ಫ್ರೆಂಡ್...." ಎಂದು ಹೀಯಾಳಿಸಿದವನು. ಇಂದು ಹೀಯಾಳಿಸಿದಾಗ ಭವಾನಿ ರೇಗಿದರು.

"ಛೆ, ಆ ಹುಡ್ಗೀ ಬಗ್ಗೆ ನಿನ್ನ 'ಗೂಸ್ಲು' ಪದ ಪ್ರಯೋಗ ಬೇಡ. ಸಾವಿರ ಜನವೇನು ಲಕ್ಷ ಜನ ಮೆಚ್ಚುವಂಥ ಸ್ವಭಾವ ಅವಳದು. ಈಗಿನ ಹುಡ್ಗಿಯರ ಮುಖದ ಮೇಲೆ ಅಂಥ ಮುಗ್ಧತನ ಕಂಡಿದ್ದೀಯ? ಪ್ರಿಟಿಗರ್ಲ್...." ಹೊಗಳಿದರು.

ಈ ಮನೆಯವರೆಲ್ಲ ಮೆಚ್ಚುಗೆಯ ಹುಡುಗಿ ಅವಳೆಂದು ಅವನಿಗೂ ಗೊತ್ತು. ತರಂಗಿಣಿ ಅವನಿಗೂ ಪ್ರಿಯವೇ ಸದಾ ಮೌನಾಧಾರಣೆ ಮಾತ್ರ ಬೇಜಾರು.

ಆಮೇಲಿನ ಮಾತುಗಳೆಲ್ಲ ಅವಳ ವಿಷಯವಾಗಿಯೇ ಜರ್ಮನ್ ತಂದೆ, ಭಾರತೀಯ ತಾಯಿಯ ಮಗಳು. ಮಾಟ, ನಿಲುವು, ಕೂದಲು ಅಮ್ಮನದಾದರೂ, ಹೊಂಬಣ್ಣ ಮಾತ್ರ ತಂದೆಯದು.

"ಥೇಟು ತರಂಗಿಣಿಯ ಹಾಗೆಯೇ ಇದ್ದು ಲಕ್ಷ್ಮಿ" ಎಫ್. ಆಚಾರ್ಯ ಆಗಾಗ ಹೇಳುತ್ತಿದ್ದರು, "ಅವ್ಳು ಮಾತು ಕಮ್ಮಿ. ಕಣ್ಣುಗಳೇ ಮಾತಾಡ್ತ ಇದ್ದಿದ್ದು" ಸ್ಪಷ್ಟವಾಗಿ ಕನ್ನಡ ಮಾತಾಡಿದರೂ ಧಾಟಿ ಮಾತ್ರ ವಿದೇಶಿಯದೆ.

ಇವರ ಮಾತುಗಳು ಪೂರ್ತಿಯಾಗದ ಮುನ್ನವೇ ತರಂಗಿಣಿ ಬಂದಳು. ತಟ್ಟನೆ ಅರ್ಚನಾ ಎದ್ದು ಕೂತಳು. ಅಪ್ಪಿಕೊಂಡು ಕಣ್ಣೀರು ಸುರಿಸಿದಳು.

ಭವಾನಿ ನಕ್ಕು ಬಿಟ್ಟರು. "ಇವ್ಳಿಗೆ ನಾವು ಯಾರು ಬೇಕಾಗೇ ಇಲ್ಲ. ಇವ್ಳ ಜ್ವರ ಕಡ್ಮೆಯಾಗಿ ಓಡಾಡೋವರ್ಗ್ಗೂ ನೀನಾದ್ರೂ ಇಲ್ಲಿರು. ಅಥ್ವಾ ಇವಳನ್ನ ಕರ್ಕೊಂಡ್ಹೋಗು ತರಂಗಿಣಿ" ಮೆಚ್ಚಿಗೆ, ಮುನಿಸು ಬೆರಸಿಯೇ ಹೇಳಿ ಎದ್ದು ಹೋದರು.

"ಆರ್ಟ್ ಗ್ಯಾಲರಿಗೆ ಹೋಗಿದ್ಯಾ ?" ಬಿಗುವಾಗಿಯೇ ಕೇಳಿದ ಅಜಿತ್ "ಹೌದು...." ಎಂದಳು. ಇನ್ನ ಏನಾದರೂ ತಿಳಿಯಬೇಕಾದರೆ ಇನ್ನೊಂದು ಪ್ರಶ್ನೆ ಹಾಕಬೇಕು. "ನಿಮ್ಮ ಡ್ಯಾಡಿ ಅಲ್ಲಿ ಇದ್ರಾ ?" ಎಂದ ಬೇಸರದಿಂದ. ಇಲ್ಲವೆಂದು ತಲೆಯಾಡಿಸಿದಳು. ಮತ್ತೆ.... ಪ್ರಶ್ನೆ.... ಅದಕ್ಕೆ ಉತ್ತರ ಇಲ್ಲ.

ಬೇಸರದಿಂದ ಎದ್ದು ಹೊರಗೆ ಹೋದ, ಅರ್ಚನಾ ಹತ್ತು ಮಾತುಗಳಿಗೆ ಅವಳ ನಗು, ಮುಗುಳ್ನಗು ಅಥವಾ ಮಿತ ಬಳಕೆಯ ಪದಗಳ ಜೋಡಣೆ-ಆದರೂ ತರಂಗಿಣಿಯಲ್ಲಿ ಅವನಿಗೆ ಆಸಕ್ತಿ ಇತ್ತು.

ತಂಗಾಳಿಯಲ್ಲಿ ನಿಂತು ಯೋಚಿಸಿದ. ನಿಶಾಂತ್ ಅವಳೊಂದಿಗೆ ಹೇಗೆ ಮಾತಾಡಿರಬಹುದು? ಅವಳ ಸ್ವಭಾವವೇನು ಬದಲಾಗಿರದು.

ಶರ್ಮ ಅವರ ಕಾರು ಬಾಲ್ಕನಿಯಲ್ಲಿ ನಿಂತಾಗಲೇ ಎಚ್ಚರ.

"ಡ್ಯಾಡಿ...." ಡ್ರೈವರ್ ಇಳಿಯುವ ಮುನ್ನ ಅವನೇ ಬಂದು ಬಾಗಿಲು ತೆಗೆದ," "ಎಲ್ಲಿ ನಿನ್ನ ಮಮ್ಮಿ?" ಅವನತ್ತ ನೋಡದೆಯೇ ಒಳಕ್ಕೆ ಹೋದರು.

ಕೆಲವೊಮ್ಮೆ ಅವನಿಗೆ ಆಶ್ಚರ್ಯ. ಈ ಮಧ್ಯ ವಯಸ್ಸಿನಲ್ಲೂ ಅಪ್ಪ, ಅಮ್ಮನ ಮಧ್ಯದ

ಆಕರ್ಷಣೆ ಎಂಥದು? ಈಗಲೂ ಬಾಂಬೆ, ದೆಹಲಿಗೆ ಹೋದಾಗ ಹೆಂಡತಿಯನ್ನು ಜೊತೆಯಲ್ಲಿಯೇ ಕರೆದೊಯ್ಯುತ್ತಿದ್ದರು ಶರ್ಮ. ಅವರು ತಮ್ಮ ಜೀವನದ ಸಂಗಾತಿಯನ್ನ ಪ್ರೀತಿಸುವಷ್ಟು ಬೇರಾರು ಪ್ರೀತಿಸರು!

ಮನೆಗೆ ಬಂದ ಕೂಡಲೇ ಮೊದಲ ಹತ್ತು ನಿಮಿಷಗಳು ಹೆಂಡತಿಗೆ ವಿನಿಯೋಗಿಸಿದ ನಂತರವೇ, ಮಕ್ಕಳು ಇತರ ಕಡೆಯ ಗಮನ ಇದು ಎಂದೂ ತಪ್ಪದು.

ಮಗಳ ಹಣೆ, ಕೊರಳು ಮುಟ್ಟಿ ನೋಡಿ ತರಂಗಿಣಿಯ ಕಡೆ ನೋಟ ಹರಿಸಿದರು. ''ಅಂತು ಇವತ್ತು ನೀನೆ ಬಂದಿದ್ದೀಯಾ? ಹೇಗಿದ್ದಾರೆ ನಿನ್ನಪ್ಪ? ಸ್ನೇಹ, ಆತ್ಮೀಯತೆ, ಮನೆಗಳು ಹತ್ತಿರವಿದ್ರೂ ಒಬ್ಬರಿಗೊಬ್ರು.... ಮೀಟ್ ಮಾಡೋಕ್ಕಾಗಲ್ಲ. ಸದಾ ನಂಗೆ ಬಿಜಿ. ಸದಾ ಕವಚದಲ್ಲೇ ಇರ್ತಾರೆ ಅವ್ರು'' ಎಂದರು. ಇವಿಷ್ಟು ಮಾತುಗಳಿಗೂ ತರಂಗಿಣಿಯ ತುಟಿಯಂಚಿನಲ್ಲಿ ತೇಲಿದ್ದು ಒಂದು ಮುಗುಳ್ನಗೆ.

ಏನೋ ಜ್ಞಾಪಿಸಿಕೊಂಡವರಂತೆ ಮಗನ ಕಡೆ ತಿರುಗಿದರು. ''ವಾಚ್‌ಮನ್ ಪೋಸ್ಟ್ ಖಾಲಿ ಬಿದ್ದಿದೆ. ತೀರಾ ಪ್ರಾಮಾಣಿಕರೇ ಬೇಕು ನೈಟ್ ಡ್ಯೂಟಿ ಮಾಡ್ಲೀ, ಅವ್ನ ಕಾಲೇಜಿಗೂ ಅಡ್ಡವಾಗೋಲ್ಲ. ನಿಶಾಂತ್ ಸಿಕ್ಕರೆ ಹೇಳು'' ಹೇಳಿದರು. ಅವರ ಮನಸ್ಸಿನಲ್ಲಿ ಒಂದು ಸ್ಪಷ್ಟವಾದ ಉದ್ದೇಶವಿತ್ತು. ಅವರ ಕಣ್ಣು ತಪ್ಪಿ ಅವನೆಲ್ಲು ಹೋಗಿ ಬಿಡಬಾರದು.

ಅಜಿತ್ ಹಲ್ಲುಕಡಿದರೂ, ತನ್ನ ಉದಾಸೀನ, ತಿರಸ್ಕಾರ ತೋರಿಸಲು ಮಾತ್ರವಲ್ಲ ಹಂಗಿಗೆ ಒಳಪಡಿಸಲು ಇದೊಂದು ಉತ್ತಮ ಅವಕಾಶವೆನಿಸಿತು.

''ಹೇಳ್ತೀನಿ....ಡ್ಯಾಡಿ, ಅವ್ನು ಬರೋ ನಂಬ್ಕೇ ಇಲ್ಲ. ಬಹಳ ದುರಹಂಕಾರ....'' ಎಂದ.

ಅರ್ಚನಾ ಕಣ್ಮುಂದೆ ಮೂಟೆ ಹೊತ್ತು ಧೂಳು ತುಂಬಿಕೊಂಡ ನಿಶಾಂತ್ ಚಿತ್ರ ಸುಳಿಯಿತು. ಸಹಾನುಭೂತಿಯ ಜೊತೆ ಹೆಮ್ಮೆಯು ಅವಳಲ್ಲಿ ತುಳುಕಿತು.

''ಖಂಡಿತ ಬರ್ತಾನೆ. ಅವ್ನಿಗೆ ಕೆಲ್ಸ ಬೇಡ್ವಾ? ಅಹಂಕಾರ ಇದ್ದಿದ್ರೆ....ಅವ್ನು ಮೂಟೆ ಹೋರೋಕೆ ಹೋಗ್ತಾ ಇದ್ನ'' ಅರ್ಚನಾ ಆಡಿಬಿಟ್ಟಳು.

ಅಪ್ಪ, ಮಗನ ಕಿವಿಗಳು ಚುರುಕಾದವು. ಅಂದರೆ ನಿಶಾಂತ್ ಮೂಟೆ ಹೊರುತ್ತಾನೆ.

''ಎಲ್ಲಿ ಮೂಟೆ ಹೊರೋದು?'' ಕೇಳಿದ.

ಅರ್ಚನಾ ಮುಂದಿನ ಪರಿಣಾಮದ ಬಗ್ಗೆ ಯೋಚಿಸದೆ ನಿಶ್ಚಿಂತೆಯಿಂದ ಹೇಳಿ ಬಿಟ್ಟಳು....

ಮಗಳು ಮಾಡಿದ್ದು ಭವಾನಿಗೆ ಸರಿಯೆನಿಸಲಿಲ್ಲ. ಅವನ ಮೇಲೆ ಸದಾ ಕೋಪ ಕಾರುವ ಮಗ ಅವಮಾನಿಸಬಹುದು! ಇಪ್ಪತ್ತೈದು ಸಾವಿರದಷ್ಟು ಮೊತ್ತವನ್ನು ನಿರಾಕರಿಸಿ ಕೆಲವು ರೂಪಾಯಿಗಳಿಗಾಗಿ ಮೂಟೆ ಹೊರುವ ನಿಶಾಂತ್ ಭವ್ಯ ವ್ಯಕ್ತಿಯಾಗಿ ಕಂಡ ಆಕೆಗೆ.

''ಸತ್ತ ವಿಷ್ಯಕ್ಕೆ ಜೀವ ಕೊಡೋದ್ಬೇಡ. ಇನ್ನು ನಿಶಾಂತ್ ಸುದ್ದಿನೇ ಬೇಡ'' ಎಂದವರು ಮಗನತ್ತ ತಿರುಗಿ ''ಇನ್ನು ದಾಕ್ಷಿಣ್ಯದ ಯುವಕ ಅವ್ನು. ನೀನಾಗಿ ನೀನು ಯಾಕೆ ಮಾತಾಡಿಸ್ತೀಯಾ, ಬೇಡ ಬಿಡು'' ಮುಂದುವರಿಯದಂತೆ ತಡೆಯಲು ನೋಡಿದರು.

ಅಜಿತ್ ಈ ಛಾನ್ಸ್ ಕಳೆದುಕೊಳ್ಳಲು ಇಚ್ಛಿಸಲಿಲ್ಲ.

''ಮೂಟೆ ಹೊರೋ ಕೆಲ್ಸ ಯಾಕೆ ಬಿಡು. ಮಮ್ಮಿ. ಹೇಗೋ ಡ್ಯಾಡಿ ಹೇಳ್ದ ಪ್ರಕಾರ ರಾತ್ರಿ ಶಿಫ್ಟ್‌ನಲ್ಲಿ ವಾಚ್‌ಮನ್ ಕೆಲ್ಸಮಾಡ್ಲಿ. ನಮ್ಗೂ ಕಟ್ಟುಮಸ್ತಾದ ಆಳು ಸಿಕ್ಕಿದಂಗಾಗುತ್ತೆ'' ಎಂದ.

''ನೀನೇನು ಹೇಳ್ಬೇಡ. ಡ್ಯಾಡಿ ಕರೀತಾರೇಂತ ನಾನೇ ಹೇಳ್ತೀನಿ'' ಅರ್ಚನಾಗೆ ಅವನು ಹೇಳುವುದು ಇಷ್ಟವಿಲ್ಲ ''ಹೋಗೇ.... ನಾನೇ ಹೇಳ್ತೀನಿ'' ಅಜಿತ್ ಹೊರಟು ಹೋದ.

''ಇದೆಲ್ಲ ಯಾಕೆ ಬೇಕಿತ್ತು ?'' ವ್ಯಥೆಯಿಂದ ನುಡಿದು ಭವಾನಿ ಎದ್ದು ಹೋದರು.

ಅವಾಕ್ಕಾದರು ಶರ್ಮ ''ನಿಮ್ಮಮ್ಮ ಭಯಪಡೋದು ಉಸ್ತಾದ್ ಚಿಕ್ಕಣ್ಣನಿಗೆ. ಅಂದು ತೋರಿಸಿದ ಅವ್ನ ದೈತ್ಯಶಕ್ತಿ ಎಲ್ಲಿ ತಮ್ಮತ್ತ ತಿರುಗುತ್ತೊ ಅನ್ನೋ ಹೆದರಿಕೆ ಅವ್ಳಿಗೆ. ಇಲ್ಲಿ ಬಂದರೆ ಸ್ಟೇಷನ್‌ಗೆ ಹಾಕಿ ಕೈಕಾಲು ಮುರುಸ್ತೀನಿ'' ದರ್ಪದಿಂದ ಹೇಳಿದರು.

ಅಂದು ಕೊಲ್ಲಲು ಏರಿ ಬಂದ ಜನರನ್ನ ಉಸ್ತಾದ್ ಚಿಕ್ಕಣ್ಣ ತಡೆದಿದ್ದು ಸಿನಿಮಾ ರೀತಿಯಲ್ಲಿಯೇ. ಅಂದು ಜನ ಹುಚ್ಚಾಗಿದ್ದರು. ಇವರ ಮುಖಗಳು ಕೂಡ ಗುರುತು ಸಿಕ್ಕದಂತೆ ಕೊಚ್ಚಿ ಹಾಕಿ ಬಿಡುತ್ತಿದ್ದರು.

ಆಮೇಲೆ ಅಜಿತ್ ನಿಮಿಷಗಳನ್ನೆ ಲೆಕ್ಕ ಹಾಕಿದ.

ಅಂದಿನ ರಾತ್ರಿ ಅವನಿಗೆ ದೀರ್ಘವಾಗಿ ಕಂಡಿತು. ಮಾರನೇ ದಿನ ನಿಶಾಂತ್‌ಗೆ ಹೇಗೆ ಅವಮಾನ ಮಾಡಬೇಕೆಂದು ಯೋಜನೆ ಹಾಕತೊಡಗಿದ. ಅವನು ಅವಮಾನದಿಂದ ಕುದಿದು ಹೋಗಬೇಕು. ತಲೆಯೆತ್ತಬಾರದು. ಬರೀ ಅವನದೇ ಕನಸು ಕಂಡ ಅಂದಿನ ರಾತ್ರಿ.

ಆದರೆ ಬೆಳಿಗ್ಗೆ ಎದ್ದ ಕೂಡಲೇ ಅವನಿಗೆ ತಂದೆ ಬುಲಾವ್ ಬಂತು. 'ಮಮ್ಮಿಯ ಮಾತಿಗೆ ತಲೆದೂಗಿರಬೇಕು. ಬೇಡ ಬಿಡು' ಎನ್ನುತ್ತಾರೆ ಎಂದು. ಅದು ಅವನಿಗೆ ಇಷ್ಟವಿಲ್ಲ.

''ಈಗ್ಬಂದೇ....'' ಆಳನ್ನ ಕಳಿಸಿದ.

ಅವರು ಸ್ನಾನಕ್ಕೆ ಹೋದ ವೇಳೆ ತಿಳಿದುಹೋಗಿ ಸಹಿ ಹಾಕಿ ಬಂದವನು ಕಾಲೇಜಿಗೆ ಹೋಗಿಬಿಟ್ಟ. ಶರ್ಮ, ಭವಾನಿ ಕೈಗೇ ಅವನು ಸಿಗಲೇ ಇಲ್ಲ.

''ನಂಗೆ ಲ್ಯಾಬ್ ಇದೆ. ಬಂದು ನೋಡ್ತೀನೀಂತ ಡ್ಯಾಡಿಗೆ ಹೇಳು'' ಅಡಿಗೆಯ ಚಂದ್ರನಿಗೆ ಹೇಳಿ ಹೋಗಿಬಿಟ್ಟ.

ಭವಾನಿ ಸುಮ್ಮನಾಗಿಬಿಟ್ಟರು. ಒಂದು ರೀತಿಯ ವಿಷಾದ ಆಕೆಯಲ್ಲಿ. ಹುಡುಗಿಯರ ಹಿಂಡು ಬರುತ್ತಿರುವುದನ್ನು ನೋಡಿ ನಿಶಾಂತ್‌ನ ನಿರೀಕ್ಷಿಸಿದ. ಅವನ ಆಸೆ ಫಲಿಸಿತು. ಜೋರಾಗಿ ಸಿಳ್ಳು ಹಾಕಬೇಕೆನಿಸಿತು.

''ಏಯ್.... ನಿಶಾಂತ್....'' ಅಷ್ಟು ದೂರದಿಂದಲೇ ಕೂಗಿದ. ಹಿಂದೆ ಇದ್ದವರು ಜೋಕ್ಸ್ ಹಾರಿಸುತ್ತ ನಗುತ್ತಿದ್ದರು.

''ಬಾ....ಇಲ್ಲಿ....'' ಮತ್ತೆ ಕೂಗಿದರು. ವಿದ್ಯಾರ್ಥಿನಿಯರಿಗೆಲ್ಲ ಕೇಳಲಿಯೆಂದೇ ಅವನ ಉದ್ದೇಶ.

ನಿಶಾಂತ್ ತುಂಬಾ ತಾಳ್ಮೆ ವಹಿಸಿದ. ದುಡುಕಿ ಮೇಲೇರಬೇಕೆಂಬುವರ ಬದುಕಿಗೆ ಕೊಡಲಿ ಪೆಟ್ಟೆಂದು ಅವನಿಗೆ ಗೊತ್ತು. ಅವನತ್ತ ನಡೆದು ಬಂದ ಏನು ಎನ್ನುವಂತೆ.

"ಡ್ಯಾಡಿ, ಬರೋಕೆ ಹೇಳಿದ್ರು, ಒಂದು ವಾಚ್‌ಮನ್ ಪೋಸ್ಟ್ ಖಾಲಿಯಾಗಿದೆಯಂತೆ. ನಿಂಗೆ ಕೊಡೂಂತ ಶಿಫಾರಸು ಮಾಡ್ದೇ" ಹುಬ್ಬು ಕುಣಿಸಿದ.

ಅವನ ಹಿಂದೆ ಇದ್ದವರು "ಒಳ್ಳೆ ಹೈಟ್, ಪರ್ಸನಾಲಿಟಿ ನಮ್ಗೂ ಒಬ್ಬ ಇಂಥ ಆಳು ಬೇಕು" ಒಬ್ಬ ಅಂದಾಗ ಮಿಕ್ಕವರು ಬಾಯಿಗೆ ಬಂದಂತೆ ಮಾತಾಡಿದರು.

'ಆ್ಹ' 'ಹ್ಞೂ' ಅನ್ನದೇ ನಿಶಾಂತ್ ಹೊರಟುಬಿಟ್ಟ. ಬೇಕಾಗಿ ಅಷ್ಟು ಜನರ ಮಧ್ಯೆ ಅವಮಾನಿಸಿದ್ದ. ಸಹಾನುಭೂತಿಯ ನೋಟಗಳೆಂದರೇ ಅವನ ಮೈಮೇಲೆ ಮುಳ್ಳುಗಳು ಏಳುತ್ತಿದ್ದವು. ಅವನೀಗ ಎಲ್ಲರ ನೋಟ, ಮಾತುಗಳಿಗೆ ವಸ್ತು. ನಿರಂತರ ಅವಮಾನ, ಸಹಾನುಭೂತಿಗಳ ಮಧ್ಯೆಯೇ ಅವನ ಬದುಕು.

ಲ್ಯಾಬ್‌ನಿಂದ ಹೊರಕ್ಕೆ ಬಂದು ಲೈಬ್ರರಿಯಲ್ಲಿ ಹೋಗಿ ಕೂತ. ಅಜಿತ್ ದ್ವೇಷಕ್ಕೆ ಕಾರಣವೇನು? ಎಷ್ಟೇ ವಿಶ್ಲೇಷಿಸಿದರೂ ಅವನಿಗೆ ಕಾರಣ ಸಿಗದು.

ಹಳ್ಳಿಯಲ್ಲೂ ಸಣ್ಣ ಮನಸ್ಸಿನ ಜನ ಇದ್ದರು. ಅನವಶ್ಯಕವಾಗಿ ದ್ವೇಷಿಸುವ, ಅವಮಾನಿಸುವ ಜನ ಇದ್ದರೂ ತಾತ್ಕಾಲಿಕವೆ. ಆದರೆ ಅಜಿತ್ ಶಾಶ್ವತ ದ್ವೇಷವನ್ನು ಸಾಧಿಸುತ್ತಿದ್ದಾನೆ.

ಬೇಸರದಿಂದ ಹೊರಬಂದ. ಸಂಜೆಯವರೆಗೂ ಮೂಟೆ ಹೊತ್ತ ಅವನಲ್ಲಿನ ಅವಮಾನ ದಳ್ಳುರಿ ತಣ್ಣಗಾಗಬೇಕಿತ್ತು. ಕ್ವಾರ್ಟರ್ಸ್‌ಗೆ ಬಂದಾಗ ತೀರಾ ಸುಸ್ತಾಗಿಬಿಟ್ಟಿದ್ದ.

ವಿಠೋಬ ಬಂದಾಗ ರಾತ್ರಿ ಹತ್ತು ಗಂಟೆಯಾಗಿತ್ತು. ಒಂದಿಷ್ಟು ತರಕಾರಿ, ಹಣ್ಣು ಹಿಡಿದು ಬಂದಿದ್ದ.

"ಏಯ್ ನಿಶಾಂತ್...." ಕೈ ಹಿಡಿದು ಹತ್ತಿರ ಕೂಡಿಸಿಕೊಂಡ "ಕಾಲೇಜು ಹತ್ರ ಬಂದಿದ್ದೆ. ನೀನು ಪತ್ತೆ ಇಲ್ಲ. ಡ್ರೆಸ್‌ನಲ್ಲಿ ಇಡೀ ಕಾಲೇಜು ಅರಸುತ್ತಿದ್ದರೆ ಎಲ್ಲರ ಕಣ್ಣು ನನ್ಮೇಲೆ. ಯೂನಿಫಾರಂ ಮಹತ್ವ" ನಕ್ಕ.

ಇಂದು ಯಾಕೋ ನಗುವ ಸ್ಥಿತಿಯಲ್ಲಿರಲಿಲ್ಲ ನಿಶಾಂತ್.

ವಿಠೋಬ ಅವನ ತೋಳಿಡಿದು ಅಲುಗಾಡಿಸಿದ "ಏನಾಗಿದೆ ನಿಂಗೆ? ಯಾಕೆ ಹುಷಾರಿಲ್ಲಾ?" ಗಾಬರಿಯಾದ.

ನಿಶಾಂತ್ ಒಂದೆರಡು ನಿಮಿಷಗಳ ನಂತರ ನುಡಿದ.

"ಒಬ್ಬ ವ್ಯಕ್ತಿ ಅನವಶ್ಯಕವಾಗಿ ಇನ್ನೊಬ್ಬ ವ್ಯಕ್ತಿ ಮೇಲೆ ಯಾಕೆ ದ್ವೇಷ ಸಾಧಿಸ್ತಾನೆ? ಇದೊಂದು ಕಗ್ಗಂಟಾಗಿದೆ" ಎಲ್ಲಾ ವಿವರಿಸಿದ. ತಪ್ಪು, ಒಪ್ಪುಗಳನ್ನು ಬಿಟ್ಟು ವಸ್ತು ಸ್ಥಿತಿಯನ್ನು ವಿಠೋಬನ ಮುಂದಿಟ್ಟ.

ಅವನು ಹಗುರವಾಗಿ ನಕ್ಕುಬಿಟ್ಟ.

"ಜಲಸಿ, ಇದ್ಕೆ ಕಾರಣಗಳು ಬೇಕಿಲ್ಲ. ವಿಪರೀತ ಅಭಿಮಾನ ಮಾನವೀಯ ಗುಣಗಳ್ನ ನಾಶಪಡಿಸುತ್ತೆ. ನೀನೇನು ತಲೆ ಕೆಡಿಸ್ಕೋಬೇಡ. ಅಹಂಕಾರಕ್ಕೆ ಉದಾಸೀನವೇ ಮದ್ದು" ಭುಜ

ತಟ್ಟಿ ಸಮಾಧಾನಿಸಿದ.

ನಿಶಾಂತ್ ಇಡೀ ರಾತ್ರಿ ನಿದ್ರಿಸಲಿಲ್ಲ. ಅಕ್ಕರೆಯ ತಾಯ್ತಂದೆಯರು, ಸಮಾಜದಲ್ಲಿ ಸ್ಟೇಟಸ್, ಪ್ರೀತಿಯ ತಂಗಿ, ಭವಿಷ್ಯದಲ್ಲಿ ಪರದಾಟದಂಥ ಆರ್ಥಿಕ ಸ್ಥಿತಿ-ತನ್ನದು ಇದಕ್ಕೆ ವಿರುದ್ಧ. ಆದರೆ ಮೈಗೂಡಿದ ಹೋರಾಟದ ಬದುಕು, ಆತ್ಮಸ್ಥೈರ್ಯ- ಇದು ಯಾವುದು ಅಜಿತ್‌ಗೆ ಇಲ್ಲ. ಪ್ರತಿದ್ವಂದಿಯಾದರೆ ಸೋಲು ಅವನದೇ.

* * *

ಮನೆಗೆ ಬಂದ ಕೂಡಲೇ ಅಜಿತ್ ಸಂತೋಷದಿಂದ ತಿಳಿಸಿದ ವಿಷಯವನ್ನು "ನಿಶಾಂತ್‌ಗೆ ತಿಳಿಸ್ದೆ ಬ್ಲಡೀ.... ಬೆಗ್ಗರ್.... ಎಲ್ಲಾದ್ರೂ ಬದ್ಕಿಕೊಳ್ಳಿ."

ಎಂದೂ ಎತ್ತದ ಕೈಗಳನ್ನು ಭವಾನಿ ಎತ್ತಿದವರು ಹಾಗೆಯೇ ನಿಲ್ಲಿಸಿಬಿಟ್ಟರು. "ನಾನ್ಬೇಡಾಂದೇ, ದೊಡ್ಡ ಸಹಾನುಭೂತಿಯಿಂದ ಮುಂದಾಗಿ ಈಗ ಇಂಥ ಮಾತುಗಳನ್ನ ಆಡ್ತೀಯಾ. ಬಿಹೇವ್ ಲೈಕ್ ಎ ಸಿವಿಲೈಜ್ಡ್ ಮ್ಯಾನ್...." ಉದ್ವೇಗದಿಂದ ಆಕೆಯ ಕಂಠ ನಡುಗುತ್ತಿತ್ತು.

"ಮಮ್ಮಿ...." ತೋಳಿಡಿದುಕೊಂಡ.

ಆಕೆ ಕೊಡವಿಕೊಂಡರು "ನಂಗೆ ಇದೆಲ್ಲಸರಿ ಕಾಣೋಲ್ಲ. ನಮ್ಗೆ ಅವನನ್ನ ಜೈಲಿಗೆ ಕಳಿಸೋ ತಾಕತ್ತು ಇರ್ಬಹ್ದು. ಅದ್ಕೆ ಮುನ್ನ ಅವ್ನು ನಿನ್ನ ಕೈಕಾಲುಗಳ್ನ ಮುರ್ದು ಬಿಡ್ತಾನೇ! ಬಿ ಕೇರ್ ಫುಲ್" ಬೈಯ್ದುಬಿಟ್ಟರು.

ಸದಾ ಶಾಂತವಾಗಿರುತ್ತಿದ್ದ ತಾಯಿ ಇಷ್ಟೇಕೆ ಉದ್ವೇಗಗೊಂಡರು? ಮಕ್ಕಳ ವಿಷಯಕ್ಕೂ ಹೆಚ್ಚು ತಲೆ ಹಾಕದ ಆಕೆ ಇಂದೇಕೆ ಅಂಜುತ್ತಿದ್ದಾರೆ.

ಅಜಿತ್ ಮೆದುಳಿನಲ್ಲಿ ಫ್ಲಾಷ್ ಆಯಿತು. ಚಿಟಿಕೆಯೊಡೆದ.

"ಡೋಂಟ್ ಫಿಯರ್ ಮಮ್ಮಿ, ಆ ಮರಿ ಪೈಲ್ವಾನ ನನ್ನನೇನು ಮಾಡೋಕ್ಕಾಗೋಲ್ಲ. ಕರಾಟೆ, ಜ್ಯೂಡೋ ಕಲಿತವನು ನಾನು. ಮನಸ್ಸು ಮಾಡಿದ್ರೆ ಅವ್ನ ಇಡೀ ಮೈಗೆ ಒಂಟಿಯಾಗಿ ಬ್ಯಾಂಡೇಜ್ ಹಾಕ್ಸಿಬಿಡಬಲ್ಲೆ" ಉತ್ಸಾಹವಿತ್ತು ಅವನ ಸ್ವರದಲ್ಲಿ.

ಆಕೆ ಹಣೆಗೆ ಕೈಯೊತ್ತಿದರು. "ಯಾಕೆ, ಹೇಳು? ಅವನೇನು ಮಾಡ್ದ ನಿಂಗೆ? ಅವನಾಗಿ ನಿನ್ನ ತಂಟೆಗೆ ಬರೋಷ್ಟು ಪುರುಸೊತ್ತು ಅವ್ನಿಗಿಲ್ಲ." ಆಕೆ ನಿಶಾಂತ್ ಪರವೇ ವಹಿಸಿದರು.

"ಅವ್ನಿಗೆಲ್ಲಿ ಪುರಸತ್ತು! ಮೂಟೆ ಹೊರಬೇಕು..ಮೆಕ್ಯಾನಿಕ್ ಷಾಪ್‌ನಲ್ಲಿ ಕೆಲ್ಸ ಮಾಡ್ಬೇಕು. ಒಂದಾ....ಎರಡಾ...ಆದ್ರೂ ಅವ್ನ ಅಹಂಕಾರ ಕಮ್ಮಿ ಆಗ್ಲಿಲ್ಲ. ಅದ್ನ ಇಳಿಸ್ಬೇಕು ಅಷ್ಟೆ. ಖಂಡಿತ ಈ ಅಜಿತ್ ಆ ಕೆಲಸ ಮಾಡ್ತಾನೆ" ಎದೆ ತಟ್ಟಿಕೊಂಡು ತನ್ನ ಕೋಣೆಗೆ ಹೋದ.

ಭವಾನಿ ಭೂಮಿಗಿಳಿದು ಹೋದರು. ಅಜಿತ್, ನಿಶಾಂತ್ ಇಬ್ಬರಲ್ಲಿ ಒಬ್ಬರು ಊರು ಬಿಟ್ಟು ಹೋಗಬೇಕು. ಅಜಿತ್ ಹೋಗಲಾರ. ಹೋಗಕೂಡದು. ಅವನ್ಯಾಕೆ ಹೋಗಬೇಕು? ನಿಶಾಂತ್ ಇಲ್ಲಿಂದ ದೂರ ಹೋಗಿ ಬಿಡಲಿ.

ಮರುದಿನ ಬೆಳಿಗ್ಗೆಯೇ ಶರ್ಮ ಮನೆಯಲ್ಲಿರುವಾಗಲೇ ನಿಶಾಂತ್ ಬಂದ. ವಿಷಯ ತಿಳಿದ ಅರ್ಚನಾ ಹೊರಗೆ ಬಂದಳು.

ಜ್ವರದಿಂದ ಕಂಗೆಟ್ಟ ಮುಖ, ಅಸ್ತವ್ಯಸ್ತವಾದ ಕೂದಲು ಅವಳ ಅನಾರೋಗ್ಯದ ಬಗ್ಗೆ ಹೇಳಿತು.

''ಹುಷಾರಿಲ್ವಾ?'' ಕೇಳಿದ.

''ಜ್ವರ ಇತ್ತು. ಈಗ .. ಇಲ್ಲ. ಯಾರ್ಗೆ ಬೇಕಾಗಿದೆ ಜ್ವರ! ಕೂತ್ಕೊಳ್ಳಿ.... ನಿಶಾಂತ್'' ಬಾಯ್ತುಂಬ ಹೇಳಿದಳು. ಅದಕ್ಕೆ ಆ ಮನೆಯವರ ಪ್ರತಿಕ್ರಿಯೆ ಏನೆಂದು ಅವನಿಗೆ ಗೊತ್ತು.

''ಪರ್ವಾಗಿಲ್ಲ. ನಿಮ್ಮ ಡ್ಯಾಡಿಯವರನ್ನ ನೋಡ್ಬೇಕಿತ್ತಲ್ಲ'' ಎಂದ ಸುತ್ತಲೂ ನೋಟ ಹರಿಸುತ್ತ.

ಅಲ್ಲಿಯೇ ಇದ್ದ ಶರ್ಮ ಪಿ.ಎ. ''ಹೊರ್ಗೇ ವೆಯಿಟ್ ಮಾಡಿ ಬರ್ತಾರೆ....'' ಉದಾಸೀನದಿಂದ ಹೇಳಿದ.

ಅವುಡುಗಚ್ಚಿ ''ನಿಶಾಂತ್ ಬಂದಿದ್ದ ಅನ್ನೋ ವಿಷ್ಯ ಮುಟ್ಸಿಬಿಡಿ'' ಹೊರಗೆ ನಡೆದ.

ಹೊರಗಡೆಯೇ ಅವನನ್ನ ಕೆಣಕಿದ್ದ ಅಜಿತ್, ''ಬೇಗ್ಬಂದಿದ್ದು ಒಳ್ಳೆದಾಯ್ತು. ನಾನು ರೆಕಮಂಡ್ ಮಾಡಿದ್ರೆ ನನ್ನ ಬಾಡಿಗಾರ್ಡ್ ಆಗಿ ನಿನ್ನ ನೇಮಕ ಮಾಡ್ತಾರೆ'' ಮಾತುಗಳು ಮಾಮೂಲಾಗಿ ಕಂಡರೂ ಅದರ ಚೂಪುತನ ಮಾತ್ರ ಎದೆಯನ್ನು ಸೀಳುವಂತಿತ್ತು.

''ನಿಮ್ಮಲ್ಲಿ ಖಾಲಿಯಾಗಿರೋ ವಾಚ್‌ಮನ್ ಪೋಸ್ಟ್‌ನ ಯಾರಿಗಾದ್ರೂ ಕೊಟ್ಬಿಡೀಂತ ಹೇಳೋಕೆ ಬಂದಿದ್ದೆ'' ಬಹಳ ಸಮಾಧಾನವಾಗಿಯೇ ನುಡಿದು ಒಳಗೆ ಬಂದಿದ್ದ.

ಹೊರಗೆ ನಿಶಾಂತ್ ಬಂದಾಗ ಟೈಗರ್‌ಗೆ ಬಿಸ್ಕತ್ ಎಸೆಯುತ್ತಿದ್ದ ಅಜಿತ್ ಅವನನ್ನು ಹೋಗಿ ಹಿಡಿಯುವಂತೆ ಸನ್ನೆ ಮಾಡಿದ.

ರಭಸದಿಂದ ಬಂದ ನಾಯಿ ಅವನನ್ನ ಮೂಸಿದಾಗ ನಿಶಾಂತ್ ಅದರ ಕತ್ತು ಸವರಿ ಹೊರಗೆ ನಡೆದ.

ಅರ್ಚನ ಹಾರಾಡಿದಳು.

''ಏನಾಗಿದೆ ಈ ಮನೆಯವರಿಗೆ? ನಿಶಾಂತ್ ನನ್ನ ಫ್ರೆಂಡ್. ಅವನನ್ನ ಹಾಗೆ ಅವಮಾನಿಸೋಕೆ ನೀವ್ಯಾರು?'' ಪಿ.ಎ. ಮೇಲೆ ಎಗರಿಬಿದ್ದಳು.

ಆತ ಎಗರಿ ಬಿದ್ದ. ಮಾತಾಡಲು ತೋರಲಿಲ್ಲ.

ತಂದೆ ಹೊರಗೆ ಬಂದ ಕೂಡಲೇ ಜಗಳ ತೆಗೆದಳು.

''ಐ ಡೋಂಟ್ ಲೈಕ್ ಡ್ಯಾಡಿ, ನೀವಾಗಿ ಅವನನ್ನು ಕರ್ದು ಅಪಾಯಿಂಟ್‌ಮೆಂಟ್ ಕೊಟ್ಟಿದ್ದು. ಮತ್ತೆ ಕಾಯಿಸೋ ಅಗತ್ಯ ಇತ್ತಾ.''

''ಹಾಗಲ್ಲಮ್ಮ....'' ಶರ್ಮ ಏನೋ ಹೇಳಲು ಹೋದರು.

''ಅವೆಲ್ಲ ಆಮೇಲೆ.... ಮೊದ್ಲು ನನ್ನ ಪ್ರಶ್ನೆಗಳಿಗೆ ಉತ್ತರ ಹೇಳಿ. ಯಾವುದಾದ್ರೂ ಎಜುಕೇಷನಲ್ ಇನ್‌ಸ್ಟ್ಯೂಟ್‌ನೋರು ಕರ್ದು ಹಾರ ಹಾಕಿದ್ರೆ.... ಇಡೀ ಸಮಾಜಕ್ಕೆಲ್ಲ ವಿದ್ಯಾದಾನ

ಮಾಡೋ ಹಾಗೆ ಮಾತಾಡ್ತೀರಾ? ನಿಶಾಂತ್ ಒಬ್ಬ ವಿದ್ಯಾರ್ಥಿ. ವಿದ್ಯಾರ್ಜನೆಯ ಬಗ್ಗೆ ಅವ್ನಿಗೆ ಆಸಕ್ತಿ ಇದೆ. ಅವ್ನಿಗೆ ಮುಂದೆ ನಿಲ್ಲಲು ಡಿಗ್ರಿಗಳ ಅಗತ್ಯನು ಇದೆ. ಇದು ಯಾಕೆ ನಿಮ್ಗೆ ಅರ್ಥವಾಗೋಲ್ಲ? ಅವನಾಗಿ ಈಗ ಕೆಲ್ಸ ಯಾಚಿಸಿ ನಿಮ್ಮಲ್ಲಿಗೆ ಬಂದಿಲ್ಲ. ನೀವ್ಯಾಕೆ ಹೇಳಿ ಕಳ್ಸಿ ಕರೆಸಿದ್ರಿ? ನೀವು ದೊಡ್ಡ ತಪ್ಪು ಮಾಡಿದ್ರಿ ಡ್ಯಾಡಿ. ಅವ್ನ ಆತ್ಮಬಲದ ಮುಂದೆ ನಿಮ್ಮ ಶ್ರೀಮಂತಿಕೆ ಏನೇನು ಅಲ್ಲ'' ಮಾತುಗಳು ಪ್ರಹಾರದಂತಿದ್ದವು ಶರ್ಮಗೆ.

ಅರ್ಥಮಾಡಿಕೊಂಡಂತೆ ಪಿ.ಎ. ಹೊರ ನುಸುಳಿ ಹೋದ. ಅಂದವಳು ತಮ್ಮ ಪ್ರೀತಿಯ ಮಗಳು. ಅವಮಾನ, ಅಭಿಮಾನ ಸೇರಿ ಹೆಡೆಯಾಡಿದರೂ ವಿವೇಕ ಕಳೆದುಕೊಳ್ಳಲಿಲ್ಲ.

''ಓಕೆ ....ಸಾರಿ, ಹೋಗಿ ಮಲಕ್ಕೋ'' ಪ್ರೀತಿಯಿಂದ ಬೆನ್ನ ಮೇಲೆ ಕೈಯಾಡಿಸಿದರು.

''ಇದ್ವರ್ಗೂ, ಜಯ ಎಂದೂ ನಂದೇ ಅಂದ್ಕೊಂಡಿದ್ದೆ. ಈಗ ಮಗಳಿಗೆ ಸೋಲೋದರಲ್ಲಿ ಕೂಡ ಸಂತೋಷವಿದೆ. ಈಗ ನನ್ನ ತಪ್ಪಿಗೆ ಪ್ರಾಯಶ್ಚಿತ್ತವೇನು?'' ಅವಳನ್ನೇ ಕೇಳಿದರು.

''ಮತ್ತೆ ನಿಶಾಂತ್‌ಗೆ ತೊಂದರೆ ಕೊಡ್ಬೇಡಿ'' ಹೊರಟುಬಿಟ್ಟಳು.

ಯೋಚಿಸುವಂತಾಯಿತು ಶರ್ಮಗೆ. ಮಕ್ಕಳನ್ನ ಬಹಳ ಅಕ್ಕರೆಯಿಂದ ಜೋಪಾನ ಮಾಡಿದ್ದರು. ಅವರುಗಳ ಭವಿಷ್ಯತ್ತಿನ ಬಗ್ಗೆ ಭವ್ಯ ಕಲ್ಪನೆಗಳು. ಪ್ರತಿಭಟಿಸುವ ಹಕ್ಕು ಕೂಡ ಇದೆ ಎನ್ನಿಸಿತು.

ಇದೆಲ್ಲವನ್ನು ಒಪ್ಪಬಹುದು, ಮುದ್ದಿನ ಮಗಳ ಮಾತುಗಳನ್ನ ಕ್ಷಮಿಸಿಯು ಬಿಡಬಹುದು. ಆದರೆ ಕಹಿಯಾಗಿ ಅವರ ಮನದಲ್ಲಿ ನಿಂತವನು ನಿಶಾಂತ್ ಮಾತ್ರ.

* * *

ನಿಶಾಂತ್ ಹಳ್ಳಿಗೆ ಬಂದು ಎರಡು ದಿನವಾಗಿತ್ತು. ಭಟ್ಟರ ಹೆಂಡತಿ ತೀರಿಕೊಂಡದ್ದಕ್ಕಿಂತ ಹೆಚ್ಚಿನ ದುಃಖ. ಉಸ್ತಾದ್ ಚಿಕ್ಕಣ್ಣನಿಗೆ ತಮ್ಮಂದಿರು, ಅವರ ಮಕ್ಕಳೇ ಮೋಸ ಮಾಡಿದ್ದರು.

ಈಗ ವಯಸ್ಸಾದ ಉಸ್ತಾದ್ ದಂಪತಿಗಳ ವಾಸ ಗರಡಿಯಲ್ಲಿನ ಸಣ್ಣ ಪಕ್ಕದ ಕೋಣೆಯಲ್ಲಿ. ಸದಾ ಮೀಸೆಯ ಮೇಲೆ ಕೈ ಹಾಕಿ ಸಹಾಯಕ್ಕೆ ಇದೆ ಈ ಹಸ್ತ ಎನ್ನುವಂತೆ ಎಲ್ಲರ ಕಷ್ಟಕ್ಕೆ ಒದಗುತ್ತಿದ್ದ ವ್ಯಕ್ತಿಯ ಕೈ ಬರಿದಾಗಿತ್ತು.

ನಾಲ್ಕಾರು ಸಲ ಶರ್ಮ ವಿಷಯ ಪ್ರಸ್ತಾಪಿಸಿದ್ದರೂ ನಿಶಾಂತ್ ಜಾರಿಕೊಂಡಿದ್ದ. ಅಂದು ರಾಗಿ ಮುದ್ದೆ, ಅವರೇ ಕಾಳು ಹುಳಿಯಲ್ಲಿ ಹಿಟ್ಟು ಹೊರಳಿಸಿ ನುಂಗುತ್ತಿದ್ದಾಗ ಚಿಕ್ಕಣ್ಣ ಅದೇ ಪ್ರಸ್ತಾಪ ತೆಗೆದ.

''ಶರ್ಮ ಅವ್ರ ಮನೆಗೆ ಹೋಗಿದ್ಯಾ?'' ಕೇಳಿದರು.

''ಹೋಗಿದ್ದೆ...'' ಎಂದ ಚುಟುಕಾಗಿ.

''ನಿಂಗೆ ಸಹಾಯ ಮಾಡಿದ್ರು ತಾನೇ?''

ಅವರ ಮಾತಿಗೆ ಏನು ಹೇಳಲಿಲ್ಲ ''ಒಂದಿಷ್ಟು ಊಟವಾಗ್ಲೀ.....''ಎಂದವನು ತಟ್ಟೆ ತೊಳೆದು ಬಂದವನು ಅವರ ಮುಂದೆ ಕೂತ.

"ಅವ್ರಿಗೆ ನಿಮ್ಮ ಬಗ್ಗೆ ಗೌರವ ಇದೆ. ಅವ್ರು ಕೊಡಲಿಚ್ಚಿಸಿದ ಕೆಲಸ ಒಪ್ಪಿಕೊಳ್ಳೋಕೆ ನನ್ನಿಂದ ಆಗ್ಲಿಲ್ಲ. ಕೆಲಸ, ದುಡ್ಡು ಅಂದಿದ್ರೆ ಇಲ್ಲೇ ಸಾಕಾಗಿತ್ತು. ನಂಗೆ ಮುಂದೆ ಓದೋ ಉದ್ದೇಶವಿದ್ದುದ್ದರಿಂದ್ಲೇ ಅಲ್ಲಿಗೆ ಹೋಗಿದ್ದು. ನಿರಾಕರಿಸಿಬಿಟ್ಟೆ" ಸತ್ಯವನ್ನು ಹೇಳಿದರೂ ಕಟುಕಾಗಿರಿಸಲಿಲ್ಲ.

ಅವನಿಗೆ ತನ್ನ ಬದುಕುವ ಗುರಿ ಮುಖ್ಯವೇ ವಿನಹ ಅವರ ಮಾತುಗಳಲ್ಲ.

ಚಿಕ್ಕಣ್ಣ ಗಂಭೀರವಾದ "ಅವ್ರು ಕೂಡ ನನ್ನ ನಂಬ್ಕೆ ಸುಳ್ಳು ಮಾಡಿದ್ರು. ನಂಗೇನು ಚಿಂತೆ ಇಲ್ಲ. ಈಗ ನೀನೇನು ಮಾಡ್ಕೊಂಡಿದ್ದೀಯಾ?" ಕೇಳಿದರು.

"ಏನೂ ತೊಂದರೆ ಇಲ್ಲ. ನಂಗೆ ಅನ್ಕೂಲವಾಗುವಂಥ ಕೆಲ್ಸ ಸಿಕ್ಕಿದೆ. ರೆಟ್ಟೆಯಲ್ಲಿ ಬಲ, ಮೆದುಳಿನಲ್ಲಿ ಬುದ್ಧಿ ಇರೋನಿಗೆ ಅನ್ನ ಸಂಪಾದಿಸೋದು ಕಷ್ಟವಿಲ್ಲಾಂತ ನೀವೇ ಹೇಳಿದ್ರಿ" ಅವರ ಮಾತನ್ನ ಅವರಿಗೇ ತಿರುಗಿಸಿದ.

ಉಸ್ತಾದರು ತುಂಬು ಮೆಚ್ಚಿಗೆ, ಪ್ರೀತಿಯಿಂದ ಅವನನ್ನು ನೋಡಿದರು. ಕಲ್ಯಾಣಿಯ ಮೆಟ್ಟಲುಗಳ ಮೇಲಿನ ಚಿತ್ರಣ ಅವರ ಕಣ್ಮುಂದೆ ಇಣಕಿತು.

"ನಿಶಾಂತ್ ನಿಂದು ದೊಡ್ಡ ದುರಂತ ಕಣೋ. ಒಂಬತ್ತು ತಿಂಗ್ಳು ಹೊಟ್ಟೆಯಲ್ಲಿ ಹೊತ್ತ ತಾಯನ್ನು ಮಗ ನೋಡೋದು ದೇವರು ಕೊಟ್ಟ ಅಧಿಕಾರ. ಅದ್ನ ಅವ್ನೆ ಕಿತ್ಕೊಂಡ್ರು.... ಒಂದು ಫೋಟೋ, ಬೇಡ ನಿಮ್ಮಮ್ಮ ಹಾಗಿದ್ರು....ಹೀಗಿದ್ರೂ ಅಂತ ಹೇಳೋರು ಕೂಡ ಇಲ್ಲವಲ್ಲ. ನಿನಗೆಂದು ನೋಡದ ಅಪ್ಪ, ಅಮ್ಮನ ನೆನಪು ಬರೋಲ್ವ?" ಮುಗ್ಧವಾಗಿ ಕೇಳಿಬಿಟ್ಟರು.

ಅವನೆದೆಯಲ್ಲಿ ಉರಿಯುತ್ತಿದ್ದ ಅಗ್ನಿಕುಂಡಕ್ಕೆ ತುಪ್ಪ ಸುರಿದಂತಾಯಿತು. ಭಯಂಕರ ಯಾತನೆ. ಹೆತ್ತ ತಾಯಿಯ ಕಲ್ಪನೆ.... ಅವನ ಮುಖದಲ್ಲಿನ ನಯವಾದ ಭಾವ ಚದುರಿ ಅದನ್ನು ಕ್ರೋಧ ಆವರಿಸಿ ನಂತರ ವ್ಯಥೆ ಮೂಡಿ ಕೊನೆಯದಾಗಿ ಅಳುವಾಗಿ ಪರಿವರ್ತಿತವಾಯಿತು.

ಜೋರಾಗಿ ಅಳತೊಡಗಿದ. ಮೋಡ ಆವರಿಸಿದಂಥ ಭಯಂಕರ ಸಿಡಿಲಿನಂತೆ, ಧುಮ್ಮಿಕ್ಕಿ ಹರಿಯುವ ವರ್ಷಧಾರೆಯಂತೆ, ಉಕ್ಕುವ ಸಮುದ್ರದ ಭಯಂಕರ ಅಲೆಗಳ ಹೊಡೆತದಂತೆ, ರಭಸದಿಂದ ನೆಲ ಸೇರಲು ಧಾವಿಸಿ ಬರುವ ಜಲಪಾತದಂತಿತ್ತು ಅವನ ಅಳು.

ಗಾಳಿ ಕೂಡ ಸ್ತಬ್ಧವಾಯಿತು.

ಮುಗ್ಧ ಮನಸ್ಸಿನ ಚಿಕ್ಕಣ್ಣ ಅವನನ್ನು ಅಪ್ಪಿಕೊಂಡು ಕಣ್ಣೀರಿಟ್ಟರು. ನಿರ್ದಯಿಯಾದ ಆ ತಾಯಿಯ ಬಗ್ಗೆ ಅವರಿಗೆ ರೋಷ.

"ಹೋಗ್ಲಿ ಬಿಡು, ನಿಶಾಂತ್. ನಿನ್ನಂಥ ಮಗನನ್ನ ಲಾಲನೆ ಪಾಲನೆ ಮಾಡೋ ಅದೃಷ್ಟ ಆ ದುರಾದೃಷ್ಟದ ಹೆಣ್ಣಿಗಿಲ್ಲ" ಸಂತೈಸಿದರು.

ಆ ದುಃಖ ಅವನನ್ನ ಎಷ್ಟರಮಟ್ಟಿಗೆ ಆವರಿಸಿ ಬಿಟ್ಟಿತೆಂದರೇ.... ತಾನು ಮತ್ತೆ ಸತ್ತು ತಾಯ ಗರ್ಭ ಸೇರಿ ಅವಳ ಮಮತೆಯನ್ನು ಪಡೆಯಬೇಕೆನ್ನುವಷ್ಟೂ ತೀವ್ರವಾಯಿತು.

ಸಂಜೆ ದೇವಸ್ಥಾನದ ಮುಂದಿನ ಕಲ್ಯಾಣಿಯ ಮೆಟ್ಟಲುಗಳ ಮೇಲೆ ಹೋಗಿ ಕೂತ.

ಅವನು ಮಗುವಾಗಿದ್ದಾಗ ಮಲಗಿಸಿ ಹೋಗಿದ್ದ ಜಾಗವನ್ನ ಆಗ ಕಂಡವರೆಲ್ಲ ಗುರುತಿನಲ್ಲಿಟ್ಟುಕೊಂಡಿದ್ದರು. ಅವನಿಗೆ ಎಷ್ಟು ಸಲ ತೋರಿಸಿದ್ದರೋ.

ಅದನ್ನೇ ನೋಡುತ್ತ ಕೂತ. ಇಂದಿಗೂ ಅಲ್ಲೊಂದು ಮಗು ರೋದಿಸುತ್ತಲೇ ತನ್ನ ಅನಾಥತ್ವವನ್ನು ಪ್ರತಿಭಟಿಸುತ್ತಿದೆಯೆನ್ನುವ ಕಲ್ಪನೆ.

"ನಿಶಾಂತ್........" ಭಟ್ಟರ ಧ್ವನಿ.

ತಲೆಯೆತ್ತಿ ಅವರತ್ತ ನೋಟ ಹರಿಸಿದ. ಅವನ ಕಣ್ಣಲ್ಲಿನ ನೀರಿನ ಪರೆ ಅವರಿಗೆ ಗೋಚರವಾಯಿತು. ಕರುಣೆ, ಅನುಕಂಪದ ಅಲೆಗಳೇ ಉಕ್ಕಿದವು ಅವರೆದೆಯಲಿ.

"ಯಾಕೆ ಒಂಟಿಯಾಗಿ ಕೂತೆ?" ಅವನ ಸನಿಹದಲ್ಲಿಯೆ ಕೂತರು. "ಇಲ್ಲೆಲ್ಲಾದ್ರೂ ನಮ್ಮಮ್ಮ ಓಡಾಡಿದ ಗುರುತುಗಳು ಇದೆಯೊ ಅಂತ ಹುಡುಕ್ತಾ ಇದ್ದೀನಿ. ಬರೀ ನಿರಂತರ ಹುಡುಕಾಟವಾಯ್ತು. ಅವಳನ್ನು ನೋಡದಿದ್ರೂ ಬೇಡ, ಅವಳು ಬಿಟ್ಟು ಹೋಗಿರುವ ಗುರುತುಗಳನ್ನಾದ್ರೂ ಗುರುತಿಸೋ ಶಕ್ತಿ ದೇವರು ನಮ್ಮಂಥವ್ರಿಗೆ ಕೊಡ್ಬೇಕು. ಅವ್ನ ಇಷ್ಟೊಂದು ಕಟುಕ ಆಗ್ಬಾರ್ದು ಭಟ್ಟರೇ. ಇದು ದೊಡ್ಡ ಅನ್ಯಾಯ. ಜನ್ಮ ಕೊಟ್ಟ ತಾಯಿ ಕಲ್ಪನೆ ಕೂಡ ಇಲ್ಲಾಂದುಕೊಳ್ಳೋದು ದೊಡ್ಡ ದುರಂತ" ಮೊಣಕಾಲುಗಳ ನಡುವೆ ಮುಖವಿಟ್ಟು ಕಣ್ಣೀರಿಟ್ಟ.

ಅಂದು ನೋಡಿದ ವಸ್ತುಗಳು, ಮರಗಳು ಮತ್ತು ಅದಕ್ಕೆ ಸಾಕ್ಷಿಯೆನ್ನುವಂತಿದ್ದ ಕಲ್ಯಾಣಿ ಕೂಡ ಅವನ ದುಃಖ ಸ್ಪಂದಿಸುವಂತೆ ಕಣ್ಣೀರಿಟ್ಟವು.

ಎಷ್ಟೋ ಹೊತ್ತಿನ ಮೇಲೆ ಪ್ರಶ್ನಿಸಿದ "ಭಟ್ಟರೇ, ಸಮಾಜಕ್ಕೆ ಹೆದರಿ ನನ್ನ ಬಿಸಾಕಿರಬಹುದ್ದು. ಅದು ಗುಟ್ಟಿನಲ್ಲೇ ಇರಲೀ, ನಮ್ಮಮ್ಮ ಯಾರೂಂತ ನಂಗೆ ಒಬ್ಬನಿಗೆ ಮಾತ್ರ ತಿಳಿಯಲಿ. ನಾನು ಬಹಿರಂಗಪಡಿಸೋಲ್ಲ, ದಯವಿಟ್ಟು.... ಹೇಳಿ" ಬಲವಂತ ಮಾಡಿದ.

ಭಟ್ಟರು ನಿಟ್ಟುಸಿರು ದಬ್ಬಿ ತಲೆಯಾಡಿಸಿಬಿಟ್ಟರು.

"ಗೊತ್ತಿಲ್ಲ ನಿಶಾಂತ್, ಅದಕ್ಕಾಗಿ ಚಿಕ್ಕಣ್ಣ ಸಾಕಷ್ಟು ತಲಾಷಿ ಮಾಡ್ದ. ನಿಂಗೆ ಆದ ಅನ್ಯಾಯಕ್ಕೆ ಅವ್ನು ಪ್ರತೀಕಾರ ಮಾಡೋಕೆ ಸಿದ್ಧವಿದ್ದ. ಪ್ರಯೋಜನವಾಗ್ಲಿಲ್ಲ. ನೀನು ಈ ಸುತ್ತು ಮುತ್ತಿಗೆ ಸೇರಿದೋನಲ್ಲ. ದೂರದಿಂದ್ಲೇ ಇಲ್ಲಿ ತಂದಿರಿಸಿ ಹೋಗಿದ್ದಾರೆ. ಅನಾಥಾಶ್ರಮದ ಬಾಗಿಲಲ್ಲಿ ಬಿಸಾಡೋ ಬದ್ಲು ಕಲ್ಯಾಣಿ ಮೆಟ್ಟಲು ಮೇಲಿಟ್ಟು ಹೋಗಿದ್ದಾರೆ. ಹೇಗೆ ಗುರುತಿಸೋದು? ಅವ್ರುಗಳು ಪ್ರಯತ್ನಪಟ್ಟರೇ ನಿನ್ನ ಗುರುತಿಸ್ಬೋದು. ನಿನ್ನಿಂದ ಸಾಧ್ಯವಿಲ್ಲ ಬಿಡು. ಈ ಜನ್ಮದಲ್ಲಿ ನಿಂಗೆ ಹೆತ್ತ ತಾಯಿ ಮುಖ ನೋಡೋ ಯೋಗವಿಲ್ಲ" ನೋವಿನಿಂದ ನುಡಿದರು ಭಟ್ಟರು.

ನಿಶಾಂತ್ ಮರು ದಿನ ಹೊರಟುಬಿಟ್ಟ.

ಕಾಲೇಜಿಗೆ ರಜ ಇದ್ದುದ್ದರಿಂದ ಮೆಕ್ಯಾನಿಕ್ ಷಾಪ್‌ಗೆ ಬಂದು ಕೆಲಸ ಮಾಡುತ್ತಿದ್ದ. ಸಣ್ಣ ಪುಟ್ಟ ಕೆಲಸಗಳಿಂದ ಹಿಡಿದು ಇಂಜಿನ್ ಕೆಲಸ ಕೂಡ ಮಾಡುತ್ತಿದ್ದ. ಅವನ ಸರಳತೆ, ಮಾತಿನ ಮೋಡಿಯಿಂದ ಕೆಲಸಗಾರರು, ಮಾಲೀಕರು ಇಬ್ಬರ ಮನವನ್ನು ಗೆದ್ದಿದ್ದ.

ಇಂದು ಅಜಿತ್ ಕಾರು ತಂದು ನಿಲ್ಲಿಸಿದಾಗ ಅರ್ಚನಾ' ತರಂಗಿಣಿ ಇಬ್ಬರೂ ಇದ್ದರು.

"ಸ್ವಲ್ಪ ಬ್ರೇಕ್ ಚೆಕ್ ಮಾಡಿ" ಇಳಿದ ಅಜಿತ್ ಸುತ್ತಲೂ ನೋಟ ಹರಿಸಿದ. ಗ್ಯಾರೇಜ್ ಒಳಗೆ ಇಂಜಿನ್ ಫಿಟ್ ಮಾಡುತ್ತಿದ್ದ ನಿಶಾಂತ್ ಕಾಣಿಸಲಿಲ್ಲ 'ಊರು ಬಿಟ್ಟು ಹೋದಾಂಥ ಕಾಣಿಸುತ್ತೆ' ಅಂದುಕೊಂಡ.

ಅರ್ಚನಾ, ತರಂಗಿಣಿ ಇಬ್ಬರು ಕೆಳಗಿಳಿದರು.

ಸ್ಪಾನರ್ ಹಿಡಿದು ಬಂದ ಪೆರುಮಾಳ್ ಇವನನ್ನು ಕುಡಿತದ ಅಮಲಿನಲ್ಲು ಗುರ್ತಿಸಿದ. "ಮಾಡೋಲ್ಲ, ತಗೊಂಡ್ಹೋಗು ನಿನ್ನ ಕಾರು. ಪೆರಿಯಾ.... ಸಾಹುಕಾರಿ" ಬಯ್ಯುತ ಹಿಂದಿರುಗಿದವನು ಮುಂದಕ್ಕೆ ಹೋದ ಮೆಕ್ಯಾನಿಕ್‌ಗಳನ್ನ ಕೂಡ ತಡೆದ "ಪೋಗಾದೇ.... ನಮ್ಗೇ ಅವಮಾನ ಮಾಡಿದ್ದಾನೆ."

ಮಾಲೀಕ ಎಷ್ಟೋ ಸಮಾಧಾನಿಸಲು ನೋಡಿ ಸೋತು ಹೋದ. ಅರ್ಚನಾ, ತರಂಗಿಣಿ ಮಿಕಿ ಮಿಕಿ ನೋಡುತ್ತಿದ್ದರು.

"ಓಕೇ, ನಾನು ಬೇರೆಯವ್ರಿಂದ ಮಾಡಿಸ್ತೀನಿ" ಫೋನ್ ಮಾಡಲು ಹೋಟಲ್‌ನತ್ತ ನಡೆದಾಗ ಪೆರುಮಾಳ್ ಹೋಗಿ ರೆಟ್ಟೆ ಹಿಡಿದ "ಮೊದ್ಲು ಕಾರು ಹೊರ್ಗೇ ತೆಗೀ. ಬೆಂಕಿ ಇಟ್ಟು ಬಿಡ್ತೀನಿ" ಎಂದಾಗ ಅಜಿತ್ ಕೊಸರಿಕೊಳ್ಳಲು ನೋಡಿದ. ಅವನ ಹಿಡಿತ ಬಲವಾಗಿತ್ತು.

ಗಲಾಟೆ ಕೇಳಿ ಹೊರಗೆ ಬಂದ ನಿಶಾಂತ್ ಪೆರುಮಾಳ್‌ನ ಎಳೆದುಕೊಂಡು ಒಳಗೇ ಒಯ್ದು ಬಿಟ್ಟು ಬಂದ.

"ಎನೀ....ಕಂಪ್ಲೆಂಟ್......" ಸ್ಪಾನರ್ ಹಿಡಿದು ಬಂದ.

ವಿಚಲಿತನಾಗಿ ಹೋಗಿದ್ದ ಅಜಿತ್ ಜೋರು ಮಾಡುವ ಸ್ಥಿತಿಯಲ್ಲಿರಲಿಲ್ಲ. "ಬ್ರೇಕ್ ಸರ್ಯಾಗಿ ವರ್ಕ್ ಮಾಡ್ತಾ ಇಲ್ಲ" ಎಂದು ಉಸುರಿದ.

ಸರಿಪಡಿಸಿದ ನಿಶಾಂತ್ ಮತ್ತೊಮ್ಮೆ ಚೆಕ್ ಮಾಡಿ "ತಗೊಂಡ್ಹೋಗ್ಬಹ್ದು...-"ಎಂದ.

ಮುಂದೆ ಬಂದ ಅರ್ಚನಾ "ಹಲೋ.... ನಿಶಾಂತ್, ಎಲ್ಲಿ ಕಾಲೇಜಿನಲ್ಲಿ ಕಾಣಲಿಲ್ಲ" ಎಂದಳು ಸಲಿಗೆಯಿಂದ. ಮುಗುಳ್ನಕ್ಕ. "ಹಳ್ಳಿಗೆ ಹೋಗಿದ್ದೆ ನೆನ್ನೆ ಬಂದಿದ್ದು. ಇವತ್ತು ಕಾಲೇಜು ಇಲ್ಲ. ನಾಳೆ ಸಿಕ್ತಾ ಇದ್ದೇಂತ ಕಾಣಿಸುತ್ತೆ" ಎಂದ.

ಅವನ ನೋಟ ಸ್ವಲ್ಪ ಮುಂದಕ್ಕೆ ಹರಿದು ಹಾಗೆಯೇ ನಿಂತಿತು."ಹಲೋ...." ತರಂಗಿಣಿಯ ಮುದ್ದಾದ ತುಟಿಗಳ ನಡುವಿಂದ ಹಾದು ಬಂದ ಸ್ವರ ಗಾಳಿಯಲ್ಲಿ ಬೆರೆತಾಗ ಅತೀ ಮಧುರವೆನಿಸಿತು.

"ಹಲೋ....ಹೇಗಿದ್ದೀರಾ?" ನೇರವಾಗಿ ಪ್ರಶ್ನಿಸಿದ.

ತರಂಗಿಣಿ ಹತ್ತು ಹೆಜ್ಜೆ ಮುಂದಕ್ಕೆ ಬಂದಳು "ಪಪ್ಪ ನಿಮ್ಮನ್ನು ನೋಡ್ಬೇಕೂಂದ್ರು. ದಯವಿಟ್ಟು....... ಬನ್ನಿ" ಆಹ್ವಾನವಿತ್ತಳು.

ನಿಶಾಂತ್‌ಗಿಂತ ಹೆಚ್ಚು ಆಶ್ಚರ್ಯಪಟ್ಟಿದ್ದು ಅಜಿತ್.

"ಸಾರಿ ಮಿಸ್, ನಾನು ಹೊರ್ಗಡೆ ಯಾವ ವೆಹಿಕಲ್‌ಗಳನ್ನು ರಿಪೇರಿ ಮಾಡೋಲ್ಲ. ನಾನು ಈ ಗ್ಯಾರೇಜಿನಲ್ಲಿ ಕೆಲ್ಸ ಮಾಡ್ತಾ ಇರೋದ್ರಿಂದ......." ನಕ್ಕುಬಿಟ್ಟ.

ತರಂಗಿಣಿಯ ಮುದ್ದಾದ ತುಟಿಗಳು ಕೂಡ ಬಿರಿದವು. "ನೊ! ನೊ!, ವೆಹಿಕಲ್ ರಿಪೇರಿಗಲ್ಲ. ನಿಮ್ಮನ್ನ ನೋಡ್ಬೇಕೊಂದ್ರು ಪಪ್ಪ.... ! ಕ್ಷಣ ಗಂಭೀರವಾದವನು "ಯಾವಾಗ್ಬರ್ಲಿ....? ಅವಳನ್ನೇ ಕೇಳಿದ.

"ಸಂಜೆ ಟೀ ಸಮಯಕ್ಕೆ ಬನ್ನಿ. ಈವೊತ್ತು ಹೇಗೂ ಕಾಲೇಜು ಇಲ್ವಲ್ಲ. ನಿಮ್ಮ ಗ್ಯಾರೇಜ್........ಕೆಲ್ಸ......." ಎಂದಳು.

"ಒಂದು ಗಂಟೆಗೆ ಇಲ್ಲಿನ ಕೆಲಸ ಖತಂ. ಐದಕ್ಕೆ ....ಬರ್ತೀನಿ" ಎಂದ. ತರಂಗಿಣಿ ತಲೆದೂಗಿದಳು.

ಅಜಿತ್ ಒರಟಾಗಿ ಇಪ್ಪತ್ತರ ನೋಟು ಅವನತ್ತ ಚಾಚಿದ. "ಹತ್ತು ರೂಪಾಯಿ.... ಚಿಲ್ಲರೆ ಇದ್ದರೇ ಕೊಟ್ಬಿಡಿ" ಎಂದವನು ನೋಟಿನತ್ತ ನೋಡದೆಯೇ ಕೆಲಸ ಮಾಡುತ್ತಿದ್ದ ಹುಡುಗನಿಗೆ ಸನ್ನೆ ಮಾಡಿ ಒಳಗೆ ಹೋಗಿಬಿಟ್ಟ.

"ಹತ್ತು ಕೆಲ್ಸಕ್ಕೆ, ಹತ್ತು ಕೆಲ್ಸ ಮಾಡಿದೋನಿಗೆ ಟಿಪ್ಸ್ ಅಂತ ಹೇಳು" ಇಪ್ಪತ್ತರ ನೋಟು ಅವನ ಕೈಯಲ್ಲಿಟ್ಟು ಕಾರು ಹತ್ತಿದ.

ಅವನೆದೆಯಲ್ಲಿ ಭಯಂಕರ ಕೋಲಾಹಲ. ಅದು ಸ್ವಲ್ಪವಾದರೂ ಕಮ್ಮಿಯಾಗಬೇಕಿತ್ತು.

"ಅದೇನು ನಿಶಾಂತ್‌ಗೆ ಇನ್ವಿಟೇಷನ್ ಕೊಟ್ಟಿದ್ದು? ನಿಮ್ಮ ಪಪ್ಪ ಯಾವುದಾದ್ರೂ ಕೆಲ್ಸ ಕೊಡಿಸ್ತಾರ?" ತರಂಗಿಣಿಯನ್ನೇ ಕೇಳಿದ.

ಇಲ್ಲವೆನ್ನುವಂತೆ ತಲೆಯಾಡಿಸಿದಳು. ಆಮೇಲೆ ಅರ್ಚನಾ ಮಾತನಾಡುತ್ತಿದ್ದಳು, ತರಂಗಿಣಿ ಕೇಳುತ್ತಿದ್ದಳು. ಡ್ರೈವ್ ಮಾಡುತ್ತಿದ್ದ ಇವನನ್ನ ಮರೆತಿದ್ದರು ಇಬ್ಬರು.

ನ್ಯೂ ಡ್ರೆಸ್ ಸೆಂಟರ್ ಮುಂದೆ ಕಾರು ನಿಲ್ಲಿಸಿದ ಅಜಿತ್ ಒಳಗೆ ಹೋಗಲು ಇಚ್ಛಿಸಲಿಲ್ಲ.

"ನೀವಿಬ್ರೂ.... ಹೋಗ್ಬನ್ನಿ" ಮುಖವನ್ನು ಬೇರೆಡೆ ತಿರುಗಿಸಿಕೊಂಡ. ಅರ್ಚನಾ ಕಣ್ಣರಳಿಸಿ ಅವನ ಕೂದಲು ಕೆದರಿದಳು "ಎಂದಿನಿಂದ ನಿಂಗೆ ಇಂಥ ಬುದ್ಧಿ ಬಂದಿದ್ದು? ಬಾ....ಬಾ...." ಕೆಳಗಿಳಿದು ಹೋದಳು.

ಅವರುಗಳ ಡ್ರೆಸ್ ಸೆಲೆಕ್ಷನ್ ಮುಗಿಯುವ ವೇಳೆಗೆ ಗಂಟೆಯೇ ಆಯಿತು. ಅಜಿತ್ ಎರಡು ಸಲ ಬಿಲ್ ಕೌಂಟರ್‌ನವರೆಗೂ ಬಂದರೂ ಹಿಂದಿರುಗಿಬಿಟ್ಟ. ಇಂದು ಮುಜುಗರದ ಜೊತೆ ತೀವ್ರ ವ್ಯಾಕುಲ. ಅರ್ಥವಾಗದ ತಳಮಳ.

ಪ್ಯಾಕೆಟ್‌ಗಳನ್ನು ಹೊತ್ತು ತಂದ ಅರ್ಚನಾ ಅವನನ್ನ ನಿಷ್ಠೂರ ಮಾಡಿದಳು "ಇಲ್ಲಿ ಕೂತಿರೊ ಬದ್ಲು ಅಲ್ಬಂದು ನಂಗೆ ಸಹಾಯ ಮಾಡ್ಬಹುದಿತ್ತು. ನಿನ್ಮೇಲೆ ಡ್ಯಾಡಿಗೆ ರಿಪೋರ್ಟ್ ಮಾಡ್ತೀನಿ" ಅಣಕಿಸಿಯೇ ಕಾರು ಹತ್ತಿದಳು.

"ಈಗ.... ಎಲ್ಲಿಗೆ?" ಸಿರಿಯಸ್ಸಾಗಿಯೇ ಕೇಳಿದ.

"ಮೆಡಿಕಲ್ ಸೆಂಟರ್ ಮುಂದೆ ನಿಲ್ಸು" ಅರ್ಚನಾ ಹೇಳಿದಳು. ತರಂಗಿಣಿ ಸುಸ್ತು ನಟಿಸಿದಳು. "ಪ್ಲೀಸ್, ನಾನು ಬರೋಲ್ಲ" ಗೆಳತಿಯ ವಿನಂತಿಯನ್ನು ಮನ್ನಿಸಿದಳು.

ಮೆಡಿಕಲ್ ಸೆಂಟರ್ ಮುಂದೆ ಕಾರು ನಿಂತಾಗ ಅರ್ಚನಾ ಒಬ್ಬಳೇ ಇಳಿದು ಹೋಗಿದ್ದು. ಅವನೆದೆಯ ಬಿಸಿ ತಣ್ಣಗಾಗಿರಲಿಲ್ಲ. ಹಿಂದಕ್ಕೆ ತಿರುಗಿದ. ತರಂಗಿಣಿಯ ಸೌಮ್ಯ ಮುಖಭಾವದಲ್ಲಿ ಯಾವುದೇ ಮಾರ್ಪಾಟು ಇಲ್ಲ.

"ನಿಶಾಂತ್ ತುಂಬ ಗೂಂಡಾ. ಅವ್ನ ಬಗ್ಗೆ ನಿಂಗ್ಯಾಗೆ ಇಂಟರೆಸ್ಟ್?" ಅಧಿಕಾರದ ದನಿಯಲ್ಲಿ ಕೇಳಿದ. ತರಂಗಿಣಿ ಗಲಿಬಿಲಿಗೊಂಡಳು. "ಏನು ಹೇಳಿದ್ದು?"

"ನಿಶಾಂತ್ ಅಂಥವರ ಜೊತೆ ಮಾತು ಬೇಡ. ವಿನಯ, ವಿಧೇಯತೆ ಗೊತ್ತಿಲ್ಲದ ಈಡಿಯಟ್ ಅವ್ನು. ಕರ್ದು ಡ್ಯಾಡಿ ಕೆಲ್ಸ ಕೊಡ್ತೀನೀಂದ್ರು......... ದುರಹಂಕಾರದಿಂದ ನಿರಾಕರಿಸಿದ್ದ. ನಿನ್ನ ಪಪ್ಪನಿಗೆ ಅವ್ನ ವಿಷ್ಯ ಹೇಳಿದೋರು.... ಯಾರು?"

"ನಾನೇ........" ಎಂದಳು.

ಬಿಟ್ಟ ಕಣ್ಣಿನಿಂದ ಅವಳನ್ನ ನೋಡಿದ!' ಈ ಮೌನಗೌರಿ ಮಾತಾಡಿದಳು ಅಂದರೆ ಅವಳಿಗೆಷ್ಟು ಇಂಟರೆಸ್ಟ್'

"ಏನು.... ಹೇಳ್ದೇ ?" ಅಸಹನೆ ಇಣಕಿತು ಅವನ ದನಿಯಲ್ಲಿ.

ಅಪರೂಪದ ಬೇಸರ ಇಣಕಿತು ತರಂಗಿಣಿಯ ಮುಖದ ಮೇಲೆ. ಹೊರಗೆ ನೋಡ ತೊಡಗಿದಳು.

ತನ್ನ ತಪ್ಪಿನ ಅರಿವಾಯಿತು ಅಜಿತ್‌ಗೆ "ಸಾರಿ, ತರಂಗಿಣಿ, ನಿನ್ನಂಥ ತೀರಾ ಮುಗ್ಧ, ಒಳ್ಳೆಯ ಹುಡ್ಗೀಯರ ಸ್ನೇಹಕ್ಕೆ ನಿಶಾಂತ್ ಅರ್ಹನಲ್ಲ. ಅವ್ನ ಬಗ್ಗೆ ಅನುಕಂಪ ಕೂಡ ಬೇಡ" ಕ್ಷಮೆ ಯಾಚಿಸುವುದರ ಜೊತೆ ಬುದ್ಧಿಯನ್ನು ಹೇಳಿದ.

ಅಜಿತ್‌ನ ಮಾತುಗಳು ಇಷ್ಟವಾಗಲಿಲ್ಲವೆಂದು ಅವಳ ಮುಖವೇ ತಿಳಿಸಿತು. ಆಮೇಲೆ ಅರ್ಚನಾ ಬಂದ ಮೇಲೆ ಒಂದು ಮಾತು ಕೂಡ ಆಡಲಿಲ್ಲ.

ಡಿ.ಎಫ್. ಆಚಾರ್ಯರ ಮನೆಯ ಮುಂದೆ ಕಾರು ನಿಂತಾಗ ತರಂಗಿಣಿ ಇಳಿದಳು. "ಥ್ಯಾಂಕ್ಯೂ..... ನಾಳೆ ಬರ್ತೀಯಾ?" ಅವಳ ಕೇಳಿಕೆಗೆ ಅರ್ಚನಾ ರೇಗಿದಳು "ನಾಳೆವರ್‍ಗೂ ಯಾಕೆ, ಸಂಜೆಗೇ ಬರ್ತೀನಿ. ಹೇಗೂ ನಿಶಾಂತ್ ಬರುತ್ತೀನೀಂತ ಅಂದಿದ್ದಾರಲ್ಲ, ಸ್ವಲ್ಪ ಹೊತ್ತು ಆರಾಮವಾಗಿ ಹರಟೋಣ. ಬಹಳ ಚೆನ್ನಾಗಿ ಮಾತಾಡ್ತಾರೆ" ಗೆಳತಿಯ ಮಾತುಗಳಿಗೆ ಅವಳು ತಲೆಯಾಡಿಸಿದಳು.

"ಬೈ...." ಎಂದು ಕೈಯಾಡಿಸಿದ ಅಜಿತ್ ಕಾರು ಸ್ಟಾರ್ಟ್ ಮಾಡಿದ "ನೀನು ಮಮ್ಮಿ, ಡ್ಯಾಡಿ ಮುದ್ದಿನಿಂದ ಹಾಳಾದೆ" ರೇಗುತ್ತಲೇ ಸ್ಟೇರಿಂಗ್ ವ್ಹೀಲ್ ತಿರುಗಿಸಿದ.

ಅವಳು ಮುಕ್ತವಾಗಿ ನಕ್ಕು ಬಿಟ್ಟಳು. ಅವನನ್ನು ರೇಗಿಸುವುದೆಂದರೆ ಅವಳಿಗೆ ಇಷ್ಟ.

ಆದರೆ ಮನೆಯಲ್ಲಿ ದೊಡ್ಡ ರಾದ್ಧಾಂತ ಸೃಷ್ಟಿಯಾಗುತ್ತದೆಯೆನ್ನುವ ಕಲ್ಪನೆಯೇ ಅವಳಿಗೆ ಇರಲಿಲ್ಲ.

ಸಂಜೆ ಬಂದ ಶರ್ಮ ಮಗಳನ್ನು ತರಾಟೆಗೆ ತಗೊಂಡರು. "ಇನ್ಮೇಲೆ ತರಂಗಿಣಿಯ ಜೊತೆ ನಿನ್ನ ಫ್ರೆಂಡ್‌ಶಿಪ್ ಬಂದ್. ಅವಳಿಗೆ ಇಲ್ಲಿಗೆ ಬರಲು ಪರವಾನಿಗೆ ಇದೆಯೇ ಹೊರತು

ನಿನಗೆ ಹೋಗಲು ಇಲ್ಲ. ಕಂಪ್ಲೀಟ್....ಬಂದ್''

ಅವಳಿಗೆ ಏನೇನು ಅರ್ಥವಾಗಲಿಲ್ಲ. ಅಜಿತ್‌ನ ಪಾತ್ರದ ಕಲ್ಪನೆಯೇ ಅವಳಿಗೆ ಇರಲಿಲ್ಲ.

''ಯಾಕೇಂತ ಕೇಳಬಹುದಾ?'' ಅವಳೇನು ಧೈರ್ಯ ಕಳೆದುಕೊಳ್ಳಲಿಲ್ಲ ''ಕೂಡದು....'' ಸಿಡಿದುಬಿದ್ದರು.

''ಯಾಕೇಂತ ತಿಳಿಸದಿದ್ರೆ- ನಾನು ಒಪ್ಪಿಕೊಳ್ಳೋಲ್ಲ. ಅವ್ಳು ನನ್ನ ಗುಡ್‌ಫ್ರೆಂಡ್. ನಾವು ಚಿಕ್ಕಂದಿನಿಂದ ಗೆಳತಿಯರು. ಅಂಥ ಒಬ್ಬ ಫ್ರೆಂಡನ್ನ ನಾನು ಯಾವ ಕಾರಣದಿಂದ್ಲೂ ಕಳ್ದುಕೊಳ್ಳೋಲ್ಲ'' ಮುಲಾಜಿಲ್ಲದೆ ಪ್ರತಿಭಟಿಸಿದಳು.

''ಸರಿ....ನಿನ್ನಿಷ್ಟ, ಅಲ್ಲೇ ಇದ್ದು ಬಿಡು'' ರೇಗಿದರು.

ಅರ್ಚನಾ ಆಗಲೇ ಹೊರಡಲು ತಯಾರಾದಳು ''ಹೇಗೂ ಪರ್ಮಿಷನ್ ಕೊಟ್ಟಿದ್ದೀರಾ, ಈಗ್ಲೇ ಹೊರಟುಬಿಡ್ತೀನಿ'' ಮುಂದಾದಾಗ ಪರಿಸ್ಥಿತಿ ಪ್ರಕೋಪಕ್ಕೆ ಹೋಗಬಹುದೆಂದು ಭವಾನಿ ಬಂದು ತಡೆದರು.

''ಸುಮ್ನೇ ಒಳ್ಗಡೆ ನಡೀ. ಈ ತರಹ ಮಾತಾಡೋದು ಯಾರಿಂದ ಕಲಿತಿದ್ದು?'' ಮಗಳನ್ನ ಕರೆದೊಯ್ದರು.

''ಹೋಗ್ಲಿಬಿಡಿ, ಡ್ಯಾಡಿ.... ಅರ್ಚನಾ, ತರಂಗಿಣಿ ತುಂಬ ಫ್ರೆಂಡ್ಸ್. ಆ ನಿಶಾಂತೇ ಸುಮ್ನೆ ತಲೆ ತಿನ್ನೋದು'' ತಂದೆಯ ಪೂರ್ತಿ ಕೋಪವನ್ನು ಅತ್ತ ತಳ್ಳಿಬಿಟ್ಟು.

''ಅನಾವಶ್ಯಕವಾದ ವಿಷಯಗಳ್ನ ತಂದು ನನ್ಮುಂದೆ ಬಿತ್ತರಿಸ್ಬೇಡ'' ಮಗನನ್ನೇ ಬಯ್ದು ಹೋದರು.

ಸಂಜೆಯವರೆಗೂ ಈ ಪ್ರಕರಣದಿಂದ ಮನೆ ಗಂಭೀರವಾಗಿತ್ತು. ಮಲಗಿದ್ದ ಶರ್ಮಗೆ ಕೇಳಿಸುವಂತೆಯೇ ಡಯಲ್ ತಿರುಗಿಸಿದ ಅರ್ಚನಾ ಹಾಗೆಯೇ ಇಟ್ಟು ಬಿಟ್ಟು ಮಲಗಿದ್ದ ತಂದೆಯ ಮೇಲೆ ತಲೆಯಿಟ್ಟಳು.

''ಡ್ಯಾಡಿ, ನೀನು ಬೇಡಾಂದ್ರೆ, ನಾನು ತರಂಗಿಣಿ ಮನೆಗೆ ಹೋಗೋಲ್ಲ'' ಅವರೆದೆ ಒದ್ದೆಯಾದಾಗ ಮಗಳನ್ನ ಅಪ್ಪಿಕೊಂಡು ಹುಸಿ ಮುನಿಸು ತೋರಿದರು. ''ಯೂ ನಾಟಿ ಗರ್ಲ್, ನನ್ನ ದಬಾಯಿಸುವಷ್ಟು ಸಮರ್ಥಳಾಗಿಬಿಟ್ಯಾ! ಹೋಗೋಗು.... ನಿನ್ತಂದೆನೇ ಗೌರವಿಸದ ನಿಶಾಂತ್ ಜೊತೆ ಮಾತು ಬೇಡ. ನನ್ನ ಸಹಾಯಾನ ಉಪೇಕ್ಷಿಸಿ ಅವಮಾನ ಮಾಡಿದ್ದಾನೆ.'' ಅವರ ಕೋಪವಿನ್ನೂ ಆರಿರಲಿಲ್ಲ.

ಮತ್ತೆ ಯುದ್ಧದ ಘೋಷಣೆ ಬೇಕಿರಲಿಲ್ಲ ಅರ್ಚನಾಗೆ.

''ನಿಶಾಂತ್ ವಿಷ್ಯ ಬೇಡ, ನಾನು ತರಂಗಿಣಿ ಮನೆಗೆ ಹೋಗೋಕೆ ನಿಮ್ಮದೇನು ಅಬ್ಜೆಕ್ಷನ್ ಇಲ್ಲವಲ್ಲ'' ಮುಖವೆತ್ತಿ ಕಣ್ಣೀರು ತೊಡೆದುಕೊಂಡಳು.

ಮುದ್ದು ಮಗಳ ಒದ್ದೆ ಕಣ್ಣುಗಳನ್ನ ನೋಡಿ ಪೂರ್ತಿ ಮೆತ್ತಗಾಗಿಬಿಟ್ಟರು. ''ಆ ಮುದ್ದು ಹುಡುಗಿಯ ಮೇಲೆ ಮನೆಯವರೆಲ್ಲರ ಪ್ರೀತಿಯೇ. ಆ ಹುಡ್ಗೀನ ನಮ್ಮ ಮನೆಯಲ್ಲಿ ಶಾಶ್ವತವಾಗಿ ಇಟ್ಟುಕೊಳ್ಳೋ ಬಯಕೆ ಕೂಡ'' ಎಂದರು.

ಅವಳ ಕಿವಿಗೆ ಸ್ಪಷ್ಟವಾಗಿ ಬಿದ್ದಿದ್ದು ಮೊದಲ ವಾಕ್ಯ ಮಾತ್ರ, ಎರಡನೇ ವಾಕ್ಯ ಅವಳ ಕಿವಿ ಸೇರಲು ಇಲ್ಲ, ಸೇರಿದ್ದರೂ ಬಹುಶಃ ತಲೆ ಕೆಡಿಸಿಕೊಳ್ಳುವಷ್ಟು ಪ್ರೌಢತನವು ಅವಳಲ್ಲಿ ಇರಲಿಲ್ಲ.

''ನನ್ನ ಡ್ಯಾಡಿ ತುಂಬ ಒಳ್ಳೆಯವ್ರು'' ತಂದೆಯ ಕೊರಳಿಗೆ ಜೋತು ಬಿದ್ದಳು.

''ಬರ್ತೀನಿ.... ಡ್ಯಾಡಿ''

ಓಡಿಯೇಬಿಟ್ಟಳು. ಭವಾನಿ ಬಿಗಿದ ತುಟಿಗಳ ಮೇಲೆ ನಗು ಅರಳಿತು.

''ನಿಮ್ಮ ಮಗ್ಳು ಏನೇನು ಬೆಳ್ದಿಲ್ಲ''

ಶರ್ಮ ಕಣ್ಣುಗಳಲ್ಲಿ ತುಂಟತನ ಮಿನುಗಿತು. ''ಅವಳಮ್ಮನ ಮುಖದ ಮುಗ್ಧತನವೇ ಮಾಸಿಲ್ಲ. ಇನ್ನ ಅವ್ಳು ಯಾಕೆ ಬೆಳೆದಾಳು'' ಮಡದಿಯನ್ನ ಹತ್ತಿರಕ್ಕೆಳೆದುಕೊಂಡರು.

ಭವಾನಿಯ ಬಗೆಗಿನ ಪ್ರೇಮ, ಪ್ರೀತಿ, ಆಕರ್ಷಣೆ ಇಂದಿಗೂ ಕಮ್ಮಿಯಾಗಿರಲಿಲ್ಲ. ಅವರಿಬ್ಬರ ಮಧ್ಯದ ಬದುಕು ನಿರಂತರ ಪ್ರೇಮ ಸಾಮ್ರಾಜ್ಯ. ಅಲ್ಲಿ ಸುಖಿಗಳು!

ನೀವು ಸ್ವಲ್ಪ ಅಜಿತ್‌ಗೆ ಬುದ್ಧಿ ಹೇಳಿ, ಅನವಶ್ಯಕವಾಗಿ ಯಾರ ಮೇಲಾದ್ರೂ ದ್ವೇಷ ಬೆಳೆಸಿಕೊಳ್ಳೋದು ಒಳ್ಳೆದಲ್ಲ. ನಿಶಾಂತ್ ಅಂತ ಯುವಕನ ಮೇಲೆ ಯಾಕೆ? ಅವ್ನು ಉಸ್ತಾದ್ ಕಡೆಯವನು. ಆತ ಅಂದು ನಮ್ಮಗಳ ಪ್ರಾಣ ಉಳಿಸಿದ್ದಾನೆ. ನಾವು ಉಪಕಾರವಂತೂ ಮಾಡ್ಲಿಲ್ಲ, ಆದರೆ ತೊಂದರೆ ಕೊಡೋದು ಯಾಕೆ?'' ಭವಾನಿಗೆ ಸೂಕ್ತ ಸಮಯವೆನಿಸಿ ಹೇಳಿದರು.

ಶರ್ಮ ಗಂಭೀರವಾದರು.

''ಅವ್ನು ನಮ್ಮ ನೆರವು ಪಡ್ಕೋಬೇಕಿತ್ತು. ಗೊ ಟು ಹೆಲ್. ಆ ವಿಷಯ ಬಿಡು'' ಎಂದು ಬಿಟ್ಟರು. ಆದರೆ ನಿಶಾಂತ್‌ನ ಆತ್ಮವಿಶ್ವಾಸದಿಂದ ಬೀಗುವ ಕಣ್ಣುಗಳನ್ನ ಅವರು ಮರೆಯಲಾರರು.

ಅಷ್ಟರಲ್ಲಿ ಫೋನ್ ಬಂತು. ಅವರೇ ಎತ್ತಿದರು. ತರಂಗಿಣಿಯ ಮೃದು ಮಧುರ ಸ್ವರ ''ಅಂಕಲ್, ಅರ್ಚನಾ ರಾತ್ರಿ ನಮ್ಮಲ್ಲೇ ಇರ್ತಾಳೆ'' ಇದೇನು ಅವರಿಗೆ ಹೊಸ ಪರಿಪಾಠವಲ್ಲ, ತಿಂಗಳಲ್ಲಿ ಎಂಟು ರಾತ್ರಿಗಳಾದರೂ ಅಲ್ಲಿರುತ್ತಿದ್ದಳು ಮಗಳು ''ಓಕೆ....'' ಇಟ್ಟುಬಿಟ್ಟರು.

''ರಾತ್ರಿ, ನಿನ್ಮಗ್ಳು ಅಲ್ಲೇ ಇರ್ತಾಳಂತೆ, ಅವರಿಬ್ಬರ ಸ್ನೇಹ ಭಯಂಕರ! ತರಂಗಿಣಿನ ಅಜಿತ್‌ಗೆ ಮಾಡಿಕೊಂಡ್ಬಿಡೋಣ. ಹಾಗೆ ಒಬ್ಬ ಮನೆ ಅಳಿಯನನ್ನ ನೋಡಿಬಿಡೋದು. ಎಲ್ಲಾ ಒಟ್ಟಿಗೆ.... ''ಹುಬ್ಬು ಕುಣಿಸಿದರು.'' ಮದ್ವೆ ವಿಷ್ಯ ತೀರಾ ಪರ್ಸನಲ್, ಅವ್ರಿಗೆ ಬಿಟ್ಟು ಬಿಡೋಣ'' ಎಂದ ಭವಾನಿ ಹೊರಗೆ ಹೋದರು.

ಶರ್ಮ ಕೆನ್ನೆಯುಜ್ಜಿದರು. ಅವರನ್ನ ಮದುವೆಯಾಗಲು ಭವಾನಿಯ ಪೂರ್ಣ ವಿರೋಧವಿತ್ತೆಂದು ಮದುವೆಗೆ ಮೊದಲು ತಿಳಿದಿದ್ದು ಮಾತ್ರವಲ್ಲ. ಯಾರಲ್ಲಿ ಪ್ರೇಮವಿದೆಯೆಂದು ಕೂಡ ಅವರಿಗೆ ತಿಳಿದಿತ್ತು. ಹಟ, ತೀರ್ಮಾನದಿಂದ ಅವರಿಬ್ಬರ ಮಧ್ಯದ ಪ್ರೇಮವನ್ನ ಭಸ್ಮ ಮಾಡಿ ಕೈ ಹಿಡಿದಿದ್ದರು.

ಭಾರತೀಯ ಹೆಣ್ಣು ಮದುವೆಯ ನಂತರ ಪ್ರೇಮಿಯನ್ನು ಮತ್ತೆ ಸಂಧಿಸುವುದೇನು, ನೆನಪಿಸಿಕೊಳ್ಳಲು ಕೂಡ ಇಷ್ಟಪಡಲಾರಳೆಂದು ಅವರಿಗೆ ಗೊತ್ತು.

* * *

ನಿಶಾಂತ್‌ಗಾಗಿ ಗೆಳತಿಯರಿಬ್ಬರು ಹೊರಗಿನ ಗಾರ್ಡನ್‌ನಲ್ಲಿಯೇ ಕಾದಿದ್ದರು. ಐದಕ್ಕೆ ನಾಲ್ಕು ಸೆಕೆಂಡ್ ಇತ್ತು. ಅದೇ ಸರಳವಾದ ಉಡುಪು ತೀರಾ ಸಂಕೋಚವಾಗಲಿ, ಹೆಚ್ಚಿನ ಹಮ್ಮಾಗಲಿ ಇಲ್ಲದ ಮುಖ ಭಾವ.

"ಹಲೋ.... ಬನ್ನಿ....ಬನ್ನಿ..." ಅರ್ಚನಾನೇ ಸ್ವಾಗತಿಸಿದಳು.

ಅಷ್ಟು ಅಹಂಕಾರ, ದ್ವೇಷದಿಂದ ಬೀಗುವ ಅಜಿತ್‌ಗೆ ಎಂಥ ಸರಳ ಸ್ವಭಾವದ ತಂಗಿ. ಬದುಕಿನಲ್ಲಿ ಮನುಷ್ಯ ಸ್ವತಃ ಸಾಧಿಸಲಾಗದ್ದು ಕೆಲವಿವೆ. ಅದರಲ್ಲಿ ಈ ಸ್ವಂತ ರಕ್ತ ಸಂಬಂಧಗಳು ಕೂಡ ಒಂದು.

ತರಂಗಿಣಿ ಚಿಗುರು ತುಟಿಗಳ ಮೇಲೆ ಮಿನುಗಿದ ಸುಂದರ ಹೂನಗೆಯೇ ಸ್ವಾಗತವೆನಿಸಿತು. ಅವರ ತಂದೆಯ ಆಹ್ವಾನಕ್ಕೆ ಕಾರಣವೇನೆಂದು ಯೋಚಿಸಿದ್ದ. ಊಹಾಪೋಹಕ್ಕಿಂತ ಅವರನ್ನ ಭೇಟಿ ಮಾಡುವ ಉದ್ದೇಶವೇ ಸರಿಯೆನಿಸಿತ್ತು.

ಒಳಗೆ ಕರೆದೊಯ್ದರು. ಅದ್ಭುತ ಮಹಲ್‌ಗೆ ಪ್ರವೇಶಿಸಿದಂಥ ಅನುಭವ. ಎಲ್ಲಾ ಪುರಾತನ ಸಂಪ್ರದಾಯಗಳನ್ನು ಪ್ರತಿಬಿಂಬಿಸಿದಂಥ ಆಸನಗಳು. ವ್ಯವಸ್ಥೆಗಳು ಕೂಡ ಹಾಗೆಯೇ. ಗೋಡೆಯ ಮೇಲೆ ಅದ್ಭುತ ತೈಲಚಿತ್ರಗಳು.

ಅದರಲ್ಲಿ ಅತಿ ಮುಖ್ಯವಾದುದ್ದು ಜರ್ಮನ್ ವಿದ್ವಾಂಸರಾದ ಫ್ರೆಡಿಕ್‌ಮ್ಯಾಕ್ಸ್ ಮುಲ್ಲರ್‌ನ ತೈಲ ಚಿತ್ರ ಮತ್ತು ಅದಕ್ಕೆ ವಿರುದ್ಧ ಪಾರ್ಶ್ವದ ಜೋಗ್ ಜಲಪಾತದ ಅದ್ಭುತ ವರ್ಣಮಯ ಚಿತ್ರ.

"ಬನ್ನಿ......." ಹಾಲ್‌ನ ದಾಟಿ ನಾಲ್ಕು ಮೆಟ್ಟಲಿನ ಎತ್ತರದ ಕೋಣೆಗೆ ಕರೆದೊಯ್ದಳು. ಅಲ್ಲಿ ಸಾಂಸ್ಕೃತಿಕ ಸಾಗರವನ್ನು ಕಂಡಂತಾಯಿತು. "ಕೂತ್ಕೊಳ್ಳಿ...." ಆಸನದತ್ತ ತೋರಿಸಿ ಆ ಕೊನೆಯಲ್ಲಿ ಕೂತು ಪೇಪರ್ ಓದುತ್ತಿದ್ದ ವ್ಯಕ್ತಿಯ ಬಳಿ ಹೋದಳು "ಪಪ್ಪ...." ಬಗ್ಗಿದ ತಲೆ ಮೇಲೆತ್ತಿತ್ತು. ಭಾರತೀಯ ಸಂಜಾತರಲ್ಲ. ಸ್ವಲ್ಪ ವಯಸ್ಸಾದ ವ್ಯಕ್ತಿಯೇ.

ಬಿಳಿಯ ಗಡ್ಡ ಮೀಸೆ, ಕೂದಲು ಜೊತೆ ಹಣೆಯಲ್ಲಿಟ್ಟ ಗಂಧ ಗೌರವದ ವ್ಯಕ್ತಿತ್ವ ಅವರಲ್ಲಿ ರೂಪಿಸಿತ್ತು.

ಅವರು ಎದ್ದು ಬರುವವರೆಗೂ ಅವನು ಕೂಡಲಿಲ್ಲ.

"ಹಲೋ.... ಯಂಗ್‌ಮ್ಯಾನ್...." ಬಂದು ವಿಶ್ವಾಸದಿಂದ ಕೈ ಕುಲುಕಿದರು, "ಕೂತ್ಕೋ....ಕೂತ್ಕೋ...." ತಮ್ಮ ಪಕ್ಕದಲ್ಲಿಯೇ ಕೂಡಿಸಿಕೊಂಡು ನೋಡಿದರು. "ಐ ಯಾಮ್ ಪ್ರೌಡಾಫ್ ಯು ಮೈ ಸನ್. ತರಂಗಿಣಿ ನಿನ್ನ ಬಗ್ಗೆ ತುಂಬ ಹೇಳಿದ್ದಾಳೆ" ಹರ್ಷ ವ್ಯಕ್ತಪಡಿಸಿದರು.

ಅವಳತ್ತ ನೋಡಿದ. ತನ್ನ ಬಗ್ಗೆ ಹೇಳುವಂಥದ್ದು ಏನಿತ್ತು?

ಪೂರ್ಣ ಭಾರತೀಯಳಾಗಿ ಕಾಣುವ ತರಂಗಿಣಿಗೆ ವಿದೇಶಿ ತಂದೆ-ವಿಸ್ಮಯದ ಜೊತೆ ಅನುಮಾನವೂ ಮೂಡಿತು.

ಆದರೆ ಡಿ.ಎಫ್. ಆಚಾರ್ಯರ ಮಾತುಗಳ ನಡುವೆ ಅವರ ಸ್ವಂತ ಮಗಳೆಂದು ತಿಳಿಯಿತು. ಭಾರತೀಯ ಮತ್ತು ಪಾಶ್ಚಾತ್ಯ ಸಾಂಸ್ಕೃತಿಕ ವಿಷಯಗಳ ಬಗೆಗೆ ನಿರರ್ಗಳವಾಗಿ ಮಾತಾಡುತ್ತಿದ್ದರು. ಅವರೊಬ್ಬ ದೊಡ್ಡ ವಿದ್ವಾಂಸರೆಂದು ಅವರ ಮಾತುಗಳಿಂದ ಗೊತ್ತಾಯಿತು.

"ನೀನೊಬ್ಬ ಫ್ರೆಂಡ್ ಅನ್ನೋ ರೀತಿಯಲ್ಲಿ ಮಾತಾಡ್ಬಿಟ್ಟೆ. ಈಗ ನಿನ್ನ ವಿಷ್ಯ ಹೇಳು?" ಆಸಕ್ತಿ ವಹಿಸಿದರು. ನಿಶಾಂತ್ ಮುಗುಳ್ನಕ್ಕ "ಹೇಳಿಕೊಳ್ಳೋಂಥದ್ದು ಏನಿಲ್ಲ. ನಾನೊಬ್ಬ ಸ್ಟೂಡೆಂಟ್...." ಎಂದ.

"ತರಂಗಿಣಿ ಹೇಳಿದ್ಲು, ನಿನ್ನ ತಂದೆ, ತಾಯಿ?" ಕೇಳಿದರು.

ಇದೆಲ್ಲ ಕೇಳುವ ಅಗತ್ಯವಿಲ್ಲವೆನಿಸಿತು ಅವನಿಗೆ. ಆದರೆ ಅವರು ತೋರಿದ ಸ್ನೇಹ, ಸರಳತನ ಅವನಿಗೆ ಇಷ್ಟವಾಯಿತು.

"ಇಲ್ಲ...." ಎಂದ. ಕಲ್ಯಾಣಿ ಮೆಟ್ಟಲಿನ ಮೇಲೆ ಅನಾಥವಾಗಿದ್ದ ಮಗುನ ಪ್ರಶ್ನಿಸಿದರೂ ಕೂಡ ಬರೀ ಅತ್ತೀತು ಅಷ್ಟೆ "ಮೈಗಾಡ್...." ಡಿ. ಎಫ್.ಆಚಾರ್ಯ ಮುಖ ಮೇಲೆತ್ತಿ ನಿಟ್ಟುಸಿರು ದಬ್ಬಿದರು. "ನನ್ನ ತರಂಗಿಣಿಗೆ ಮಮ್ಮಿ ಇಲ್ಲ. ನಿಂಗೆ.... ಇಬ್ರೂ ಇಲ್ಲ.... ಸೋ ಸ್ಯಾಡ್...." ಸಂತಾಪ ಸೂಚಿಸಿದರು. ಅವನಿಗೆ ಕಿರಿಕಿರಿಯೆನಿಸಿತು.

"ನಾನು ಮೂಲ ಜರ್ಮನಿಯವನು. ಹುಟ್ಟಿದ್ದು ಅಲ್ಲೇಯಾದರೂ ಬಹುಮಟ್ಟಿನ ಓಡಾಟ ಭಾರತದಲ್ಲಿ. ನಿನ್ನ ಹುಟ್ಟಿದ ಊರು....? ನಂಗೆ ಹಳ್ಳಿಗಳು ಅಂದರೆ.... ತುಂಬಾ ಇಷ್ಟ" ಒಂದು ರೀತಿಯ ಮುಗ್ಧತನ ಇಣುಕಿತು ಅವರ ಸ್ವರದಲ್ಲಿ.

"ನಂಗೆ ಹೇಗೆ ಹೇಳಬೇಕೋ ಗೊತ್ತಾಗ್ತ ಇಲ್ಲ. ಹುಟ್ಟಿದಾಗ ಸ್ಥಳ ಗುರ್ತಿಸುವ ಪರಿವೆ ಇದ್ದಿದ್ದರೆ.... ಬಹುಶಃ ಚೆನ್ನಾಗಿ ಇರ್ತಾ ಇತ್ತೇನೋ! ಅಂತು ನಂಗೆ ಗೊತ್ತಿಲ್ಲ."

ಅವರು ಆಶ್ಚರ್ಯದಿಂದ ಅವನತ್ತ ನೋಡಿದರು. ಅಳುಕುವ ಮುಚ್ಚಿಡುವ ಉದ್ದೇಶ ಅವನಿಗೆ ಇರಲಿಲ್ಲ, ಸತ್ಯವನ್ನು ಉಸುರಿದ ಡಿ.ಎಫ್. ಆಚಾರ್ಯ ನೊಂದುಕೊಂಡರು.

"ಎಕ್ಸ್‌ಕ್ಯೂಜ್ ಮೀ ಮೈ ಸನ್. ತರಂಗಿಣಿ ಮೆಚ್ಚುವ ಒಂದು ಯುವಕನ ಬಗ್ಗೆ ತಿಳಿದುಕೊಳ್ಳಬೇಕೆನಿಸಿತು. ಮಹಾನ್ ಎಫಿಕ್ ಮಹಾಭಾರತದಲ್ಲೂ ಕರ್ಣನದು ಇದೇ ಸ್ಥಿತಿ. ಕ್ಷತ್ರಿಯ ವಂಶದಲ್ಲಿ ಹುಟ್ಟಿ ರಾಜ ವಂಶಕ್ಕೆ ಸೇರಬೇಕಾದ ವ್ಯಕ್ತಿ 'ಸೂತ್ರಪುತ್ರ' ಎಂದು ನಿರಂತರವಾಗಿ ಸಮಾಜದಿಂದ ಅವಮಾನಿತನಾಗಿಯೇ ಜೀವ ಸವೆಸಿದ. ಅವನದು ದುರಂತ ಬದುಕು...." ಕೈಯಾಡಿಸುತ್ತ ಮೇಲೆದ್ದವರು ಅವನನ್ನು ಕೈ ಹಿಡಿದು ಕರೆದೊಯ್ದರು ಇನ್ನೊಂದು ಕೋಣೆಗೆ.

ಗೋಡೆಗೆ ಅಲಂಕರಿಸಿದ್ದವು ಮಹಾಭಾರತದ ವಿಶಿಷ್ಟ ಸಂದರ್ಭದ ತೈಲಚಿತ್ರಗಳು. ಕುಂತಿ ಸೂರ್ಯನಿಂದ ಪಡೆದ ಕರ್ಣನನ್ನು ದುಃಖಿಸುತ್ತ ಪೆಟ್ಟಿಗೆಯಲ್ಲಿ ಹಾಕಿ ಗಂಗೆಯಲ್ಲಿ ತೇಲಿಬಿಟ್ಟ ದೃಶ್ಯವನ್ನು.

ನಿಶಾಂತ್‌ನ ಹೃದಯ ಕಿತ್ತು ಬಾಯಿಗೆ ಬಂದಂತಾಯಿತು. ಬಹು ಎಚ್ಚರದಿಂದ ತನ್ನನ್ನು ತಾನು ಸಮಾಳಿಸಿಕೊಂಡ.

''ತನ್ನ ಹೆತ್ತ ತಾಯಿಯನ್ನ ನೋಡುವ, ಜನ್ಮ ವೃತ್ತಾಂತವನ್ನು ತಿಳಿಯುವ ಒಂದು ಅವಕಾಶ ಕರ್ಣನಿಗೆ ಸಿಕ್ತು'' ಇನ್ನೊಂದ ದೃಶ್ಯದತ್ತ ಅವನ ಗಮನ ಸೆಳೆದರು.

''ಅಂಥ ಅವಕಾಶ ಈ ನಿಶಾಂತ್ ಜೀವನದಲ್ಲಿ ಬರೋಲ್ಲ! ಅಂದು ನಿರ್ದಾಕ್ಷಿಣ್ಯವಾಗಿ ಬಿಸುಟ ಮಗುವಿನ ಗುರುತು, ನೆನಪು ಕೂಡ ನನ್ನ ಹೆತ್ತ ತಾಯಿಗೆ ಇರೋಲ್ಲ. ಸದ್ಯಕ್ಕೆ ನನ್ತಂದೆ ತಾಯಿಗಳು ಭೂಮಿ, ಆಕಾಶ'' ನಗುವಿನಲ್ಲಿ ತೇಲಿಸಿಬಿಟ್ಟ.

ಡಿ.ಎಫ್.ಆಚಾರ್ಯ ತಮ್ಮ ಬದುಕಿನ ಚಿತ್ರಗಳನ್ನು ಆತ್ಮೀಯವಾಗಿ ಅವನ ಮುಂದೆ ಬಿಡಿಸಿಟ್ಟರು. ಅವರೊಬ್ಬ ಚಿತ್ರಕಾರ ಮಾತ್ರವಲ್ಲ ಸಂಗೀತ ಪ್ರೇಮಿಯು ಹೌದು. ತೆಳುವಾದ ಮುಸುಕೊದ್ದ ವೀಣೆ. ಅಲಂಕಾರಿಕವಾಗಿ ಇರಿಸಲ್ಪಟ್ಟ ತಂಬೂರಿ ಅದಕ್ಕೆ ಸಾಕ್ಷಿಯೆನಿಸುವಂತಿತ್ತು.

ಮಧ್ಯೆ ಕಾಫೀ, ಉಪಾಹಾರವಾಯಿತು. ಹೊರಟು ನಿಂತಾಗ ತರಂಗಿಣಿ ''ಡಿನ್ನರ್ ಮುಗ್ಸಿಕೊಂಡು ಹೋಗಿ. ಪಪ್ಪ ಬೇರೆಯವರೊಂದಿಗೆ ಮಾತಾಡೋದು ಅಪರೂಪ'' ಎಂದಳು.

ನಿಶಾಂತ್ ಚಕಿತನಾದ. ಅಗತ್ಯಕ್ಕೆ ಮೀರಿ ಹೇಳಿದ, ಕೇಳಿದ ವಾಚಾಳಿಯೆಂದುಕೊಂಡಿದ್ದ ಆಚಾರ್ಯ ಎನ್ನುವ ಹೆಸರು ಒಬ್ಬ ಜರ್ಮನ್ ಕಲಾವಿದನಿಗೆ.

''ನಿಮ್ಮ ತಂದೆಯವರ ಹೆಸರು....'' ಎಂದ ಅರ್ಚನಾ ಘೊಳ್ಳೆಂದು ನಕ್ಕು ಬಿಟ್ಟಳು ''ನಿಮ್ಗೇ ಕುತೂಹಲವೇ ಇಲ್ಲವೆಂದುಕೊಂಡಿದ್ದೆ. ಡಚ್‌ಮನ್ ಫ್ರೆಡ್‌ರಿಕ್ ಆಚಾರ್ಯ ಅಂತ. ಆಚಾರ್ಯ ಅನ್ನೋದು ಅವರ ಋಜು ಜೀವನ ಮತ್ತು ಭಾರತೀಯ ಪರಂಪರೆ ಸಂಸ್ಕೃತಿಯ ಮೇಲಿನ ಅಧ್ಯಯನಕ್ಕೆ ಸಿಕ್ಕಿದ ಕೊಡುಗೆ. ಇಂದು ಸಾಕಷ್ಟು ಮಾತಾಡಿಬಿಟ್ಟಿದ್ದಾರೆ. ಇಡೀ ತಿಂಗಳು ಅವ್ರಿಗೆ ಮಾತುಗಳು ಬೇಕಾಗೋಲ್ಲ'' ಹಾಸ್ಯ ಮಾಡಿದಳು.

''ಡಿನ್ನರ್ ಬೇಡಿ. ಸಾಕಷ್ಟು ತಿಂದಿದ್ದೀನಿ. ಇನ್ನು ಮೂರು ದಿನ ಆಹಾರದ ಅಗತ್ಯವಿಲ್ಲ, ಬರ್ತೀನಿ'' ಎರಡು ಕೈಗಳನ್ನು ಜೋಡಿಸಿದ.

ಅರ್ಚನಾ ಅವನ ಕೈಗಳನ್ನು ಸಲಿಗೆಯಿಂದ ಕಿತ್ತು ಹಾಕಿದಳು. ''ಫ್ರೆಂಡ್ಸ್ ಮಧ್ಯೆ ಇಂದೆಂಥ ಗೌರವದ ಶಿಷ್ಟಾಚಾರ?'' ಕೋಪ ತೋರಿಸಿದಳು. ಅವಳ ದಾಷ್ಟಿಕಕ್ಕೆ ಅವನು ಬೆರಗಾದ.

ಡಿ.ಎಫ್. ಆಚಾರ್ಯರ ಕೋಣೆಯತ್ತ ನೋಡಿದ ''ಅವ್ರಿಗೆ ತಿಳಿಸ್ಬೇಕಲ್ಲ'' ಎಂದ. ಅತ್ತ ನೋಡಿದ ತರಂಗಿಣಿ ''ಬೇಡ, ಅವ್ರಿಗೆ ಡಿಸ್ಟರ್ಬ್ ಆಗುತ್ತೆ. ಅವರೇನು ಅಂಥ ಸಂಪ್ರದಾಯ ನಿರೀಕ್ಷಿಸೋಲ್ಲ. ಡಿನ್ನರ್ ಮುಗ್ಸಿಕೊಂಡ್ಹೋಗಿ'' ಎಂದಳು.

''ಬೇಡಿ, ಇನ್ನೊಂದು ದಿನ ಬರ್ತೀನಿ'' ಗೇಟಿನವರೆಗೂ ಬರುವ ವೇಳೆಗೆ ಅಜಿತ್ ಕಾರಿನಿಂದ ಇಳಿದ. ''ಹಲೋ.... ಅಜಿತ್'' ಎಂದ. ಅವನು ಇವನತ್ತ ನೋಡದವನಂತೆ ಗೇಟನ್ನು ದಢಾರನೇ ಹಾಕಿದ.

ನಿಶಾಂತ್ ಅದನ್ನ ಹಚ್ಚಿಕೊಳ್ಳದವನಂತೆ ಕೈಯಾಡಿಸಿ ಕತ್ತಲೆಯಲ್ಲಿ ಕರಗಿ ಹೋದ.

''ರಾತ್ರಿ ನಾನು ಬರೋಲ್ಲಾಂತ ಫೋನ್ ಮಾಡಿದ್ದೆ, ಡ್ಯಾಡಿಗೆ'' ರಾಗ ತೆಗೆದಳು ಅರ್ಚನಾ.

ಅಜಿತ್ ಹಿಂದಿನ ಡೋರ್ ತೆಗೆದು ಒಂದು ಪ್ಯಾಕೆಟ್ ಹಿಡಿದು ಬಂದ "ಮಮ್ಮಿ, ನಿನ್ನ ಫೇವರೇಟ್ ಡಿಷಸ್ ಮಾಡಿಸಿದ್ದರಂತೆ. ಕೊಟ್ಟು....ಬಾ...." ಅಂದರು. ಗೇಟು ತೆಗೆದುಕೊಂಡು ಒಳಕ್ಕೆ ಬಂದ.

ಇದೇನು ಅತಿಶಯವಲ್ಲ. ಆದರೆ ನಿಶಾಂತ್ ಮಾತಾಡಿಸಿದ್ದಕ್ಕೆ ಪ್ರತಿಕ್ರಿಯಿಸದಿದ್ದದ್ದು ಅರ್ಚನಾಗೆ ಕೋಪ ತಂದಿತ್ತು.

"ನೀವು ಇಲ್ಲೇ ಡಿನ್ನರ್ ಮುಗ್ಸಿಕೊಂಡು ಹೋಗ್ಬಹುದ್ದು" ತರಂಗಿಣಿ ಹೇಳಿದಳು.

ಮೂವರು ಗಾರ್ಡನ್‌ನಲ್ಲಿಯೇ ಕೂತರು. ಎಂದಿನ ಹಾಗೇ ಅಣ್ಣ, ತಂಗಿಯರನ್ನು ಮಾತಾಡಲು ಬಿಟ್ಟು ತಾನು ಕೇಳುತ್ತ ಕೂತಳು ತರಂಗಿಣಿ.

ತಟ್ಟನೆ ಅಜಿತ್ ಕೇಳಿದ "ಅಂಕಲ್, ನಿಶಾಂತ್‌ನ ಭೇಟಿ ಮಾಡಿದ್ರಾ ?" ಹೌದೆನ್ನುವಂತೆ ತರಂಗಿಣಿ ತಲೆದೂಗಿದಳು. ಯಾಕೆ, ಏನು, ಎತ್ತ ಅವಳ ಬಾಯಿಂದ ಹೊರಡಿಸುವುದು ಸಾಧ್ಯವಿಲ್ಲವೆನಿಸಿತು ಅವನಿಗೆ, ಸುಮ್ಮನಾಗಿಬಿಟ್ಟ.

ತಂದೆಯಾಡಿದ ಮಾತುಗಳು ಅವನ ಮನಸ್ಸಿನ ಮೇಲೆ ಪರಿಣಾಮ ಬೀರಿತ್ತು. ತೆರೆದ ಮನಸ್ಸಿನಿಂದ ಅವಳ ಪ್ರೇಮ ಸ್ವಾಗತಿಸಲು ಸಿದ್ಧನಿದ್ದ. ಮುಂದೆ ತನ್ನ ಮತ್ತು ಅವಳ ಮಧ್ಯದ ಪರಿಚಯಕ್ಕೆ ಒಂದು ತಿರುವು ಕೊಡಬೇಕೆಂದು ನಿರ್ಧರಿಸಿದ್ದ.

ಎಂದಿಗಿಂತ ಹೆಚ್ಚಾಗಿ ಜೋಕ್ಸ್ ಕಟ್ ಮಾಡಿದ. ತರಂಗಿಣಿಯ ನಗುವನ್ನು ಆಸ್ವಾದಿಸಿದ. ಆದರೆ ನಿಶಾಂತ್ ಇಲ್ಲಿ ಬಂದಿದ್ದ ಎನ್ನುವ ವಿಷಯ ಮಾತ್ರ ಅವನನ್ನ ಮುಳ್ಳಾಗಿ ಚುಚ್ಚುತ್ತಿತ್ತು.

ಡಿನ್ನರ್ ನಂತರ ಉಪಾಯದಿಂದ ಅರ್ಚನಾನ ಹೊರಡಿಸಿದ. ವಿಪರೀತ ಮಾತಿನ ಅವಳಿಂದ ನಿಶಾಂತ್ ಬಂದಿದ್ದ ಬಗ್ಗೆ ವಿಷಯ ಹೊರಡಿಸುವುದು ಅವನಿಗೆ ಕಷ್ಟವಲ್ಲ.

ಕಾರಿನಲ್ಲಿ ಅರ್ಚನಾನ ಹೊಗಳಿದ.

"ಆಚಾರ್ಯರನ್ನ ಭೇಟಿ ಆಗಿದ್ನಾ ನಿಶಾಂತ್?" ಮೆಲ್ಲಗೆ ವಿಷಯ ಹೊರಡಿಸಲು ನೋಡಿದ. ಹಾಲು ಮನಸ್ಸಿನ ಹೆಣ್ಣು. ತನ್ನ ಮನದ ಭಾವವನ್ನ ಬೇರೆಯವರ ಮುಂದಿಡಲು ತವಕಿಸುತ್ತಿದ್ದಳು. "ಅಬ್ಬಬ್ಬ, ಎರಡೂವರೆ ಗಂಟೆ ಅಂಕಲ್, ನಿಶಾಂತ್‌ನೊಂದಿಗೆ ಮಾತಾಡಿದ್ದಾರೆ. ಅವ್ರು ಬರೆದ ಮಹಾಭಾರತದ ಚಿತ್ರಗಳನ್ನೆಲ್ಲ ತೋರಿಸಿದ್ರು. ಎಷ್ಟೋ ಹೇಳಿದ್ರು. ನಂಗೆ ಅಷ್ಟು ವಿಷ್ಯ ಗೊತ್ತಿರಲಾರ್ದು" ಕೈ ಬಾಯಿ ತಿರುಗಿಸಿಕೊಂಡು ಆರಾಮವಾಗಿ ಹೇಳಿಬಿಟ್ಟಳು. ಅದು ಎಂಥ ಪರಿಣಾಮ ಬೀರುತ್ತದೆಯೆಂದು ಅವಳ ಅರಿವಿಗೆ ಬಂದಿರಲಿಲ್ಲ.

ಬಂಗ್ಲೆತಲುಪುವವರೆಗೂ ಹೇಳಿದವಳು "ನಿಶಾಂತ್‌ಗೆ ತಂದೆ, ತಾಯಿ...." ಎಂದು ಬಿಟ್ಟು ಆರಾಮವಾಗಿ ಇಳಿದು ಹೋದಳು.

ಕ್ರಾಪನ್ನು ಒರಟಾಗಿ ಹಿಂದಕ್ಕೆ ದೂಡಿ ಇಳಿದ. ನಿಕೃಷ್ಟರೀತಿಯಲ್ಲಿರುವ ತಾಯ್ತಂದೆಯರು ಇರಬೇಕು. ಸುಳ್ಳು ಹೇಳುತ್ತಾನೆ ಅಥವಾ ಇಬ್ಬರು ಸತ್ತಿರಬೇಕು– ಅಂತೂ ಪೂರ್ತಿ ಸತ್ಯ ಸಂಗತಿ ಅವನಿಗೆ ತಿಳಿದಿರಲಿಲ್ಲ.

ಭವಾನಿ, ಶರ್ಮ ಅವರು ಇರಲಿಲ್ಲ. ಅಜಿತ್ ಮತ್ತಷ್ಟು ಪೂಸಿಯೊಡೆದ.

''ಸತ್ತುಹೋದರಂಥ? ಉಸ್ತಾದ್ ಏನಾಗ್ಬೇಕು?''

''ಅವ್ನಿಗೆ ಯಾರೂ ಇಲ್ಲ. ಆಕಾಶನೇ ತಂದೆ, ಭೂಮಿನೇ ತಾಯಿಂಥ ತಿಳ್ಕೊಂಡಿದ್ದಾನೆ. ಯಾರೋ ಹುಟ್ಟಿದ ಮಗುನ ದೇವಸ್ಥಾನದ ಕಲ್ಯಾಣಿ ಮೆಟ್ಟಲು ಮೇಲಿಟ್ಟು ಹೋಗಿದ್ರಂತೆ ಯಾರನ್ನೂ ಕಾಣ್ದೆ ಬೆಳೆದಿದ್ದಾನೆ'' ಅವಳ ಕಂಠದಲ್ಲಿ ಸಹಾನುಭೂತಿ ಇತ್ತು.

ಆದರೆ ಅಜಿತ್, ನಿಶಾಂತನ ಅವಮಾನಿಸಲು, ಬಗ್ಗುಬಡಿಯಲು ಇದನ್ನ ಹೇಗೆ ಸಾಧನ ಮಾಡಿಕೊಂಡರೆ ಫಲಿಸೀತೆಂದು ಯೋಚಿಸತೊಡಗಿದ.

ಭವಾನಿ, ಶರ್ಮ ಬಂದಾಗ ಹನ್ನೆರಡರ ಸುಮಾರು, ಗೆಳೆಯರ ಮನೆಯ ಭೇಟಿ, ಊಟ, ಅತಿಥಿ ಸತ್ಕಾರದಿಂದ ಪ್ರಸನ್ನರಾಗಿದ್ದರು.

''ಅಜಿತ್.... ಬಂದ್ನಾ''? ಕೋಣೆಯತ್ತ ಹೋಗುತ್ತಿದ್ದ ಶರ್ಮ ಆಳನ್ನ ಕೇಳಿದರು ''ಇಬ್ರೂ....ಬಂದ್ರು'' ಎಂದಾಗ ಮಗಳ ಕೋಣೆಗೆ ಹೋದರು.

ಪುಸ್ತಕವಿಡಿದು ಕೂತ ಮಗಳ ತಲೆಗೂದಲನ್ನ ಕೆದರಿದರು. ''ಅಲ್ಲೇ ಉಳೀತೀನೀಂತ.... ಫೋನ್ ಮಾಡಿದ್ದೆ'' ಬರೀ ನಕ್ಕಳಷ್ಟೆ. ಅವಳದು ಹಾಲಿನಂಥ ಮನಸ್ಸು. ನೆನಪಿಸಿಕೊಂಡವಳಂತೆ ''ಡ್ಯಾಡಿ, ನಿಶಾಂತ್‌ಗೆ ತಂದೆ ತಾಯಿ ಯಾರೂ ಇಲ್ವಂತೆ'' ಸಂಕಟದಿಂದ ಹೇಳಿದಳು.

''ಇರ್ಬಹ್ದು, ಅಂಥವರು ಸಮಾಜದಲ್ಲಿ, ನಮ್ಮ ನಡುವೆ ಬೇಕಾದಷ್ಟು ಜನ ಇದ್ದಾರೆ'' ಎಂದರು. ಅವನ ದೃಢ ನಿಲುವು, ಆತ್ಮಾಭಿಮಾನದಿಂದ ಬೀಗುತ್ತಿದ್ದ ಕಣ್ಣು ಅವರ ಮಿದುಳಿನಲ್ಲಿ ಬಂದು ಕಾಡಿತು.

''ಹಾಗಲ್ಲ ಡ್ಯಾಡಿ....'' ವಿಷಯನ್ನ ಸಂಕ್ಷಿಪ್ತವಾಗಿ ತಿಳಿಸಿದಳು. ''ಅವ್ರು ಅದೆಂಥ ಕಟುಕ ಜನ ಇರ್ಬಹ್ದು. ಮುದ್ದು ಮಗುನ ಬಿಸಾಡೋದೂಂದ್ರೆ....'' ಅವರುಗಳ ಬಗ್ಗೆ ಕೋಪದ ಜೊತೆ ನಿಶಾಂತ್ ಬಗೆಗೆ ಸಹಾನುಭೂತಿಯನ್ನು ಸೂಚಿಸಿದ್ದಳು.

''ಅಂದರೆ ಶಾಪಗ್ರಸ್ತ ಸಂತಾನ'' ಶರ್ಮ ಅವರ ನಾಲಿಗೆಯಲ್ಲಿ ಅಸಹ್ಯ, ಜಿಗುಪ್ಸೆ ಸುಳಿಯಿತು. ''ಎಲ್ಲಾದ್ರೂ ಹಾಳಾಗ್ಲಿ. ಅವನ್ಯಾಕೆ ಆಚಾರ್ಯನ ಮನೆಗೆ ಬಂದಿದ್ದ?'' ಅವರ ಸ್ವರದಲ್ಲಿ ತೀವ್ರ ಬದಲಾವಣೆ ಸುಳಿಯಿತು.ಆಸರೆಯಾಗಲಿ, ನೆರಳಾಗಲಿ ಇಲ್ಲದ ಒಂಟಿ ಗಿಡ. ಕಿತ್ತಸೆಯುವುದು ಬಹಳ ಸುಲಭವೆನಿಸಿತು.

ಪುಸ್ತಕ ಮುಚ್ಚಿಟ್ಟ ಅರ್ಚನಾ ''ತರಂಗಿಣಿನೇ ಇನ್‌ವೈಟ್ ಮಾಡಿದ್ಲು. ಅವರ ಪಪ್ಪ ತುಂಬ ಹೊತ್ತು ನಿಶಾಂತ್ ಜೊತೆ ಮಾತಾಡಿದ್ರು. ಐ ಲೈಕ್ ಹಿಮ್ ಅಂದರು.... ಅಂಕಲ್'' ಖುಷಿಯಿಂದ ಹೇಳಿಕೊಂಡಳು.

''ಅವನೊಬ್ಬ ಶಾಪಗ್ರಸ್ತ ಸಂತಾನ ಅವ್ನ ಜೊತೆ ಸ್ನೇಹ ಪರಿಚಯ ಯಾವ್ದು ಸಲ್ಲದು! ಮೈಂಡ್ ಇಟ್'' ಕೋಪದಿಂದ ಹೊರಗೆ ಹೋದರು.

ಅಜಿತ್, ನಿಶಾಂತ್‌ನ ನೆನಪಿನಲ್ಲಿ ಇಡೀ ರಾತ್ರಿ ನಿದ್ರಿಸಲಿಲ್ಲ. ಬೆಳಗಿನ ಜಾವ ಒಬ್ಬನೇ ಜಾಗಿಂಗ್ ಹೊರಟವನು ಮನೆಗೆ ಬಂದಾಗ ಹತ್ತು ಮೀರಿ ಹೋಗಿತ್ತು. ಬಹಳ ಸಂತೋಷವಾಗಿದ್ದ.

ನಿಶಾಂತ್‌ನ ಜನ್ಮ ವೃತ್ತಾಂತವನ್ನು ಗೋಡೆಗಳ ಮೇಲೆ ಬಹಳ ಕೆಟ್ಟ ರೀತಿಯಲ್ಲಿ ಬರೆಸಿದ್ದ. ಅಶ್ಲೀಲ ಬರವಣಿಗೆ ಯಾವ ಮಗ ಕೂಡ ಸಹಿಸಲಾರದಂಥದ್ದು.

''ನನ್ನ ಎಬ್ಬಿಸ್ದೇ ಜಾಗಿಂಗ್ ಹೋಗಿಬಿಟ್ಟಿದ್ದೆ'' ಬ್ರೇಕ್‌ಫಾಸ್ಟ್‌ಗೆ ಟೇಬಲ್ಲಿನ ಬಳಿ ಬಂದ ಅರ್ಚನಾ ನಿಷ್ಠೂರ ಮಾಡಿದವಳು ಅವನ ಕಣ್ಣುಗಳನ್ನ ನೋಡಿ ವಿಸ್ಮಿತಳಾದಳು. ''ರಾತ್ರಿ ನಿದ್ದೆ ಇಲ್ಲವಾ? ಕಣ್ಣೆಲ್ಲ ಒಂದ ತರಹ ಆಗಿದೆ''

''ಬುಕ್ ಮುಚ್ಚಿದ್ದಾಗ ಬೆಳಕು ಹರಿದಿತ್ತು'' ಎಂದ.

ಅರ್ಚನಾ ನಕ್ಕುಬಿಟ್ಟಳು ''ಯಾವ ಪತ್ತೆದಾರಿ ನಾವೆಲ್?....'' ಎಂದವಳು ಶರ್ಮರನ್ನ ನೋಡಿ ಸುಮ್ಮನಾದಳು ''ಗುಡ್ ಮಾರ್ನಿಂಗ್ ಡ್ಯಾಡಿ....'' ತಂದೆಯ ರಾತ್ರಿಯ ಕೋಪದ ಮಾತುಗಳನ್ನ ಇನ್ನ ಮರೆತಿರಲಿಲ್ಲ. ''ಗುಡ್ ಮಾರ್ನಿಂಗ್....'' ಎಂದವರು ಆತುರಾತುರವಾಗಿ ಬ್ರೇಕ್‌ಫಾಸ್ಟ್ ಮುಗಿಸಿ ಎದ್ದು ಹೋದರು.

''ಏನ್ಹೇಳ್ದೆ.... ರಾತ್ರಿ, ನಿಮ್ಮ ಡ್ಯಾಡಿ ಹತ್ರ ? ಒಂದು ತರಹ ಇದ್ದರು?'' ಭವಾನಿ ಮಗಳನ್ನು ಪ್ರಶ್ನಿಸಿದರು. ''ಏನಿದೆ.... ಹೇಳೋಕೆ? ಬರೀ ದೊಡ್ಡಸ್ತಿಕೆ ಅಪ್ಪ, ಮಗನದು. ಸಿಂಪ್ಲಿಸಿಟಿ.... ಅನ್ನೋದೇ ಗೊತ್ತಿಲ್ಲ'' ಮೂತಿ ತಿರುಗಿಸಿ ಎದ್ದು ಹೋದಳು.

ಒಳಗೊಳಗೆ ಭವಾನಿ ಮಗಳನ್ನು ಮೆಚ್ಚುತ್ತಿದ್ದರು. ಎಂಥ ಸಮಯದಲ್ಲೂ ತನ್ನ ವ್ಯಕ್ತಿತ್ವ ಉಳಿಸಿಕೊಳ್ಳಲು ಪ್ರತಿಭಟಿಸಬಲ್ಲಳು. ಶರಣಾಗತಿ ಒಪ್ಪಲಾರಳು. ಕೆಲವು ವಿಷಯಗಳಲ್ಲಿ ಅವಳು ರಾಜಿಯಾಗಳು!

ಅರ್ಚನಾ, ತರಂಗಿಣಿ ಕಾಲೇಜಿಗೆ ಬಂದಾಗ ಎಲ್ಲರೂ ಗುಸಗುಸ. ಪಿಸಪಿಸ ಹೊರಗಿನ ಕಾಂಪೌಂಡ್, ಒಳಗಿನ ಆವರಣದ ಗೋಡೆಗಳ ಮೇಲೆಲ್ಲ ದಪ್ಪ ದಪ್ಪ ಬರಹಗಳು. ನಿಶಾಂತ್ ತಾಯಿಯನ್ನ ಬೆಲೆವೆಣ್ಣಿನಂತೆ ಚಿತ್ರಿಸಿ ಅವಳ ಮಡಿಲಲ್ಲಿದ್ದ ಮಗುವನ್ನ ನಿಶಾಂತ್ ಎಂದು ಕರೆದಿದ್ದರು. ಅವನಪ್ಪ ಒಬ್ಬ ಪೋಲಿಯಂತೆ ಚಿತ್ರಿತನಾಗಿದ್ದ.

ಅರ್ಚನಾ ಮಿದುಳಿನಲ್ಲಿ ದೊಡ್ಡ ಸ್ಫೋಟ. ಇದಕ್ಕೆಲ್ಲ ಕಾರಣ ಅಜಿತ್. ಆದರೆ ಮೊದಲ ಕಾರಣ ತಾನೇ! ಅವಳ ಕಣ್ತುಂಬಿ ಬಂತು.

ಒಳಗೆ ಬಂದಾಗ ವಿದ್ಯಾರ್ಥಿನಿಯರ ಬಾಯಲ್ಲೂ ಇದೇ ಮಾತುಗಳು.

''ಒಳ್ಳೆ ತಾಯ್ತಂದೆಯರ, ಮನೆತನದ ಮಗನಲ್ಲ ನಿಶಾಂತ್'' ಒಬ್ಬಳು ಅಂದರೆ ಮತ್ತೊಬ್ಬಳು ''ಗೋ ಟು ಹೆಲ್, ಏನಾಯ್ತು, ಅವನಂಥ ಬುದ್ಧಿವಂತ, ಧೀಮಂತ ವಿದ್ಯಾರ್ಥಿಗಳೇ ಅಪರೂಪ'' ಇನ್ನೊಬ್ಬಳ ವ್ಯಾಖ್ಯಾನ.

ಇದಕ್ಕೆಲ್ಲ ನಿಶಾಂತ್ ಹೇಗೆ ಪ್ರತಿಕ್ರಿಯಿಸಬಲ್ಲ? ತರಂಗಿಣಿ ಸುಂದರ ಹೂವಿನಂಥ ಮುಖ ಪೂರ್ತಿ ಬಾಡಿ ಹೋಗಿತ್ತು.

''ನಾನು ನಿಶಾಂತ್‌ನ ಆಹ್ವಾನಿಸದಿದ್ದರೆ ಚೆನ್ನಾಗಿತ್ತು'' ತರಂಗಿಣಿ ಕರ್ಚಿಫ್‌ನಿಂದ ಕಣ್ಣುಗಳನ್ನೊರೆಸಿಕೊಂಡಾಗ ಅರ್ಚನಾ ''ಇದೆಲ್ಲ ಅಜಿತ್ ಕೆಲ್ಸನೇ.... ಹೇಗೆ ನಿಶಾಂತ್‌ಗೆ ಮುಖ ತೋರಿಸೋದು?'' ಅವಳ ದನಿ ನಡುಗುತ್ತಿತ್ತು.

ನಿಶಾಂತ್ ಗಮನಿಸದಂತೆ ಕಾಲೇಜು ಆವರಣದೊಳಕ್ಕೆ ಬಂದಿದ್ದ. ಅವನ ಬಳಿ ಸ್ವಲ್ಪ ಸಲಿಗೆಯಿಂದಿರುವ ಸ್ನೇಹಿತರೆಂದು ಕರೆಸಿಕೊಳ್ಳುವ ಸಹಪಾಠಿಗಳು ಅವನನ್ನು ಕರೆದೊಯ್ದು ತೋರಿಸಿದರು.

ಬೇಸರ, ನೋವು, ಕೋಪವಿದ್ದರೂ ಹೆತ್ತ ತಾಯಿಯ ಪವಿತ್ರತೆಯ ಬಗ್ಗೆ ಎಂದು ಅನುಮಾನಿಸಿದವನೇ ಅಲ್ಲ! ಒಂದು ರೀತಿಯ ಚಿತ್ತ ಕ್ಷೋಭೆಗೆ ಒಳಗಾದ.

ಆಚಾರ್ಯರು ಚಿತ್ರಿಸಿದ ಚಿತ್ರಗಳನ್ನ ನೆನಪು ಮಾಡಿಕೊಂಡ. ಸುಂದರ ಕಲಾಕೃತಿಗಳು ಅವು. ಅಂಥದ್ದೇ ವಸ್ತುವಿಗೆ ಬಹಳ ಕೆಟ್ಟ ರೂಪ ಕೊಟ್ಟಿದ್ದರು ಈ ಜನ.

''ಇದು ಯಾರ್ಕೆಲ್ಸ?'' ಕೇಳಿದ.

''ಯಾರ್ದೂಂತ ಹೇಳೋಕ್ಕಾಗಲ್ಲ, ಆದರೆ ಇಂಥ ಕೆಲ್ಸಗಳ್ನ ಕಾಸಿಗಾಗಿ ಮಾಡೋ ಗುಂಪಿದೆ'' ನೆನಪು ಮಾಡಿಕೊಂಡ ಡಿಗ್ರಿಯ ಕೊನೆಯ ವರ್ಷದ ವಿದ್ಯಾರ್ಥಿ.

ಅವರುಗಳ ವಿಷಯ ತಿಳಿದುಕೊಂಡು ಮೆಟ್ಟಲುಗಳನ್ನ ಹತ್ತುವ ವೇಳೆಗೆ ಪ್ಯೂನ್ ಬಂದು ಸುದ್ದಿ ಮುಟ್ಟಿಸಿದ. ''ಪ್ರಿನ್ಸಿಪಾಲ್, ಕರೀತಾರೆ'' ವಿಷಯವೇನೆಂದು ಅವನಿಗೆ ಗೊತ್ತು. ಧೈರ್ಯವಾಗಿಯೇ ಅವರ ಕೋಣೆ ಹೊಕ್ಕ.

ತಲೆಯೆತ್ತಿ ಅವನತ್ತ ನೋಡಿದರು. ಮುಖದಲ್ಲಿ ತೇಜಸ್ಸು, ಕಣ್ಣುಗಳಲ್ಲಿ ಹೊಳಪು, ದೃಢವಾದ ನಿಲುವು-ಕೆಟ್ಟ ಗುಂಪಿಗೆ ಸೇರಿಸಲು ಅವರ ಮನ ಇಚ್ಛಿಸಲಿಲ್ಲ.

''ಬೈ ದಿ ಬೈ ನಿಶಾಂತ್.... ಗೋಡೆಯ ಮೇಲೆ ಬರೆದಿದ್ದನ್ನ.... ಓದಿದ್ಯಾ ?'' ಕೇಳಿದರು. ಹೌದೆಂದು ತಲೆಯಾಡಿಸಿದ ''ಇದು ಕಾಲೇಜು, ಇಲ್ಲಿ ನಿನ್ನ ವ್ಯಕ್ತಿತ್ವಕ್ಕೆ ಬೆಲೆಯೇ ವಿನಹ ನಿನ್ನ ಜನ್ಮ ವೃತ್ತಾಂತಕ್ಕಲ್ಲ.... ಎಂದರು.

''ಅದ್ನ ಬರೆದ, ಬರೆಯಿಸಿದ ವಿದ್ಯಾರ್ಥಿಗಳು ಗಮನಿಸ್ಬೇಕಿತ್ತು, ಸರ್'' ವಿನಯದಿಂದಲೇ ಹೇಳಿದ.

''ನಿಂಗೆ ಯಾರ್ಮೇಲಾದ್ರೂ ಅನುಮಾನ ಇದ್ಯಾ?'' ಕೇಳಿದರು ''ಇಂಥ ಎಷ್ಟೋ ಬರಹಗಳನ್ನ ಗೋಡೆಗಳು ಜೀರ್ಣಿಸಿಕೊಂಡಿವೆ. ಇಂಥ ಪುನರಾವರ್ತನೆಗಳು ಸಲ್ಲದು. ಎಲ್ಲಾ ಕಾಲಕ್ಕೂ ಇಂಥ ವಿದ್ಯಾರ್ಥಿಗಳು ಇರ್ತಾರೆ. ಆದಷ್ಟು ಅಂಥ ಅಪರಾಧಗಳು ಆಗ್ದಂತೆ ತಡೆಯೋದು ಮಾತ್ರವಲ್ಲ, ಶಿಕ್ಷಿಸೋದು ಕೂಡ ನಮ್ಮ ಕರ್ತವ್ಯ'' ಎಂದರು.

''ನಂಗೆ ಯಾರ್ಮೇಲೂ ಅನುಮಾನ ಇಲ್ಲ, ಸರ್'' ಹೊರಗೆ ಬರುವ ಮುಂದು ಹೇಳಿ ಬಂದಿದ್ದ. ಇದು ಅಜಿತ್‌ನ ಕೆಲಸ ಅಂತ ಅವನಿಗೆ ಗೊತ್ತು.

ನೆನ್ನೆ ರಾತ್ರಿ ಬಾಯಿ ಬಿಟ್ಟ ಮಾತುಗಳು ಇಂದು ರೂಪು ರೇಖೆ ತಾಳಿ ಗೋಡೆಗಳ ಮೇಲೆ ವಿಜೃಂಭಿಸುತ್ತದೆಯೆಂದು ಇವನಿಗೆ ತಿಳಿದಿರಲಿಲ್ಲ. ''ತರಂಗಿಣಿ, ಅರ್ಚನಾ....'' ನೋವಿನಿಂದ ಹಲ್ಲುಮುಡಿ ಕಚ್ಚಿದ.

ಎಂದಿನಂತೆ ಕ್ಲಾಸ್‌ಗೆ ಅಟೆಂಡ್ ಆದ. ನಗು, ಪಿಸುಮಾತು ತಾನಾಗಿ ನಿಲ್ಲುವ ಸೂಚನೆ ಕಂಡು ಬಂದರೂ ಅವನೆದೆಯ ಲಾವರಸ ತಣ್ಣಗಾಗಲಿಲ್ಲ.

ಲ್ಯಾಬ್ ಮುಗಿಸಿಕೊಂಡು ಹೊರಬಂದ ಅಜಿತ್ ತನ್ನ ಹಿಂಡಿನೊಂದಿಗೆ ಆಶ್ಚರ್ಯದಿಂದ ನಿಂತ. ಬೆಳಗಿನ ಜಾವ ಬರೆದವರೆಲ್ಲ ಬಕೆಟ್, ಬಟ್ಟೆಗಳನ್ನ ಹಿಡಿದು ಒರೆಸಿ ಹಾಕುತ್ತಿದ್ದರು.

ಅತ್ತಿತ್ತ ನೋಡಿ "ಏಯ್...." ಎಂದು ಮುಂದೆ ಹೋದವನನ್ನ ಅಜಿತ್ ಹಿಂದೆ ಇದ್ದವನು ತಡೆದ "ಇದ್ಕೆ ಕಾರಣ ನೀನೇಂತ ಗೊತ್ತಾಗುತ್ತೆ, ಇನ್ನೊಂದು ಸಾವಿರ ಬಿಸಾಕಿದ್ರೆ.... ನಾಳೆ ಬೆಳಿಗ್ಗೆ ಇದನ್ನೇ ಬರೆಸ್ಬಹ್ದು. ಸುಮ್ನೇ ಇರು."

"ಹೌದೌದು, ನೀವು ಸಾವಿರ ಖರ್ಚು ಮಾಡಿ ಬರೆಸಿದ್ದಕ್ಕೆ ಪೈಸೆ ಖರ್ಚು ಇಲ್ದೇ ಅವರಿಂದ್ಲೇ ಅಳಿಸಿ ಹಾಕಿಸ್ತಾ ಇದ್ದೀನಿ" ದಢಾರನೇ ಪ್ರತ್ಯಕ್ಷನಾದ ನಿಶಾಂತ್ ನುಡಿದಾಗ ಕೆಲವರು ಹಿಂದಕ್ಕೆ ಹೋದರು. ಕೆಲವರು ತೋಳೇರಿಸಿದರು. ಅಜಿತ್ ಅವನನ್ನ ಸುಡುವಂತೆ ನೋಡಿದ.

"ಮಿಸ್ಟರ್ ಅಜಿತ್, ನಿಂಗೆ ಲಾಸ್ಟ್ ವಾರ್ನಿಂಗ್.... ನಾನು ತಾಯಿಯ ಮುಖ ನೋಡದಿದ್ರೂ, ಪರಿಸ್ಥಿತಿಗೆ ಒಳಗಾದ ಆ ಹೆಣ್ಣಿನ ಬಗ್ಗೆ ಗೌರವವು ಇದೆ, ಅಸಹಾಯಕತೆಯ ಕನಿಕರವು ಇದೆ. ಹೆತ್ತ ತಾಯಿನ, ಜನ್ಮ ಕೊಟ್ಟ ಭೂಮಿಯ ನಿಂದನೆ ಸಹಿಸೋಲ್ಲ. ಇದ್ನ ನೀನು ಅರ್ಥ ಮಾಡ್ಕೋಬೇಕು. ಇಲ್ಲ ನಾನಾಗಿ ಅರ್ಥ ಮಾಡಿಸ್ತೀನಿ" ನಿಧಾನವಾಗಿ ತೋಳೇರಿಸಿ ನಡೆದು ಹೋದ.

ಅಜಿತ್ ಚಲಿಸದ ಗೊಂಬೆಯಾದ. ಅವನು ತೋಳೇರಿಸಿದ್ದಾಗ ಅವನಲ್ಲಿನ ಸತ್ವ ಎಲ್ಲಿ ಉಡುಗಿಹೋಗಿತ್ತೋ- ಅವನಿಗೆ ಚಲನೆ ಬಂದಾಗ ಅಕ್ಕಪಕ್ಕದಲ್ಲಿರುವವರು ಇರಲಿಲ್ಲ.

ಕಾಲು ಅಪ್ಪಳಿಸಿ ಕಾರಿನತ್ತ ನಡೆದ. ಓದಿನಲ್ಲಿ ಮುಂದಿದ್ದವ ಇಂದು ಆಸಕ್ತಿ ಕಳೆದುಕೊಂಡಿದ್ದ. ಅದಕ್ಕೆಲ್ಲ ನಿಶಾಂತ್ ಹೊಣೆ ಮಾಡುತ್ತಿದ್ದ. ಅವನ ಮುಖ ಕಾಣಬಾರದು. ದೂರ ಹೋಗಿ ಬಿಡಬೇಕು. ಅಷ್ಟು ಬುದ್ಧಿ ತಾನು ಕಲಿಸಲೇ ಬೇಕು- ಮನದಲ್ಲಿಯೇ ಶಪಥ ಮಾಡಿದ.

ಇನ್ನೊಬ್ಬ ತನ್ನ ಚಮಚನ ಕರೆದು ಒರೆಸುತ್ತಿರುವವರನ್ನ ನಿಲ್ಲಿಸಿ ಬರಲು ಹೇಳಿ ಕಳಿಸಿದ. ಅವರಿಂದ ಯಾವ ಪ್ರತಿಕ್ರಿಯೆಯು ಸಿಕ್ಕಲಿಲ್ಲ. ತನ್ನ ಬಗ್ಗೆ ಹೇಳಿರುತ್ತಾರೆಂದುಕೊಂಡ. ಯಾವ ಕ್ಷಣದಲ್ಲಿಯಾದರೂ ಪ್ರಿನ್ಸಿಪಾಲರಿಂದ ಕರೆ ಬಂದೀತೆಂದುಕೊಂಡ.

ಸಂಜೆ ಅವರಾಗಿ ಅವನನ್ನು ಹುಡುಕಿಕೊಂಡು ಪ್ಲೇಗ್ರೌಂಡ್‌ಗೆ ಬಂದರು. ಟೆನ್ನಿಸ್ ಆಡುತ್ತಿದ್ದವನು ಬ್ಯಾಟ್ ಎಸೆದು ಅತ್ತ ನಡೆದ.

ಯದ್ವಾತದ್ವಾ ಸೋಡಾಗೆ ಹಾಕಿ ಒಗೆದ ಬಟ್ಟೆಗಳಂತೆ ಕಂಡರು.

"ಮೈ ಕೈಯೆಲ್ಲ ನೋವು ಚೆನ್ನಾಗಿ ಷೇಪ್ ತೆಗೆದ. ಇನ್ನೆಂದೂ ಅವ್ನ ಸುದ್ದಿಗೆ ಹೋಗೋಲ್ಲ" ಒಬ್ಬ ಹೇಳಿ ಗಡ್ಡ ಮುಟ್ಟಿಕೊಂಡ. ಇನ್ನೊಬ್ಬ ಮೈ ಕೈ ಮುಟ್ಟಿ ನೋಡಿಕೊಂಡ "ಅಬ್ಬ, ಅದೆಂಥ ಬಲ. ಹಣ್ಣುಗಾಯಿ, ನೀರುಗಾಯಿ ಮಾಡ್ಬಿಟ್ಟ. ನಮ್ಮ ಪಟ್ಟುಗಳೇನು ಅವ್ನ ಮುಂದೆ ಕೆಲ್ಸಕ್ಕೆ ಬರ್ಲಿಲ್ಲ" ಒಂದು ಕಡೆ ಎಲ್ಲಾ ಕೂತುಬಿಟ್ಟರು.

ನಿಶಾಂತ್ ಉಪಾಯವಾಗಿ ಕಾಲೇಜ್ ಫೀಲ್ಡ್‌ನ ಹಿಂಭಾಗಕ್ಕೆ ಕರೆದೊಯ್ದು ಚೆನ್ನಾಗಿ ಹೊಡೆದು ಬಾಯಿ ಬಿಡಿಸಿದ್ದ.

"ಹಣ ಕೊಟ್ಟೋನು ಬಂದು ಏಟು ತಿನ್ನೋಲ್ಲ ನೀವೇ ತಿನ್ನಿ" ಇನ್ನು ನಾಲ್ಕು ಹಾಕಿದ್ದ

“ಒಂಭತ್ತು ತಿಂಗ್ಳು ಗರ್ಭದಲ್ಲಿ ಹೊತ್ತು ಹೆತ್ತ ಅಮ್ಮ ಯಾವಾಗ್ಲೂ ಪೂಜನೀಯಳೇ. ಇನ್ನೊಂದು ಬಿಂದು ಬರಹಗಳಿಗೆ ಕೈ ಹಾಕಿದ್ರೆ....ಮೂಳೆ ಪುಡಿ ಪುಡಿ ಆಗುತ್ತೆ. ಅಡ್ರೆಸ್ ಸಿಗದ ಹಾಗೇ ಹೊಡ್ಯೋಕಲೆ ನಂಗೆ ಗೊತ್ತಿದೆ.”

ನಾಲ್ಕಾರು ದಾಂಢಿಗರು ಅವನ ಮುಂದೆ ಕೈ ಸಾಗದಾಗ ಶರಣಾಗಿದ್ದರು.

“ತಪ್ಪಾಯ್ತು, ಎಂದೂ ಈ ತಪ್ಪು ಮಾಡೋಲ್ಲ” ಅವನ ಮುಂದೆ ಕೈ ಜೋಡಿಸಿದ್ದರು.

“ಓಕೇ, ಬರೆದ ಬರಹಗಳನ್ನೆಲ್ಲ ನೀವೇ ಅಳಿಸಿ ಹಾಕ್ಬೇಕು. ನೀವೇ ಬರೆದಿದ್ದು ಅಂತ ಯಾರ್ಗೂ, ಕಡೆಗೆ ಪ್ರಿನ್ಸಿಪಾಲರಿಗೂ ತಿಳೀಬಾರ್ದು. ನಾನು ಅಜಿತ್‌ಗೆ ಬುದ್ಧಿ ಕಲಿಸ್ತೀನಿ” ಎಂದು ಹೇಳಿ ಕಳಿಸಿದ.

“ಅಜಿತ್ ಹುಷಾರಾಗಿರು. ನಿಶಾಂತ್ ಬುದ್ಧಿವಂತ ಮಾತ್ರವಲ್ಲ ಬಲಶಾಲಿ ಕೂಡ. ಅದಷ್ಟು ಅವನಿಂದ ತಪ್ಪಿಸಿಕೊಂಡು ಓಡಾಡು” ಬುದ್ಧಿ ಹೇಳಿದ ಒಬ್ಬ ಅಜಿತ್‌ಗೆ.

ಅಜಿತ್ ಕ್ರಾಪ್ ಹಾರಿಸಿ ಸೊಟ್ಟಗೆ ನಕ್ಕ ‘ಅವನೊಬ್ಬ ಭಿಕಾರಿ. ನಾನು ಕಾರಿನಲ್ಲಿ ಓಡಾಡುವವ, ಅವ್ನು ಕಾಲಿನಲ್ಲಿ ಓಡಾಡೋನು, ಕೇರ್ ಆಫ್ ಫುಟ್‌ಪಾತ್. ಮನಸ್ಸು ಮಾಡಿದ್ರೆ.... ನನ್ನ ಫಿಯೆಟ್‌ನ ಚಕ್ರಗಳು ಅವ್ನ ದೇಹದ ಮೇಲೆ ಓಡಾಡುತ್ತೆ” ಎಂದವ ಕ್ರಾಪ್ ಹಿಂದಕ್ಕೆ ತಳ್ಳಿ ಫೀಲ್ಡ್‌ನಿಂದ ಹೊರಕ್ಕೆ ಹೋದ.

ಮನೆಗೆ ಬರುವ ವೇಳೆಗೆ ದೊಡ್ಡ ರಾಮಾಯಣವಾಗಿ ಹೋಗಿತ್ತು. ಅರ್ಚನಾ ಅವನ ಮೇಲೆ ಯುದ್ಧವನ್ನೇ ಸಾರಿಬಿಟ್ಟಿದ್ದಳು.

“ನಿಂಗೇನು.... ಸಿಕ್ತು ? ಇದ್ಕೆ ಕಾರಣ ನೀನೇಂತ ನಾನೇ ಹೋಗಿ ಪ್ರಿನ್ಸಿಪಾಲರ ಹತ್ರ ರಿಪೋರ್ಟ್ ಮಾಡ್ತೀನಿ” ಕೂಗಾಡಿದಳು.

ಸುಮ್ನೆ ಕೂತಿದ್ದ ಭವಾನಿ ಮಗನತ್ತ ನೋಡಿದರು.

“ಅರ್ಚನಾ ಹೇಳಿದ್ದು ನಿಜನಾ?” ತಾಯಿಯ ಕೇಳಿಕೆಗೆ ಉರಿದುಬಿದ್ದ.

“ಅರ್ಚನಾ ಏನು ಹೇಳಿದ್ಲು? ಇಲ್ದ ಅಪರಾಧ ನನ್ಮೇಲೆ ಹೊರುಸ್ತಾಳೆ. ಆ ಕೇರ್ ಆಫ್ ಫುಟ್‌ಪಾತ್ ಬಗ್ಗೆ ಇವ್ಳಿಗೆ ವಿಪರೀತ ಅನುಕಂಪ” ನಿರ್ಲಕ್ಷ್ಯದಿಂದ ಕೋಣೆಯತ್ತ ಹೊರಟ.

ಅರ್ಚನಾ ಹೋಗಿ ಅವನನ್ನು ತಡೆದಳು “ನಿಜ ಹೇಳು ನೀನೇ ತಾನೇ ಅವೆಲ್ಲ ಬರೆಸಿದ್ದು?” ಕ್ಷಣ ಅಳುಕಿದರು ಸ್ಪಷ್ಟವಾಗಿ ನುಡಿದ.

“ನಿಂಗೆ ತಲೆ ಕೆಟ್ಟಿದೆ. ನಂಗೆ ಬೇರೆ ಬಿಸಿನೆಸ್ ಇದೆ” ಹೋಗಿಬಿಟ್ಟ.

ಅರ್ಚನಾ ನಂಬಲಿಲ್ಲ. ಇಷ್ಟು ದಿನ ನಿಶಾಂತ್ ಬಗೆಗೆ ಹೆಚ್ಚಿನ ವಿಷಯ ಯಾರಿಗೂ ಗೊತ್ತಿರಲಿಲ್ಲ. ಇಂದು ಅವನೊಬ್ಬ ಅನಾಥ, ಯಾರೋ ಬಿಸುಟು ಹೋದ ಮಗು ಎನ್ನುವ ವಿಷಯ ಇಡೀ ಕಾಲೇಜಿನಲ್ಲಿ ಡಣಾ ಡಂಗುರವಾಯಿತು.

“ಅಜಿತ್ ಇಲ್ಲಂದನಲ್ಲ, ಸುಮ್ಮನಿರು” ಭವಾನಿ ಸಮಾಧಾನ ಹೇಳಿದರು.

“ಇಲ್ಲ ಮಮ್ಮಿ, ಇದು ಅವನದೇ ಕೆಲ್ಸ. ನಾನು ರಾತ್ರಿ ತರಂಗಿಣಿ ಮನೆಯಿಂದ ಬರುವಾಗ ಹೇಳ್ದೆ ಡಿ.ಎಫ್. ಆಚಾರ್ಯರ ಬಳಿ ನಿಶಾಂತ್ ಹೇಳಿದ್ದು ನನ್ನ ಕಿವಿಗೆ ಬಿತ್ತು” ಬಿಕ್ಕಿ

ಬಿಕ್ಕಿ ಅತ್ತಳು. ಅರ್ಚನಾ ಮನಸ್ಸಿಗೆ ಬಹಳ ನೋವಾಗಿತ್ತು.

ಮಗಳ ತಲೆ ತಡವಿ ಸಾಂತ್ವನಿಸಿದರು "ನಿನ್ನ ಹೇಳಿಕೆ ನಿಜವಾದ್ರೂ.... ಈಗೇನು ಮಾಡೋ ಹಾಗಿಲ್ಲ. ಮುಂದೆ ಇಂಥ ಅವಕಾಶ ಕೊಡೋದ್ಬೇಡಾಂತ ಅಜಿತ್‌ಗೆ ಹೇಳ್ತೀನಿ."

"ಈಗ ಆದ ಅಪರಾಧಕ್ಕೆ ಹೇಗೆ ಪ್ರಾಯಶ್ಚಿತ್ತ? ನಿಶಾಂತ್ ನನ್ನ ಬಗ್ಗೆ ಏನು ತಿಳಿಯಬಹ್ದು? ಇದ್ರಿಂದ ಎಷ್ಟು ನೋವು ಅನುಭವಿಸ್ಬೇಕಾಯ್ತು ಅವ್ನು" ಅವಳದು ಅದೇ ಧಾಟಿಯ ವಾದ.

ಭವಾನಿಯ ತಲೆ ಸಿಡಿಯತೊಡಗಿತು. ಕೋಣೆಗೆ ಹೋಗಿಬಿಟ್ಟರು 'ಬಿಸುಟು ಹೋದ ಮಗು ನಿಶಾಂತ್' ಎಂದ ಕೂಡಲೇ ಆಕೆಯ ಎದೆ ಹಾರ ತೊಡಗಿತು. ಭಯಂಕರ ಕೋಲಾಹಲ ಹೃದಯದಲ್ಲಿ.

"ಯಾಕೆ, ಒಬ್ಬೇ ಕೂತಿದ್ದೀಯಾ?" ಶರ್ಮ ಅವರ ದನಿ ಕೇಳಿದ ಮೇಲೆಯೇ ಎಚ್ಚೆತ್ತಿದು "ಏನಿಲ್ಲ..." ಮೇಲಕ್ಕೆದ್ದರು.

ಮಡದಿಯ ಬಿಳುಚಿಕೊಂಡ ಮುಖ ಅವರನ್ನ ನೂರಾರು ಪ್ರಶ್ನೆಗಳಾಗಿ ಕಾಡಿತು.

"ಯಾಕೆ, ಒಂದು ತರಹ ಇದ್ದೀಯಾ? ಬೋರಾಗಿದ್ರೆ.... ಹುಡುಗರನ್ನ ಕರ್ಕೊಂಡ್ ಹೊರ್ಗಡೆ ಹೋಗಿ ಬರಬಹುದಿತ್ತು. ನಂಗೆ ಫೋನ್ ಮಾಡಿದ್ರೆ.... ನೂರು ಲಕ್ಷದ ಆದಾಯವಿದ್ರೂ ಬಿಟ್ಟು ಓಡಿ ಬರ್ತಾ ಇದ್ದೆ" ಹೆಂಡತಿಯ ಗಲ್ಲವನ್ನು ತೋರು ಬೆರಳಿನಿಂದ ಹಿಡಿದೆತ್ತಿ ಹೇಳಿದರು. ಭವಾನಿ ಗಂಡನ ಎದೆಗೆ ಒರಗಿಬಿಟ್ಟರು.

ಶರ್ಮ ಗಾಬರಿಯಾದರು. ಸುಖವನ್ನೆಲ್ಲ ತಂದು ಮಡದಿಯ ಮಡಿಲಿಗೆ ಸುರಿದಿದ್ದರು! ಏನು ಕೊರತೆ? ಉದ್ವಿಗ್ನರಾಗಿಬಿಟ್ಟರು.

"ಭವಾನಿ....ಭವಾನಿ...." ಆತಂಕಗೊಂಡರು.

ಆಕೆಗೆ ಏನೂ ತೋಚಲಿಲ್ಲ. ಶರ್ಮರ ಸ್ವಭಾವ ಗೊತ್ತು.

"ಹೋಗಿ ನಿಮ್ಮ ಮಕ್ಕಳನ್ನ ಕೇಳಿ" ಕಣ್ಣೀರೊರೆಸಿಕೊಂಡಳು. ಭುಜ ತಟ್ಟಿ ಹೊರಗೆ ಬಂದವರು ಮೊದಲು ಮಗಳ ಕೋಣೆಗೆ ಹೋದರು.

ಅತ್ತು ಅತ್ತು ಕೆಂಪಗಾದ ಮುಖದ ಅರ್ಚನಾ ಒಂದೆಡೆ ಜಗತ್ತೇ ತಲೆಯ ಮೇಲೆ ಬಿದ್ದವಳಂತೆ ಕೂತಿದ್ದಳು.

"ಅರ್ಚನಾ...." ಮಗಳ ಬಳಿ ಹೋಗಿ ನಿಂತರು.

ಆಗಲೂ ಅವರಿಗೆ ನಿಶಾಂತೇ ನೆನಪಿಗೆ ಬಂದಿದ್ದು. 'ನಾನು ನಿಶಾಂತ್‌ನ ಲವ್ ಮಾಡ್ತೀನಿ' ಎಂದು ಹೇಳಿದಂತಾಯಿತು. ಬೆಚ್ಚಿಬಿದ್ದರು.

'ನೋ ಅವರು ಹಾಗೆ ಆಗಲು ಎಂದೂ ಬಿಡರು.'

ಪ್ರೀತಿಯಿಂದ ಮಗಳ ತಲೆ ಸವರಿ ಉಪಾಯವಾಗಿ ಪ್ರಶ್ನಿಸಿದರು "ಏನಾಯ್ತು? ನೀನು ಹೀಗೇ ಕೂತರೇ.... ನಿನ್ನ ಮಮ್ಮಿ ಮಂಕಾಗಿ ಕೋಣೆ ಸೇರಿಬಿಡ್ತಾಳೆ. ನಂಗೆ ಜಗತ್ತು ಶೂನ್ಯವೆನಿಸಿ ಬಿಡುತ್ತೆ. ಗಳಿಸಿದ ಸಿರಿ, ಸ್ಟೇಟಸ್‌ಗೆ ಬೆಂಕಿ ಹಚ್ಚಿ ಬಿಡೋಣವೆನಿಸುತ್ತೆ. ಕಮಾನ್, ಏನು ವಿಷ್ಯ" ಕೇಳಿದರು.

ಅವಳು ಗಳಗಳನೆ ಅತ್ತು ಬಿಟ್ಟಳು. ಅಳುವಿನ ಮಧ್ಯದ ಮಾತುಗಳಲ್ಲಿ ನಿಶಾಂತ್ ವಿಷಯ ಪ್ರಸ್ತಾಪವಾದಾಗ ಸಿಡಿಲೆರಗಿದಂತಾಯಿತು. ಕೂರಲಾರದೆ ಹೊರಗೆ ಬಂದುಬಿಟ್ಟರು. ಅವರಿಗೇನು ಅರ್ಥವಾಗಿರಲಿಲ್ಲ.

ಅಜಿತ್ ಎಲ್ಲಾ ವಿಷಯ ಒದರಿ ಅದಕ್ಕೆ ಕಾರಣ ತಾನೆನ್ನುವುದನ್ನು ಮಾತ್ರ ಮುಚ್ಚಿಟ್ಟ.

"ಆ ಆರೋಪ ನನ್ಮೇಲೊರೆಸಿದ್ದಾಳೆ, ಡ್ಯಾಡಿ. ನಿಶಾಂತ್ ಮೇಲೆ ಅವ್ಳಿಗೆ ಮಿತಿ ಮೀರಿದ ಅನುಕಂಪ. ಅಭಿಮಾನ, ಸುಮ್ನೇ ನನ್ನ ವಿರುದ್ಧ ಚಿಟ್ಟು ಮಾಡ್ತಾಳೆ. ಅವ್ರುಗಳು ಬರೆದದ್ದು ಕೂಡ ಸತ್ಯ ಸಂಗತಿಯೇ" ಅಪರಾಧಿ ತಾನಲ್ಲದಿದ್ದರೂ ವಿಷಯಾನ ಸಮರ್ಥಿಸಿಕೊಂಡ ಅಜಿತ್.

ಮೌನವಾಗಿ ತಲೆದೂಗಿದರು ಶರ್ಮ, ಸತ್ಯ ಸ್ಪಷ್ಟವಾಗಿತ್ತು. ಆದರೆ ಮಗನನ್ನ ದಂಡಿಸಲು ಹೋಗಲಿಲ್ಲ.

"ಇಷ್ಟಕ್ಕೆ, ಇಷ್ಟೊಂದು ರಂಪ!" ಹಗುರವಾಗಿ ತಳ್ಳಿ ಹಾಕಿದರು.

"ಹೋಗು ನಿನ್ನ ಕೋಣೆಗೆ. ನಾನು ತಂದೆಯಾಗಿ ಅರ್ಚನಾಗೆ ಕೊಟ್ಟ ಸ್ವತಂತ್ರ ಜಾಸ್ತಿ ಆಯ್ತು. ಅದ್ನ ಹೇಗೆ ಮೊಟಕು ಮಾಡ್ಬೇಕೂಂತ ನಂಗೆ ಗೊತ್ತು" ಒಂದು ನಿರ್ಧಾರಕ್ಕೆ ಬಂದವರಂತೆ ನುಡಿದರು.

ಕೋಣೆಗೆ ಬಂದವರೆ ಹುಬ್ಬು ಗಂಟಿಕ್ಕಿದರು. "ಅರ್ಚನಾಗೆ ಬುದ್ಧಿ ಹೇಳೋ ಬದ್ಲು.... ಈ ತರಹ ಕೂತಿದ್ದೀಯಲ್ಲ. ಛೀ.... ಸ್ವಲ್ಪವಾದ್ರೂ ಸೆನ್ಸ್ ಇಲ್ಲ" ಬಹುಶಃ ಮೊದಲ ಸಲದ ಛೀಮಾರಿಯೇನೋ.

ಭವಾನಿಗೆ ಕೂಡ ಸುಮ್ಮನಿರಲಾಗಲಿಲ್ಲ.

"ಅರ್ಚನಾಗಲ್ಲ, ಅಜಿತ್‌ಗೆ ಬುದ್ಧಿ ಹೇಳ್ಬೇಕು. ಇವ್ನು ಕಾಲೇಜಿಗೆ ಹೋಗೋದು ಓದೋಕೋ ಅಥ್ವಾ, ಬೇರೆಯವ್ರ ಚರಿತ್ರೆಯ ಬಗ್ಗೆ ಗೋಡೆಗಳ ಮೇಲೆ ಬರೆಸೋಕೋ! ಆ ನಿಶಾಂತ್ ಯಾರು? ಇವನಿಗ್ಯಾಕೆ ಅವ್ನ ಮೇಲೆ ಸೇಡು? ಮೊದ್ಲು ಅವನನ್ನ ತಿದ್ದಿ" ಆವೇಶದಿಂದ ಕಂಠ ಬಿಗಿದು ಬಂತು. ಹಿಂದೆಯೇ ಅತ್ತುಬಿಟ್ಟರು ಕೂಡ.

ಕರಿಯ ಛಾಯೆ ಮುಸುಕಲು ತಮ್ಮ ಸಂಸಾರದತ್ತ ಸರಿದು ಬರುತ್ತಿದೆಯೆನಿಸಿತು ಅವರಿಗೆ. ಅದು ನಿಶಾಂತ್ ರೂಪದಲ್ಲಿ ದಿನಕ್ಕೊಮ್ಮೆಯಾದರೂ ಮನೆಯಲ್ಲಿ ಅವನ ಪ್ರಸ್ತಾಪವಾಗುತ್ತಿತ್ತು.

ಯಾವುದಕ್ಕೂ ಹೆದರದ ಚಾಣಾಕ್ಷ ಶರ್ಮ ನಿಶಾಂತ್‌ಗೆ ಹೆದರಿದರು.

"ನಿಮ್ಮಗ ಅಜಿತ್ ಅಷ್ಟೊಂದು ಕೆಟ್ಟವನಲ್ಲ. ಅರ್ಚನಾ ತೀರಾ ಸೆನ್ಸಿಟಿವ್. ಅವ್ಳ ಕಲ್ಪನೆ ವಿಪರೀತ. ನಿನ್ನ ಪ್ರಶ್ನೆಯ ಪ್ರಕಾರವೇ ನಿಶಾಂತ್ ಮೇಲೇಕೆ ಅವ್ನಿಗೆ ಹಗೆ? ಸುಮ್ನೇ ನಿನ್ನ ಭ್ರಮೆ" ಸಂತೈಸಿದರು.

ಯಾರೆಷ್ಟು ಹೇಳಿದರೂ ಅರ್ಚನಾ ಊಟಕ್ಕೆ ಬರಲಿಲ್ಲ. ಅವಳಿಗೆ ತನ್ನ ಅಪರಾಧ ಬಹಳ ಘೋರವಾಗಿ ಕಂಡಿತು. ನಿಶಾಂತ್ ತನ್ನನ್ನು ಏನು ಭಾವಿಸಿರಬಹುದು? ಅವಳ ಬಗ್ಗೆ ಅವಳಿಗೆ

ಜಿಗುಪ್ಸೆಯೆನಿಸಿತು.

ಕಡೆಗೆ ಅಜಿತ್ ಬಂದು ಅವಳ ಮುಂದೆ ನಿಂತ.

''ಖಂಡಿತ, ಆ ಬರವಣಿಗೆಯಲ್ಲಿ ನನ್ನ ಪಾತ್ರವಿಲ್ಲ. ಆಣೆ, ಪ್ರಮಾಣ ಏನ್ಬೇಕಾದ್ರೂ....ಮಾಡ್ತೀನಿ. ನನ್ನ ನಂಬು'' ರಿಕ್ವೆಸ್ಟ್ ಮಾಡಿಕೊಂಡ.

ಕೂತಿದ್ದ ಅರ್ಚನಾ ಅವನ ಕೈ ಹಿಡಿದುಕೊಂಡು ಬಂದಳು.

''ಮಮ್ಮಿ, ತಲೆಯ ಮೇಲೆ ಕೈಯಿಟ್ಟು ಆಣೆ ಮಾಡು'' ಸವಾಲ್ ಎಸೆದಳು. ತಟ್ಟನೇ ಬೆವತುಬಿಟ್ಟ ಅಜಿತ್.

''ಓ, ನಿಂಗೇನು ಭಯ!'' ತೊದಲಿದ.

''ಅಜಿತ್, ನೀನು ಮಮ್ಮಿ ತಲೆಯ ಮೇಲೆ ಕೈಯಿಟ್ಟು ಪ್ರಮಾಣ ಮಾಡ್ಬೇಕಾಗಿರೋದು. ಎಂದೂ ಕಾಣದ, ನೋಡದ, ಘೋಷಿಸದ, ಅವ್ನ ತಾಯಿಯ ಬಗ್ಗೆ ನಿಶಾಂತ್‌ಗೆ ಅಷ್ಟೊಂದು ಗೌರವ, ಪ್ರೀತಿ ಇದೆಯಲ್ಲ. ನಿನ್ನ ಮಮ್ಮಿ ತನ್ನ ಪೂರ್ಣ ಮಮತೆಯಲ್ಲೇ ಬೆಳೆಸಿದ್ದಾಳೆ. ಅದ್ನ ನೆನಪಿಸ್ಕೊಂಡ್ ಕೈ ಇಡು'' ಅವಳು ಹಿಂದಕ್ಕೆ ಸರಿಯಲು ಸಿದ್ಧವಿರಲಿಲ್ಲ.

ಮುಂದಕ್ಕೆ ಹೋದ ಮಗನನ್ನ ತಡೆದರು.

''ಹುಡ್ಗಾಟ ಆಡ್ಬೇಡಿ. ಅರ್‌ಫನ್‌ಗೋಸ್ಕರ ಆಣೆ, ಪ್ರಮಾಣಗಳ ಮಟ್ಟಿನ ಛಾಲೆಂಜ್ ಮಾಡ್ತೀರಾ! ಗೆಟ್ ಔಟ್....'' ಅಬ್ಬರಿಸಿದರು. ಅವರಿಗೆ ಮಕ್ಕಳ ಮೇಲೆ ತುಂಬ ಕೋಪ ಬಂದಿತ್ತು;

ತಂದೆಯ ಕಡೆ ನೋಡಿದ ಅರ್ಚನಾ ಬಿರುಗಾಳಿಯಂತೆ ಹೊರಗೆ ಹೋದಳು. ನಿಶಾಂತ್‌ನ ಕಂಡು ಕ್ಷಮಾಪಣೆ ಕೇಳಲು ಸಿದ್ಧ. ನಾಚಿಕೆ, ಸಂಕೋಚ, ಅದಕ್ಕೂ ಮೀರಿದ ಅವನ ಕಣ್ಣುಗಳಲ್ಲಿನ ಕೋಪ, ನಿರಾಸೆ ಕಾಣಲು ಭಯ.

* * *

ನಿಶಾಂತ್‌ಗೆ ವಿಷಯ ಸ್ಪಷ್ಟವಾಗಿತ್ತು. ಹೇಗೋ ಇದ್ದ ಅವನನ್ನು ಬೇಡವೆಂದರೂ ಅಜಿತ್ ಕೆರಳಿಸಿದ್ದ. ಈಗಲೂ ದ್ವೇಷ ಸಾಧಿಸಲು ಅವನಿಗೆ ಇಷ್ಟವಿಲ್ಲ. ಇನ್ನೊಮ್ಮೆ ಇಂಥ ಪ್ರಸಕ್ತಿಯುಂಟಾದರೇ.... ಅವನೆದೆಯ ಜ್ವಾಲಾಮುಖಿ ತಣ್ಣಗಾಗಲು ಹೋರಾಟ ಅಗತ್ಯವಿತ್ತು.

ಮೆಕ್ಯಾನಿಕ್ ಷಾಪ್‌ನಿಂದ ಅವನು ಹೊರಟಾಗಲೇ ಆರಕ್ಕೆ ಹತ್ತು ನಿಮಿಷವಿತ್ತು. ನೇರ ದಾರಿ ಬಿಟ್ಟು ಬಳಸು ದಾರಿಯ ಕಡೆ ನಡೆದ. ಸರ್ಕಲ್‌ನಲ್ಲಿ ಅಷ್ಟೊಂದು ಜನಸಂದಣಿ ಇರಲಿಲ್ಲ. ಬಾಳೆಹಣ್ಣಿನ ಸಿಪ್ಪೆ ಬಂದು ಅವನ ಮುಖಕ್ಕೆ ಅಪ್ಪಳಿಸಿತು. ತಟ್ಟನೇ ಅತ್ತ ತಿರುಗಿದ. ಹೀರೋ ಹೊಂಡಾಗೆ ಒರಗಿ ಮಾತಾಡುತ್ತಿದ್ದ. ಅಜಿತ್ ನೋಟದಲ್ಲಿ ತಾತ್ಸಾರವಿತ್ತು. ಅವನ ಸುತ್ತಲೂ ಹತ್ತು ಹದಿನೈದು ಜನರ ದೊಡ್ಡ ಪಟಾಲಂ.

ಅದನ್ನ ಹಾಗೆಯೇ ಕೈಯಲ್ಲಿ ಹಿಡಿದು ಮುಂದಕ್ಕೆ ಹೋದ. ಕಣ್ಣು ಮಿಟುಕಿಸುವಷ್ಟರಲ್ಲಿ ಸಿಪ್ಪೆ ಹೋಗಿ ಬರುತ್ತಿದ್ದ ಸಬ್ ಇನ್ಸ್‌ಪೆಕ್ಟರ್ ಕೆನ್ನೆಗೆ ಹೋಗಿ ಅಪ್ಪಳಿಸಿತು.

ಆಗ ತಟ್ಟನೇ ಅವರ ಕಣ್ಣಿಗೆ ಬಿದ್ದಿದ್ದು ಈ ಪಟಾಲಂ. ಏನಾಗುತ್ತಿದೆಯೆಂದು ತಿಳಿಯುವ ವೇಳೆಗೆ ಹಿಂದೆ ಕೂತಿದ್ದ ಕಾನ್‌ಸ್ಟೇಬಲ್, ಸಬ್ ಇನ್‌ಸ್ಪೆಕ್ಟರ್ ನಾಲ್ಕು ನಾಲ್ಕು ಬಾರಿಸಿಯಾಗಿತ್ತು.

ತಿಂದ ಬಾಳೆಹಣ್ಣಿನ ಸಿಪ್ಪೆಯ ರಾಶಿ ಅವರುಗಳ ಪಕ್ಕದಲ್ಲಿತ್ತು.

"ಯಾರು ಎಸೆದಿದ್ದು?" ಅಜಿತ್‌ನ ಕೊರಳು ಪಟ್ಟಿ ಹಿಡಿದರು.

"ನಾನಲ್ಲ...." ಷಾಕ್‌ನಿಂದ ಚೇತರಿಸಿಕೊಂಡಿರಲಿಲ್ಲ.

"ಮತ್ಯಾರು...." ಹಿಡಿತವನ್ನು ಇನ್ನಷ್ಟು ಬಿಗಿಗೊಳಿಸಿದರು. ತಬ್ಬಿಬ್ಬಾಯಿತು. ಪಕ್ಕದಲ್ಲಿದ್ದ ಜಾನ್‌ನತ್ತ ತೋರಿಸಿಬಿಟ್ಟ. "ಇವ್ನೇ...." ಆಗ ಸಬ್ ಇನ್‌ಸ್ಪೆಕ್ಟರ್ ಕೈ ಬದಲಾಯಿಸಿದರು.

"ಹಾಕಿದ್ದು ನಾನು ಇರ್ಬಹ್ದು. ಎಸೆ ಎಂದಿದ್ದು ಅಜಿತ್...." ಮುಳುಗುವವನು ಪಕ್ಕದಲ್ಲಿರುವವನನ್ನ ರಕ್ಷಿಸಲಾರ.

ಎಲ್ಲರನ್ನೂ ಸ್ಟೇಷನ್‌ಗೆ ತಳ್ಳಿ ಮತ್ತೆ ನಾಲ್ಕು ನಾಲ್ಕು ಬಿದ್ದವು.

ಶರ್ಮ ಅವರಿಗೆ ವಿಷಯ ತಿಳಿದಾಗ ನಂಬಲಾರದೆ ಹೋದರು.

"ನಮ್ಮ ಅಜಿತ್ ಇರಲಾರ. ನೀವು ಕನ್‌ಫ್ಯೂಸ್ ಮಾಡಿಕೊಂಡಿದ್ದೀರಿ. ಇಲ್ಲ ಯಾರೋ ಫಾಲ್ಸ್ ಸ್ಟೇಟ್‌ಮೆಂಟ್ ಕೊಟ್ಟಿದ್ದಾರೆ" ಪಿ.ಎ.ನ ದಬಾಯಿಸಿದರು.

"ಇಲ್ಲ ಅಜಿತ್ ನನ್ನೊಂದಿಗೆ ಫೋನ್‌ನಲ್ಲಿ ಮಾತಾಡಿದ್ರು" ಎಂದ ಪಿ.ಎ.

ಅರ್ಧ ಗಂಟೆಯಲ್ಲಿಯೇ ಅಜಿತ್ ಮನೆಯಲ್ಲಿ ಇದ್ದ. ಶರ್ಮ ಬೆಂಕಿ ಆಗಿದ್ದರು.

"ಕಾಲೇಜು ಎಲ್ಲಾ ಬಂದ್. ನಾಳೆಯಿಂದ ಆಫೀಸ್‌ಗೆ ಬಾ. ಕಲಿತಿದ್ದು ಸಾಕು" ಮಗನನ್ನು ಬೈದು ಕೋಣೆಗೆ ಹೋದರು.

ಅವರಿಗೆ ನಿಜವಾಗಿಯು ತಲೆ ಬಿಸಿಯಾಗಿತ್ತು. ಅಜಿತ್ ಘಟಿಂಗ ಆಗಿರಲಿಲ್ಲ. ಅಂಥ ಸ್ನೇಹಿತರು ಇರಲಿಲ್ಲ. ಈಗ ಇವನಿಗೆ ಏನಾಗಿದೆ? ಇದು ಕೂಡ ನಿಶಾಂತ್‌ಗೆ ಸಂಬಂಧಿಸಿದ ಪ್ರಕರಣವೆನಿಸಲಿಲ್ಲ ಅವರಿಗೆ.

ಭವಾನಿ ಬಂದಾಗ ಶರ್ಮ ಕಿಟಕಿಯಿಂದ ಹೊರಗೆ ನೋಡುತ್ತ ನಿಂತಿದ್ದರು.

"ಡಿನ್ನರ್‌ಗೆ....ಬನ್ನಿ...." ಎಂದವರು. "ತರಂಗಿಣಿ ಮನೆಗೆ ಹೋಗ್ಬರೋಣ. ಆಚಾರ್ಯರ ಪ್ರಪಂಚವೇ ಬೇರೆ. ಅಲ್ಲಿಗೆ ಹೋಗ್ಬಂದರೆ ಮನಸ್ಸು ಒಂದಿಷ್ಟು ಫ್ರೆಷ್ ಆಗುತ್ತೆ. ನಿಮ್ಮ ಪ್ರಕಾರ ಅಜಿತ್‌ನ ಕಾಲೇಜು ಸಾಕು. ಯಾವುದಾದ್ರೂ ಕೋರ್ಸ್‌ಗೋಸ್ಕರ ವಿದೇಶಕ್ಕೆ ಕಳಿಸಿಬಿಡಿ" ಗಂಡನ ಸಜೆಷನ್‌ಗೆ ಒಪ್ಪುವುದರ ಜೊತೆಗೆ ತಮ್ಮದೊಂದು ಸಲಹೆಯನ್ನು ಸೇರಿಸಿದರು.

ಅವರಿಗೆ ಸರಿಯೆನಿಸಿತು. ತಮ್ಮ ಮೂಡ್‌ನ ಬದಲಾವಣೆಗೋಸ್ಕರವಾದರೂ ಭವಾನಿಯ ಮಾತಿಗೆ ಒಪ್ಪಿಕೊಂಡರು.

ವರ್ಷದ ಹಿಂದೆ ಯಾವುದೋ ಪಾರ್ಟಿಯ ಡಿ.ಎಫ್. ಆಚಾರ್ಯರನ್ನ ಕಂಡಿದ್ದರು. ಮೂಡಿ ಮನುಷ್ಯ, ಇಷ್ಟವಿದ್ದರೆ ಮಾತಾಡುತ್ತಾನೆ. ಇಲ್ಲದಿದ್ದರೆ ಅವರ ಒಳ ಜಗತ್ತಿನಲ್ಲಿ ಮುಳುಗಿ ಹೋಗಿರುತ್ತಾರೆ.

ಅಲ್ಲಿ ಸ್ವಾಗತಿಸಿದ್ದು ತರಂಗಿಣಿಯೇ "ಆಂಟೀ. ಅರ್ಚನಾ ಬರಲಿಲ್ವಾ?" ಅವರುಗಳ ಹಿಂದೆ ಕಣ್ಣಾಡಿಸಿದಳು.

"ಯಾವಾಗ್ಲೂ.... ಬರ್ತಾಳಲ್ಲ! ಇಂದು ಅಜಿತ್ ಜೊತೆ ಮನೆಯಲ್ಲಿಯೆ ಉಳಿದುಕೊಂಡಿದ್ದಾಳೆ."

ಅವರಿಬ್ಬರನ್ನ ತಂದೆಯ ಕೋಣೆಗೆ ಕರೆದೊಯ್ದು "ನಿಮಗೋಸ್ಕರ ಏನಾದ್ರೂ ಸ್ಪೆಷಲ್ ತರ್ತೀನಿ" ಎಂದಳು ಮುದ್ದಾಗಿ. ಸಂಗೀತದಂತಿತ್ತು ಅವಳ ಸ್ವರ.

ಇಂದು ಡಿ.ಎಫ್. ಆಚಾರ್ಯ ಬಳಿಯಲ್ಲಿ ಈ ವಿಷಯ ಪ್ರಸ್ತಾಪಿಸಬೇಕೆನಿಸಿತು ಅವರಿಗೆ. ಮುದ್ದಾದ, ನವಿರಾದ, ಸುಂದರ ಹುಡುಗಿ ಅಜಿತ್‌ಗೆ ಸಂಗತಿ– ಹರ್ಷಗೊಂಡಿತು ಶರ್ಮ ಮನ.

ಆಚಾರ್ಯರು ಇತ್ತೀಚೆಗೆ ರಚಿಸಿದ ತಮ್ಮ ಚಿತ್ರಗಳನ್ನ ಕರೆದೊಯ್ದು ತೋರಿಸಿದರು. ಮಹಾಭಾರತದ ಕೆಲವು ದೃಶ್ಯ ಸೆರೆಹಿಡಿದಿತ್ತು.

ದುಃಖಿತಳಾದ ಕುಂತಿ ಕವಚ, ಕರ್ಣ ಕುಂಡಲಗಳಿಂದ ಶೋಭಿತನಾದ. ಕರ್ಣನನ್ನು ಪೆಟ್ಟಿಗೆಯಲ್ಲಿಟ್ಟು ಸಮುದ್ರದಲ್ಲಿ ತೇಲಿ ಬಿಡುತ್ತಿದ್ದಾಳೆ– ಕರುಳು ಕತ್ತರಿಸುವಂಥ ದೃಶ್ಯ. ಎಷ್ಟು ಮಕ್ಕಳಿದ್ದರೂ ತಾಯಿ ತನ್ನ ಮೊದಲ ಸಂತಾನವನ್ನು ಅತಿಯಾಗಿ ಪ್ರೀತಿಸುತ್ತಾಳೆ!

"ಹೋಗೋಣ, ಹೊರ್ಗೇ ಕೂತು ಮಾತಾಡೋಣ" ಭವಾನಿ ಹೊರಗೆ ಬಂದುಬಿಟ್ಟರು. ಕಣ್ಣೀರು ಮರೆಸಲು ಪಕ್ಕದ ಲೈಬ್ರರಿ ಹೊಕ್ಕವರು ಕುಸಿದು ಕೂತರು.

ಎಲ್ಲೆಲ್ಲು ಆಗ ತಾನೇ ಹುಟ್ಟಿದ ಮಗುವಿನ ಆಕ್ರಂದನ. ಎರಡು ಕಿವಿಗಳನ್ನ ಭದ್ರವಾಗಿ ಮುಚ್ಚಿಕೊಂಡರು.

"ಆಂಟೀ...." ಹರಿದು ಬಂದ ತರಂಗಿಣಿಯ ಸ್ವರಕ್ಕೆ ಬೆಚ್ಚಿಬಿದ್ದರು,

"ಓ, ತರಂಗಿಣಿ.... ತಲೆ ಸುತ್ತಿದಂತಾಯ್ತು. ಲೈಬ್ರರಿ ನೋಡೋಕ್ಬಂದೆ" ಸಮಾಳಿಸಿಕೊಂಡರು.

ರುಚಿಯಾದ ಉಪಾಹಾರದ ನಂತರ ಶರ್ಮ ಒಂದು ವಿಷಯ ಎತ್ತಿದರು.

"ತರಂಗಿಣಿನ ನೀವು ಎತ್ತಿ ಬೆಳೆಸಿದ್ರಿ. ಅವ್ಳು ನಮ್ಮ ಮನೆಯ ಕಣ್ಮಣಿಯಾಗ್ಲೀಂತ ನಮ್ಮಗಳ ಆಸೆ. ಬೇರೆ ಏನಾದ್ರೂ...." ಅನುಮಾನಿಸಿದರು.

ಡಿ.ಎಫ್. ಆಚಾರ್ಯ ನಕ್ಕುಬಿಟ್ಟರು.

"ನೋ....ನೋ...." ಎಂದವರು ಸುಮ್ಮನಾದರು.

ಅವರಿಗೆ ಪೂರ್ತಿ ಅರ್ಥವಾಗಿರಲಿಲ್ಲ. "ನಂಗೆ ಅರ್ಥವಾಗ್ಲಿಲ್ಲ. ಇಪ್ಪತ್ತು ವರ್ಷಗಳಿಂದ ಇಲ್ಲಿದ್ದರೂ.... ಭಾಷೆಯನ್ನು ಸರಳವಾಗಿ ಅರ್ಥಮಾಡಿಕೊಳ್ಳೋಕೆ ನನ್ನಿಂದ ಆಗ್ತಾ ಇಲ್ಲ. ಬಿಡ್ಸಿ ಹೇಳಿ" ಕೇಳಿಕೊಂಡರು.

"ತರಂಗಿಣಿನ, ಅಜಿತ್‌ಗೆ ತಂದುಕೊಳ್ಳೋಣಾಂತ" ಭವಾನಿ ಸ್ಪಷ್ಟವಾಗಿಯೇ ಹೇಳಿದರು.

ಆಚಾರ್ಯ ಸುಮ್ಮನೆ ಕೂತುಬಿಟ್ಟರು. ಕೆಂಪು ಬಣ್ಣದ ಮುಖದ ಮೇಲಿನ ಸುಕ್ಕುಗಳು ಮತ್ತಷ್ಟು ಆಳವಾದವು. ಗಡ್ಡದ ಮೇಲೆ ಕೈಯಾಡಿಸತೊಡಗಿದರು.

"ಮ್ಯಾರೇಜ್ ಆಗೋಷ್ಟು ಬೆಳೆದಿದ್ದಾಳೆ, ತರಂಗಿಣಿ?" ಅವರ ತಲೆ ಆ ದಿಕ್ಕಿನಲ್ಲಿ ಕೆಲಸ ಮಾಡಿರಲಿಲ್ಲ. ಶರ್ಮ ನಕ್ಕುಬಿಟ್ಟರು "ಇನ್ನು ಒಂದೋ ಎರಡೋ ವರ್ಷ ನಂತರ ಅವ್ರುಗಳ ಬೇಸಿಕ್ ಎಜುಕೇಷನ್ ಮುಗ್ದ ನಂತರವೇ ಮದ್ವೆಯ ಪ್ರಸ್ತಾಪ. ಸಿಮ್ಮ ಡಿಸಿಷನ್‌ಗೋಸ್ಕರ ಈ ಮಾತಷ್ಟೆ. ಜೊತೆ ಜೊತೆಯಲ್ಲಿ ಬೆಳೆದ್ರು, ಓಡಾಡಿದ್ರು, ಆಗ ಬರೀ ಸ್ನೇಹ ಇರ್ಬಹ್ದು ವಯಸ್ಸಿಗನುಗುಣವಾಗಿ ಭಾವನೆಗಳು ಬದಲಾಗುತ್ತೆ. ಅದ್ಕೆ ಹಿರಿಯರ ಆಶೀರ್ವಾದ ಇದ್ದರೆ ಒಳ್ಳೇದು. ಇಲ್ಲದಿದ್ದರೆ ಅವ್ರುಗಳು ಆ ಹಂತ ತಲುಪದ ಹಾಗೇ ನೋಡ್ಕೋಬೇಕು."

ಶರ್ಮ ಮಾತುಗಳಿಗೆ ಗೋಣಾಡಿಸಿದರು.

"ತೀರ್ಮಾನ ನಮ್ಮದಲ್ಲ ಅವರಿಬ್ರು ಇಷ್ಟಪಟ್ಟರೆ ಆಶೀರ್ವಾದ ಮಾಡೋಕೆ ರೆಡಿ" ಗ್ರೀನ್ ಸಿಗ್ನಲ್ ತೋರಿಸಿದರು.

ಭವಾನಿ, ಶರ್ಮ ಸಂತೋಷಪಟ್ಟರು. ತರಂಗಿಣಿ 'ಉಹೂ' ಅನ್ನೋಕೆ ಕಾರಣವೇ ಇರಲಿಲ್ಲ, ನಿಮಿಷಗಳ ನಂತರವೇ ಅನುಮಾನಪಡಬೇಕಾಗುತ್ತದೆಯೆಂದು ಅವರಿಗೆ ತಿಳಿದಿರಲಿಲ್ಲ.

ಆಚಾರ್ಯರ ಜೊತೆ ಅವರುಗಳು ಹೊರಗೆ ಬಂದಾಗ ಲಾನ್ ಮೇಲಿನ ಛೇರ್‌ಗಳಲ್ಲಿ ಎದುರು ಬದುರಾಗಿ ಕೂತಿದ್ದ ತರಂಗಿಣಿ, ನಿಶಾಂತ್‌ಗೆ ಏನೋ ಹೇಳುತ್ತಿದ್ದಳು, ಅವಳ ಮುಖದಲ್ಲಿ ವಿಷಾದವಿತ್ತು.

ಶರ್ಮ ಒಳಗೊಳಗೆ ಹಲ್ಲು ಕಡಿದರು.

"ನಾವು....ಬರ್ತೀನಿ" ಗೇಟಿನ ಬಳಿಗೆ ನಡೆದಾಗ ತರಂಗಿಣಿ ಎದ್ದು ಬಂದು ಹಸಿರು ಬಾವುಟ ಆಡಿಸಿ ಟ್ರೈನ್ ಹೊರಡಲು ಸೂಚನೆ ಕೊಡುವಂತೆ ತುಟಿಗಳ ಮೇಲೆ. ಹೂನಗೆ ಬೀರಿದಳು "ಅರ್ಚನಾನೆ ಕಳ್ಸಿ! ಆಂಟೀ"

ಭವಾನಿ ಬರೀ ಮುಗುಳ್ನಕ್ಕರು.

ಆಚಾರ್ಯರು ಒಳಗೆ ಹೋಗಿಬಿಟ್ಟರು. ನಿಶಾಂತ್ ಬಳಿಗೆ ಓಡಿದ ತರಂಗಿಣಿ "ಎಕ್ಸ್‌ಕ್ಯೂಜ್ ಮೀ...." ಅವನು ಬಂದು ಐದು ನಿಮಿಷ ಮಾತ್ರ ಆಗಿತ್ತು. ಅಷ್ಟು ಹೇಳುವ ಪ್ರಯತ್ನ ಮಾಡಿ ಈಗ ಜಯಶೀಲಳಾಗಿದ್ದಳು.

"ಯಾಕಾಗಿ?" ಎಂದ. ಅವನಿಗೆ ಕಾರಣ ಗೊತ್ತು. ತರಂಗಿಣಿಯಂಥ ಯುವತಿಯತ್ತ ಕೈ ತೋರಲು ಅವನಿಗಿಷ್ಟವಿಲ್ಲ. "ನಡೆದು ಹೋಗಿದ್ದಕ್ಕೆ ನೀವೇನು ಹೊಣೆಯಲ್ಲ. ಅದಕ್ಕೋಸ್ಕರ ನನಗೆ ಹೇಳಿ ಕಳಿಸಿ ಕ್ಷಮೆ ಕೋರುವ ಅಗತ್ಯವಿಲ್ಲ" ಅತ್ಯಂತ ನವಿರಾಗಿ ಹೇಳಿದ. ಸದಾ ಮುಗುಳ್ನಗೆ ಅರಳುತ್ತಿದ್ದ ತುಟಿಗಳ ಮೇಲಿನ ಇಂದಿನ ವಿಷಣ್ಣತೆ ಅವನಿಗೆ ಇಷ್ಟವಾಗಲಿಲ್ಲ.

ತರಂಗಿಣಿ ತಲೆ ತಗ್ಗಿಸಿದಳು. ಅವಳಿಗೆ ಅದು ಅಜಿತ್‌ನ ಕೈವಾಡವೇ ಎಂದು ಗೊತ್ತು. ಮಾತು ಕಡಿಮೆಯಾದರು ಅವಳು ಸೂಕ್ಷ್ಮಮತಿ.

"ಬೇಡಿ ಮಿಸ್, ಅದು ಮುಗ್ದು ಹೋದ ಕತೆ. ಸತ್ಯವೇ ಇದ್ದರೂ...." ಮುಂದೆ ಹೇಳಲಾರದೆ ಹೋದ. ನೆನಪಾದರೆ ಅವನೆದೆಯಲ್ಲಿ ಭಯಂಕರ ಬಿರ್ಕು ಗಾಳಿ "ಬರ್ತೀನಿ...." ಮೇಲೆದ್ದ. ವಿಷಯದ ಬಗ್ಗೆ ಮಾತೇ ಬೇಕಿಲ್ಲ ಅವನಿಗೆ.

"ಕೂತ್ಕೊಳ್ಳಿ, ಈಗ್ಲೂ ನಿಮ್ಮ ಮುಖದ ಮೇಲೆ ಕೋಪ ಇದೆ" ತರಂಗಿಣಿ ಹೇಳಿದಾಗ ನಕ್ಕು ಬಿಟ್ಟ "ಎಷ್ಟೇ ಪ್ರಯತ್ನಪಟ್ಟರೂ ಕೆಲವು ಸಲ ದೌರ್ಬಲ್ಯ ಹತ್ತಿಕ್ಕೊಕ್ಕಾಗೋಲ್ಲ. ಬರ್ತೀನಿ."

ಅವಳು ಕೂಡುವಂತೆ ಸನ್ನೆ ಮಾಡಿ ಒಳಗೆ ಹೋದವಳು ಐದು ನಿಮಿಷದ ನಂತರ ಹೊರಗೆ ಬಂದಳು.

"ಪಪ್ಪ, ನಿಮ್ಹತ್ರ ಮಾತಾಡೋಕೆ ಇಷ್ಟಪಡ್ತಾರೆ"

"ಬೇಡ ತರಂಗಿಣಿ, ಅಷ್ಟು ದೊಡ್ಡ ವಿದ್ವಾಂಸರ, ಕಲಾವಿದರ ಮುಂದೆ ಕೂತು ಮಾತಾಡೋಕೆ ಸಂಕೋಚವಾಗುತ್ತೆ. ಅವರಿಗೆ ಏನಾದ್ರೂ....ಹೇಳಿ" ಕೇಳಿಕೊಂಡ.

ಅವಳು ತಲೆ ಅಡ್ಡಡ್ಡ ಆಡಿಸಿದಳು.

"ಬನ್ನಿ....ಒಳ್ಗೇ" ನಡೆದಾಗ ಹಿಂಬಾಲಿಸುವುದು ಅಗತ್ಯವೆನಿಸಿತು ಅವನಿಗೆ.

ಗೋಡೆಯ ಬರಹಗಳ ಪ್ರಕರಣ ನಂತರ ಅವನು ತರಂಗಿಣಿ, ಅರ್ಚನಾಳೊಂದಿಗೆ ಮಾತಾಡಿರಲಿಲ್ಲ, ಎಲ್ಲೋ ದೂರದಲ್ಲಿ ಕಂಡರೂ ಪಕ್ಕಕ್ಕೆ ಹೋಗಿಬಿಡುತ್ತಿದ್ದ. ಇಂದಿಗೂ ಆ ನೋವು ಅವಳೆದೆಯಾಳದಿಂದ ಅಳಿಸಿ ಹೋಗಿರಲಿಲ್ಲ.

ಅವನನ್ನ ನೋಡುವ ಪ್ರತಿಯೊಬ್ಬ ವಿದ್ಯಾರ್ಥಿಗಳ ಕಣ್ಣುಗಳಿಂದ ಅವನಿಗೆ ಕಾಣುತ್ತಿದ್ದುದ್ದು ಸಹಾನುಭೂತಿ, ಹೀನಾಯ, ವರ್ಣಿಸಲಾರದಷ್ಟು ತಾತ್ಸಾರ. ಆಗ ಬೆಂದು ಹೋಗುತ್ತಿದ್ದ.

ಇನ್ನೂ ಕೆಲವರು ಸಹಾನುಭೂತಿ ಸೂಚಿಸುವಂತೆ ಕೆಲವು ಅವಹೇಳನಕರ ಮಾತುಗಳನ್ನಾಡುತ್ತಿದ್ದರು. ಆಗ ಅವನೆದೆಗೆ ಭರ್ಜಿ ನೆಟ್ಟಂಥ ಸಂಕಟ.

ನೇರವಾಗಿ ಲೈಬ್ರರಿಗೆ ಕರೆದೊಯ್ದಳು. ಡಿ.ಎಫ್. ಆಚಾರ್ಯ ಅಲ್ಲೇ ಇದ್ದರು. ಅಪೂರ್ವ ಗ್ರಂಥ ಭಂಡಾರ. ಲೈಬ್ರರಿಗಳಲ್ಲಿ ಬಿಟ್ಟು ಮನೆಯಲ್ಲಿ ಅಷ್ಟು ಪುಸ್ತಕಗಳ ಶೇಖರಣೆಯನ್ನು ಕಂಡಿದ್ದು ಇದೇ ಮೊದಲ ಸಲ.

"ಹೌ ಆರ್ ಯು ಮೈ ಬಾಯ್?" ಪ್ರೀತಿಯಿಂದಲೇ ಮಾತಾಡಿದರು "ನೀನು ಆಗಾಗ ಬರ್ತಾ ಇರು. ಮಾತಾಡುತ್ತಾ ಇದ್ದರೆ ನಂಗೂ ಪೂರ್ತಿ ಕನ್ನಡ ಕಲೀತಂಗೆ ಆಗುತ್ತೆ. ನನಗೆ ಭೇಟಿಯಾಗುವ ಜನರೆಲ್ಲ ಮಾತಾಡೋದು ಆಂಗ್ಲಭಾಷೆ. ಓದಿ ಭಾಷೆಯನ್ನು ಕಲಿಯಬಹುದ್ದು. ಆಡುವಾಗ ಮಾತ್ರ ಪದ ಪ್ರಯೋಗ ತಂತ್ರ. ಉಪಯೋಗ ಹೆಚ್ಚು ಸ್ಪಷ್ಟವಾದೀತು" ಅವರ ಆಸಕ್ತಿಗೆ ಬೆರಗಾದ ನಿಶಾಂತ್.

"ನೋಡು, ಈಗ್ಬಂದೆ...." ತಮ್ಮ ಕೋಣೆಗೆ ಹೋಗಿಬಿಟ್ಟರು.

ಜಗತ್ತಿನ ಸರ್ವ ಶ್ರೇಷ್ಠ ಗ್ರಂಥಗಳ ಅಪೂರ್ವ ಸಂಗ್ರಹವೇ ಇತ್ತು. ಜರ್ಮನ್, ಅರಾಬಿಕ್, ಡಚ್, ಪರ್ಷಿಯನ್ ಭಾಷೆಗಳ ಪುಸ್ತಕಗಳ ಜೊತೆ ಕನ್ನಡದ ಮಹಾನ್ ಗ್ರಂಥಗಳ ಸಂಗ್ರಹವು ಇತ್ತು.

'Religion of Veda' ಜರ್ಮನಿಯ ಪ್ರಮುಖ ವಿದ್ವಾಂಸರಾದ ಹರ್ಮನ್ ಬತ್ಸನ್ ಬರ್ಗರ ಗ್ರಂಥ, ಅಲ್ಫ್ರೆಡ್ ಹಿಲ್ ಬ್ರಾಂಡ್ ಜರ್ಮನ್ ಭಾಷೆಯಲ್ಲಿ ಬರೆದ Vedische Mythologic ಮತ್ತು 'Life in Ancient India' ಮುಂತಾದ ಭಾರತೀಯ ಸಂಸ್ಕೃತಿ, ಪರಂಪರೆಗೆ ಸಂದ ಅಪೂರ್ವ ಕೃತಿಗಳು ಇದ್ದವು.

ನಿಶಾಂತ್ ನೋಡುತ್ತ ನೋಡುತ್ತ ಬೆಕ್ಕಸಬೆರಗಾದ. ತಾನು ಅಷ್ಟು ಗ್ರಂಥಗಳನ್ನು ಓದದಿದ್ದರೂ, ಸಂಗ್ರಹಿಸದಿದ್ದರೂ, ನೋಡುವ ಭಾಗ್ಯ ಲಭಿಸಿತಲ್ಲ ಎಂದು ಸಂತೋಷಿಸಿದ.

"ನಿಶಾಂತ್...." ಗ್ರಂಥ ಪ್ರಪಂಚದಿಂದ ಅವನನ್ನು ಎಚ್ಚರಿಸಿದಳು. ಪಪ್ಪ, ಇವತ್ತು ಬೇರೆ ಮೂಡ್‌ನಲ್ಲಿದ್ದಾರೆ. ಅದ್ಕೇ ಹೆಚ್ಚಿಗೆ ಮಾತಾಡ್ಲಿಲ್ಲ" ಸರಳವಾಗಿ ಹೇಳಿ ಹೊರಗೆ ಕರೆದೊಯ್ದಳು.

ಹಣ್ಣಿನ ರಸ ಕೊಟ್ಟು ಕಣ್ಣುಗಳಲ್ಲಿಯೇ ಉಪಚರಿಸಿದಳು. ಜನರ ಸ್ವಭಾವಗಳನ್ನು ಬಲ್ಲ ನಿಶಾಂತ್‌ಗೆ ಇದೊಂದು ಮಹಾ ಭಾಗ್ಯ. ದೇವತೆಗಳ ಮಧ್ಯದಿಂದ ಇಳಿದು ಬಂದ ಸುಂದರ, ಸುಶೀಲ ರಾಜಕುಮಾರಿಯೆನಿಸಿದಳು.

ನಿಶಾಂತ್ ಮೇಲೆದ್ದಾಗ ಒಂದು ಪುಸ್ತಕ ಕೊಟ್ಟಳು. ಮಹಾಕವಿ ಕಾಳಿದಾಸನ 'ಅಭಿಜ್ಞಾನ ಶಕುಂತಲೆಯ' ಇಂಗ್ಲಿಷ್ ಅನುವಾದ. ಪುಟ ತಿರುವಿ ನೋಡಿ ಸರ್. ವಿಲಿಯಂ ಜೋನ್ಸ್‌ರ ಕೃತಿ. ಇದು ಅನುವಾದಗೊಂಡು ಇನ್ನೂರು ವರ್ಷಗಳಾಗಿತ್ತು.

ಕೃತಜ್ಞತೆಯಿಂದ ಅವಳತ್ತ ನೋಡಿದ. "ಥ್ಯಾಂಕ್ಯೂ ವೆರಿ ಮಚ್ ಇಂಥ ಅದ್ಭುತ ಕಾಣಿಕೆಯನ್ನು ಬಹುಶಃ ಯಾರೂ ನನಗೆ ಕೊಟ್ಟಿರಲಿಕ್ಕಿಲ್ಲ. ಸದಾ ನನ್ನೊಡನೆಯಲ್ಲಿಯೇ ಈ ಪುಸ್ತಕ ಇರುತ್ತೆ. ಈ ಪುಸ್ತಕದ ಜೊತೆ ನಿಮ್ಮ ನೆನಪು. ಇಂದಿನ ಸಂದರ್ಭದ ನೆನಪು ಸದಾ ನನ್ನ ಬದುಕಿನ ದಿನಗಳಲ್ಲಿ ಹಚ್ಚ ಹಸಿರು" ಪ್ರೀತಿ, ಆತ್ಮೀಯತೆ, ಗೌರವದಿಂದ ಪುಸ್ತಕದ ಮೇಲೆ ಬೆರಳುಗಳನ್ನಾಡಿಸಿದ.

ಅವಳಲ್ಲಿ ಮಾತುಗಳಿಲ್ಲ. ಗೇಟು ದಾಟಿ ಅಷ್ಟು ದೂರ ಹೋದವನು ಹಿಂದಕ್ಕೆ ತಿರುಗಿ ಕೈಯಾಡಿಸಿದ. ಸುಂದರ ಡಾಲ್‌ನಂತೆ ಕಂಡಳು. ಕ್ಷಣ ಮಧುರ ಆಲಾಪನೆ ಹೃದಯದಲ್ಲಿ, ತಳ್ಳಿ ಹಾಕಿ ಮುಂದಕ್ಕೆ ನಡೆದ. ಅವನ ಗುರಿ ಬೇರೆಯೇ ಇತ್ತು.

ವಿಠೋಬ ಅವನಿಗಾಗಿಯೇ ಕಾದಿದ್ದ. ಸಬ್ ಇನ್‌ಸ್ಪೆಕ್ಟರ್ ಹಿಂದೆ ಕೂತಿದ್ದ ಕಾನ್‌ಸ್ಟೇಬಲ್ ಅವನೇ ಆಗಿದ್ದ. ಇದೇ ಸಮಯವೆಂದು ಶಕ್ತಿ ಮೀರಿಯೇ ಲಾಟಿ ಬೀಸಿದ್ದ. ಅಜಿತ್ ಯಾರೂಂತ ಅವನಿಗೆ ಗೊತ್ತಿತ್ತು.

ಘಟನೆಯ ನಂತರ ಸಬ್‌ಇನ್‌ಸ್ಪೆಕ್ಟರ್ ಪೇಚಾಡಿಕೊಂಡಿದ್ದ "ಅವನಪ್ಪ ದೊಡ್ಡ ಇಂಡಸ್ಟ್ರಿಯಲಿಸ್ಟ್ ಅಂತೆ. ದೊಡ್ಡವರುಗಳ ಪರಿಚಯವೇ ಜಾಸ್ತಿ. ಸುಮ್ನೇ ತಲೆ ನೋವು" ಆರು ತಿಂಗಳ ಹಿಂದೆ ಎರಡು ತಿಂಗಳು ಸಸ್ಪೆಂಡ್ ಆಗಿದ್ದ, ಇಂಥ ಪ್ರಕರಣದಲ್ಲಿಯೇ. ಮತ್ತೆ ಮರುಕಳಿಸಿದರೆ ಎನ್ನುವ ಭಯ ಅವನಿಗೆ.

"ಯಾರದ್ರಾಗ್ಲೀ, ನಮ್ಮದೇನು ತಪ್ಪು ಸಾರ್? ಖಾಕಿ ಬಟ್ಟೆ ಹಾಕಿ ಬುಲೆಟ್ ಹತ್ತಿದೋರ ಮುಖದ್ಮೇಲೆ ಬಾಳೆ ಹಣ್ಣಿನ ಸಿಪ್ಪೆ ಎಸೆದೋರು. ಹುಡ್ಗೀರು ಸಿಕ್ಕಿದ್ರೆ.... ಸುಮ್ನೆ ಇರ್ತಾರ? ಇಷ್ಟಕ್ಕೆಲ್ಲ ಅವ್ರುಗಳು ದೊಡ್ಡೋರ ಹತ್ತಿರ ಹೋಗೋಲ್ಲ. ತಮ್ಮ ಮಗ ಇಂಥೋನೂಂತ ಪ್ರಾಪಗಂಡ

ಆಗೋದು ಅವ್ರುಗಳಿಗೆ ಇಷ್ಟವಿರೋಲ್ಲ. ಅವರ ಲೆವಲ್‌ನಲ್ಲಿಯೇ ಕಾಂಪ್ರಮೈಸ್ ಆಗ್ತಾರೆ. ಚೆನ್ನಾಗಿ ಬಡಿದಿದ್ದು ಆಗಿದೆ. ಸುಮ್ಮನಿದ್ದು ಬಿಡೋದು'' ಎಂದಿದ್ದ ಒಳಗೊಳಗೆ ಹರ್ಷಪಡುತ್ತ.

ಅದನ್ನು ನಿಶಾಂತ್ ಮುಂದೆ ಹೇಳಬೇಕೆಂದುಕೊಂಡವನು ಅವನ ಗಂಭೀರ ಮುಖ ನೋಡಿ ಸುಮ್ಮನಾದ.

''ಮೆಕ್ಯಾನಿಕ್ ಷಾಪ್‌ಗೆ ಹೋಗ್ಬಂದೆನಲ್ಲ'' ಎಂದ ವಿಠೋಬ ಮತ್ತೆ ಎಲ್ಲಿಗೆ ಹೋಗಿದ್ದೆ ಎನ್ನುವುದು ಅವನ ಪ್ರಶ್ನೆಯಾಗಿತ್ತು. ''ತರಂಗಿಣಿ....'' ಎಂದವನು ಬದಲಿಸಿ ''ಡಾ|| ಡಿ.ಎಫ್. ಆಚಾರ್ಯರ ಮನೆಗೆ ಹೋಗಿದ್ದೆ'' ಎಂದ.

ಅವನಿಗೆ ಮೊದಲು ಕೇಳಿಸಿದ್ದು ತರಂಗಿಣಿಯ ಹೆಸರು ಡಾ|| ಡಿ.ಎಫ್. ಆಚಾರ್ಯರ ಬಗ್ಗೆ ಅವನಿಗೆ ಗೊತ್ತು.

''ಜರ್ಮನ್ ದೇಶದ ವ್ಯಕ್ತಿಯಾದರೂ, ಇಲ್ಲಿನ ಸಂಸ್ಕೃತಿಗೆ ಮಾರುಹೋದ ಅಪೂರ್ವ ಮೇಧಾವಿ. ಅಂಥವರ ಆದರಣೆ ಒಂದು ರೀತಿಯ ಆಶೀರ್ವಾದ'' ಗೌರವದಿಂದ ಹೇಳಿದ.

ಪುಸ್ತಕ ಒಂದೆಡೆ ಇರಿಸಿ ನಿಶಾಂತ್ ಕೈಕಾಲು ತೊಳೆದು ಬಂದು ವಿಠೋಬನ ಪಕ್ಕ ಕೂತು ಜೇಬಿನಲ್ಲಿದ್ದ ನೋಟುಗಳನ್ನು ಅವನ ಕೈಯಲ್ಲಿಟ್ಟ.

''ಪತ್ರ ನೋಡಿದೆ. ಈ ಹಣ ಊರಿಗೆ ಕಳ್ಸಿಬಿಡು. ನಾವಿಬ್ರೂ ಉಪವಾಸವಿದ್ರೂ ತೊಂದರೆ ಇಲ್ಲ. ಹೆಂಗಸರು ಮಕ್ಳು.... ಕಂಗೆಡಬಾರ್ದು'' ಎಂದ. ಮಾಮೂಲಿ ಕೆಲಸಕ್ಕಿಂತ ಹೆಚ್ಚಿಗೆ ಮಾಡುವುದರ ಜೊತೆಗೆ ಇನ್ನೂರು ರೂಪಾಯಿಯನ್ನು ಹೆಚ್ಚಿಗೆ ಕೇಳಿ ಪಡೆದಿದ್ದ.

ವಿಠೋಬ ಅವನ ಎದುರಿನಲ್ಲಿಯೇ ಇಟ್ಟ. ''ನೀನು ಓದೋ ಯುವಕ. ಈ ಹಣವೆಲ್ಲ ನಿನ್ನ ವಿದ್ಯಾಭ್ಯಾಸಕ್ಕೆ ಇರಲಿ. ಹೇಗೋ ಒಂದಿಷ್ಟು ಕಳುಹಿಸಿಕೊಟ್ಟಿದ್ದೀನಿ. ಅಡ್ಜೆಸ್ಟ್ ಮಾಡ್ಕೋತಾರೆ ಬಿಡು'' ನಿರಾಕರಿಸಿದ.

ಅವನನ್ನು ಒಪ್ಪಿಸುವ ವೇಳೆಗೆ ನಿಶಾಂತ್‌ಗೆ ಸಾಕು ಸಾಕಾಯಿತು. ಕಡೆಗೆ ನಿನ್ನನ್ನು ಬಿಟ್ಟು ಹೋಗುತ್ತೇನೆಂದು ಹೆದರಿಸಿದ ಮೇಲೆಯೇ ಅವನು ಒಪ್ಪಿದ್ದು.

''ನಿನ್ನ ಗುರಿ ನೀನು ಮುಟ್ಟಬೇಕು ನಿಶಾಂತ್'' ವಿಠೋಬ ಎರಡು ಕೈಗಳನ್ನು ಹಿಡಿದುಕೊಂಡ. ''ಖಂಡಿತ, ಒಂದೆಜ್ಜೆ ಕೂಡ ಹಿಂಜರಿಯೋಲ್ಲ'' ಆಗ ಅವನಿಗೆ ನೆನಪಾದದ್ದು ಅಜಿತ್ ಮತ್ತು ಶರ್ಮ 'ಖಂಡಿತ ಬದುಕುತ್ತೀನಿ. ನಿಮ್ಮನ್ನು ಒಂದ್ಸಲಿಗೆಯಾದ್ರೂ ನನ್ಮುಂದೆ ನಿಲ್ಲಿಸ್ತೀನಿ' ಆತ್ಮವಿಶ್ವಾಸ ಎಚ್ಚೆತ್ತು ನುಡಿಯಿತು.

* * *

ಅಂದು ಇಡೀ ರಾತ್ರಿ ಭವಾನಿ ನಿದ್ರಿಸಲಿಲ್ಲ. ಎಲ್ಲೆಲ್ಲೂ ಆಗ ಹುಟ್ಟಿದ ಮಗುವಿನ ಆಕ್ರಂದನವೇ, ಗಂಡನ ತೋಳಿನಾಸರೆ ಹಗ್ಗದ ಉರುಳಿನಂತೆ ಭಾಸವಾಯಿತು. ಬಿಡಿಸಿಕೊಂಡು ದೂರ ಓಡಿ ಬಿಡಬೇಕು.

''ಅಯ್ಯೋ.... ನನ್ಮಗು....ನನ್ಮಗು.... ಬೇಕು.'' ಕಿರಿಚಿಕೊಂಡರು.

ಶರ್ಮ ಲೈಟು ಹಾಕಿ "ಭವಾನಿ.... ಭವಾನಿ.... ಕೆಟ್ಟ ಕನಸು ಬಿತ್ತಾ ?" ಕೇಳಿದರು. "ಅಯ್ಯೋ.... ನಂಗೆ.... ನನ್ಮಗು ಬೇಕು. ನನ್ಮಗು ಬೇಕು" ಹಂಬಲಿಕೆಯ ರೋದನ. ಶರ್ಮಗೆ ಅರ್ಥವಾಗಲಿಲ್ಲ.

"ನಿನ್ನ ಮಕ್ಳು ಇಲ್ಲೇ ಇದ್ದಾರೆ" ಸಂತೈಯಿಸಿದರು.

ಬಹಳ ಹೊತ್ತು ಅತ್ತು ನಿದ್ರಿಸಿದ ಮಡದಿಯತ್ತ ನೋಡಿದರು.

"ಶರ್ಮ ನಾನು ನಿನ್ನ ಮದ್ವೆ ಆಗೋಲ್ಲ.... ಆಗೋಲ್ಲ.... ಆಗೋಲ್ಲ" ಇಪ್ಪತ್ತೆರಡು ವರ್ಷದ ಹಿಂದೆ ಭವಾನಿ ಹೇಳಿದ್ದು ಈಗ ಕೇಳುವಂತಿತ್ತು "ಪ್ಲೀಸ್ ಅರ್ಥ ಮಾಡ್ಕೋ, ಈ ಮದ್ವೆಯಿಂದ ಯಾರ್ಗೂ ಸುಖವಿಲ್ಲ. ನನ್ನ ಬದ್ಕು ನಿಶ್ಚಯವಾಗಿದೆ" ಇಂಥ ಮಾತುಗಳಿಗೆಲ್ಲ ಕಿವುಡಾಗಿದ್ದರು.

ಈ ಮಾತುಕತೆಗಳ ವರ್ಷದ ನಂತರ ಭವಾನಿಯ ಕೈ ಹಿಡಿದಿದ್ದರು. ಆಗ ಅವರಿಗೆ ಗೆಲುವು ಮುಖ್ಯವಾಗಿತ್ತೇ ವಿನಹ ಕೈ ಹಿಡಿದವಳ ಇಷ್ಟ ಅಇಷ್ಟಗಳಲ್ಲ.

ಭವಾನಿಯ ಮಂಕುತನ ಅಜಿತ್ ಹುಟ್ಟಿದ ಮೇಲೆ ಓಡಿಹೋಗಿತ್ತು. ಎಂದೂ ಗಂಡನ ಪ್ರೀತಿಯ ಸಾಗರದಲ್ಲಿ ಈಜಲು ಪ್ರತಿಭಟಿಸಿರಲಿಲ್ಲ. ಒಂದು ರೀತಿಯ ಶರಣಾಗತಿ.

ಸಿಗಾರ್ ಹಚ್ಚಿ ಬಾಲ್ಕನಿಗೆ ಬಂದರು. ಅಜಿತ್ ಬಗ್ಗೆ ಖಾರವಾಗಿದ್ದರಿಂದ ಅವನನ್ನು ಸರಿಯಾಗಿ ಮಾತು ಕೂಡ ಆಡಿಸಿರಲಿಲ್ಲ. ಆ ಪ್ರಕರಣ ಭವಾನಿ ಮನಸ್ಸಿಗೆ ಹಚ್ಚಿಕೊಂಡಿರಬಹುದೆಂದು ಮನಸ್ಸಿಗೆ ಬಂದ ಕೂಡಲೇ ನಿಶ್ಚಿಂತೆಯ ಉಸಿರು ದಬ್ಬಿದರು.

ಒದ್ದೆ ಕೆನ್ನೆಯ ಮೇಲೆ ಅಂಟಿಕೊಂಡಿದ್ದ ಭವಾನಿಯ ಮುಂಗುರುಳನ್ನು ಸರಿಸಿ ಎಚ್ಚರವಾಗದಂತೆ ಹಣೆಗೆ ಮುತ್ತನ್ನೊತ್ತಿ ಹೊರಗೆ ಬಂದರು.

ಇಡೀ ಬಂಗ್ಲೆ ನಿಶ್ಯಬ್ಧವಾಗಿತ್ತು. ಆದರೆ ಅಜಿತ್ ಕೋಣೆಯಲ್ಲಿ ಲೈಟು ಉರಿಯುತ್ತಿತ್ತು. ಅತ್ತ ನಡೆದರು.

ಮಲಗಿದ್ದ ಅಜಿತ್ ನರಳುತ್ತಿದ್ದ. ಅರ್ಚನಾ ಅಲ್ಲೇ ಕೂತು ಕಂಬನಿ ಮಿಡಿಯುತ್ತಿದ್ದಳು. ಅವನ ಬೆನ್ನ ಮೇಲೆ ಆದ ಹೊಡೆತದ ಗುರುತುಗಳ ಮೇಲೆ ಮುಲಾಮು ಹಚ್ಚಲಾಗಿತ್ತು.

"ಅಜಿತ್...." ಅವನ ಬಳಿ ಹೋಗಿ ನಿಂತರು.

ಅವರ ಕೈ ಹಿಡಿದುಕೊಂಡು ಗಳಗಳ ಅತ್ತುಬಿಟ್ಟ. ಕರಾಟೆ ಅಭ್ಯಾಸದಲ್ಲಿ ಪೆಟ್ಟುಗಳು ಬಿದ್ದಿತ್ತು ಅಷ್ಟೆ, ಅವು ಆಕಸ್ಮಿಕ, ಇಂದಿನ.... ಪೆಟ್ಟುಗಳು....

ಶರ್ಮ ಕರುಳು ಕತ್ತರಿಸಿದಂತಾಯಿತು. ಆಗ ಅವರ ಕಣ್ಣುಗಳಲ್ಲಿ ಇಣಕಿದ್ದು ಬೆಂಕಿ.

"ಅಂತು ಆ ಸಬ್‌ಇನ್‌ಸ್ಪೆಕ್ಟರ್‌ಗೆ ಇಲ್ಲಿನ ನೀರಿನ ಋಣ ಮುಗಿಯಿತು." ಮಗನ ಕೂದಲಲ್ಲಿ ಕೈಯಾಡಿಸಿದರು "ಡ್ಯೂಟಿಯಲ್ಲಿದ್ದ ಒಬ್ಬ ಸಬ್‌ಇನ್‌ಸ್ಪೆಕ್ಟರ್ ಮುಖದ ಮೇಲೆ ಬಾಳೆಹಣ್ಣಿನ ಸಿಪ್ಪೆ ಎಸೆಯೋದು ಅಪರಾಧವೇ. ಅದ್ನ ಮಾಡೋರು ಗೂಂಡಾಸ್. ನೀನು...." ಹಲ್ಮೊಡಿಯನ್ನು ಬಿಗಿಯಾಗಿ ಕಚ್ಚಿದರು.

"ನಾನಲ್ಲ ಡ್ಯಾಡಿ...." ಎಂದ.

ಅದನ್ನೇ ಇದುವರೆಗೆ ನಾಲ್ಕಾರು ಸಲ ಹೇಳಿದ್ದ. ಅವನಲ್ಲಿದ್ದಿರಬಹುದು. ಅವನ

ಜೊತೆಯಲ್ಲಿನ ಗುಂಪು. ಮಾಸಾಗಿ ಬಿದ್ದಿದೆ ಪೆಟ್ಟುಗಳು.

ಎಷ್ಟೋ ಹೊತ್ತು ಅಲ್ಲಿಯೇ ಕೂತಿದ್ದರು ಶರ್ಮ "ನಿನ್ನ ಮಮ್ಮಿ ತುಂಬಾ ಮನಸ್ಸಿಗೆ ಹಚ್ಕೊಂಡ್ ಬಿಟ್ಟಿದ್ದಾಳೆ. ರಾತ್ರಿಯೆಲ್ಲ ಕನವರಿಕೆ, ಅಳು. ಅದ್ನ ನಾನು ಯಾವಾಗ್ಲೂ ಸಹಿಸೋಲ್ಲ ಅಜಿತ್", ಹೇಳಿದವರು ಮಗಳ ಭುಜದ ಮೇಲೆ ಕೈ ಹಾಕಿದರು.

"ನೀನ್ಹೋಗಿ. ನಿನ್ನ ಮಮ್ಮಿ ಜೊತೆ ಮಲಕ್ಕೋ. ನಾನು ಇಲ್ಲೇ ಕೂತಿರ್ತೀನಿ" ಅವಳನ್ನು ಕಳಿಸಿದರು.

"ನನ್ಮಗು....ನನ್ಮಗು...." ಭವಾನಿಯ ಚೀರುವಿಕೆ ದೂರದಿಂದ ಅವರಿಗೆ ಇನ್ನೂ ಕೇಳಿಸುತ್ತಿದೆಯೆನಿಸಿತು.

ಉಳಿದ ರಾತ್ರಿಯನ್ನು ಆರಾಮ ಛೇರ್‌ನ ಮೇಲೆ ಕೂತು ಕಳೆದರು ಶರ್ಮ.

* * *

ಪರೀಕ್ಷೆಗಳು ಶುರುವಾಗಿತ್ತು. ನಿಶಾಂತ್ ಯಾವಾಗ ಬರುತ್ತಿದ್ದನೋ ಹೋಗುತ್ತಿದ್ದನೋ! ರೆಗ್ಯುಲರ್ ಆಗಿ ಅಜಿತ್ ಪರೀಕ್ಷೆಗೆ ಅಟೆಂಡ್ ಆಗುತ್ತಿದ್ದ. ಎರಡನೇ ಪೇಪರ್‌ನ ದಿನ ಅನಿರೀಕ್ಷಿತವಾಗಿ ಅಜಿತ್, ನಿಶಾಂತ್ ಎದುರುಬದುರಾದರು.

"ಸನ್ ಆಫ್ ಎ ಬಿಚ್...." ಎಂದುಬಿಟ್ಟ ಅಜಿತ್.

ಎರಡೆಜ್ಜೆ ಮುಂದಕ್ಕೆ ಹೋದ ನಿಶಾಂತ್‌ಗೆ ಕೇಳಿಸಿತು. ಹಿಂದಕ್ಕೆ ತಿರುಗಿ ಕತ್ತಿನ ಪಟ್ಟಿ ಹಿಡಿದುಕೊಂಡ "ಅಜಿತ್ ಇಂಥ ಮಾತುಗಳ್ನ ನಾನು ಸಹಿಸೋಲ್ಲ." ಅತ್ತಿತ್ತ ನಿಂತ ಕೆಲವರನ್ನು ನೋಡಿ ಕೊರಳಿನಪಟ್ಟಿ ಬಿಟ್ಟ. ಅವನಿಗೆ ಅರ್ಥವಾಯಿತು.

ಇದೊಂದು ನೆಪವಾಗಿರಿಸಿ ಅವನನ್ನ ಕಂಬಿಗಳೊಳಕ್ಕೆ ತಳ್ಳಿ ಪರೀಕ್ಷೆಗೆ ಬರದಂತೆ ತಡೆಯುವುದು ಅವನ ಮುಖ್ಯ ಉದ್ದೇಶವಾಗಿತ್ತು. ನಿಶಾಂತ್ ಕೂಡ ಅರ್ಥೈಸಿಕೊಂಡ.

"ಜಸ್ಟ್ ವೈಟ್, ಈ ಸಾಲ ಹೇಗೆ ತೀರಿಸ್ಬೇಕೂಂತ ನಂಗೆ ಗೊತ್ತು. ಬೆಸ್ಟ್ ಆಫ್ ಲಕ್, ಎಗ್ಸಾಮ್‌ಗೆ ಹೋಗು" ಮುಂದಕ್ಕೆ ಹೋಗಿಬಿಟ್ಟ.

ಈ ಕೋಣೆಯಿಂದ ಹೊರಗೆ ಬರುತ್ತಿದ್ದ ಅರ್ಚನಾಗೆ ಅವರಿಬ್ಬರ ಮಾತುಗಳು ಕೇಳಿಸಿದವು. ಅಜಿತ್‌ನ ನೋಡಿದರೂ ನೋಡದಂತೆ ಹೋಗಿಬಿಟ್ಟಳು.

ತರಂಗಿಣಿ ಬಳಿಯಲ್ಲು ಕೂಡ ಮತ್ತೊಂದು ಮಾತಾಡದೇ ಮನೆ ಸೇರಿದವಳು ತಾಯಿಯ ಮುಂದೆ ಕೂತಳು.

"ಸನ್ ಆಫ್ ಬಿಚ್ ಅಂದರೆ ಯಾರು ತಾನೇ ಸುಮ್ನೆ ಇರ್ತಾರೆ? ನಿಶಾಂತ್ ತಾಯಿಯ ಬಗ್ಗೆ ಅಜಿತ್‌ಗೇನು ಗೊತ್ತು?"

ಮಗುವಿನ ಅಳು ಆಗಾಗ ಕೇಳಿಸಿ ಆಕೆಯ ನೆಮ್ಮದಿಯೇ ಹಾರಿಹೋಗಿತ್ತು. ಆಗ ತಾನೇ ಹುಟ್ಟಿದ ಮಗುವಿನ ಅಳು ಭವಾನಿ ಕೇಳಿದ್ದು ಒಂದೇ ಬಾರಿ.

"ಅಜಿತ್ ಅಂದಿದ್ದು ಕೇಳಿದ್ಯಾ? ಬೇರೆಯವ್ರ ಆರೋಪನಾ?" ಆಕೆ ಅನುಮಾನ

ವ್ಯಕ್ತಪಡಿಸಿದರು. "ತೋಬಾ....ತೋಬಾ...." ಕೆನ್ನೆಗೆ ಹಾಕಿಕೊಂಡು "ಬೇರೆಯವ್ರ ಆರೋಪವಲ್ಲ. ನಾನೇ ಕೇಳ್ದೆ, ಯಾಕೆ ಕಾಲು ಕೆದಕಿ ನಿಶಾಂತ್ ಜೊತೆ ಇವನಿಗೆ ಜಗಳ?" ದನಿಯೇರಿಸಿದಳು.

ಭವಾನಿ ಮುಖ ಬೆವರಿನಿಂದ ತೊಯ್ದು ಹೋಯಿತು.

"ಪ್ಲೀಸ್, ಸುಮ್ನೇ ಇದ್ಬಿಡು ಅರ್ಚನಾ. ಇಂಡಸ್ಟ್ರಿಯಲ್ ಕೋರ್ಸ್‌ಗೋಸ್ಕರ ಅವನನ್ನ ವಿದೇಶಕ್ಕೆ ಕಳಿಸ್ತಾರೆ. ಈ ನಿಶಾಂತ್ ಎಲ್ಲಿದ್ದ? ಸುಮ್ನೇ ನಮ್ಮ ಜೀವ ತಿಂತಾನೆ" ಆಕೆ ಸಂಕಟದಿಂದ ಒದ್ದಾಡಿಹೋದರು.

ಅರ್ಚನಾ ಎದ್ದು ಹೋಗಿಬಿಟ್ಟಳು. ಗೋಡೆಯ ಬರಹದ ಪ್ರಕರಣದ ನಂತರ ಅವಳು ನಿಶಾಂತ್‌ನೊಂದಿಗೆ ಮಾತಾಡುವ ಧೈರ್ಯವೇ ಮಾಡಿರಲಿಲ್ಲ.

ಆದರೆ ಅಂದಿನ ರಾತ್ರಿಯೇ ನಿಶಾಂತ್ ಆಕ್ಸಿಡೆಂಟ್ ಆಗಿ ಆಸ್ಪತ್ರೆ ಸೇರಿರುವ ಸುದ್ದಿ ಕಾಲೇಜಿಗೆ ಪರೀಕ್ಷೆಗೆಂದು ಹೋದಾಗಲೇ ತಿಳಿದಿದ್ದು.

"ಯಾವ್ದೋ ವೆಹಿಕಲ್ ಹೊಡೆದು ಉರುಳಿಸಿಬಿಟ್ಟಿದೆ ಛೆ...." ಎಲ್ಲರ ಬಾಯಲ್ಲಿ ಇದೇ ಮಾತುಗಳು.

ಅರ್ಚನಾ ಖಾಲಿ ಪೇಪರ್ ಕೊಟ್ಟು ಹೊರಗೆ ಬಂದವಳೇ ಗೊಳೋ ಎಂದು ಅತ್ತಳು. ಇದೊಂದು ಆಕಸ್ಮಿಕವೇ, ಮಧ್ಯಾಹ್ನ ಅಜಿತ್‌ನ ಕೊರಳುಪಟ್ಟಿ ಹಿಡಿದಿದ್ದಕ್ಕೆ ಪ್ರತಿಕಾರವೇ?- ಅವಳ ಮೈ ನಡುಗಿತು. ಆದರೆ ಅಜಿತ್‌ನ ಅಷ್ಟು ಕೆಟ್ಟವನ ಸ್ಥಾನದಲ್ಲಿ ನಿಲ್ಲಿಸಲು ಅವಳಿಗೆ ಇಷ್ಟವಾಗಲಿಲ್ಲ.

ಕೆಲವರು ಮೊದಲೇ ಆಸ್ಪತ್ರೆಗೆ ಹೋಗಿ ಬಂದಿದ್ದರೆ ಕೆಲವರು ಪರೀಕ್ಷೆ ಮುಗಿಸಿಕೊಂಡು ಹೋದರು. ಪ್ರಿನ್ಸಿಪಾಲ್, ಅಧ್ಯಾಪಕರೆಲ್ಲ ತಮಗೆ ಸಮಯ ಸಿಕ್ಕಾಗ ಹೋಗಿ ಬಂದರು.

ಅರ್ಚನಾ, ತರಂಗಿಣಿ ಬಂದಾಗ ಇನ್‌ಟೆನ್ಸಿವ್ ಕೇರ್ ಮುಂದೆ ದೊಡ್ಡ ದಂಡೇ ಇತ್ತು. ಅವರಲ್ಲಿ ಯಾರೂ ಅವನ ರಕ್ತ ಸಂಬಂಧಿಗಳಲ್ಲ. ಮೆಕ್ಯಾನಿಕ್ ಷಾಪ್‌ನ ಯಜಮಾನನಿಂದ ಹಿಡಿದು ಅಲ್ಲಿ ಕೆಲಸ ಮಾಡುವ ಜನ, ಮೂಟೆ ಹೊರುವ ಕೂಲಿಗಳು, ಮತ್ತೆ ಕೆಲವು ವಿದ್ಯಾರ್ಥಿಗಳು.

ವಿಠೋಬ ತನ್ನ ಯೂನಿಫಾರಂನಲ್ಲಿಯೇ ಅತ್ತಿಂದಿತ್ತ ಇತ್ತಿಂದತ್ತ ಓಡಾಡುತ್ತಿದ್ದ. ನೋವು, ದುಃಖ, ಸಿಟ್ಟಿನಿಂದ ಉದ್ವಿಗ್ನನಾಗಿದ್ದ.

ಹೊರಗೆ ಬಂದ ಡಾಕ್ಟರನ್ನ ಅರ್ಚನಾ ಹೋಗಿ ವಿಚಾರಿಸಿದಳು. "ಎನೀ.... ಹೋಪ್, ಸರ್?" ಅವಳ ಗಂಟಲು ನಡುಗಿತು. ವಿಷಯ ಅವರಿಗೆ ತಿಳಿದಿತ್ತು. ನಿಶಾಂತ್‌ಗೆ ಯಾರು ರಕ್ತ ಸಂಬಂಧಿಗಳು ಇಲ್ಲ. "ಆಕ್ಸಿಡೆಂಟ್ ಕೇಸ್ ಇಲ್ಲಿ ತಲುಪಿದ್ದು ತಡವಾಗಿ. ಐ ವಿಲ್ ಟ್ರೈ ಮೈ ಲೆವೆಲ್ ಬೆಸ್ಟ್. ಗಾಡ್ ಈಸ್ ಗ್ರೇಟ್" ಮೇಲಕ್ಕೆ ತೋರಿಸಿ ಮುಂದಕ್ಕೆ ಹೋಗಿಬಿಟ್ಟರು.

ಬಹಳಷ್ಟು ರಕ್ತಸ್ರಾವವಾದುದ್ದರಿಂದ ಪ್ರಾಣಾಪಾಯದಿಂದ ಪಾರಾಗಿರಲಿಲ್ಲ.

ತರಂಗಿಣಿ, ಅವಳು ಮನೆಗೆ ಬಂದಾಗ ಶರ್ಮ ರೌದ್ರಾವತಾರ ತಾಳಿದ್ದರು.

"ಅರ್ಚನಾ, ಎಲ್ಲಿಗೆ ಹೋಗಿದ್ದೆ?" ಅವರಿಗೆ ವಿಷಯ ಮುಟ್ಟಿತ್ತು.

"ಆಸ್ಪತ್ರೆಗೆ ಹೋಗಿದ್ದೆ. ನಿಶಾಂತ್‌ಗೆ ಆಕ್ಸಿಡೆಂಟಾಗಿದೆ?" ಇನ್ನೊಂದು ಪ್ರಶ್ನೆ ಕೇಳದಿರಲಿಯೆಂದೇ ಸ್ಪಷ್ಟವಾಗಿ ಉತ್ತರಿಸಿದ್ದಳು. "ಷಟಪ್, ದಿನ ಎಷ್ಟೋ ಜನಕ್ಕೆ ಆಕ್ಸಿಡೆಂಟ್ ಆಗುತ್ತೆ. ಅವ್ರನ್ನೆಲ್ಲ ಪ್ರತಿಯೊಬ್ರು ಹೋಗಿ ನೋಡ್ಬೇಕಿಲ್ಲ, ನೀನು ಯಾಕೆ ಹೋದೆ?" ಕನಲಿದರು.

"ಡ್ಯಾಡಿ, ನೀವು ಸುಮ್ನೆ ಎಕ್ಸೈಟ್ ಆಗ್ಬೇಡಿ, ನಿಶಾಂತ್ ನಮ್ಮ ಕಾಲೇಜಿನ ವಿದ್ಯಾರ್ಥಿ, ಗೊತ್ತಿರುವ ವ್ಯಕ್ತಿ. ಬದುಕಲು ಹೋರಾಟ ನಡೆಸುತ್ತಿರುವ ಆತ್ಮಾಭಿಮಾನವುಳ್ಳ ಗಂಡು. ಇಷ್ಟು ಸಾಕಲ್ಲ!" ಅವಳು ಹಿಂಜರಿಯಲಿಲ್ಲ.

ಶರ್ಮ ಉರಿದುಬಿದ್ದರು. "ಯೂ ಈಡಿಯಟ್, ನೀನು ಹೋಗಿ ನೋಡೋಕೆ ಇದಿಷ್ಟೆ ಕಾರಣಗಳು ಸಾಲ್ದು. ಖಾಲಿ ಪೇಪರ್ ಕೊಟ್ಟು ಹೋಗುವಂಥ ಸಂಬಂಧಿಯೇನು ಅಲ್ಲ. ನೀನು ಹೋಗಿದ್ದು ಸರಿಯಲ್ಲ."

ಅರ್ಚನಾ ಮುಖ ಮುಚ್ಚಿಕೊಂಡು ಅತ್ತುಬಿಟ್ಟಳು. ಅವರಿಗೆ ಗಾಬರಿಯಾಯಿತು.

"ಡ್ಯಾಡಿ, ಚಂದ್ರು ಅಂಕಲ್ ಸತ್ತಾಗ ನೀವೆಲ್ಲ ಅತ್ತಿರಿ. ನಂಗೆ ಅಳುನೇ ಬರ್ಲಿಲ್ಲ. ಅವ್ರು ಸ್ವಂತ ನಿಮ್ಮ ತಮ್ಮ, ನಂಗೆ ಅಂಕಲ್. ಆದರೂ ನಂಗೇನು ಅನ್ನಿಸ್ಲಿಲ್ಲ. ನಿಶಾಂತ್‌ಗೆ ಆಕ್ಸಿಡೆಂಟ್ ಆಗಿದೇಂತ ತಿಳಿದಾಗ...." ಮತ್ತಷ್ಟು ಅತ್ತಳು. ಶರ್ಮ ಮನಸ್ಸಿನಲ್ಲಿ ಭಯವಿದ್ದರೂ ಮಗಳ ಕಣ್ಣೀರು ನೋಡಿದ ಕೂಡಲೇ ಮೆತ್ತಗಾಗಿಬಿಟ್ಟರು. "ಸಮಾಧಾನ ಮಾಡ್ಕೋ. ನಾನು ಆಸ್ಪತ್ರೆಗೆ ಫೋನ್ ಮಾಡಿ ವಿಚಾರಿಸ್ತೀನಿ" ಸಾಂತ್ವನಿಸಿದರು. ಮಗಳ ಈ ಮನೋಭಾವ ಅವರಿಗೆ ವಿಚಿತ್ರವೆನಿಸಲಿಲ್ಲ.

'ಇನ್‌ಫ್ಯಾಕ್ಯೂನೇಷನ್' ವಯಸ್ಸಿಗೆ ಅನುಗುಣವಾದ ಆಕರ್ಷಣೆ. ನಿಶಾಂತ್‌ನ ಉರುಟಾದ ಮುಖ, ಭದ್ರವಾದ ಮೈಕಟ್ಟು, ಧೈರ್ಯ-ಹುಡುಗಿಯರು ಮೆಚ್ಚುವ ಗುಣಗಳು.

ಮಗಳಿಗೆ ಭರವಸೆ ಕೊಟ್ಟಂತೆ ಫೋನ್ ಮಾಡಿ ವಿಚಾರಿಸಿದರು. ಯಾವ್ದು ಹೇಳೋಕಾಗೋಲ್ಲ' ಅಂದರು. ಆಗ ಅವರು ಬಯಸಿದ್ದು ನಿಶಾಂತ್‌ನ ಸಾವನ್ನೆ. ಅವನ ಸಾವು ಒಂದು ಪರಿಹಾರವಾಗಿ ಕಂಡಿತು ಅವರಿಗೆ.

ಆ ಮನೆಯಲ್ಲಿ ರಾತ್ರಿ ಯಾರೂ ನಿದ್ರಿಸಲಿಲ್ಲ. ಯಾಕೆ? ಸ್ಪಷ್ಟವಾಗಿ ಕಾರಣ ಕೊಡದಿದ್ದರೂ ನಿಶಾಂತ್ ತುಂಬಿಕೊಂಡಿದ್ದ ಅವರುಗಳ ಮನದಲ್ಲಿ, ಅಜಿತ್ ಅಂತು ಮನಃಶಾಂತಿ ಇಲ್ಲದೇ ತೊಳಲಾಡಿದ.

ಬೆಳಿಗ್ಗೆ ಹಾಸಿಗೆಯಿಂದ ಎದ್ದ ಕೂಡಲೇ ಆಸ್ಪತ್ರೆಗೆ ಫೋನ್ ಮಾಡಿದಳು ಅರ್ಚನಾ. ಅಷ್ಟೆ ವಿಷಯ. ಕೋಣೆಗೆ ಹೋಗಿ ಹಾಸಿಗೆಯ ಮೇಲೆ ಬಿದ್ದುಕೊಂಡಳು.

ಕಾಫಿ ತಂದಿಟ್ಟು ಹೋದ ಅಡಿಗೆಯವನು ಎರಡನೇ ಸಲ ಬಂದಾಗಲೂ ಹಾಗೆಯೇ ಇದ್ದುದ್ದನ್ನು ಕಂಡು ಹೋಗಿ ಸುದ್ದಿ ಮುಟ್ಟಿಸಿದ.

"ರಾತ್ರಿ ಬಹಳ ಹೊತ್ತು ಓದಿರಬಹುದ್ದು" ಎಂದರು ಭವಾನಿ.

ಅದು ಸತ್ಯವಲ್ಲವೆಂದು ಆಕೆಗೆ ಗೊತ್ತು. ಮಗಳ ಅಳು, ಗೋಳಾಟ ನೋಡಿ ಅವರಿಗೆ ಭಯ. 'ಪ್ರೀತಿ-ಪ್ರೇಮ' ಯಾವುದೇ ನಿರ್ಧಾರಕ್ಕೆ ಬರಲಾರದೇ ಹೋಗುತ್ತಿದ್ದರು.

ಬ್ರೇಕ್‌ಫಾಸ್ಟ್‌ಗೆ ಕೂತಾಗ ಎಲ್ಲರ ಕಣ್ಣು ರೆಪ್ಪೆಗಳು ನಿದ್ದೆ ಇಲ್ಲದೇ ಭಾರವಾಗಿದ್ದವು. ಮಗಳ ಖಾಲಿಯಾಗಿದ್ದ ಛೇರಿನತ್ತ ನೋಡಿ ಕರೆದು ಬರುವಂತೆ ಮಡದಿಗೆ ಸನ್ನೆ ಮಾಡಿದರು ಶರ್ಮ.

ಭವಾನಿ ಇಷ್ಟವಿಲ್ಲದಿದ್ದರೂ ಎದ್ದು ಹೋದರು.

ಅರ್ಚನಾ ಗೊಂಬೆಯಂತೆ ಗಡ್ಡಕ್ಕೆ ಕೈ ಹಚ್ಚಿ ಕೂತಿದ್ದಳು. ಆತ್ಮೀಯ ವ್ಯಕ್ತಿಯನ್ನು ಕಳೆದುಕೊಂಡಂಥ ಭಾವ ಅವಳ ಮುಖ ಮೇಲೆ.

"ಎಗ್ಸಾಮ್‌ಗೆ ಹೋಗೋಲ್ವಾ? ಇಂಥ ವಿಷ್ಯಗಳ್ನ ಇಷ್ಟೊಂದು ಹಚ್ಕೋಬಾರ್ದು. ಆಕ್ಸಿಡೆಂಟ್, ಸಾವು ಯಾವ್ದು ವಿಸ್ಮಯವಲ್ಲ. ನಿನ್ನ ಕಾಲೇಜಿನಲ್ಲಿ ಓದೋ ಯಾವ್ದೋ ಸ್ಟೂಡೆಂಟ್‌ಗಾಗಿ ಇಷ್ಟೊಂದು ಗೋಳಾಡೋದು ಸರಿಯಲ್ಲ. ಡ್ಯಾಡಿ ಕರೀತಾ ಇದ್ದಾರೆ. ಎದ್ದು ಬಾ" ಮಗಳ ತೋಳನ್ನು ಹಿಡಿದುಕೊಂಡರು.

"ನಂಗೆ ತಡೆದುಕೊಳ್ಳೋಕೆ ಆಗೋಲ್ಲ, ಮಮ್ಮಿ" ಅವರನ್ನು ಅಪ್ಪಿ ಬಿಕ್ಕಿದಳು.

ಭವಾನಿ ಎದೆ ಹಾರಿತು "ನೀನು ನಿಶಾಂತ್‌ನ ಪ್ರೀತಿಸ್ತಾ ಇದ್ದೀಯಾ?" ಭಯದಿಂದಲೇ ಪ್ರಶ್ನಿಸಿದರು.

ಅಳುತ್ತಲೇ ತಾಯಿಯತ್ತ ನೋಡಿದಳು "ಯಾವ ಪ್ರೀತಿ? ಏನು ಪ್ರೀತಿ? ಸಿಲ್ಲಿಯಾಗಿ ಯೋಚ್ಸಬೇಡ ಮಮ್ಮಿ" ಅವರ ಅನುಮಾನವನ್ನು ತೊಡೆದು ಹಾಕಿದಳು.

ಕಪ್ಪು ಮೋಡಗಳು ಭವಾನಿಯಿಂದ ದೂರ ಸರಿದು ಹೋದವು. ಪರಿಶುಭ್ರ ಆಕಾಶ ಮಿನುಗಿತು.

"ನಾನು ಎಗ್ಸಾಮ್‌ಗೆ ಹೋಗೋಲ್ಲ" ಮುಲಾಜಿಲ್ಲದೆ ನಿರಾಕರಿಸಿಬಿಟ್ಟಳು.

ಒಬ್ಬರೇ ಬಂದ ಭವಾನಿ "ಅವಳನ್ನು ಅವಳ ಪಾಡಿಗೆ ಬಿಡೋದು ಒಳ್ಳೇದು. ಅವ್ಳು ಹೋಗೋಲ್ಲ ಎಗ್ಸಾಮ್‌ಗೆ" ಕೋಣೆಗೆ ಹೋಗಿಬಿಟ್ಟರು.

ಅಪ್ಪ, ಮಗ ಬ್ರೇಕ್‌ಫಾಸ್ಟ್ ಮುಗಿಸಿದರು.

ಅಂತು ಮನೆಯವರಿಗೆ ಅವಳೊಂದು ಸಮಸ್ಯೆಯಾದಳು.

ಶರ್ಮ ಆಫೀಸ್‌ಗೆ ಹೋದ ಅರ್ಧ ಗಂಟೆಗೆ ಮನೆಯಿಂದ ಫೋನ್ ಬಂತು "ನಾನು, ಅರ್ಚನಾ ಆಸ್ಪತ್ರೆಗೆ ಹೋಗ್ತಾ ಇದ್ದೀವಿ" ಭವಾನಿ ಹೇಳಿದರು.

ಅವರ ಹುಬ್ಬುಗಳು ಬೆಸೆದುಕೊಂಡವು. ಎಲ್ಲಾ ವಿಲಕ್ಷಣವಾಗಿ ಕಂಡಿತು.

"ಹೋಗ್ತಾ ಇದ್ದೀನಿ...." ಪ್ರತಿಕ್ರಿಯಿಸುವ ಮುನ್ನವೇ ಫೋನಿಟ್ಟ ಸದ್ದು ಕೇಳಿ ಅವರ ಮನ ಕ್ಷೋಭೆಗೊಂಡಿತು. "ಗೇಟ್ ಔಟ್ ಫ್ರಮ್ ಮೈ ಸೈಟ್" ಪಿ.ಎ.ನ ಕೂಡ ಹೊರಗೆ ಕಳಿಸಿದರು.

ಏರ್ ಕಂಡೀಷನರ್ ರೂಮು ಕೂಡ ಬಿಸಿಯೆನಿಸಿತು.

ಕಾರಿನಿಂದ ಭವಾನಿ ಇಳಿಯುತ್ತಿದಂಗೆ ಉಸ್ತಾದ್ ಚಿಕ್ಕಣ್ಣ ಅತ್ತ ಬಂದ "ನಮಸ್ಕಾರ

ತಾಯಿ, ಚೆನ್ನಾಗಿದ್ದೀರಾ?'' ಕೇಳಿದ. ಕಟ್ಟುಮಸ್ತಾದ ಆಳು ಇಳಿದು ಹೋಗಿದ್ದ. ಮುಖ ತಗ್ಗಿಸುವಂತಾಯಿತು ಆಕೆಗೆ. ಸ್ವರ ಹೊರಡದಾಯಿತು.

ನಿಶಾಂತ್ ಇನ್ನೂ ಪ್ರಾಣಾಪಾಯದ ಸ್ಥಿತಿಯಲ್ಲಿಯೇ ಇದ್ದ. ಗಾಜಿನೊಳಗಿಂದ ಭವಾನಿ ನೋಡಿದಾಗ ಕರುಳು ಕತ್ತರಿಸಿದಂತಾಯಿತು. ಯಾಕೆ? ಇಡೀ ಆಸ್ಪತ್ರೆಯೇ ಸುತ್ತಿದ ಅನುಭವ.

''ಹೋಗೋಣ... ಅರ್ಚನಾ'' ಮಗಳ ಕೈಯನ್ನು ಭದ್ರವಾಗಿ ಹಿಡಿದುಕೊಂಡರು. ''ನಂಗ್ಯಾಕೋ ತಲೆ ತಿರುಗ್ತಾ ಇದೆ. ನಿಲ್ಲೋಕಾಗೋಲ್ಲ'' ಎಂದರು.

ನೋಡು ನೋಡುತ್ತಿದಂತೆಯೇ ಭವಾನಿ ಕುಸಿದುಬಿದ್ದರು.

ನರ್ಸು, ವಾರ್ಡ್‌ಬಾಯ್‌ಗಳು ಓಡಿ ಬಂದರು. ಭವಾನಿಯನ್ನು ಸ್ಟ್ರೆಚರ್ ಮೇಲೆ ಕೊಂಡ್ಯೊಯ್ದರು. ಹತ್ತು ನಿಮಿಷದಲ್ಲಿಯೇ ವಿಷಯ ಮುಟ್ಟಿ ಫ್ಯಾಮಿಲಿ ಡಾಕ್ಟರ್‌ನೊಂದಿಗೆ ಶರ್ಮ ಹಾಜರಾದರು.

''ಈವೊತ್ತಿನ ಎಲ್ಲಾ ಅಪಾಯಿಂಟ್‌ಮೆಂಟ್ಸ್ ಕ್ಯಾನ್ಸಲ್ ಮಾಡ್ಬಿಡಿ'' ಪಿ.ಎ.ಗೆ ಹೇಳಿದರು. ಅವರೆದೆಯ ಬಡಿತ ಒಂದೇ ಸಮ ಏರುತ್ತಿತ್ತು.

ಇಂಥ ಸ್ಥಿತಿ ಎರಡು ಸಲ ಬಂದಿತ್ತು. ಇದು ಮೂರನೆಯ ಬಾರಿ. ಅಂದು ಅಜಿತ್‌ನ ಡಿಲಿವರಿಯಲ್ಲಿ ಹೆಂಡತಿಯ ಒದ್ದಾಟ ನೋಡಲಾರದೇ ಸಿಸೆರಿಯನ್ ಮಾಡಿ ಮಗುವನ್ನು ತೆಗೆಯಿರಿ ಎಂದು ಡಾಕ್ಟರಿಗೆ ದಂಬಾಲು ಬಿದ್ದರು. ಆಗ ಡಾಕ್ಟರ್ ಸಜೆಷನ್ ಕೇಳಲು ಅವರು ಸಿದ್ಧರಿರಲಿಲ್ಲ. ಮತ್ತೆ ಅದೇ ಅರ್ಚನಾ ಹುಟ್ಟಿದಾಗ ಮರುಕಳಿಸಿತ್ತು. ಮತ್ತೆ ಇಂದು ಭವಾನಿ ಪ್ರಜ್ಞೆ ತಪ್ಪಿದ್ದರು.

''ಏನಿಲ್ಲ, ಸ್ವಲ್ಪ ವೀಕಾಗಿದ್ದಾರೆ. ರೆಸ್ಟ್ ತಗೊಂಡರೆ ಸರಿಹೋಗ್ತಾರೆ. ಮನೆಗೆ ಕರ್ಕೊಂಡ್ಹೋಗೋಣ'' ಫ್ಯಾಮಿಲಿ ಡಾಕ್ಟರ್ ಸಲಹೆ ಕೊಟ್ಟಾಗ ಮುಖ ನೋಡಿದರು ''ಯಾಕೋ.... ಭಯ!'' ಅವರ ದನಿಯಲ್ಲಿ ನಡುಕವಿತ್ತು. ''ನೋ, ಮಿಸ್ಟರ್ ಶರ್ಮ....ನಿಮ್ಮ ಮಿಸಸ್ ಮನಸ್ಸಿಗೆ ಆಘಾತವಾಗಿದೆ ಅಷ್ಟೆ'' ಸಮಾಧಾನ ಹೇಳಿದರು.

'ಅಘಾತ'ಕ್ಕೆ ಕಾರಣ ಅಜಿತ್ ಇರಬಹುದು. ಆದರೆ ಇಲ್ಲಿ ನಿಶಾಂತ್‌ನ ನೋಡಲು ಬರುವ ಕಾರಣವೇನಿತ್ತು? ಬಹುಶಃ ಅರ್ಚನಾಳ ಒತ್ತಾಯ-ಅದು ಕೂಡ ತಳ್ಳಿ ಹಾಕುವಂತಿರಲಿಲ್ಲ.

ಭವಾನಿ ಮನೆಗೆ ಬಂದರು. ಅಜಿತ್ ತಾಯಿಯ ಬಳಿಯಲ್ಲಿ ಕ್ಷಮೆ ಯಾಚಿಸಿದ. ''ನನ್ನೊಜ್ತೆಯಲ್ಲಿದ್ದೋರು ಬಾಳೆಹಣ್ಣಿನ ಸಿಪ್ಪೆ ಎಸೆದಿದ್ದು. ಅದ್ರಲ್ಲಿ ನನ್ನ ತಪ್ಪೇನು ಇಲ್ಲ. ಸಬ್ ಇನ್‌ಸ್ಪೆಕ್ಟರ್ ಹೊಸಬ್ರು. ಇಲ್ಲದಿದ್ರೆ.... ಈಗಲೂ ಅತ್ತಲೇ ಬೆಟ್ಟು ತೋರಿಸಿದ ಅವನು.

ಅವನೆದೆಯಲ್ಲಿ ಉರಿಯುವ ಬೆಂಕಿ ಈಗ ಸ್ವಲ್ಪ ತಣ್ಣಗಾಗತೊಡಗಿತು. ಅವನ ಶತ್ರು ನಿಶಾಂತ್ ಪ್ರಾಣಾಪಾಯದ ಸ್ಥಿತಿಯಲ್ಲಿದ್ದ ಎನ್ನುವುದಕ್ಕಿಂತ ಪರೀಕ್ಷೆಗೆ ಅಟೆಂಡ್ ಆಗಲಿಲ್ಲ. ಅವನ ಪ್ರಕಾರ ವಿದ್ಯೆ, ಹುದ್ದೆ, ಸಮಾಜದಲ್ಲಿ ಪ್ರತಿಷ್ಠಿತ ಸ್ಥಾನಕ್ಕೆ ಇದೊಂದು ತೊಡಕು.

''ಆಯ್ತು....'' ಮಗನ ಕೈ ಹಿಡಿದುಕೊಂಡರು ''ಯಾರ್ಮೇಲು ದ್ವೇಷ ಬೇಡ ಅಜಿತ್'' ಆಕೆಯ ಕಣ್ತುಂಬಿತು. ಮುಖವನ್ನು ಪಕ್ಕಕ್ಕೆ ತಿರುಗಿಸಿಕೊಂಡರು. ಹರಿದ ಕಂಬನಿಯ

ಬಿಂದುಗಳು ಭವಾನಿ ಕರುಳ ಸಂಕಟದ ರಕ್ತದ ತೊಟ್ಟುಗಳು.

"ನಂಗೆ ಯಾರ್ಮೇಲು ದ್ವೇಷ ಇಲ್ಲ. ಬಹುಶಃ ಅವ್ನೇ ಹೋಗಿರ್ತಾನೆ" ಎಂದ ಅಜಿತ್. ಆಕೆಯ ಹಣೆಯ ಮೇಲೆ ಬೆವರಿನ ಸೆಲೆಯೊಡೆಯಿತು.

"ಬೇಡ.... ಬೇಡ.... ನಿಶಾಂತ್ ಸಾಯಬಾರ್ದು" ಬಾಯಿಗೆ ಕೈ ಅಡ್ಡ ಹಿಡಿದು ಬಿಕ್ಕಿದರು. ಅನಂತ ವೇದನೆಯ ಪರಾಕಾಷ್ಠೆ.

ಅಷ್ಟರಲ್ಲಿ ಶರ್ಮ ಬಂದಿದ್ದರಿಂದ ಅಜಿತ್ ಎದ್ದು ಹೊರಗೆ ಹೋದ. ಒದ್ದೆಯಾದ ಕೆನ್ನೆಗಳು.

"ಭವಾನಿ.... ಯಾಕೆ ಈ ಅಳು? ಅಜಿತ್ ಬಗ್ಗೆ ಅಷ್ಟೊಂದು ಮನಸ್ಸಿಗೆ ಹಚ್ಚಿಕೋಬೇಡ. ಅವನಿನ್ನು ಹುಡ್ಗ. ನೀನು ಹೇಳ್ದ ಪ್ರಕಾರ ಯಾವುದಾದರೊಂದು ಕೋರ್ಸಿಗಾಗಿ ವಿದೇಶಕ್ಕೆ ಕಳ್ಸಿಬಿಡೋಣ" ಕೆನ್ನೆಗಳನ್ನು ಸವರಿ ಕಣ್ಣಿನಲ್ಲಿ ಕಣ್ಣಿಟ್ಟು ನೋಡಿದರು.

ರಾತ್ರಿ ಬಂದು ಅರ್ಚನಾ "ಮಮ್ಮಿ ಗಾಡ್ ಈಜ್ ಗ್ರೇಟ್ ನಿಶಾಂತ್‌ಗೆ ಇನ್ನೇನು ಭಯವಿಲ್ವಂತೆ" ಎಂದು ಉಸುರಿದಳು ಹರ್ಷದಿಂದ.

ಭವಾನಿ ಮಗಳತ್ತ ನೋಡಿದರು. ನಿಶಾಂತ್ ಬಗ್ಗೆ ಅವಳಿಗೆ ಇರುವ ಸೆಳೆಯ ಯಾವುದು? ಆಕೆಯ ಕಣ್ಣಂಚು ಮತ್ತೆ ಒದ್ದೆಯಾಯಿತು.

ನಾಲ್ಕಾರು ದಿನಗಳಲ್ಲಿ ಭವಾನಿ ಚೇತರಿಸಿಕೊಂಡರೂ ವ್ಯಥೆಯ ನೆರಳು ಆಕೆಯ ಮುಖದಲ್ಲಿಂದ ಮಾಸಿ ಹೋಗಲಿಲ್ಲ.

"ಒಂದ್ತಿಂಗ್ಳು.... ನ್ಯೂಯಾರ್ಕ್‌ಗೆ ಹೋಗ್ಬಿಡೋಣ. ಇನ್ನಷ್ಟು ರೆಸ್ಟ್ ಜೊತೆ ಬದಲಾವಣೆಯೂ ಬೇಕು" ಶರ್ಮ ಮನೆಗೆ ಬಂದ ಕೂಡಲೇ ಹೇಳಿದರು. ಅಸಮ್ಮತಿ ಆಕೆಯ ಮುಖದ ಮೇಲಾಡಿತು.

"ಅಜಿತ್‌ನ ಒಂಟಿಯಾಗಿ ಬಿಟ್ಟು ಹೋಗೋದು ಸರಿಯಲ್ಲ. ಏನೇನೋ ಓಡಾಟ ನಡ್ಸಿದ್ದಾನೆ. ಅದ್ನೆಲ್ಲ ಮುಗ್ಸಿಕೊಂಡು ಎಲ್ಲಾ ಒಟ್ಟಿಗೆ ಹೋಗೋಣ" ನಿರಾಕರಣೆ ಸ್ಪಷ್ಟವಾಗಿತ್ತು.

"ವಾಟ್, ನಾನ್ಸೆನ್ಸ್.... ಅವನೇನು ಮಗುವಲ್ಲ. ಬೀದಿಯಲ್ಲಿ ಬೆಳ್ದ ಅನಾಥ ಅಲ್ಲ, ನಾವಿಲ್ಲದಿದ್ರೂ ....ಏನು ಭಯವಿಲ್ಲ" ಕುಪಿತರಾದರು ಶರ್ಮ.

ಭವಾನಿ ಎದ್ದು ಹೋದರು. ಈಚೆಗೆ ಮುಖ ತಪ್ಪಿಸಿ ಓಡಾಡುವುದು ಜಾಸ್ತಿಯಾಗಿದೆಯೆನಿಸಿತು. ಶರ್ಮಗೆ ಯಾವುದಕ್ಕೂ ಅಂತ್ಯವೆನ್ನುವುದು ಒಂದಿರುತ್ತದೆ. ಇವಳೆದೆಯ ಹರೆಯದ ಪ್ರೀತಿಗೆ ಕೊನೆಯೆಂಬುದು ಇಲ್ಲವೆ?

ಇಂದು ಒಂಟಿಯಾಗಿಯೇ ಶರ್ಮ ಕ್ಲಬ್‌ಗೆ ಹೋಗಿಬಿಟ್ಟರು. ಭವಾನಿಗೆ ಅಷ್ಟೇ ಸಾಕಾಗಿತ್ತು. ಆಕೆಯ ಮನ ಸದಾ ಏಕಾಂತ ಬಯಸುತ್ತಿತ್ತು. ಕಲ್ಪನೆಗಳೋ, ನೆನಪುಗಳೋ, ಕನಸುಗಳೋ- ಅಂತು ಅವುಗಳೊಡನೆ ಇರಲು ಬಯಸುತ್ತಿದ್ದರು.

ಹೊರಗಿನ ಗಾರ್ಡನ್‌ನಲ್ಲಿ ಬಂದು ಕೂತರು. ಹೈಹೀಲ್ಡ್ ಸದ್ದು ಮಾಡುತ್ತ ಬಂದ ಅರ್ಚನಾ "ನಿಶಾಂತ್‌ನ ನೋಡ್ಕೊಂಡ್ಬರ್ತೀವಿ ಮಮ್ಮಿ. ನೆನ್ನೆ ಸ್ವಲ್ಪ ಮಾತಾಡಿದನಂತೆ"

ಗೋಗರೆದಳು. ಇದು ಅಜಿತ್ ಮತ್ತು ತಂದೆಗೆ ಇಷ್ಟವಿಲ್ಲವೆಂದು ಅವಳಿಗೆ ಗೊತ್ತು, ತಾಯಿಯ ಸಹಕಾರ ಮಾತ್ರ ಸಿಗಬೇಕು.

ಮಗಳತ್ತ ದೈನ್ಯದ ನೋಟ ಬೀರಿದರು ''ವಿಷ್ಯ ತಿಳಿದ್ರೆ ನಿನ್ನ ಡ್ಯಾಡಿ ಕೋಪ ಮಾಡ್ಕೋತಾರೆ. ಹೇಗೂ ಅಪಾಯವಿಲ್ಲಾಂತ ಗೊತ್ತಾಯಿತಲ್ಲ. ಮಾತ್ಯಾಕೆ.... ತಿರ್ಗಾಟ? ಇಂಥ ಬಿಹೇವಿಯರ್ ಒಳ್ಳೇದಲ್ಲ'' ಮನಸ್ಸಿಗೆ ವಿರುದ್ಧವಾಗಿ ಎಚ್ಚರಿಸಿದರು.

''ಛೆ, ನೀನು ಹಾಗೇ ಯೋಚಿಸ್ತೀಯಲ್ಲ ಮಮ್ಮಿ ನಿಶಾಂತ್ ನಂಗೆ ಬೇರೆ ಅನ್ನಿಸೋದೆ ಇಲ್ಲ. ನಾನು, ತರಂಗಿಣಿ ಇಬ್ರೂ ಹೋಗೋದು. ಅವ್ಳ ಪಪ್ಪ ಕೂಡ ಹೋಗಿ ನೋಡ್ಕೊಂಡ್ಬಂದ್ರು. ಡ್ಯಾಡಿ ಕೂಡ ಹೋಗ್ಬರಬಹುದಿತ್ತು. ಬರೀ.... ಸ್ಟೇಟಸ್....'' ತಂದೆಯನ್ನು ಮೂದಲಿಸಿಬಿಟ್ಟಳು.

''ನಿನ್ನಿಷ್ಟ, ನೀನೇ ಫೇಸ್ ಮಾಡ್ಬೇಕು. ನಂಗೆ ಅಷ್ಟು ಧೈರ್ಯ ಇಲ್ಲ'' ಭವಾನಿ ತಾಳ್ಮೆ ಕಳೆದುಕೊಂಡು ಸಿಡುಕಿದರು. ಸರಾಗವಾಗಿ ಹರಿದು ಹೋಗುತ್ತಿದ್ದ ನೀರಿನಲ್ಲಿ ಕಲ್ಲು ಬಿದ್ದಿತ್ತು. ಕದಡಿ ಪೂರ್ಣ ನೀರು ಜಗ್ಗಡವಾದೀತೆಂದು ಆಕೆಯ ಭಯ.

''ಓಕೆ....'' ಹಾರಿಯೇಬಿಟ್ಟಳು.

ತರಂಗಿಣಿ, ಅರ್ಚನಾ ವಾರ್ಡ್‌ಗೆ ಬಂದಾಗ ಉಸ್ತಾದ್ ಚಿಕ್ಕಣ್ಣ ಅಲ್ಲಿಯೇ ಇದ್ದರು. ಆತನಿಗಂತು ಆಶ್ಚರ್ಯ. ವಿದ್ಯಾರ್ಥಿಗಳು, ಮೂಟೆ ಹೊರೋ ಕೂಲಿಗಳು, ಅವರ ಸಂಸಾರಗಳು, ಮೆಕ್ಯಾನಿಕ್‌ಗಳು ಬಂದು ನಿಶಾಂತ್‌ನ ನೋಡಿ ಹೋಗುತ್ತಿದ್ದರು. ಇಷ್ಟು ಕಡಿಮೆ ಅವಧಿಯಲ್ಲಿ ಎಷ್ಟು ಜನಪ್ರಿಯತೆ ಗಳಿಸಿದ್ದಾನೆ–

ಪೇಷಂಟ್‌ನ ಡಿಸ್ಟರ್ಬ್ ಮಾಡಬಾರದೆಂಬ ಎಚ್ಚರಿಕೆ ಇದ್ದುದ್ದರಿಂದ ಹೊರಗಿನಿಂದಲೇ ಹೇಳಿ ಕಳಿಸುತ್ತಿದ್ದರು. ಇವರಿಗೆ ಸ್ಪೆಷಲ್ ಪರ್ಮಿಷನ್.

ಕಣ್ಣು ಮುಚ್ಚಿದ ನಿಶಾಂತ್ ನಿಧಾನವಾಗಿ ಕಣ್ತೆರೆದ. ಮಂಕು ಕಡಿಮೆಯಾಗಿ ಆಕೃತಿಗಳು ಸ್ಪಷ್ಟವಾದಾಗ ಆ ಸಮಯದಲ್ಲೂ ಅವನ ತುಟಿಯಂಚಿನಲ್ಲಿ ಮುಗುಳ್ನಗೆ ಮಿನುಗಿತು.

''ಹೇಗಿದ್ದೀರಾ....?'' ತರಂಗಿಣಿಯ ಮೌನ ಹಾರಿ ಹೋಯಿತು.

''ಫೈನ್, ಹೇಗೆ ಮಾಡಿದ್ದೀರಾ ಎಗ್ಸಾಮ್‌ನಲ್ಲಿ? ನಂಗೆ ಅಟೆಂಡ್ ಮಾಡೋಕಾಗ್ಲಿಲ್ಲ'' ಭಯಂಕರ ನಿರಾಶೆ, ವ್ಯಥೆ, ಪದಗಳ ರೂಪದಲ್ಲಿ ಅವನ ನಾಲಿಗೆಯಿಂದ ಹೊರಳಿ ಹೊರ ಬಂತು.

ಅರ್ಚನಾ ಗಂಟಲು ಕಟ್ಟಿತು ''ಏನೂ ಪ್ರಯೋಜನವಿಲ್ಲ ಎಲ್ಲಾ ಒಟ್ಟಿಗೆ ಮಾಡ್ಕೋಬಹುದ್ದು'' ಎಂದಳು. ನಿಶಾಂತ್ ಒಂದು ಪೇಪರ್‌ಗೆ ಮಾತ್ರ ಅಟೆಂಡ್ ಆಗಿದ್ದ.

''ಥ್ಯಾಂಕ್ಯೂ ವೆರಿ ಮಚ್, ನಿಮ್ಮ ಮದರ್ ಕೂಡ ಬಂದಿದ್ರೂಂತ ತಿಳೀತು,. ಅವ್ರಿಗೆ ನನ್ನ ಧನ್ಯವಾದ ತಿಳ್ಸಿ'' ಎಂದ.

ಸಿಸ್ಟರ್ ಬಂದು ಇವರಿಬ್ಬರನ್ನ ಹೊರಗೆ ಕಳಿಸಿದಳು ಸ್ವಲ್ಪ ಮರ್ಯಾದೆಯಿಂದ.

ತರಂಗಿಣಿ ಕಣ್ಣೀರಿಟ್ಟಳು. ಅವಳು ಮೆಚ್ಚಿದ್ದು ನಿಶಾಂತ್ ಒಬ್ಬನನ್ನ, ಪ್ರೀತಿಯೋ,

ಪ್ರೇಮವೋ, ಇಷ್ಟವೋ ಅವೆಲ್ಲ ಗೊತ್ತಿಲ್ಲ ಅವಳಿಗೆ. ಅವನ ಸ್ವಭಾವ, ಧೈರ್ಯ ಎಲ್ಲವನ್ನು ಇಷ್ಟಪಟ್ಟಿದ್ದಳು.

''ನಿಶಾಂತ್ ಆಸ್ಪತ್ರೆಯಿಂದ ಹೊರಬರಲು ಎಷ್ಟು ದಿನಗಳು ಬೇಕಾಗಬಹುದು'' ಕೇಳಿದಳು ಮುಗ್ಧಳಂತೆ. ಅರ್ಚನಾ ಗೊತ್ತಿಲ್ಲವೆಂದು ತಲೆಯಾಡಿಸಿದರೂ ಒಂದು ಅಂದಾಜು ಮಾಡಿದಳು. ''ತಲೆಗೆ ಪೆಟ್ಟಾಗಿ ಕೈಗೆ ಹೊಡೆತ, ಕಾಲು ಫ್ರಾಕ್ಚರ್.... ತಿಂಗಳುಗಟ್ಲೆ ಬೇಕಾಗುತ್ತದೆಯೇನೋ, ಅವ್ನ ಓದೋ ಹುಮ್ಮಸ್ಸಿಗೆ ಈ ಆಕಸ್ಮಿಕಗಳೇ ಬಂಡೆಗಳಾಗಿ'' ಹಿಂದೆ ಪೆಟ್ಟು ತಿಂದುದನ್ನು ನೆನಪಿಸಿಕೊಂಡಳು.

''ಒಂದ್ನಿಮ್ಷ....'' ಹಿಂದಕ್ಕೆ ಹೋದಳು.

ಉಸ್ತಾದ್ ಚಿಕ್ಕಣ್ಣನವರು ಅಂದು ಮಾಡಿದ ಸಹಾಯ, ಒಂಟಿಯಾಗಿ ಪ್ರಾಣವನ್ನು ಪಣವಾಗಿಟ್ಟು ಓಡಾಡಿದ ವೈಖರಿಯನ್ನು ತಾಯಿಯ ಬಾಯಿಂದ ಕೇಳಿದ್ದಳು. ಆತ ಇಲ್ಲೇ ಇದ್ದರೂ ಒಮ್ಮೆ ಕೂಡ ಮನೆಗೆ ಬಂದಿರಲಿಲ್ಲ.

''ಡ್ಯಾಡಿ, ಆ ಉಸ್ತಾದ್ ಚಿಕ್ಕಣ್ಣ ಇಲ್ಲೇ ಇದ್ದಾರೆ. ಕರ್ದು ಮಾತಾಡ್ಸು'' ಒಮ್ಮೆ ಹೇಳಿದ್ದಳು. ಶರ್ಮ ಹುಬ್ಬುಗಳು ಮೇಲೇರಿದ್ದವು ''ಬರ್ತಾನೆ ಬಿಡು'' ಉದಾಸೀನ ತೋರಿದ್ದರು.

ಇಂದು ಬರುವಂತೆ ಒತ್ತಾಯಿಸಿ ಬಂದಳು.

ಗೋಡೆಯ ಮೇಲೆ ಬರೆದು ಅವನಿಂದ ಪೆಟ್ಟು ತಿಂದ ವಿದ್ಯಾರ್ಥಿಗಳು ಕೂಡ ಬಂದು ನಿಶಾಂತ್‌ನ ನೋಡಿ ಹೋಗಿದ್ದರು. ಅಜಿತ್ ಒಬ್ಬ ಮಾತ್ರ ಬಂದಿರಲಿಲ್ಲ.

''ನಿಶಾಂತ್‌ನ..... ನೋಡ್ದಾ?'' ಕೇಳಿದ್ದಳು.

''ಹೋಗಿ ನೋಡೋಕೆ, ರಾಷ್ಟ್ರಕ್ಕಾಗಿ ಪ್ರಾಣ ಕೊಟ್ಟ ಹುತಾತ್ಮನಾ? ಅಥವಾ ರಾಷ್ಟ್ರ ಪ್ರಶಸ್ತಿ ಪಡೆದ ನಟ, ಕಲಾವಿದ, ಸಾಹಿತಿಯಾ? ಅವನ್ನನೇನು ನೋಡೋಡು? ಅಂಥವರು ದಿನ ಬೆಳಗಾದರೆ ಸಾಯ್ತಾರೆ'' ತಿರಸ್ಕಾರ ತೋರಿದ್ದ.

ಅಂತು ನಿಶಾಂತ್, ಅಜಿತ್ ನಡುವೆ ದೊಡ್ಡ ಕಂದಕವೇ ನಿರ್ಮಾಣವಾಗಿದೆಯೆಂದು ಅವಳಿಗೆ ಅರ್ಥವಾಗಿತ್ತು.

ಕಾಲೇಜು ಇರಲಿಲ್ಲ ನೇರವಾಗಿ ಅರ್ಚನಾ ತರಂಗಿಣಿಯ ಮನೆಗೆ ಹೋಗಿ ಅಲ್ಲಿಂದಲೇ ಫೋನ್ ಮಾಡಿದ್ದಳು ''ಇಲ್ಲೇ ..... ಇರ್ತೀನಿ'' ಭವಾನಿ ಏನೂ ಹೇಳಲಿಲ್ಲ.

ಯಾಕೋ ಈ ಸಂಬಂಧಗಳಿಗೆ ಈಚೆಗೆ ಯಾವ ಅರ್ಥವೂ ಕಾಣುತ್ತಿರಲಿಲ್ಲ. ಎಲ್ಲರೂ ಸ್ವಾರ್ಥಿಗಳೇ, ತಮ್ಮ ಸುಖ, ಭವಿಷ್ಯಕ್ಕಾಗಿ ಪರಸ್ಪರ ಎಲ್ಲವನ್ನು ಇಲ್ಲವಾಗಿಸಿ ಬಿಡುತ್ತಾರೆ.

''ಯಾರೋ.... ಬಂದಿದ್ದಾರೆ?'' ವಾಚ್‌ಮನ್ ಬಂದು ವಿಷಯ ಮುಟ್ಟಿಸಿದ. ''ಉಸ್ತಾದ್.... ಚಿಕ್ಕಣ್ಣ ಅಂತ ಹೇಳ್ದ'' ಕರೆತರುವಂತೆ ಹೇಳಿ ಕಳಿಸಿದರು.

ಅಂದು ಆಸ್ಪತ್ರೆಯಲ್ಲಿ ಕಂಡ ವ್ಯಕ್ತಿ ಬಂಗ್ಲೆಯ ಕಡೆ ಮುಖ ಹಾಕಿರಲಿಲ್ಲ. ನೆನಪಿಗೆ ಬಂದರೂ ತೆಪ್ಪಗಾಗಿದ್ದರು.

ಇಂದು ತಾವಾಗಿ ಬಂದವರನ್ನು ವಿಶ್ವಾಸದಿಂದ ಸ್ವಾಗತಿಸುವುದು ಕರ್ತವ್ಯವೆನಿಸಿತು.

"ನಮಸ್ಕಾರ.... ತಾಯಿ...." ಏಳಡಿಗೆ ಒಂದಿಂಚು ಕಮ್ಮಿ ಇದ್ದ ವ್ಯಕ್ತಿ ತಲೆ ತಗ್ಗಿಸಿ ಎರಡು ಕೈ ಜೋಡಿಸಿದ. "ಕೂತ್ಕೊಳ್ಳಿ...." ಸೋಫಾದತ್ತ ಕೈ ತೋರಿಸಿದಳು.

"ತೊಂದರೆ ಆಯಿತೇನೋ, ಚಿಕ್ಕಮ್ಮಾವ್ರು ಬರ್ಲೇಬೇಕೂಂತ ತುಂಬ ಗಲಾಟೆ ಮಾಡಿದ್ರು. ನಾಳೆ ಬೆಳಿಗ್ಗೆ ಒಂದಿಷ್ಟು ಊರಿಗೆ ಹೋಗ್ಬರ್ಬೇಕಿದೆ" ಗತ್ತಿನ ದನಿಯಲ್ಲಿ ನಮ್ರತೆಯು ಎದ್ದು ಕಾಣುತ್ತಿತ್ತು.

"ಹೇಗಿದ್ದಾನೆ, ನಿಶಾಂತ್?" ಕೇಳಿದಳು.

"ಆಯುಸ್ಸು ಭದ್ರ ಇತ್ತು. ಉಳಕೊಂಡ. ಆಕ್ಸಿಡೆಂಟ್ ಹೇಗಾಯ್ತುಂತ ಹೇಳೋರೇ ಇಲ್ಲ. ಅನ್ಯಾಯವಾಗಿ ಆ ಮಗುನ ಕೊಂದು ಬಿಡೋರು" ದುಃಖಿತಪ್ತನಾದ.

ಭವಾನಿ ಮೈ ಮೃದುವಾಗಿ ಕಂಪಿಸತೊಡಗಿತು. ಕರುಳು ದೃಢಪಡಿಸಿದರು, ಇನ್ನೊಂದಿಷ್ಟು ಕುತೂಹಲ.

"ನಿಶಾಂತ್ ಅಪ್ಪ, ಅಮ್ಮ ಎಲ್ಲಾ ಬಂದಿದ್ದಾರ?" ಗೊತ್ತಿದ್ದರೂ ಕೇಳಿದರು.

"ಎಲ್ಲಿಯ ಅಪ್ಪ, ಅಮ್ಮ ತಾಯಿ. ಯಾವ ಪುಣ್ಯಾತ್ಗಿತ್ತಿ ಹಡೆದಳೋ, ತನ್ನ ಮಾನ ಉಳಿಸಿಕೊಳ್ಳೋಕ್ಕಾಗಿ ಕಲ್ಯಾಣಿ ಮೆಟ್ಟಲು ಮೇಲೆ ಎಸೆದು ಹೋದ್ಲು. ಭೂಮಿನೇ ಅಮ್ಮ, ಆಕಾಶನೇ ಅಪ್ಪ ಅಂಥ ಸ್ಥಿತಿಯಲ್ಲಿತ್ತು ಮಗು. ಜಾತಿ ವಿಷ್ಯದಲ್ಲಿ ನೂರೊಂದು ಮಾತು ಆಡಿಕೊಂಡ್ರೂ.... ತಮ್ಮ ಮಗುನೇ ಅಂತ ಊರೋರೆಲ್ಲ ಬೆಳೆಸಿದ್ರು. ವಿಷಯ ಕೇಳಿ ಕಣ್ಣೀರಿಟ್ಟವ್ರು ಎಷ್ಟು ಮಂದಿನೋ, ಗೋಳಾಡಿದೋರು ಎಷ್ಟೋ, ಅವ್ನ ತಬ್ಬಲೀ ಅಲ್ಲ" ಒದರಿ ಮನದ ಭಾರ ಕಡಿಮೆ ಮಾಡಿಕೊಂಡರು ಚಿಕ್ಕಣ್ಣ.

ಭವಾನಿ ಆ ಸಮಯದಲ್ಲಿ ಒಂಟಿಯಾಗಿದ್ದರೆ ಬಿಕ್ಕಿ ಬಿಕ್ಕಿ ಅತ್ತು ಬಿಡುತ್ತಿದ್ದರೇನೋ, ಆಮೇಲೆ ಒಂದು ಮಾತೂ ಆಡಲಿಲ್ಲ.

ಶರ್ಮ ಬಂದು ಆಕೆಯನ್ನು ರಿಲೀವ್ ಮಾಡಿದಂತಾಯಿತು. ದಿಂಬಿನಲ್ಲಿ ಮುಖ ಹುದುಗಿಸಿ ಅತ್ತರು. ಈ ಅಳು ಹೊರ ಜಗತ್ತಿಗೇನು ತನ್ನ ಗಂಡ, ಮಕ್ಕಳಿಗೆ ಕೂಡ ತಿಳಿಯಬಾರದು. ತಿಳಿದರೆ ದೊಡ್ಡ ಪ್ರಳಯ,. ಅದರಲ್ಲಿ ಭಸ್ಮವಾಗುವುದು ತಾನೊಬ್ಬಳು ಮಾತ್ರವಲ್ಲ ಇಡೀ ಕುಟುಂಬ.

ಜೀವ ಹಿಂಡುವಂಥ ನೋವಿನ ನಂತರ ಮಗುವಿನ ಅಳು ಕೇಳಿಸಿದಾಗ ಭಯ, ಭವಿಷ್ಯತ್‌ನ ಚಿಂತೆಯೆಲ್ಲ ಮಾಯವಾಗಿತ್ತು. ಬಳಲಿಕೆಯಲ್ಲು ತನ್ನ ಕರುಳಿನ ಕುಡಿಯನ್ನು ಎದೆಗವಚಿಕೊಂಡಿದ್ದಳು. ಆ ಅಳು ಆಪ್ಯಾಯಮಾನ. ಪುಟ್ಟ ಮಡಚಿದ ಕೈಯನ್ನು ಬಿಡಿಸಿದಾಗ ಬಿಳಿಯ ಚರ್ಮದ ಅಂಗೈ ಮೇಲೆ ಕರಿಯ ಪುಟ್ಟ ಮಚ್ಚೆ ಕಣ್ಣೊಡೆಯುವಂತಿತ್ತು.

"ಸಾಕು ಕೊಡು.... ಮಗುನ?" ಅವಳಮ್ಮ ಕೈ ನೀಡಿದ್ದಳು.

"ನನ್ಹತ್ರನೇ ಮಗು ಇರ್ಲಿ...." ಕೊಸರಿದ್ದಳು. ಆಕೆ ತಲೆ ಚಚ್ಚಿಕೊಂಡಿದ್ದಳು.

"ನಿಂಗೇನಾಗಿದೆ? ಸಮಾಜದ ಎದುರು ನಿನ್ನ ತಾಯ್ತನ ನಗೆಪಾಟಲಾಗುತ್ತೆ. ಇನ್ನು ಹತ್ತು ಮಕ್ಕಳನ್ನು ಹಡಿಯಬಹುದು" ಕಸಿದುಕೊಂಡಿದ್ದರು.

ಆಮೇಲೆ ಆಗ ತಾನೇ ಹುಟ್ಟಿದ ಮಗುವಿನ ಅಳುವನ್ನು ಅವರೆಂದೂ ಕೇಳಲಿಲ್ಲ. ಎರಡು ಹೆತ್ತು ಸುಖವಾಗಿ ಕಣ್ಮುಂದೆ ಬೆಳೆದರೂ ಮೊದಲ ಮಗುವಿನ ಹಂಬಲಿಕೆಯೇನು ಸಮಾಧಿಯಾಗಲಿಲ್ಲ. ಆ ಆಕಾಂಕ್ಷೆ ಭವಾನಿಯಲ್ಲೇ ಹುದುಗಿ ಹೋಗಿದೆ.

ನಿಶಾಂತ್‌ನಿಗೆ ಅಂಗೈಯಲ್ಲಿ ಅಂತಹುದೇ ಮಚ್ಚೆ. ತನ್ನ ಕರುಳ ಕುಡಿ ನಿಶಾಂತ್. ಆದರೆ ದನಿಯೆತ್ತಿ ಸಮಾಜಕ್ಕೆ ಹೇಳಲಾರರು. ಹೇಳಕೂಡದು. 'ನಿಶಾಂತ್.... ನಿಶಾಂತ್....' ನರಳಿದರು.

"ಅಮ್ಮ, ಯಜಮಾನ್ರು ಕರೀತಾರೆ" ಆಳಿನ ಕೂಗು ಕೇಳಿ ಮೇಲಕ್ಕೆದ್ದ ಭವಾನಿ ಮುಖ ತೊಳೆದು, ಒಂದಿಷ್ಟು ಮುಖಾಲಂಕಾರ ಮಾಡಿಕೊಂಡು ಹೊರಗೆ ಬಂದರು.

ಹೊರಟು ನಿಂತಿದ್ದ ಉಸ್ತಾದ್ ಚಿಕ್ಕಣ್ಣ ಎರಡು ಕೈ ಜೋಡಿಸಿದ.

"ಬರ್ತೀನಿ ತಾಯಿ, ಚಿಕ್ಕ ಯಜಮಾನರನ್ನು ನೋಡ್ಲಿಲ್ಲ. ಇನ್ನೊಂದ್ಸಲ ಬರ್ತೀನಿ" ಎಂದರು.

ತಾನೇ ಕೋಣೆಗೆ ಹೋಗಿ ಬಂದ ಶರ್ಮ ಹತ್ತು ಸಾವಿರದ ಒಂದು ಕಟ್ಟನ್ನು ಅವರತ್ತ ನೀಡಿದರು.

"ತಗೊಳ್ಳಿ, ಅವ್ನ ಟ್ರೀಟ್‌ಮೆಂಟಿಗೆ ಬೇಕಾಗ್ಬಹುದು" ಚಿಕ್ಕಣ್ಣನ ಕೈ ಮುಂದಕ್ಕೆ ಹೋಗಲಿಲ್ಲ.

"ಬೇಡ.... ಬೇಡ.... ಹಾಸಿಗೆ ಹಿಡಿದಿದ್ರೂ ಇಂಥ ಅನುಕಂಪ ಋಣವಾಗೋದು ಅವ್ನಿಗೆ ಇಷ್ಟವಾಗೋಲ್ಲ. ಲಾರಿಗೆ ಮೂಟೆ ಹೊರೋ ಕೂಲಿಗಳು ತಮ್ಮ ಒಂದು ದಿನದ ಕೂಲಿಯನ್ನು ಕೂಡ್ಸಿ ತಂದುಕೊಟ್ಟಿದ್ದಾರೆ. ಮೆಕ್ಯಾನಿಕ್ ಷಾಪ್‌ನ ಯಜಮಾನ್ರು, ಹಳ್ಳಿಯಲ್ಲಿನ ಮನೆ ಮನೆಯವ್ರು ತಮ್ಮ ಕೈಲಾದಷ್ಟು ತಂದುಕೊಟ್ಟಿದ್ದಾರೆ. ಈ ಋಣಗಳ್ನ ಯಾವಾಗ ತೀರಿಸೋದೂಂತ ಅಂತ ಸ್ಥಿತಿಯಲ್ಲು ಕಣ್ಣೀರು ಹಾಕ್ತಾನೆ. ಮತ್ತೆ ಇದನ್ನ ತಗೊಂಡ್ ಅವ್ನ ಋಣದ ಭಾರ ಹೆಚ್ಚಿಗೆ ಮಾಡ್ಲಾರೆ" ನಿರಾಕರಿಸಿಬಿಟ್ಟರು.

ಶರ್ಮ ದಿಗ್ಮೂಢರಾದರು. ಚಿಕ್ಕಣ್ಣನಲ್ಲಿ ಏನೂ ಬದಲಾವಣೆ ಇಲ್ಲ.

"ಬರ್ತೀನಿ...." ಹೊರಟುಬಿಟ್ಟ

ಅಪರಾಧ ಶೋಧನೆಯ ಇತಿಹಾಸ ಪರಿಶೀಲಿಸಿದರೆ ಒಂದೊಂದು ರೂಪಾಯಿಗೂ ಕೊಲೆ, ಸುಲಿಗೆ, ದರೋಡೆ, ಮೋಸ ಮಾಡುವ ಜಗತ್ತಿನಲ್ಲಿ ಕೈ ನೀಡಿ ಕೊಟ್ಟರೂ ಹಚ್ಚ ಹಸುರಿನ ನೋಟುಗಳನ್ನು ನಿರಾಕರಿಸುವಂಥ ವ್ಯಕ್ತಿಗಳೂ ಇದ್ದಾರಲ್ಲ- ವಿಸ್ಮಿತರಾದರು.

ಉಸ್ತಾದ್ ಚಿಕ್ಕಣ್ಣನ ಬೆಳವಣಿಗೆಯಲ್ಲಿ ನಿಶಾಂತ್ ಹಾಗೇ ಬೆಳೆಯುವುದು ಅತಿಶಯವೇನು ಅನ್ನಿಸಲಿಲ್ಲ. 'ರಿಯಲೀ ಗ್ರೇಟ್' ಎಂದುಕೊಂಡರೂ 'ಅಹಂ' ಹೆಡೆಯಾಡಿತು. ತನ್ನಂಥ ದೊಡ್ಡ ವ್ಯಕ್ತಿ ಮುಂದೆ ಹಾಗೇ ನಡೆದುಕೊಂಡಿದ್ದು ಸರಿಯಲ್ಲವೆನಿಸಿತು.

ಆಂಗ್ಲ ಭಾಷೆಯಲ್ಲಿ ಬಯ್ದರು.

"ಹಾಗೇ ಅಂದಿದ್ದು ಸರಿಯಿಲ್ಲ, ಹಣ, ಸ್ಟೇಟಸ್ ಅಷ್ಟೆ, ಸ್ವಾಭಿಮಾನದ ಲಕ್ಷಣವಲ್ಲ" ಭವಾನಿ ವಿರೋಧಿಸಿದರು. ಇಂಥದ್ದೇ ಮಾತನ್ನು ಭಾವೀ ಪತ್ನಿಯ ಬಾಯಿಂದ ಕೇಳಿದ್ದರು. ಬದಲಾವಣೆ ಮೇಲ್ಮುಖಕ್ಕೆ ಮಾತ್ರ ಎಂದುಕೊಂಡರು.

ಭವಾನಿಯತ್ತ ನೋಡಿದರು. ಕಣ್ಣುಗಳಲ್ಲಿನ ಪ್ರಖರತೆಯನ್ನು ನಿಟ್ಟಿಸಲಾರದೆ ಆಕೆ ಬೇರೆಡೆಗೆ ಮುಖ ತಿರುಗಿಸಿಕೊಂಡರು.

* * *

ಡಾಕ್ಟರರ ನಿರೀಕ್ಷೆಗೂ ಮೀರಿ ನಿಶಾಂತ್ ಚೇತರಿಸಿಕೊಂಡಿದ್ದ. ಇನ್ನೆಂಟು ದಿನವಾದರೂ ಆಸ್ಪತ್ರೆಯಲ್ಲಿ ಇರಬೇಕಿತ್ತು. ತನ್ನ ನೋವು, ವೇದನೆಯನ್ನು ಒತ್ತಟ್ಟಿಗೆ ಇರಿಸಿ ಬೇರೆಯವರ ದುಃಖದಲ್ಲಿ ಪಾಲುಗಾರನಾಗುತ್ತಿದ್ದ.

ವಿಠೋಬ ತಂದುಕೊಡುತ್ತಿದ್ದ ಹಣ್ಣುಗಳನ್ನು ಬೇರೆಯವರಿಗೆ ಹಂಚಿಬಿಡುತ್ತಿದ್ದ. ಮ್ಯಾಗಝೀನ್ ಹಿಡಿದು ಮಲಗಿದ್ದ ಅವನಿಗೆ ಕಾಲಿನ ಬಳಿ ಯಾರೋ ನಿಂತದ್ದು - ಕಣ್ಣು ಪಕ್ಕಕ್ಕೆ ಸರಿಸಿದ.

ಅರ್ಚನಾ ತಾಯಿ ಭವಾನಿ ನಿಂತಿದ್ದರು. ಕೈಯಲ್ಲಿ ಹಣ್ಣಿನ ಬುಟ್ಟಿ, ಜಗತ್ತಿನ ಒಂಬತ್ತನೇ ಅದ್ಭುತ ಕಂಡಂತಾಯಿತು.

"ನೀವು...." ಸಂಕೋಚಿಸಿದ.

"ನಾನೇ...." ಮಂಚದ ಮೇಲೆ ಅವನ ಬಳಿಯಲ್ಲಿಯೇ ಕೂತರು.

"ಈಗ....ಹೇಗಿದ್ದೀಯಾ?" ಸಂಕೋಚ ಅವನನ್ನು ಆವರಿಸಿತು.

"ಪರ್ವಾಗಿಲ್ಲ...." ಅವನ ಸ್ವರ ಹೊರಳಲು ಕಷ್ಟಪಟ್ಟಿತು.

ಎಲ್ಲವನ್ನು ವಿಚಾರಿಸಿದರು ನಿಧಾನವಾಗಿ. ಕೈಗೆ ಕಟ್ಟಿದ ಬ್ಯಾಂಡೇಜ್ ಚಾಚಿ ತೋರಿಸಿದಾಗ ಅಂಗೈಯಲ್ಲಿ ಅದೇ ಹುಟ್ಟು ಮಚ್ಚೆ. ಪುಟ್ಟ ಎಳೆಯ ಕೈಯಲ್ಲಿ ಕಂಡದ್ದೇ-ಆಕೆಯ ಕರುಳಿನಲ್ಲಿ ಚಾಕು ಆಡಿಸಿದಂತಾಯಿತು.

"ಬೇಗ ಹುಷಾರಾಗ್ಬಿಡು, ನಿಶಾಂತ್" ಎಂದವರು ಅತ್ತಿತ್ತ ನೋಡಿ.

"ನಾನು ಬಂದಿದ್ದು ಅರ್ಚನಾಗೂ ಕೂಡ ಹೇಳ್ಬೇಡ" ಕೈ ಮುಂದಕ್ಕೆ ಚಾಚಿದರು. ಅವನಿಗೆ ಗಾಬರಿಯಾಯಿತು. ಏನು ಕಣ್ಣುಗಳ ಸೆಳೆತವೋ, ತನ್ನ ಕೈಯಿಟ್ಟ. 'ಹೇಳೋಲ್ಲ' ಎನ್ನುವ ಭರವಸೆ ಕಣ್ಣುಗಳೇ ಕೊಟ್ಟಂತಾಯಿತು. ಆದರೆ ಆಕೆಯ ಕಣ್ಣಂಚಿನ ನೀರಿನ ಪದರವನ್ನು ಸ್ಪಷ್ಟವಾಗಿ ಗುರ್ತಿಸಿದ.

ಭವಾನಿ ಹೋದ ಎಷ್ಟೋ ಹೊತ್ತಿನವರೆಗೂ ಒಂದು ರೀತಿಯ ಭ್ರಮೆಯಲ್ಲಿ ತೊಳಲಾಡಿದ. ಅರ್ಚನಾಗೆ ಹೇಳಬೇಡವೆಂದರೆ ಯಾರಿಗೂ ಗೊತ್ತಾಗಬಾರದೆಂಬುದು ಆಕೆಯ ತೀರ್ಮಾನ. ಅದನ್ನು ವಿಶ್ಲೇಷಿಸಬಲ್ಲ.

ಶರ್ಮ ಅವರಿಗೆ ಇಂಥವರ ಬಗ್ಗೆ ಅಸಡ್ಡೆ, ಜಿಗುಪ್ಸೆ, ಅಜಿತ್ ಅವನ ಮೇಲೆ ಕೆಂಡ ಕಾರುತ್ತಿದ್ದ. ಇಂಥದ್ದರಲ್ಲಿ ಭವಾನಿ ಬಂದು ತನ್ನನ್ನು ನೋಡಿದ್ದು ಸರಿಯಲ್ಲ. ಆ ಭಯ ಇರಬಹುದು.

ಆದರೆ ಆಕೆ ತನ್ನನ್ನು ಬಂದು ನೋಡುವ ಅಗತ್ಯವಿತ್ತೇ ? ಕಣ್ಣಲ್ಲಿ ಆ ತುಂತುರು ಯಾಕೆ?

ನಿಶಾಂತ್‌ಗೆ ಏನೇನು ಅರ್ಥವಾಗಲಿಲ್ಲ.

ವಿಠೋಬ ಬಂದಾಗ ಹಣ್ಣಿನ ಬುಟ್ಟಿ ನೋಡಿ ಹುಬ್ಬೇರಿಸಿದ.

"ಇಷ್ಟೊಂದು ಯಾರು ತಂದಿದ್ದು? ಆ ಹುಡ್ಗೀರು ತಂದ ಹಣ್ಣು ತಿಂದು ತಿಂದು ಎರ್ಡ್ಡು ಕೆ.ಜಿ. ನಾನು ಜಾಸ್ತಿಯಾಗಿಬಿಟ್ಟಿದ್ದೀನಿ. ಈವೊತ್ತಿನ ಇಷ್ಟು ದೊಡ್ಡ ಸರಕು ಯಾರ್ದು?" ಹಾಸ್ಯ ಮಾಡುತ್ತಲೇ ದೊಡ್ಡ ಸೈಜಿನ ಒಂದು ಮೂಸಂಬಿ ಕೈಗೆತ್ತಿಕೊಂಡ.

"ಬೇರೆಯವ್ರು ತಂದುಕೊಟ್ಟಿದ್ದು" ಎಂದ.

"ಅರೇ, ಇಷ್ಟೊಂದು ಹಣ್ಣು! ಯಾರಪ್ಪ ಅಂಥವರು" ಎಂದವನು ಅಲ್ಲಿಯೇ ಇಟ್ಟ "ಕಾಲೇಜಿನೋರು...." ಎಂದುಬಿಟ್ಟ.

ಅವನ ಪಕ್ಕದಲ್ಲಿಯೇ ಕೂತ ವಿಠೋಬ "ಈಗ ಡಾಕ್ಟರನ್ನು ನೋಡ್ಬಂದೆ ಬೇಕಾದ್ರೆ.... ಕರ್ಕೊಂಡ್ಹೋಗಿ, ಇನ್ನೊಂದು ತಿಂಗ್ಳು ಎದ್ದು ತಿರ್ಗಾಡ ಬಾರ್ದೂಂದ್ರು. ಹೇಗೆ.... ಸಾಧ್ಯ? ನಾನು ಹೊರ್ಗೆ ಹೋಗಿದ್ದಾಗ ನೀನೆಲ್ಲಿ ಅದು ಇದೂ ಮಾಡೋಕೆ ಶುರು ಮಾಡಿಬಿಡ್ತೀಯೋ! ಇಲ್ಲಿ ಡಿಸ್‌ಛಾರ್ಜ್ ಆದ ಕೂಡ಼್ಲೇ ಯಾವುದಾದ್ರೂ ಪ್ರೈವೇಟ್ ನರ್ಸಿಂಗ್ ಹೋಂಗೆ ಸೇರ್ಸಿಬಿಡ್ತೀನಿ" ಅವನ ಮಾತಿಗೆ ಬೆಚ್ಚಿದ ನಿಶಾಂತ್.

ನೂರುಗಳು ನೋಡದ ಸ್ಥಿತಿ ಅವನದು. ಆದರೆ ಸಾವಿರಗಳು ಖರ್ಚಾಗಿತ್ತು ಅವನ ಟ್ರೀಟ್‌ಮೆಂಟಿಗೆ. ಎಲ್ಲಿಂದ ಬಂತು? ಯಾರು, ಯಾರಿಗೆ ಎಷ್ಟೆಷ್ಟು ಋಣ? ಇದನ್ನೆಲ್ಲಾ ತನ್ನಿಂದ ತೀರಿಸಲು ಸಾಧ್ಯವೇ?

"ಏನು....ಬೇಡ. ನನ್ನ ಕರ್ಕೊಂಡ್ಹೋಗಿ ಬಿಡು. ಕೆಲವರಿಗೆ ತಿರುಗೋದು ತಪ್ಪುತ್ತೆ. ನಿಂಗೂ ಒಂದು ರೀತಿಯ ಸಹಾಯ; ಅವನ ಕಂಠ ಗದ್ಗದವಾಯಿತು.

ವಿಠೋಬ ಅತ್ತಿತ್ತ ನೋಡಿ ರೇಗಿದ "ಏನೇನೋ ಮಾತಾಡ್ಬೇಡ. ನಿಂಗೆ ಇಲ್ಲಿ ಇಷ್ಟವಿಲ್ಲಾಂದ್ರೆ.... ಮನೆಗೆ ಹೋಗ್ಬಿಡೋಣ. ನಾನು ಒಂದ್ತಿಂಗ್ಳು ರಜ ಹಾಕಿ ಮನೆಯಲ್ಲಿದ್ದು ಬಿಡ್ತೀನಿ" ಸಮಾಜಾಯಿಸಿ ಹೇಳಿದ.

ಮುಖದಲ್ಲಿ ಗಾಬರಿ ನಟಿಸಿದ ನಿಶಾಂತ್ ನಕ್ಕುಬಿಟ್ಟ.

"ನಾನು ಆಸ್ಪತ್ರೆ ಸೇರ್ದ ದಿನದಿಂದ ರಜ ಎಷ್ಟೋ, ಡ್ಯೂಟಿಗೆ ಚಕ್ಕರ್ ಎಷ್ಟೋ, ಅಂತು ಇಲ್ಲಿ ಇದ್ದು ಬಿಡ್ತಾ ಇದ್ದೆ. ಈಗ ನಿಂಗೆ ರಜ ಯಾರು ಕೊಡ್ತಾರೆ?"

"ಬೇಡ ಬಿಡು, ರಾಜೀನಾಮೆ ಕೊಟ್ಟು ಒಂದು ಫಾನ್ ಬೀಡಾ ಅಂಗ್ಡಿ ಇಟ್ಟುಬಿಡ್ತೀನಿ. ಸರ್ಯಾಗಿ ವ್ಯಾಪಾರವಾದ್ರೆ ಸಂಬಳಕ್ಕಿಂತ ಜಾಸ್ತಿನೇ ದುಡೀಬಹುದ್ದು" ಉತ್ಪ್ರೇಕ್ಷೆಯಿಂದ ಆಡಿದ ಮಾತುಗಳಲ್ಲ.

ಅವನ ಸ್ನೇಹಕ್ಕೆ ನಿಶಾಂತ್ ಮೂಕನಾದ.

ಮರುದಿನವೇ ಆಸ್ಪತ್ರೆಯಿಂದ ಬಿಡುಗಡೆ ಹೊಂದಿ ಕ್ವಾರ್ಟರ್ಸ್‌ಗೆ ಬಂದ.

ಅಪರೂಪಕ್ಕೆ ಬಂದು ನೋಡಿ ಹೋಗುವ ಸಹಪಾಠಿಗಳಿಗಿಂತ ಪದೇ ಪದೇ ಬರುವ ಅರ್ಚನಾ, ತರಂಗಿಣಿ ಅವನಿಗೆ ದೊಡ್ಡ ತಲೆನೋವು.

ಹೂವಿನಗುಚ್ಛ, ಹಣ್ಣು, ಬಿಸ್ಕತ್ತು ಒಂದಲ್ಲ ಒಂದು ಕೈಯಲ್ಲಿಡಿದು ಬರುತ್ತಿದ್ದರು. ಕೆಲವೊಮ್ಮೆ ಪ್ರತ್ಯಕ್ಷವಾಗಿ, ಪರೋಕ್ಷವಾಗಿ ಹೇಳಿದ್ದ. ಏನೂ ಪ್ರಯೋಜನವಾಗಿರಲಿಲ್ಲ, ಇತರರ ಋಣ, ಸಹಾನುಭೂತಿ ಅವನಿಗೊಂದು ಬೇಡವಾಗಿತ್ತು.

ಆರಾಮಿನ ನಿಟ್ಟುಸಿರು ದಬ್ಬಿದ. ನಾಲ್ಕು ದಿನಕ್ಕೊಮ್ಮೆ ಬಂದು ಹೋಗುವಂತೆ ಹೇಳಿದ್ದರು. ಹೆಚ್ಚು ನಡೆಯುವುದು ಕೂಡ ಕೆಲವು ದಿನಗಳು ನಿರ್ಬಂಧ.

ಎರಡು ದಿನ ವಿಠೋಬ ಮನೆಯಲ್ಲಿಯೇ ಉಳಿದಾಗ ಅವನಿಗೆ ಗಾಬರಿಯಾಯಿತು.

''ಹೇಳ್ದ ಪ್ರಕಾರ ಕೆಲ್ಸಕ್ಕೆ ರಾಜೀನಾಮೆ ಕೊಟ್ಟುಬಿಟ್ಯಾ ? ಹಳ್ಳಿಯಲ್ಲಿರುವವರ ಬಗ್ಗೆ ಯೋಚ್ಸು'' ದೈನ್ಯದಿಂದ ಕೇಳಿಕೊಂಡ.

''ಅಂಥದ್ದೇನಿಲ್ಲ, ಎರ್ಡು ದಿನ ರಜ ಹಾಕಿದ್ದೆ, ನಾಳೆಯಿಂದ ಹೋಗ್ತೀನಿ'' ನಿಶಾಂತ್‌ನ ಭುಜ ತಟ್ಟಿದ.

ಹಳ್ಳಿಯವರು ಹೇಳಿದ ಮಾತುಗಳನ್ನು ನೆನಪಿಸಿಕೊಂಡ.

''ಕಾಲೇಜು ತೆಗ್ಯೋವರ್ಗೂ ಮತ್ತೇನು ಕೆಲ್ಸವಿಲ್ಲ. ಹೇಗೂ ಚಿಕ್ಕಣ್ಣ, ಭಟ್ಟರು ಎಲ್ಲಾ ಬಾ ಅಂದಿದ್ದಾರೆ. ಒಂದಿಷ್ಟು ದಿನ ಹೋಗ್ತೀನಿ'' ಎಂದ.

''ನಿಂಗಿಷ್ಟು ತೊಂದರೆ ತಪ್ಪುತ್ತೆ'' ಅನ್ನೋ ಮಾತನ್ನು ಮಾತ್ರ ನುಂಗಿಕೊಂಡ.

ತಲೆಯಾಡಿಸಿಬಿಟ್ಟ ವಿಠೋಬ.

''ಮಾಮೂಲು ಸ್ಥಿತಿಗೆ ನೀನು ಮರಳುವವರೆಗೂ ಎಲ್ಲೂ ಹೋಗೋದ್ಬೇಡ. ಕಾಲನ್ನ ಇನ್ನೊಂದೆರಡು ಸಲ ಎಕ್ಸ್‌ರೇ ಮಾಡ್ಸಬೇಕಾಗುತ್ತೆ. ಯಾವುದಾದ್ರೂ ವೆಹಿಕಲ್ ಸಿಕ್ಕರೆ ಒಂದೆರಡು ವಾರ ಬಿಟ್ಟು ಹೋಗ್ಬರೋಣ. ನಂಗೂ ಅಲ್ಲೆಲ್ಲ ನೋಡೋ ಆಸೆ ಇದೆ.''

ನಿಶಾಂತ್ ತೆಪ್ಪಗಾಗಬೇಕಾಯಿತು.

ಅಂದು ಎಕ್ಸ್‌ರೇಗೆ ಹೋದಾಗ ತರಂಗಿಣಿ ಅವನಿಗಾಗಿ ಕಾಯುತ್ತಾ ನಿಂತಿದ್ದಳು. ಮುದ್ದು ಮುಖದ, ಮುಗ್ಧ ಹುಡುಗಿಯ ಬಗೆಗೆ ಸಂದೇಹ ಪಡಲು ಸಾಧ್ಯವಿರಲಿಲ್ಲ.

''ಹಲೋ....'' ಅತ್ತಿತ್ತ ನೋಡಿದ ''ನಿಮ್ಮ ಫ್ರೆಂಡ್ ಎಲ್ಲಿ? ಯಾರನ್ನಾದ್ರೂ ನೋಡೋಕ್ಬಂದ್ರಾ ?'' ಕೇಳಿದ.

ಅಷ್ಟರಲ್ಲಿ ವಿಠೋಬ ಎರವಲು ತಂದ ಬೈಕನ್ನು ನಿಲ್ಲಿಸಿ ಬಂದ.

''ನಮಸ್ಕಾರ ತಾಯಿ'' ಎರಡು ಕೈ ಜೋಡಿಸಿದ. ''ಡಾಕ್ಟ್ರಗೆ ಹೇಳಿಬಂದಿದ್ದೆ ಕಾಯ್ತಾ ಇರ್ತ್ತಾರೆ'' ಅವಸರಿಸಿದ.

ತರಂಗಿಣಿ ತುಟಿ ತೆರೆದು ಏನೂ ಹೇಳಿರಲಿಲ್ಲ. ಬೇರೆ ಯಾರನ್ನೋ ನೋಡಲು ಬಂದಿರಬೇಕೆಂದು ನಿಶಾಂತ್ ಕೈಯೆತ್ತಿ ವಿಠೋಬನ ಜೊತೆ ನಡೆದ.

''ಈ ಹುಡ್ಗೀಗೆ ಮಾತು ಬರುತ್ತೋ, ಇಲ್ವೋ'' ವಿಠೋಬ ಟೋಪಿ ಸರಿಮಾಡಿಕೊಂಡ.

''ಸಂಗೀತದಂತಿರೋ ತನ್ನ ಕಂಠ ಯಾರ್ಗೂ ಕೇಳದಿರಲೀಂತ ಮಾತು ಕಮ್ಮಿ ಆಡ್ತಾರೆ.

ಒಬ್ಬ ಮಹಾನ್ ವಿದ್ವಾಂಸ, ಉತ್ತಮ ಮನುಷ್ಯರ ಮಗಳು'' ಹೊಗಳಿದ.

''ನಂಗೆ ಅನುಮಾನ! ಅವ್ರು ದೊಡ್ಡವರೇ ಇರ್ಬಹ್ದು. ಅವ್ರು, ಬಡವರ ನಡುವೆ ಸಮಾಜ ಒಂದು ಕಂದಕ ತೋಡಿಬಿಟ್ಟಿದೆ. ಅವ್ರು ಈ ಕಡೆ ಬರೋಹಂಗಿಲ್ಲ. ಇವ್ರು ಆ ಕಡೆ ಹೋಗೋ ಹಂಗಿಲ್ಲ. ಹಾರೋಕೆ ಹೋದ್ರೆ ಕಂದಕದಲ್ಲಿ ನೆಲಸಮವಾಗಿ ಬಿಡ್ತಾರೆ'' ವಿವೇಕದಿಂದ ಅರ್ಥಗರ್ಭಿತವಾಗಿ ಮಾತಾಡಿದ.

ನಿಶಾಂತ್ ಸ್ವಲ್ಪ ಜೋರಾಗಿಯೇ ನಕ್ಕುಬಿಟ್ಟ.

''ಕಂದಕ ಹಾರೋಕೆ ಇಷ್ಟವಿದೆ. ಹಾರುತೀನಿ ಕೂಡ. ಬಿದ್ದು ಸಾಯೋಲ್ಲ. ಬೇರೆ ಯಾರನ್ನು ಸಾಯೋಕೆ ಬಿಡೋಲ್ಲ.'' ಆ ನಗುವನ್ನು ಅಳಿಸಿ ಬಿಡುವಂಥ ದೃಢ ತೀರ್ಮಾನದ ಮಾತುಗಳನ್ನಾಡಿದ.

''ಅಂತು ನನ್ನ ಅನುಮಾನ ನಿಜ್ವಾಗಿ ಹೋಯ್ತು'' ಸ್ವಲ್ಪ ಬೇಸರದಿಂದಲೇ ಆಡಿದ ವಿಠೋಬ ''ಬೇಡ ನಿಶಾಂತ್....'' ಎಂದವನು ಇನ್ನೊಂದು ಮಾತಾಡಲಿಲ್ಲ.

ಎಕ್ಸ್‌ರೇ ಮುಗಿಸಿಕೊಂಡು ಡಾಕ್ಟರನ್ನು ಭೇಟಿ ಮಾಡಿ ಬಂದಾಗ ಕೂಡ ತರಂಗಿಣಿ ಅಲ್ಲೇ ನಿಂತಿದ್ದಳು. ಇಬ್ಬರೂ ಮುಖ ಮುಖ ನೋಡಿಕೊಂಡರು.

''ಯಾರಿಗೋಸ್ಕರ ಕಾಯ್ತಾ ಇದ್ದೀರಾ?'' ನಿಶಾಂತ್ ಅತ್ತಿತ್ತ ನೋಟ ಹರಿಸಿ ಕೇಳಿದ ''ವಾಟ್ ಕೆನ್ ಐ ಡೂ ಫಾರ್ ಯು? ನನ್ನಿಂದ ಏನಾದ್ರೂ ಆಗ್ಬೇಕಿದ್ದರೆ ಹೇಳಿ''

ಏನಿಲ್ಲವೆಂದು ತಲೆಯಾಡಿಸಿ ತನ್ನ ಪರ್ಸ್ ತೆಗೆದು ಪ್ಲಾಸ್ಟಿಕ್‌ನಲ್ಲಿ ಸುರಕ್ಷಿತವಾಗಿದ್ದ ಅರೆ ಬಿರಿದ ಹಳದಿ ಗುಲಾಬಿ ಮೊಗ್ಗನ್ನ ಅವನಿಗೆ ಕೊಟ್ಟಳು.

''ಪಪ್ಪ, ನಿಮ್ಮ ಬಗ್ಗೆ ವಿಚಾರಿಸಿದ್ರು. ಅರ್ಚನಾ ಮುಂಬೈಗೆ ಹೋಗಿದ್ದಾಳೆ'' ಅಷ್ಟೆ ಹೇಳಿದ್ದು. ನಿಧಾನವಾಗಿ ಸರಿದು ಹೋದಳು ಸುಂದರವಾದ ಬಿಳಿಯ ಮೋಡ ಹಾದು ಹೋದಂತಾಯಿತು.

ವಿಠೋಬ ಅವನ ಭುಜದ ಮೇಲೆ ಕೈಯಿಟ್ಟ. ''ಈಗ ನಿನ್ನ ಮನಸ್ಸಿನ ದೃಢತೆಯನ್ನು ಪಣವಾಗಿಡು. ಇದನ್ನೇ ಪ್ರೇಮ, ಪ್ರೀತಿಯೆಂದು ತಿಳಿದು ಬಿದ್ದು ಬಿಡ್ಬೇಡ. ಬರೀ ಆಕರ್ಷಣೆ ನಾಲ್ಕು ದಿನದ್ದು. ಈಗ ಆ ಹುಡ್ಗಿ ನಿನ್ನ ಹಿಂದೆ ಬಿದ್ದಿದೆ. ಆಮೇಲೆ ನೀನು ಅವ್ಳ ಹಿಂದೆ ಬಿದ್ದು ಮಜ್ನುವಿನಂತೆ ವಿರಹ ಗೀತೆಗಳ್ನ ಹಾಡ್ಬೇಕಾಗುತ್ತೆ ಅಥ್ವಾ ದೇವದಾಸ್‌ನಂತೆ ಬಾಟಲಿ ಭಕ್ತನಾಗ್ಬೇಕಾಗುತ್ತೆ. ಕೇರ್‌ಫುಲ್ ಆಗಿರು'' ಎಚ್ಚರಿಕೆ ಹೇಳಿದ.

ನಿಶಾಂತ್ ಆ ಮೊಗ್ಗಿನತ್ತ ಒಮ್ಮೆ ನೋಡಿದ. ತರಂಗಿಣಿಯಷ್ಟೆ ಸುಂದರವಾಗಿತ್ತು.

''ನಿನ್ನ ಫ್ರೆಂಡ್ ಕಣ್ಣು ತೆರೆದ ಕೂಡ್ಲೇ ಆಕಾರ ನೋಡಿದ್ದು. ಇದ್ದಿದ್ದು ಭೂಮಿ ಮೇಲೆ, ಹೆತ್ತ ತಾಯಿಯೇ ನಿರ್ದಯಿಯಾದಳೂಂದ್ರೆ.... ನಂಗೆ ಪ್ರೀತಿ, ಪ್ರೇಮ, ಸಂಬಂಧಗಳ ಬಗ್ಗೆ ವಿಶ್ವಾಸವಿಲ್ಲ. ನಡೀ ಹೋಗೋಣ'' ಕೈಸಿಂದ ಅವನ ಭುಜವನ್ನು ಬಳಸಿದ.

ವಿಠೋಬನ ಮಿದುಳಿನಲ್ಲಿ ಗುಂಗಿ ಹುಳ ಹೊಕ್ಕಂತಾಗಿತ್ತು. ಈ ವಯಸ್ಸಿನಲ್ಲಿ ಅಂಥ ಮುದ್ದಾದ ಹುಡುಗಿ ಹಿಂದೆ ಬಿದ್ದರೆ ''ಆಕರ್ಷಣೆಯಿಂದ ತಪ್ಪಿಸಿಕೊಳ್ಳಲು ಸಾಧ್ಯವೇ? ಇಂಥ

ಪ್ರೇಮಗಳ ಸುಖಾಂತ ಕಡಿಮೆ!''

ಕ್ವಾರ್ಟರ್ಸ್ ಮುಂದೆ ಬೈಕ್ ನಿಂತಾಗ ಇಳಿದು ''ಕೊಟ್ಟು ಬಂದು ಬಿಡು. ಇನ್ನೊಂದು ದಿನ ಕೊಡ್ತೋಕೆ ಹಿಂದೂ ಮುಂದೂ ನೋಡ್ತಾರೆ'' ಹೇಳಿದ. ಆದರೆ ವಿಠೋಬ ಇಳಿದು ಬಂದ. ಇನ್ನಷ್ಟು ಬುದ್ಧಿವಾದ ಹೇಳುವುದು ಅವನಿಗೆ ಅಗತ್ಯವಾಗಿ ಕಂಡಿತು.

''ಆಚಾರ್ಯ ಎಂಬ ಹೆಸರು ಭಾರತೀಯವಾದರೂ ಅವ್ರು ಜರ್ಮನ್‌ನ ದೊಡ್ಡ ವಿದ್ವಾಂಸ, ಕಲಾಕಾರರು ಮಾತ್ರವಲ್ಲ ಶ್ರೀಮಂತರು ಕೂಡ. ಇಂಥವರ ಒಬ್ಬಳೇ ಮುದ್ದಿನ ಮಗಳು ತರಂಗಿಣಿ. ಗೊತ್ತು ತಾನೇ?'' ವಿಠೋಬ ಕೇಳಿದಾಗ ನಿಶಾಂತ್ ನಕ್ಕುಬಿಟ್ಟ.

''ಆತ ಕಲಾಕಾರ, ವಿದ್ವಾಂಸ ಅನ್ನೋದು ಗೊತ್ತು. ದೊಡ್ಡ ಶ್ರೀಮಂತ ಅನ್ನೋದು ನನ್ನ ಮಟ್ಟಿಗೆ ಗೌಣ. ಹಣವಿರುವ ಜನ ಜಗತ್ತಿನಲ್ಲಿ ಬೇಕಾದಷ್ಟು ಜನ ಇದ್ದಾರೆ. ಆದರೆ ಡಚ್‌ಮನ್ ಫ್ರೆಡರಿಕ್ ಆಚಾರ್ಯ ಅಂಥವರ ಸಂಖ್ಯೆ ತೀರಾ ಕಮ್ಮಿ. ನಾನು ಅದಕ್ಕಾಗಿ ಅವರನ್ನ ಗೌರವಿಸೋದು. ಅವ್ರ ಮಗ್ಳು ಅನ್ನೋ ಕಾರಣ ಬಿಟ್ಟರೂ ತರಂಗಿಣಿಯಂಥ ಮೃದು, ಸರಳ, ಸ್ನೇಹ ಸ್ವಭಾವದ ಹುಡುಗಿಯರು ಅಪರೂಪವೇ. ಅದೇ ಅಭಿಮಾನಿಸೋದು'' ಸ್ಪಷ್ಟಪಡಿಸಿದ.

''ಅಭಿಮಾನ ನಾಳೆ ಪ್ರೇಮವಾಗ್ಬಾರ್ದು. ಯಾವುದೋ ಗುಂಗಿನಲ್ಲಿ ನಿನ್ನ ಸ್ನೇಹಕ್ಕಾಗಿ ಓಡಾಡಿದ ಹುಡುಗಿ ನಾಳೆ ಮುಲಾಜಿಲ್ಲದೆ ಮುಖ ತಿರುಗಿಸ್ಬಹುದು. ನೀನು ಆಗ ದುರಂತ ಪ್ರೇಮಿ ಆಗ್ಬಾರ್ದು. ಅದರಿಂದ್ಲೇ ತರಂಗಿಣಿಯಿಂದ ದೂರ ಇರು'' ಹೇಳಿದ.

ಗೆಳೆಯನ ಕೈ ಹಿಡಿದುಕೊಂಡ ನಿಶಾಂತ್ ''ನಿಂಗೆ ಆ ಭಯ ಬೇಡ. ನನ್ನ ಜೀವನದ ಲಕ್ಷ್ಯವೇ ಬೇರೆ. ಪ್ರೇಮ, ಪ್ರೀತೀಂತ ಓಡಾಡೋಕೆ ಅಜಿತ್‌ನಂಥವ್ರಿಗೆ ಪುರುಸೊತ್ತು. ನಿನ್ನ ಸಲಹೆ, ಮಾತುಗಳು ನನ್ನ ಎಚ್ಚರಿಸುತ್ತ ಇರುತ್ತೆ'' ಭರವಸೆ ಕೊಟ್ಟ.

ಅವನನ್ನ ಕಳಿಸಿ ಬಂದು ಹಾಸಿಗೆಯ ಮೇಲೆ ಉರುಳಿಕೊಂಡ. ದೇವರ ಫೋಟೋ ಮುಂದಿಟ್ಟ ಹಳದಿ ಗುಲಾಬಿ ಮೊಗ್ಗನ್ನ ನೋಡಿದ. ಅವನೆದೆಯಲ್ಲಿ ಎದ್ದ ನವರಾಗಗಳಿಗೆ ಪೂರ್ಣ ವಿರಾಮ ಹಾಕಿ ಮೇಲೆದ್ದ.

ಪ್ಲಾಸ್ಟಿಕ್‌ನಿಂದ ಹೊರತೆಗೆದ ಗುಲಾಬಿ ಮೊಗ್ಗಿಗೆ ನೀರು ಸಿಂಪಡಿಸಿ ಮತ್ತೆ ಅದರಲ್ಲಿಯೇ ಇಟ್ಟು ದೇವರ ಫೋಟೋ ಮುಂದಿಟ್ಟ.

''ನೀನು ಇರುವುದೇ ನಿಜವಾದರೆ ಸುಂದರ ಮನ, ವಿಶಾಲ ಹೃದಯ, ತಣ್ಣನೆಯ ತಂಗಾಳಿಯಂಥ ತರಂಗಿಣಿಗೆ ಒಳ್ಳೆಯದು ಮಾಡು. ಅವಳೆಂದು ಬಾಡದಿರಲಿ'' ಕೇಳಿಕೊಂಡ.

ಬಾಗಿಲು ಸದ್ದಾಯಿತು, ಎದ್ದು ಬಂದು ತೆಗೆದ. ಭವಾನಿ ನಿಂತಿದ್ದರು. ಬೆರಗಾದ ಇದು ಸಾಧ್ಯವೇ? ಕನಸಿನಂತೆ ತೋರಿತು ಅವನಿಗೆ.

''ಒಳ್ಗಡೆ.... ಬರಲಾ ನಿಶಾಂತ್''? ಆಕೆ ಕೇಳಿದರು.

ಹಿಂದಕ್ಕೆ ಸರಿದ, ಭವಾನಿ ಒಳಗೆ ಬಂದರು. ವಿಠೋಬ ಹೋಗಿದ್ದು, ಕ್ವಾರ್ಟರ್ಸ್ ಬಳಿ ಜನ ಇಲ್ಲದ್ದು ನೋಡಿಯೇ ಬಂದಿದ್ದರು.

''ಹೇಗಿದ್ದೀಯಾ?'' ಅವನನ್ನೇ ನೋಡುತ್ತ ಕೇಳಿದರು. ಆಕೆಯ ಪ್ರೇಮದ

ರೂಪುರೇಷೆಗಳನ್ನು ಎಣಿಕೆ ಮಾಡತೊಡಗಿದರು.

ನಿಶಾಂತ್‌ಗೆ ಒಂದು ತರಹ ಆಯಿತು "ಚೆನ್ನಾಗಿದ್ದೀನಿ, ನನ್ನಿಂದ ನಿಮ್ಗೇನಾಗ್ಬೇಕು? ಉಸ್ತಾದ್ ಚಿಕ್ಕಣ್ಣ ಅಂದು ನಿಮ್ಮ ಪ್ರಾಣಗಳ್ನ ಉಳಿಸಿದ ಎಂದ ಮಾತ್ರಕ್ಕೆ ನನಗಾಗಿ ನೀವು ಇಷ್ಟೊಂದು ಕರುಣೆ ತೋರುವ ಅಗತ್ಯವಿಲ್ಲ, ನಂಗೆ ಇಷ್ಟವೂ ಇಲ್ಲ" ಮನಸ್ಸಿಗೆ ವಿರುದ್ಧವಾದ ಸ್ವಲ್ಪ ಕಟುವಾಗಿಯೇ ಹೇಳಿಬಿಟ್ಟ.

ಭವಾನಿ ಕಣ್ಣುಗಳಲ್ಲಿ ತುಂತುರು ಇಣುಕಿತು.

"ನೀನು ನಮ್ಮ ಅಜಿತ್ ಹಾಗೆಯೇ...." ಎಂದರು ತಮ್ಮನ್ನು ತಾವು ಸಾಮಾಳಿಸಿಕೊಂಡ "ಅದ್ಹೇಗೆ.... ಸಾಧ್ಯ? ಅಜಿತ್ ನಿಮ್ಮ ಮಗ. ನನ್ನಂಥವ್ರು ಲೆಕ್ಕವಿಲ್ಲದಷ್ಟು ಜನ ಇದ್ದಾರೆ. ಅವರನ್ನೆಲ್ಲ ಅವನೊಟ್ಟಿಗೆ ನಿಲ್ಲಿಸಿ ನೋಡೋಕೆ ಸಾಧ್ಯವೇ? ಈಗ ಬಂದಿದ್ದೇನು" ಕೇಳಿದ.

ತಮ್ಮ ಹ್ಯಾಂಡ್ ಬ್ಯಾಗ್‌ನಿಂದ ಒಂದು ಸ್ಟೀಲ್ ಡಬ್ಬಿ ತೆಗೆದರು. ಆ ಕ್ಷಣ ಭವಾನಿ ತೀರಾ ಭಾವುಕಳಾಗಿ ಬಿಟ್ಟಿದ್ದರು.

"ನಿನ್ನ ಬಾಯಿಗೆ ನಾನು ಸಿಹಿ ಇಡ್ಲಾ?" ಆಕೆಯ ಕಣ್ಣಂಚಿನ ಕಂಬನಿ ಜಾರಲು ಸಿದ್ಧವಾಗಿತ್ತು. ಅವನ ಹೃದಯ ಕೂಡ ಭಾರವಾಯಿತು" "ಇಡೀ...." ಬಾಯಿ ತೆಗೆದ.

ತೆರೆದ ಬಾಯಿಗೆ ಪೇಡಾ ಇಟ್ಟ ಭವಾನಿ ಕಣ್ಣೀರು ತೊಡೆದುಕೊಂಡು ಬಾಗಿಲ ಬಳಿ ಹೋಗಿ ಅತ್ತಿತ್ತ ನೋಡಿ ಹೋಗಿಬಿಟ್ಟರು.

ಅವನು ಹ್ಯಾಂಡ್ ಬ್ಯಾಗ್ ಹಿಡಿದು ಓಡಿ ಬರುವ ವೇಳೆಗೆ ಕಾರು ಮೂವ್ ಆಗಿತ್ತು. ಡ್ರೈವ್ ಮಾಡುತ್ತಿದ್ದರು. ಮೂರು-ನಾಲ್ಕು ಮಂದಿ ಡ್ರೈವರ್‌ಗಳು ಇದ್ದು ಭವಾನಿ ಸ್ಟೀರಿಂಗ್ ವ್ಹೀಲ್ ಮುಂದೆ ಕೂಡಲು ಕಾರಣ? ಗಂಡನಿಗಿಲ್ಲದ ಕೃತಜ್ಞತೆ ಹೆಂಡತಿಗೆ ಅಂದುಕೊಂಡ.

ಭವಾನಿಗೆ ಚೆನ್ನಾಗಿ ನೆನಪಿತ್ತು. ಇಪ್ಪತ್ತೆರಡು ವರ್ಷಗಳ ಹಿಂದೆ ಇದೇ ದಿನ ಅವನನ್ನು ಹೆತ್ತಿದ್ದರು. ಅವನ, ನಿಶಾಂತ್‌ನ ಹುಟ್ಟಿದ ದಿನ ಅದು. ಅವನಿಗೆ ಅರಿವಿಲ್ಲ, ಅವಳ ಕೈಯಿಂದ ಕಸಿದುಕೊಂಡು ಹೋದ ಮಗುವನ್ನು ಮತ್ತೆ ನೋಡಿರಲಿಲ್ಲ.

ಎರಡು ಕಣ್ಣೀರಿನ ಬಿಂದುಗಳು ಆಶೀರ್ವಚನಗಳಂತೆ ಉದುರಿ ಮಾಯವಾದವು. ತನ್ನ ನಿಶಾಂತ್‌ನ ಭೇಟಿ ಮಾಡಿದ ಸುಳಿವು ಅಜಿತ್ ಅಥವಾ ಶರ್ಮಗೆ ತಿಳಿದರೂ ಅದರ ಬುಡ ಶೋಧಿಸದೇ ಬಿಡರು. ಅದರ ಪರಿಣಾಮ ಆರಾಮವಾಗಿ ಸಾಗುತ್ತಿದ್ದ ನಾವೆ ಸಮುದ್ರದ ಪಾಲು.

ಈಕೆಯ ಕಾರು ಬಾಲ್ಕನಿಯಲ್ಲಿ ನಿಲ್ಲುವ ವೇಳೆಗೆ ಸರಿಯಾಗಿ ಹೀರೋಹೊಂಡ ಮೇಲೆ ಅಜಿತ್ ಬಂದವನು ಅಚ್ಚರಿಗೊಂಡ.

"ಮಮ್ಮಿ, ಒಬ್ಬೇ ಎಲ್ಲಿಗೆ ಹೋಗಿದ್ದೆ? ಯಾರು ಡ್ರೈವರ್‌ಗಳು ಇರ್ಲಿಲ್ವಾ? ಡ್ಯಾಡಿ ನೋಡಿದ್ರೆ ಏನಂದ್ಕೋತಾರೆ? ಫೋನ್ ಮಾಡಿದ್ರು ಈಗ ಫ್ಲೈಟಿನಲ್ಲಿ ಬರ್‍ತಾ ಇದ್ದಾರೆ" ಮಗನ ಮಾತಿಗೆ ಏನೊಂದು ಹೇಳದೇ ಒಳಗೆ ಹೋಗಿಬಿಟ್ಟರು. ಆಕೆಗೆ ಇಂದು ಸಂತೋಷ ಕೂಡ.

ಇನ್ನೆಂದು ನೋಡಲಾರನೆಂದುಕೊಂಡಿದ್ದ ಕರುಳ ಕುಡಿಯನ್ನು ನೋಡಿದ್ದಲ್ಲದೇ, ಅವನು

ಹುಟ್ಟಿದ ಹಬ್ಬದ ದಿನ ಬಾಯಿಗೆ ಸಿಹಿ ಇಟ್ಟಿದ್ದು ಸ್ವಲ್ಪ ಆನಂದವಲ್ಲ ಹೆತ್ತ ತಾಯಿಗೆ.

ಸಡಗರದಿಂದ ಫ್ಲೈಟ್ ಟೈಮ್ ವಿಚಾರಿಸಿದರು. ಇಡೀ ಮನೆಯ ತುಂಬ ಓಡಾಡಿದರು. ಅಜಿತ್ ಕೂಡ ಖುಷಿಗೊಂಡ.

ಮಗನ ಜೊತೆ ವಿಮಾನ ನಿಲ್ದಾಣಕ್ಕೆ ಹೋಗಿ ಮಗಳು, ಗಂಡನನ್ನು ಸ್ವಾಗತಿಸಿ ಕರೆತಂದರು. ಉಲ್ಲಾಸ, ಉತ್ಸಾಹ ಭವಾನಿಯಲ್ಲಿ ತುಂಬಿಕೊಂಡಿತ್ತು.

ಶರ್ಮ ಕೂಡ ಕಣ್ಣರಳಿಸಿದರು. "ಮೇಮ್ ಸಾಹೇಬ್ ಬಹಳ ಸಂತೋಷವಾಗಿದ್ದಾರೆ. ಅದ್ರಲ್ಲಿ ನಮ್ಗೂ ಪಾಲು ಇದೆ ತಾನೇ?" ಹಾಸ್ಯ ಮಾಡಿದರು.

ಅದು ಹಂಚಲಾರದ ಪಾಲು ವಹಿಸಲಾರದಂಥದ್ದು. ಬಹುಶಃ ಭಾರತೀಯ ಗಂಡು, ಸಮಾಜ ಇದನ್ನು ಸಹಿಸಲಾರದು. ಮಗನನ್ನು ಕುಂತಿ ಗುರ್ತಿಸಿದರು. ಅಜ್ಞಾನವಾಗಿರಲು ಬಿಟ್ಟಿದ್ದು–ಬಲಿಪಶುವಾಗಿ ಬಿಟ್ಟ ಮಹಾಭಾರತದ ಕರ್ಣ.

"ಯಾಕೆ ಗಂಭೀರವಾಗ್ಬಿಟ್ಟೆ. ಸುಖ, ಸಂತೋಷದಲ್ಲಿ ನಿನ್ನ ಪಾಲುಗಾರ ನಾನಲ್ವಾ?" ಭುಜವಿಡಿದು ಕೇಳಿದರು. ಆಕೆ ತಬ್ಬಿಬ್ಬಾಗಿಬಿಟ್ಟರು "ಹೌದು...." ಮನಃಪೂರ್ವಕವಾಗಿ ಹೇಳಿದ್ದಲ್ಲ.

ಭವಾನಿ ತನ್ನ ಮನದ ಸಂತೋಷವನ್ನು ಗಂಡ, ಮಕ್ಕಳಿಗೆ ಮಾತ್ರವಲ್ಲ ಸ್ವತಃ ನಿಶಾಂತ್‌ಗೆ ಕೂಡ ಹಂಚಲಾರರು. ರಹಸ್ಯ ಗೌಪ್ಯವಾಗಿ ಉಳಿದು ಹೋಗಬೇಕು. ಸಮಾಜದ ಎದುರು ನಿಶಾಂತ್ ಅನಾಥ.

"ಈಗ್ಬಂದೇ...." ಕಣ್ಣೀರು ತೊಡೆದುಕೊಳ್ಳಲು ಒಳಗೆ ಹೋಗಿಬಿಟ್ಟರು.

ಹೆಂಡತಿಯ ಎದೆಯಾಳದಲ್ಲಿ ಯಾವುದೋ ಕೊರಗಿದೆಯೆಂದು ಶರ್ಮಗೆ ಮನದಟ್ಟಾಗಿತ್ತು. ಕಾಲೇಜು ದಿನಗಳ ಪ್ರೇಮ, ನಿರಾಕರಣೆ, ಬಲವಂತದ ಮದುವೆ, ಆಮೇಲಿನ ಒಡನಾಟ– ಇದು ಯಾವುದಾದರೂ ಆಗಿರಬಹುದು.

ಮದುವೆಯ ನಂತರ ಯಾವುದೇ ಪ್ರಸ್ತಾಪಿಸದ ಶರ್ಮ ಬೆಡ್‌ರೂಂಗೆ ಬಂದ ಕೂಡಲೇ ಪ್ರಶ್ನಿಸಿದರು. "ನಿಂಗೆ ಇನ್ನು ನಿರ್ಮಲ್‌ನ ನೆನಪಿದ್ಯಾ ?" ಭವಾನಿ ಬೆಚ್ಚಿಬಿದ್ದರು.

ಏರ್ ಕಂಡೀಷನರ್ ಕೋಣೆಯಲ್ಲಿಯೂ ಬೆವೆತುಬಿಟ್ಟರು.

"ಆ ಮಾತುಗಳೆಲ್ಲ ಯಾಕೆ? ಈಗ ನಾವು ಮಕ್ಳು ಭವಿಷ್ಯದ ಬಗ್ಗೆ ಯೋಚ್ಸಬೇಕು" ಸರಿಯಾಗಿ ಆಡಲಾರದೆ ತೊದಲಿದರು.

"ಗೆದ್ದ ಹುಮ್ಮಸ್ಸಿನಲ್ಲಿ 'ನಿರ್ಮಲ್'ನ ವಿಷಯ ಎಂದು ನಮ್ಮಗಳ ಮಧ್ಯೆ ಬರಬಾರ್ದು. ಆ ನೆನಪಿನಿಂದ ನಿನ್ನ ಮುಕ್ತಳಾಗಿಸಲು ನಾನು ಸಾಕಷ್ಟು ಪ್ರಯತ್ನಪಟ್ಟೆ, ಸಫಲವೋ, ವಿಫಲವೋ ನೀನೇ ಹೇಳ್ಬೇಕು" ತನ್ನೆದೆಯ ಅನುಮಾನದ ಮೊಳಕೆಯನ್ನು ಬೆಳೆಯಲು ಬಿಡಬಾರದೆಂಬ ನಿರ್ಧಾರಕ್ಕೆ ಬಂದಿದ್ದರು.

"ಏನೇನೋ.... ಕೇಳ್ಬೇಡಿ!" ಗಂಡನ ಎದೆಯ ಮೇಲೆ ತಲೆಯಿಟ್ಟರು. "ನೆನಪುಗಳು ಬಾಧಿಸಿದರೂ ಮತ್ತೆಂದು ನಿರ್ಮಲ್‌ನ ನೋಡ್ಬೇಕೆಂದು ಕೂಡ ನಾನು ಬಯಸ್ಲಿಲ್ಲ" ಹರಿದ ಕಂಬನಿ

ಶರ್ಮ ಅವರ ಎದೆಯನ್ನು ತೋಯಿಸಿತು.

"ನಂಗೆ ಅಷ್ಟು ಸಾಕು. ಈಚೆಗೆ ಬೇಗ ಉದ್ವಿಗ್ನಳಾಗಿ ಬಿಡ್ತೀಯ. ಮೊದಲಿನ ಬೆಳದಿಂಗಳು ಮುಖದ ಮೇಲಿಲ್ಲ. ಅದೇ ನನ್ನ ಚಿಂತೆ. ಸಮಾಧಿಯನ್ನು ಬಗೆಯುವ ಕೆಲ್ಸ ನಂಗೆ ಬೇಡ" ಬೆನ್ನ ಮೇಲೆ ಕೈಯಾಡಿಸಿದರು.

ನಿರ್ಮಲ್‌ನ ಹೆಸರು ಬಹಳ ವರ್ಷಗಳ ನಂತರ ಅದು ಶರ್ಮ ಅವರ ಬಾಯಲ್ಲಿ ಕೇಳಿದ್ದು. ಭವಾನಿ ವೈವಾಹಿಕ ಜೀವನದಲ್ಲಿ ರಾಜಿಯಾಗಿಬಿಟ್ಟಿದ್ದರು.

ಅಂದು ರಾತ್ರಿ ಶರ್ಮ, ಭವಾನಿ ಇಬ್ಬರು ನಿದ್ರಿಸಲಿಲ್ಲ. ಆದರೆ ನಿದ್ರಿಸಿದಂತೆ ನಟಿಸಿದರು. ಇದು ಒಂದು ರೀತಿಯ ಹೊಂದಾಣಿಕೆ.

ಭವಾನಿಗೆ, ನಿರ್ಮಲ್ ಪರಿಚಯವಾದದ್ದು ಹದಿನಾರನೆಯ ವಯಸ್ಸಿನಲ್ಲಿಯೇ. ಓದಲು ಇವಳ ಮನೆಯ ಎದುರಿನಲ್ಲಿಯೇ ಮನೆ ಮಾಡಿದ್ದ. ಒಂದು ರೀತಿಯಲ್ಲಿ ಭಾವುಕ. ಯಾವುದೋ ವಾದಕ್ಕೆ ಅಂಟಿಕೊಂಡಂತೆ ಮಾತಾಡುತ್ತಿದ್ದ.

ನಾಯಿ ಜೋರಾಗಿ ಬೊಗುಳ ತೊಡಗಿದ್ದರಿಂದ ನೆನಪುಗಳು ಒಳಸೇರಿದವು.

ಶರ್ಮ ಎದ್ದು ಕಿಟಕಿಯನ್ನು ತೆಗೆದು ಸುತ್ತಲೂ ನೋಟ ಹರಿಸಿದರು. ಮಳೆ ಸುರಿಯಲು ಶುರುವಾಗಿತ್ತು.

ವಾಚ್‌ಮನ್, ಮಾಲಿ, ಮನೆಯ ತುಂಬ ಆಳುಕಾಳುಗಳು ಇದ್ದರೂ ಶರ್ಮ ಸದಾ ಎಚ್ಚರವಾಗಿರುತ್ತಿದ್ದರು.

ಕೆಳಗೆ ಅಜಿತ್ ಯಾರೊಂದಿಗೋ ಚರ್ಚೆ ನಡೆಸುತ್ತಿದ್ದ. ಮಳೆಯ ರಾತ್ರಿಯಲ್ಲಿ– ಅವರಿಗೆ ಆಶ್ಚರ್ಯವಾಯಿತು. ಕೆಳಗಿಳಿದು ಬಂದರು.

"ಮಾತು ಪ್ರಕಾರ ಹತ್ತು ಸಾವಿರ ಕೊಡ್ಬೇಕು." ನಾಲ್ಕು ಜನ ತಗಾದೆ ತೆಗೆದಿದ್ದರು. 'ಇವರಿಗೆ ಎಂಥ ಧೈರ್ಯ' ಅವರ ಹುಬ್ಬುಗಳು ಗಂಟಾದವು "ಅಜಿತ್...." ಮೆಟ್ಟಲು ಮೇಲೆ ನಿಂತೇ ಕೂಗಿದರು.

ಬಂದವನ ಕಣ್ಣುಗಳಲ್ಲಿ ಭಯವಿತ್ತು. ಮಾತಾಡಬೇಡವೆಂದು ಸನ್ನೆ ಮಾಡಿ ತಾವೇ ಹೊರಗೆ ಬಂದರು.

"ಏನು.... ವಿಷ್ಯ?" ಕೇಳಿದರು.

ಅವರು ತಡವರಿಸಿದರೂ ವಿಷಯ ಸ್ಪಷ್ಟವಾಗಿ ತಿಳಿಸಿದರು. ನಿಶಾಂತ್ ಆಕ್ಸಿಡೆಂಟ್‌ಗೆ ಅಜಿತ್‌ನ ಪ್ಲಾನೇ ಕಾರಣ– ವಿಷಯ ಬಹಳ ದೂರ ಬಂದಿತ್ತು.

"ನಾವು ಕಾರನ್ನು ವೇಗವಾಗೇ ಅವ್ನ ಮೇಲೆ ಹಾಯಿಸಿದ್ವಿ. ಅವ್ನು ಬಾನೆಟ್ ಮೇಲೆ ಜಂಪ್ ಆದ, ವೇಗಕ್ಕೆ ಅಷ್ಟು ದೂರಕ್ಕೆ ಬಿದ್ದು ಹೋದ ಅಂತ ತಿಳ್ಕೊಂಡ್ವಿ. ಅವ್ನು ಸಾಯಲಿಲ್ಲ ಹಣ ಕೊಡೋಲ್ಲಾಂದ್ರೆ ಯಾವ ನ್ಯಾಯ?" ಮಾಡುವುದು ಕ್ರಿಮಿನಲ್ ಕೆಲಸಗಳಾದರೂ ವಾದ ಮಾತ್ರ ನ್ಯಾಯಯುತವಾಗಿತ್ತು.

ಅಷ್ಟು ದೂರದಲ್ಲಿ ವಾಚ್‌ಮನ್ ಸುರಿಯುವ ಮಳೆಯಲ್ಲಿ ನಿಂತಿದ್ದ. ಆಳುಗಳು ಅಷ್ಟು

ದೂರದಲ್ಲಿದ್ದರು. ಇಬ್ಬರಿಗೂ ಹೋಗುವಂತೆ ಸನ್ನೆ ಮಾಡಿದರು. ಸುರಿಯುವ ಮಳೆಯಲ್ಲಿ ಯಾರಿಗೂ ಕೇಳಿಸಿದಂತಿರಲಿಲ್ಲ.

ಮಗನನ್ನು ಕರೆದು ಏನೋ ಹೇಳಿ ಕಳಿಸಿದರು.

ಹತ್ತು ಸಾವಿರದ. ಕಟ್ಟನ್ನು ಮುಖದ ಮೇಲೆಸೆದು ಹೋಗುವಂತೆ ಸನ್ನೆ ಮಾಡಿದರು. ಅವರು ಎಂಥ ವ್ಯಕ್ತಿಗಳೆಂದು ಶರ್ಮಗೆ ಗೊತ್ತು. ಅಂಥವರ ಸಹವಾಸ ಅಪಾಯ.

ಅವರು ಗೇಟು ದಾಟಿದ ಮೇಲೆ ಮಗನತ್ತ ತಿರುಗಿದರು. ಅಲ್ಲಿ ಕಲ್ಲಿನಂತೆ ನಿಂತಿದ್ದ. "ನಾಳೆ ನನ್ನೊತೆ ಆಫೀಸ್‌ಗೆ.... ಬಾ...." ಕೋಣೆಗೆ ಹೋದರು. ಕೂತಿದ್ದ ಭವಾನಿಯ ಕಣ್ಣುಗಳಲ್ಲಿ ಭೀತಿ.

"ಅವ್ರು ಯಾರು ಬಂದಿದ್ದಿದ್ದು?" ಆಕೆಯ ಸ್ವರದಲ್ಲಿ ಕಂಪನವಿತ್ತು.

"ಯಾರೋ.... ಬಿಡು, ನಿನ್ನ ಮೈಂಡ್ ಬರ್‍ತಾ ಬರ್‍ತಾ ತೀರಾ ಸೆನ್ಸಿಟಿವ್ ಆಗಿ ಹೋಯ್ತು" ಬಳಸಿ ತಮ್ಮ ಎದೆಯ ಮೇಲೆ ಮಲಗಿಸಿಕೊಂಡು ತಟ್ಟ ತೊಡಗಿದರು.

ಅಜಿತ್ ತೀರಾ ಮೂರ್ಖನಾಗಿ ಕಂಡ, ನಿಶಾಂತ್ ಬಗ್ಗೆ ಬೇಸರವಿತ್ತು. ಅವನನ್ನು ಹಿಂದಕ್ಕೆ ಸರಿಸುವ ಪ್ರಯತ್ನ ಮಾತ್ರ ಅವರದಾಗಿತ್ತು. ಅವರಿಗಿಂತ ಹತ್ತು ಹೆಜ್ಜೆ ಮುಂದಕ್ಕೆ ಹೋಗಿದ್ದ ಮಗ, ಇದು ಅನಗತ್ಯ.

ಬೆಳಿಗ್ಗೆ ಎದ್ದವರೇ ಮಗನನ್ನು ಜೊತೆಯಲ್ಲಿ ಕರೆದುಕೊಂಡು ಕಾರಿನಲ್ಲಿ ಹೋದರು. ಅದನ್ನು ಭವಾನಿ ನೋಡಿದರು. ಆಕೆಯ ಎದೆ 'ಝಲ್' ಎಂದಿತು. ನಿಶಾಂತ್ ಬಗ್ಗೆ ಅರ್ಚನಾಗೆ ಪ್ರೀತಿ, ಅಜಿತ್‌ಗೆ ದ್ವೇಷ ಯಾಕೆ?

ಕಣ್ಣೀರಿಡುವುದು ಬಿಟ್ಟು ಬೇರೇನು ತೋಚಲಿಲ್ಲ ಆಕೆಗೆ.

ಒಂದು ಕಡೆ ಕಾರು ನಿಲ್ಲಿಸಿದ ಶರ್ಮ ಮಗನಿಗೆ ಛೀಮಾರಿ ಹಾಕಿದರು. "ವ್ಹಾ...ವ್ಹಾ....ನೀನು ಕೊಲೆಪಾತಕ ಆಗೋಕೆ ಹೊರಟಿದ್ದೀಯ. ಅದ್ರಿಂದ ನಿಂಗೇನು ಸಿಗುತ್ತೆ?" ದಬಾಯಿಸಿದರು.

ಅದಕ್ಕೆ ಅವನಲ್ಲಿ ಉತ್ತರವಿಲ್ಲ.

"ಅವ್ನಿಗೆ ತುಂಬ ದುರಹಂಕಾರ ಡ್ಯಾಡಿ. ಆವೊತ್ತು ಪೊಲೀಸ್ ಸ್ಟೇಷನ್‌ಗೆ ಹೋಗೋಕೆ ಅವ್ನೇ ಕಾರಣ" ಅಂದಿನ ಪ್ರಸಂಗವನ್ನು ತಂದೆಯ ಮುಂದೆ ವಿವರಿಸಿದ.

ಅವನ ಜಾಣ್ಮೆಗೆ ಬೆರಗಾದರು.

"ಯೂ ಈಡಿಯಟ್, ಇಷ್ಟಕ್ಕಾಗಿ ಅವನನ್ನ ಕೊಲ್ಲಿಸೋಕೆ ಹೊರಟಿದ್ದೀಯ? ಅವನಿಂದ ನೀನು ಕೂಡ ಕಲಿಯೋದು ತುಂಬಾ ಇದೆ. ಅಂದಿನ ಆಕ್ಸಿಡೆಂಟ್‌ನ ವಿವರಗಳನ್ನೇನಾದ್ರೂ.... ಪೊಲೀಸ್‌ಗೆ ತಿಳಿಸಿದ್ನಾ? ಬ್ಯಾನೆಟ್ ಮೇಲೆ ಹಾರಿದನೆಂದರೆ, ಅವ್ನಿಗೆ ಅದರ ಅರಿವಿರಬೇಕು. ನೇಮ್ ಪ್ಲೇಟ್, ಕಾರು ವಿವರ, ವ್ಯಕ್ತಿಗಳನ್ನಾದ್ರೂ ಗುರುತಿಸಿರುತ್ತಾನೆ" ವಿಶ್ಲೇಷಿಸಿದರು.

ಅಜಿತ್ ತಲೆಯಾಡಿಸಿದ "ಗೊತ್ತಿಲ್ಲ ಅಂದ, ಡ್ಯಾಡಿ. ಕೇಸ್ ಕ್ಲೋಸ್ ಆಯ್ತು" ಮಗ ಹೇಳಿದ್ದನ್ನು ಯೋಚಿಸತೊಡಗಿದರು. ನಿಶಾಂತ್ ಸಕಾರಣವಾಗಿಯೇ ತಿಳಿದಿದ್ದನ್ನು

ಮುಚ್ಚಿಟ್ಟಿದ್ದಾನೆಂದುಕೊಂಡರು.

"ಇದೇ ಕಡೆ, ನಿಶಾಂತ್‌ನ ಮರ್‍ತು ಬಿಡು. ನಿಂಗೆ ಆದ ಅವಮಾನಕ್ಕೆ ಅವನಿನ್ನು ಶಿಕ್ಷೆ ಅನುಭವಿಸುತ್ತ ಇದ್ದಾನೆ" ತಿಳಿವಳಿಕೆ ಹೇಳಿದರು.

ಭವಾನಿ ಇನಗುಗಳು ಬಂದಾಗ ಹೊರಗಿನ ಗಾರ್ಡನ್‌ನಲ್ಲಿ ಇವರಿಗಾಗಿ ಕಾಯುತ್ತ ಶಾಲು ಹೊದ್ದು ಅಡ್ಡಾಡುತ್ತಿದ್ದರು. ತೀರಾ ಭಯಗೊಂಡಿದ್ದರು. ಅಜಿತ್‌ಗೆ ಸಮಸ್ತವು ಇತ್ತು. ನಿಶಾಂತ್...." ಅವನಿಗೆ ಏನೂ ಆಗಕೂಡದು.

"ಗುಡ್ ಮಾರ್ನಿಂಗ್ ಮಮ್ಮಿ" ಅಜಿತ್ ಮೊದಲು ಇಳಿದು ಬಂದ. "ಗುಡ್ ಮಾರ್ನಿಂಗ್, ತಂದೆ ಮಗ ಒಟ್ಟಿಗೆ ಹೋಗಿದ್ರಿ" ಇಬ್ಬರ ಮುಖವನ್ನು ಬದಲಿಸಿ ಬದಲಿಸಿ ನೋಡಿದರು.

ಶರ್ಮ ನಕ್ಕುಬಿಟ್ಟರು. ಕೆಲವು ಸಂದರ್ಭದಲ್ಲಿ ನಗು ಅವರಿಗೆ ಪ್ರಯೋಜನಕ್ಕೆ ಬರುತ್ತಿತ್ತು.

"ಮಕ್ಕಳ ಮನಸ್ಸು ಆಗಾಗ ತಿಳಿಯೋ ಅಗತ್ಯವಿದೆ. ಇಷ್ಟವಿಲ್ಲದ್ದು ಅವನಿಗೆ ತುರುಕೋ ಬದ್ಲು, ಅವ್ನ ಆಸಕ್ತಿಯನ್ನು ಅನುಸರಿಸಿಯೇ ಅಜಿತ್ ಭವಿಷ್ಯ ರೂಪಿಸೋದು ನನ್ನ ಉದ್ದೇಶ" ಎಂದರು ಶರ್ಮ.

ಆಕೆಯೇನು ಹೇಳಿಲಿಲ್ಲ. ಆ ಮಾತುಗಳು ಹೆಂಡತಿಯ ಕಿವಿಯ ಮೇಲೇನಾದರೂ ಬಿದ್ದಿದೆಯಾ ಎಂದು ಶರ್ಮ ಸಂಶಯಪಟ್ಟರು.

ಆ ನಂತರ ಭವಾನಿ ಅಜಿತ್‌ನಲ್ಲಿ ಹೆಚ್ಚು ಕಡಿಮೆ ಮಾತಾಡುವುದನ್ನು ನಿಲ್ಲಿಸಿದರು. ಸದಾ ಭೀತಿ ಅವರನ್ನು ಕಾಡುತ್ತಿತ್ತು. ಈಗ ನಿಶಾಂತ್ ಸತ್ತು ಆಕೆಯ ಮುಂದೆ ಹೆಣವಾದರೂ ಅಳಲಾರರು! ಅಳಕೂಡದು. ಸಮಾಜ ಪುರಸ್ಕರಿಸದ ವಿಷಯ ಭೂಗತವಾಗಿ ಬಿಡಬೇಕು.

ಸಂಜೆ ಆರರ ಸಮಯ. ಇಂದು ಅಪರೂಪಕ್ಕೆ ನಿಟ್ಟಿಂಗ್ ಹಿಡಿದು ಸ್ವೆಟರ್ ಹೆಣೆಯುತ್ತಿದ್ದರು. ಇದು ನಿಶಾಂತ್‌ಗೆ-ಆಕೆಯ ಮನ ಆಸೆ ಪಡುತ್ತಿತ್ತು.

ನಿರ್ಮಲ್ ಹಾಗೆಯೇ ಎತ್ತರದ ಮೈಕಟ್ಟು, ನಸು ಬಿಳುಪು ಬಣ್ಣ, ಅದೇ ದೊಡ್ಡ ಹಣೆ, ಆದರ್ಶ, ಧೈರ್ಯ ತುಂಬಿಕೊಂಡ ಆತ್ಮಸ್ಥೈರ್ಯದಿಂದ ಪ್ರಜ್ವಲಿಸುವ ಕಣ್ಣುಗಳು.

"ಛೆ...." ನಿಟ್ಟಿಂಗ್, ಉಲ್ಲನ್ ಕೂಡಿಯೇ ಅಷ್ಟು ದೂರಕ್ಕೆ ಎಸೆದರು. ಈ ಭ್ರಮೆ ತನ್ನನ್ನು ಬಿಟ್ಟು ಹೋಗುವುದು ಯಾವಾಗ? ಅಯ್ಯೋ.... ನಿಶಾಂತ್ ನೀನ್ಯಾಕೆ ನನ್ನ ಕಣ್ಣಿಗೆ ಬಿದ್ದೆ?" ಹಲುಬಿದರು.

"ಅಮ್ಮ, ಮಗುನ ಏನ್ಮಾಡಿದ್ರಿ?" ಅಂದು ಕೇಳಿದಾಗ ಆಕೆ ಕಣ್ಣೀರಿಟ್ಟರು "ನಿಂಗೆ ಮಗುವಾಯ್ತು ಅನ್ನೋ ವಿಷ್ಯನೆ ಮರ್‍ತು ಬಿಡು. ಎಲ್ಲೋ ಒಂದ್ಕಡೆ ಬೆಳ್ದುಕೊಳ್ಳುತ್ತೆ" ಮಗಳನ್ನು ತಬ್ಬಿ ಸಂತೈಸಿದ್ದರು.

ಆಮೇಲೆ ಅಜಿತ್ ಹುಟ್ಟುವವರೆಗೂ ಆ ಮಗು ಕಾಡುತ್ತಲೇ ಇತ್ತು. ಆಗಾಗ ನೆನಪಿಗೆ ಬಂದರೂ ಅರ್ಚನಾ ಹುಟ್ಟಿದ ಮೇಲೆ ಅದೊಂದು ಕನಸಾಗಿ ಹೋಗಿತ್ತು.

"ಆಂಟೀ.... ಈ ಹ್ಯಾಂಡ್ ಬ್ಯಾಗ್ ನಮ್ಮನೆಯಲ್ಲಿತ್ತು. ಅರ್ಚನಾ ಎಂದೋ ತಂದು ಅಲ್ಲೇ ಬಿಟ್ಟಿರಬಹುದು. ಇದು ನಿಮ್ದು" ಆಕೆಯತ್ತ ಚಾಚಿದಳು.

ಭವಾನಿ ಮುಖ ಬಿಳುಚಿಕೊಂಡರೂ ಬೇಗ ಚೇತರಿಸಿಕೊಂಡರು "ಅವ್ಳ ಮಾತು, ಹಾರಾಟದಲ್ಲಿ... ಯಾವ್ದು ಅವ್ಳಿಗೆ ನೆನಪಿರೋಲ್ಲ" ಬ್ಯಾಗ್‌ನ ತೊಡೆಯ ಮೇಲಿಟ್ಟುಕೊಂಡರು. ಅನಿರ್ವಚನೀಯ ಅನುಭವ. ನಿಶಾಂತ್‌ನನ್ನೇ ಮುಟ್ಟಿ ನೋಡಿದಂತಾಯಿತು.

ನಿಶಾಂತ್ ಬಹಳ ಬುದ್ಧಿವಂತ. ಯಾರಿಗೂ ತಿಳಿಯದಂತೆಯೇ ಬ್ಯಾಗ್‌ನ ರವಾನಿಸಿದ್ದ; ಅರ್ಥಮಾಡಿಕೊಂಡಿದ್ದ ಪರಿಸ್ಥಿತಿಯನ್ನು.

ಅಂದರೆ ನಿಶಾಂತ್ ತರಂಗಿಣಿಯ ಮನೆಗೆ ಬಂದಿದ್ದಾನೆ. ವಿಚಾರಿಸಿ ತಿಳಿಯುವ ಅವಸರ, ಕುತೂಹಲ, ಆಸೆ.

"ಪೇಪರ್ ಕೊಡೋ ಯುವಕನಿಗೆ ಆ್ಯಕ್ಸಿಡೆಂಟ್.... ಆಗಿತ್ತಲ್ಲ..." ನೆನಪಿಸಿಕೊಳ್ಳುವ ನಟನೆ ಮಾಡಿದಳು "ನಿಶಾಂತ್.... ಈಗ ಹುಷಾರಾಗಿದ್ದಾರೆ. ನೆನ್ನೆ ಪಪ್ಪನ ಹತ್ರ ಬಂದು ಮಾತಾಡಿದ್ರು" ಅವಳ ಕಣ್ಣಲ್ಲಿನ ಮಿಂಚು ಭವಾನಿಗೆ ಕಾಣದೆ ಹೋಗಲಿಲ್ಲ.

ಅವಳನ್ನು ವರ್ಷಗಳಿಂದ ನೋಡುತ್ತಿದ್ದರು. ಇಂದಿನ ಹೊಳಪು ಅವಳ ಕಣ್ಣುಗಳಲ್ಲಿ ಎಂದೂ ಕಂಡಿರಲಿಲ್ಲ.

"ಏನ್ಮಾಡ್ಕೊಂಡಿದ್ದಾನೆ?" ಅವನ ಬಗ್ಗೆ ತಿಳಿಯುವ ಕುತೂಹಲ.

ಗೊತ್ತಿಲ್ಲವೆಂದು ತಲೆಯಾಡಿಸಿದಳು. ಕೆಂದಾವರೆಗಳು ಅರಳಿದ ಕೆನ್ನೆಗಳು ಮಾತ್ರ ಏನನ್ನೋ ಮುಚ್ಚಿಡಲು ಶ್ರಮಿಸಿದಂತೆ ಕಂಡವು.

ಹರ್ಷವೆನಿಸಿದರೂ ಅದರ ಹಿಂದೆಯೇ ನಿರ್ಮಲ ಆಕಾಶವನ್ನು ಆವರಿಸುವ ಕಾರ್ಮೋಡಗಳಂತೆ ಭೀತಿ ಮುಸುಕಿತು. ಈ ಮನೆಯವರಿಗೆಲ್ಲ ಅವಳನ್ನು ಕಂಡರೆ ಇಷ್ಟ, ಅಜಿತ್‌ಗೆ ಮುಡಿಪಾಗಿಸುವ ಆಸೆ. ತೊಡರಿಲ್ಲದ ದಾರಿ. ಈಗ ನಿಶಾಂತ್‌ನ ನೆರಳಾಡಿದರೆ, ಬೆವತು ಹೋದರು.

ರಾಕೆಟ್ ಹಿಡಿದು ಬಂದ ಅಜಿತ್ ಕೂಡ ಅಲ್ಲಿಯೇ ಕೂತ. ಇಷ್ಟು ವರ್ಷಗಳು ಏನೂ ಅನ್ನಿಸದ ತರಂಗಿಣಿ ಇಂದು ಅವನೆದೆಯ ರಾಗಕ್ಕೆ ವೀಣೆಯಾಗಿದ್ದಳು. ಕಲ್ಪನೆಗಳು, ಕನಸುಗಳು ಅತ್ಯಂತ ಸುಂದರವಾಗಿದ್ದವು.

ಪುಟು ಪುಟು ಹೈಹೀಲ್ಡ್ ಷೂ ಸದ್ದು ಮಾಡುತ್ತ ಬಂದ ಅರ್ಚನಾ ಹಿಂದಿನಿಂದ ಅವಳನ್ನು ತಬ್ಬಿಕೊಂಡಳು.

"ನಾನು ನಿನಗೋಸ್ಕರ ಹೋಗಿದ್ದೆ. ಕಾರು ಸರ್ರ್ಯಾಗಿದೆಯಂತೆ ನಿಶಾಂತ್ ತಂದು ಬಿಟ್ಟು ಹೋಗಿದ್ದಾನೆ" ಎಂದು ಹೇಳಿದವಳು ತಟ್ಟನೇ ನಾಲಿಗೆ ಕಚ್ಚಿಕೊಂಡಳು. "ಹೇಳಬಾರ್ದಿತ್ತು. ಹೋಗ್ಲಿ ಬಿಡು" ಅಜಿತ್‌ನತ್ತ ನೋಟ ಹರಿಸಿದಳು. ಅವನು ಉಗುಳು ನುಂಗಿದ.

ಕಾದಿದ್ದವಳಂತೆ ತರಂಗಿಣಿ ಎದ್ದೇಬಿಟ್ಟಳು.

"ಕಾರು ಎಲ್ಲಿದೆ?" ಅರ್ಚನಾ ಅತ್ತ ತಿರುಗಿದಳು. ಗೇಟಿನತ್ತ ಕೈ ತೋರಿಸಿದಳು. "ಹೊರ್ಗಡೆ ನಿಲ್ಲಿಸಿದೆ...."

ಅಜಿತ್ ರಾಕೆಟ್ ಅರ್ಚನಾ ಕೈಗೆ ಕೊಟ್ಟ "ನಾನು ಒಳ್ಗಡೆ ತಗೊಂಡ್ಬರ್ತೀನಿ" ಹೊರಟು

ಬಿಟ್ಟ.

ಅರ್ಚನಾದು ಮಗುವಿನಂಥ ಮನಸ್ಸೇ, ಬೇರೆ ಹರಟೆಯಲ್ಲಿ ಮಗ್ನಳಾಗಿ ತರಂಗಿಣಿಯನ್ನು ಹಿಡಿದು ನಿಲ್ಲಿಸಿಕೊಂಡಳು.

ಕಾರೊರೆಸುತ್ತಿದ್ದ ನಿಶಾಂತ್, ಅಜಿತ್‌ನ ನೋಡಿದರೂ ಗಮನಿಸದಂತಿದ್ದ. ಅವನ ಬರುವು ನಿಶಾಂತ್ ಪಾಲಿಗೆ ಅನಿರೀಕ್ಷಿತವೇನಲ್ಲ. ಅವನನ್ನು ಮುಖಭಂಗ ಮಾಡುವ, ಅವಮಾನಿಸುವ ಯಾವುದೇ ಸಂದರ್ಭವನ್ನು ಅಜಿತ್ ಕಳೆದುಕೊಳ್ಳಲಾರ.

''ಎಷ್ಟು ರಿಪೇರಿ ಛಾರ್ಜು?'' ಅಜಿತ್ ಪ್ಯಾಂಟ್ ಜೇಬಿನಲ್ಲಿ ಕೈ ತುರುಕಿ ಕೇಳಿದ. ಅವನ ಮಾತನ್ನು ನಿರ್ಲಕ್ಷಿಸಿ ಬಟ್ಟೆಯನ್ನು ಅದರ ಸ್ಥಾನದಲ್ಲಿಟ್ಟು ಮುಂದಕ್ಕೆ ಹೋದವನು ಹಿಂದಕ್ಕೆ ತಿರುಗಿ ನೋಡಿದ ''ಇಂಥ ದುರಹಂಕಾರ ಒಳ್ಳೇದಲ್ಲ ಅಜಿತ್? ಇದು ಯಾವ ಮಜಲು ಮುಟ್ಟೀತೋ ಹೇಳೋಕಾಗೋಲ್ಲ. ನಿನ್ನೆದೆಯ ಬೆಂಕಿಯಿಂದ ನೀನೇ ಸುಟ್ಟು ಹೋಗ್ತೀಯಾ'' ಎಂದ.

ಹೊರಬಂದ ಅರ್ಚನಾ ''ನಿಶಾಂತ್ ಒಳ್ಗಡೆ ಬಾ. ಮಮ್ಮಿ ಬರ ಹೇಳಿದ್ರು'' ಕೂಗಿದಳು.

ಕೈಯಲ್ಲಿನ ಕೀಯನ್ನು ಅವಳ ಮುಂದಿಡಿದ ''ಇದ್ನ ತರಂಗಿಣಿಗೆ ಕೊಟ್ಟು ಬಿಡಿ. ಮತ್ತೆ ಎಂದಾದ್ರೂ ಬರ್ತೀನಿ'' ಅವಳು ತೆಗೆದುಕೊಳ್ಳಲಿಲ್ಲ ''ಬನ್ನಿ........ ನಿಶಾಂತ್....''

ಅಜಿತ್ ನೂರರ ಒಂದು ನೋಟನ್ನು ಅವನ ಮುಂದಿಡಿದ ''ರಿಪೇರಿ ಹಣ ತಗೋ. ಇಂಥ ಹಣದಿಂದ್ಲೇ ನಿನ್ನ ಊಟ, ತಿಂಡಿ, ವಿದ್ಯಾಭ್ಯಾಸ ಸಾಗಬೇಕಲ್ಲ'' ಚುಚ್ಚಿ ನುಡಿದ.

''ಏನು ತೊಂದರೆ ಇಲ್ಲ, ನಿನ್ನ ಗೂಂಡಾ ಫ್ರೆಂಡ್ಸ್‌ಗೆ ಕೊಡು. ಕುಡ್ದು ಯಾರ ಕೈಯಲ್ಲಾದ್ರೂ ಒದೆ ತಿಂದು ಬರ್ತಾರೆ'' ನಿಶಾಂತ್ ತಾಳ್ಮೆ ಸಡಿಲವಾಯಿತು.

ಇದೆಲ್ಲ ನಿಶಾಂತ್‌ಗೆ ಬೇಡವೆನಿಸಿತು. ಅರ್ಚನಾ ಜೊತೆಯಲ್ಲಿ ಒಳಗೆ ಹೋದ. ಭವಾನಿಯ ಕಣ್ಣುಗಳು ಅರಳಿದವು.

''ಹೇಗಿದ್ದೀಯಾ, ನಿಶಾಂತ್?'' ಮಮತೆಯ ಸಿಂಚನವಿತ್ತು ಆಕೆಯ ಸ್ವರದಲ್ಲಿ ''ಸದ್ಯಕ್ಕೆ ಯಾವ ತೊಂದರೇನು ಇಲ್ಲ.'' ಕೀಯನ್ನು ತರಂಗಿಣಿಯತ್ತ ಚಾಚಿದ. ''ಬರ್ತೀನಿ.... ....'' ದಾಪುಗಾಲು ಹಾಕುತ್ತ ನಡೆದುಬಿಟ್ಟ.

ಅಜಿತ್ ಸಹಾನುಭೂತಿಯನ್ನು ನಟಿಸಿದ. ''ರಿಪೇರಿ ಹಣ ಕೊಡೋಕೆ ಹೋದ್ರೆ ಬೇಡಾಂದ. ದೊಡ್ಡ ಸ್ವಾಭಿಮಾನಿ. ಅನ್ನ ಇಲ್ಲದೇ ಎಂದೋ ಸತ್ತು ಹೋಗ್ತಾನೆ'' ವ್ಯಂಗ್ಯವು ಬೆರೆತಿತ್ತು.

ಅದು ಗಾಳಿಯಲ್ಲಿ ಹಾದು ಹೋಗಿ ನವಿರಾಗಿ ನಿಶಾಂತ್‌ನ ಕಿವಿ ತಲುಪಿಸಿರಬೇಕು. ನಿಂತು ಹಿಂದಕ್ಕೆ ತಿರುಗಿ ನೋಡಿದ. ಅವನ ಕಣ್ಣುಗಳಲ್ಲಿ ಬದುಕುವ ಕಿರಣ ಪ್ರಜ್ವಲಿಸಿತು.

ನಿಸ್ಸಹಾಯಕತೆ, ನೋವಿನಿಂದ ಭವಾನಿಗೆ ನರಳುವಂತಾಯಿತು. ''ಅಜಿತ್ ನಿನ್ನ ಬಿಹೇವಿಯರ್ ಸ್ವಲ್ಪ ಕೂಡ ನಂಗೆ ಇಷ್ಟವಾಗೋಲ್ಲ. ಅವನನ್ನು ಸದಾ ಕುಟುಕಿ ಕುಟುಕಿ ಯಾಕೆ ನೋಯಿಸ್ತೀಯಾ?'' ಬುದ್ಧಿ ಹೇಳಿದರು.

ಅಜಿತ್ ನಕ್ಕುಬಿಟ್ಟ. ಮೊದಲ ಸಲ ನಿಶಾಂತ್‌ನ ಕಂಡ ಪ್ರಕರಣವೇ ಅವನ ಕಣ್ಮುಂದೆ ತೇಲುತ್ತಿತ್ತು. 'ಬದುಕಲು ಅವನನ್ನ ಬಿಡಬೇಡ' ಅವನಲ್ಲಿನ ಕೆಟ್ಟ ಅಭಿಮಾನ ಪ್ರೇರೇಪಿಸುತ್ತಿತ್ತು.

"ಅಂಥ ಸಂತಾನ ಸಮಾಜಕ್ಕೊಂದು ಶಾಪ. ಅವ್ನು ಸತ್ತರೆ ಅಳೋರು.... ಯಾರಿಲ್ಲ!" ಎಂದ ಕೋಪದಿಂದ.

ಆಕೆಯ ಎದೆಯ ತಾಯ ಮಮತೆ ಕಣ್ಣೀರುಗರೆಯಿತು.

ತರಂಗಿಣಿ ಕಣ್ಣು ಒದ್ದೆಯಾದರೆ, ಅರ್ಚನಾ ಸಿಡಿದು ಬಿದ್ದಳು.

"ಛೆ, ನಾವು ಯಾರಾದ್ರೂ ಸತ್ತರೇ ಮನೆಯವ್ರು ಮಾತ್ರ ಅಳಬೇಕು. ಅವ್ನು ಸತ್ತರೇ ಬೇಕಾದಷ್ಟು ಜನ ಅಳ್ತಾರೆ. ನಾನು ಅಳ್ತೀನಿ. ತರಂಗಿಣಿ ಅಳ್ತಾಳೆ. ಮಮ್ಮಿ ಕೂಡ ಕಣ್ಣೀರು ಸುರಿಸ್ತಾಳೆ" ಗೆಳತಿಯನ್ನೆಳೆದುಕೊಂಡು ಒಳಗೆ ಹೋಗಿಬಿಟ್ಟಳು.

ಮಗನ ಆಕ್ರೋಶ ದುರಂತದ ಸೂಚನೆಯಾಗಿ ಕಂಡಿತು ಭವಾನಿಗೆ, "ಅಜಿತ್, ನೀನು ನಿಶಾಂತ್ ಸುದ್ದಿಗೆ ಹೋಗೋಲ್ಲಾಂತ ಮಾತು ಕೊಡು. ಅವ್ನ ತಾಯಿಯು ಎಲ್ಲಿಂದಲೋ ಮಗನಿಗಾಗಿ ಕಣ್ಣೀರು ಸುರಿಸ್ತಾಳೆ. ಒಳ್ಳೇದಲ್ಲ." ಮಗನ ತೋಳಿಡಿದು ಕೇಳಿಕೊಂಡಳು.

"ಆ ಬಿಚ್‌ಗೆ ಮಗನ ನೆನಪಿತ್ತಾ ? ಕಲ್ಯಾಣಿಯ ಮೆಟ್ಟಲು ಮೇಲೆ ಎಸೆದು ಹೋದವಳು ಎಂಥ ತಾಯಿ" ಕನಲಿದ.

ಭವಾನಿ ಕುಸಿದು ಹಿಂದಕ್ಕೆ ಒರಗಿದರು. ಉಕ್ಕುಕ್ಕಿ ಬರುವ ಅಳುವನ್ನು ತಡೆಯುವುದು ಪ್ರಯಾಸ! ಬಹುಶಃ ನಿಶಾಂತ್ ಕೂಡ ಹೀಗೆಯೇ ಮೂದಲಿಸಬಹುದು.

ಮೈಯಲ್ಲಿ ಏನು ಆವೇಶ ಬಂತೋ ಮಗನ ಕೆನ್ನೆಗಳಿಗೆ ಪಟಪಟನೆ ಬಾರಿಸಿಬಿಟ್ಟರು. ಕೈಯೆತ್ತಿ ಹೊಡೆಯುವಂಥ ಸಂದರ್ಭವೇ ಬಂದಿರಲಿಲ್ಲ.

"ಗೆಟ್‌ಔಟ್....ನಿಂಗೆ ಶ್ರೀಮಂತಿಕೆಯ ಪೊಗರು ನೆತ್ತಿಗೇರಿದೆ" ಕೂತು ಸಮಾಧಾನವಾಗುವವರೆಗೂ ಅತ್ತರು.

ಕೆನ್ನೆಗೆ ಬಿದ್ದ ಪೆಟ್ಟುಗಳು, ಸಧಾ ಶಾಂತವಾಗಿರುತ್ತಿದ್ದ ತಾಯಿಯ ಆಕ್ರೋಶ-ಭೂಮಿಯ ಮೇಲಿನ ಸಮಸ್ತವು ಅವನ ಸುತ್ತ ಸುತ್ತತೊಡಗಿತು.

ತನ್ನ ಕೋಣೆಗೆ ಹೋಗಿ ಕುಸಿದು ಕೂತ. ಹೆತ್ತ ತಾಯಿ ತುಂಬು ಅಂತಃಕರಣ, ತಂದೆಯ ಅಪಾರ ಪ್ರೀತ್ಯಾದರಗಳಿಂದ ಬೆಳೆದವನು. ಸ್ವಭಾವತಃ ಅವನು ಕೆಟ್ಟವನಲ್ಲ, ಸ್ವಲ್ಪ 'ಅಹಂ' ಜಾಸ್ತಿ. ತನ್ನ ಮುಂದೆ ವಿನಯ, ವಿಧೇಯತೆ ಬೇರೆಯವರು ತೋರಬೇಕೆಂಬ ಅಂತಃಪ್ರಜ್ಞೆ ಸೆಟೆದು ನಿಂತ ನಿಶಾಂತ್ ಸವಾಲ್ ಆಗಿದ್ದ.

ಆ್ಯಕ್ಸಿಡೆಂಟ್ ವಿಷಯ ಅವನಿಗೆ ಹೊಳೆದಾಗ ನಿಶಾಂತ್ ಸಾಯಬೇಕೆಂದು ಯೋಚಿಸದಿದ್ದರೂ, ಅವನಿಗೆ ಒಳ್ಳೆಯ ಬದುಕು ಸಿಗಬಾರದು. ಇಂದಿನ ಸ್ಥಿತಿಗಿಂತ ತೀರಾ ನಿಕೃಷ್ಟವಾಗಿ ಫುಟ್‌ಪಾತ್ ಮೇಲೆ ಬೇಡಿಯೋ, ಅಲ್ಲಿ ಇಲ್ಲಿ ಮೂಟೆ ಹೊತ್ತು ತ್ಯಾಪೆ ಬಟ್ಟೆ ಹಾಕಿಯೇ ಜೀವಿಸಲಿ ಎನ್ನುವುದು ಅವನ ವಿಚಾರ.

ಕೆಲವೇ ದಿನಗಳಲ್ಲಿ ನಿಶಾಂತ್, ಅವನು ಎದುರು ಬದುರಾಗುವ ಸಂದರ್ಭ ಒದಗಿ

ಬಂತು. ಅವರವರಲ್ಲಿಯೇ ವಾದ ವಿವಾದ ಶುರುವಾಗಿ ಬೆಟ್ ಕಟ್ಟಿದ್ದರು.

"ನನ್ನ ಫ್ರೆಂಡ್ ಕರಾಟೆ ಪಟುನ ನಿನ್ನ ತಂಡದ ಯಾರಾದ್ರೂ ಸೋಲಿಸಿದ್ರೆ.... ಹತ್ತು ಸಾವಿರ ಬಡ ವಿದ್ಯಾರ್ಥಿಗಳ ನಿಧಿಗೆ ಕೊಡ್ತೀನಿ. ಇಲ್ಲದಿದ್ರೆ.... ನೀನು ಕೊಡು" ಅಜಿತ್‌ನ ಸ್ನೇಹಿತ ಮಾಜಿ ಮಂತ್ರಿಗಳ ಮಗ ಸವಾಲ್ ಹಾಕಿಬಿಟ್ಟ.

ಇಂಡಸ್ಟ್ರಿಯಲಿಸ್ಟ್ ರಾಘವನ್ ತನ್ನ ಗೆಳೆಯರ ಕಡೆ ನೋಡಿದ. ಅವರು ಹುರಿದುಂಬಿಸಿ ಬಿಟ್ಟರು. ಇವನು ಒಪ್ಪಿಕೊಂಡುಬಿಟ್ಟ.

ಆರಡಿ ಎತ್ತರದ ದೈತ್ಯ ಶರೀರದ ರಾಮು ಕರಾಟೆಯಲ್ಲಿ ಬ್ಲಾಕ್ ಬೆಲ್ಟ್ ಪಡೆದವ. ಬಹಳ ಚಾಣಾಕ್ಷ. ಅವನ ಜೊತೆ ಹೋರಾಡುವವರಿಗಾಗಿ ಕಾಲೇಜಿನಲ್ಲೆಲ್ಲಾ ತಲಾಷ್ ಆರಂಭಿಸಿದರು. ಯಾರೂ ಒಪ್ಪಲಿಲ್ಲ.

ವಿರಾಮದ ಸಮಯದಲ್ಲಿ ನಿಶಾಂತ್ ಕಾಲೇಜು ಆವರಣದಿಂದ ಹೊರಬರುತ್ತಿದ್ದ.

ಅಜಿತ್ ಕಣ್ಣು ಸನ್ನೆ ಮಾಡಿದ. ಅವನ ಕಡೆಯವರು ರಾಘವನ್‌ಗೆ ಹುರಿದುಂಬಿಸಿದರು.

"ಅಲ್ಲಿ ಹೋಗ್ತಾ ಇದ್ದಾನೆ, ನೋಡಪ್ಪಾ. ಒಳ್ಳೆ ಕರಾಟೆ ಪಟು. ಒಳ್ಳೆ ಪಟ್ಟುಗಳ್ನ ಹಾಕ್ತಾನೆ. ಅವನನ್ನ ಹಿಡೀ"

ರಾಘವನ್ ಓಡಿ ಬಂದು ನಿಶಾಂತ್‌ನ ಕರೆ ತಂದ.

ಪೂರ್ತಿ ವಿಷಯ ಕೇಳಿ ಅಲ್ಲಿಯೇ ಇದ್ದ ಅಜಿತ್ ಕಡೆ ನೋಡಿದ, ಅವನದೇ ಉಸಾಬರಿಯೆಂದು ಅವನಿಗೆ ಅರ್ಥವಾಯಿತು. ಆ್ಯಕ್ಸಿಡೆಂಟ್ ಆದ ಮೇಲೆ ಒಂದು ರೀತಿಯ ನಿಶ್ಶಕ್ತಿಯ ಜೊತೆ ಜಖಂ ಆದ ಭಾಗಗಳಲ್ಲಿ ನೋವು ಕಾಣಿಸುತ್ತಿತ್ತು.

"ಸಾರಿ.... ಮಿಸ್ಟರ್" ನುಣುಚಿಕೊಳ್ಳಲು ನೋಡಿದ. ರಾಘವನ್ ಪ್ರಿಸ್ಟಿಜಿಯಸ್ ಉಳಿಯಬೇಕು. "ಪ್ಲೀಸ್ ನಿಶಾಂತ್ ನೀವು ಒಪ್ಪಿಕೊಳ್ಳಿ. ಇದ್ರಲ್ಲಿ ನಾನು ಸೋತರೆ.... ಶರ್ಮ ಮಗ ಮೆರೆಯೋಕೆ ಅವಕಾಶವಾಗುತ್ತೆ. ಸೋತರು ಪರ್‍ವಾಗಿಲ್ಲ. ಈಗ ಹಿಂದೆಗೆದುಕೊಂಡರೇ.... ಎಲ್ಲರ ಅವಹೇಳನಕ್ಕೆ ವಸ್ತು ಆಗಿಬಿಡ್ತೀನಿ. ಗೆದ್ದರೂ, ಸೋತರೂ ನಾನು ಬೆಟ್ ಹಣ ಬಿಟ್ಟು ಇನ್ನ ಹತ್ತು ಸಾವಿರ ನಿಮ್ಗೇ ಬಹುಮಾನವಾಗಿ ಕೊಡ್ತೀನಿ. ಒಪ್ಪಿಕೊಳ್ಳಿ...." ಕೇಳಿಕೊಂಡ.

ಅಜಿತ್ ಜೋರಾಗಿ ನಕ್ಕ "ಅಂತು ಒಳ್ಳೆಯೋನ್ನೆ ಹಿಡಿದಿದ್ದೀಯಾ, ಅವನಿಗೆಲ್ಲಿ ಕರಾಟೆ ಬರುತ್ತೆ. ಅವನೊಬ್ಬ ಬೆಗ್ಗರ್...."

ಈ ಮಾತು ಅವನ ಹೃದಯವನ್ನು ಚುಚ್ಚಿ ಚಿಲ್ಲೆಂದು ರಕ್ತ ಚಿಮ್ಮಿತು. ಗಾಯಗೊಂಡ ಸಿಂಹದಂತಾದ.

ಮುಷ್ಟಿ ಹಿಡಿದು ಉಂಗುಷ್ಟವೆತ್ತಿದ "ಆಯ್ತು, ನೀವು ಟೈಂ ಫಿಕ್ಸ್ ಮಾಡ್ಕೊಳ್ಳಿ" ಹೊರಟುಬಿಟ್ಟ.

ಅವನಿಗೆ ಈಗ ಹಣದ ಅವಶ್ಯಕತೆ ಕೂಡ ಇತ್ತು. ವಿಠೋಬನ ತಂಗಿಯ ಮದುವೆ ಗೊತ್ತಾಗಿತ್ತು. ಹಣ ಸಿಕ್ಕದಿದ್ದರೆ ನಿಂತು ಬಿಡುವ ಸಂಭವವಿತ್ತು. ಅದಕ್ಕೆ ಇದೊಂದು ಅವಕಾಶ.

ರಾಮು ಎರಡು ಸಲ ರಾಜ್ಯಕ್ಕೆ ಮೊದಲನೆಯವನಾಗಿದ್ದ. ಅಷ್ಟು ಬಿಟ್ಟು ಅವನ ಬಗ್ಗೆ

ನಿಶಾಂತ್‌ಗೇನು ಗೊತ್ತಿಲ್ಲ. ಆದರೆ ಸ್ವಲ್ಪ ಒರಟ. ಅವನನ್ನು ಕೆಲವರು ತಮ್ಮ ಕೆಲಸಗಳಿಗೆ ಉಪಯೋಗಿಸಿಕೊಳ್ಳುತ್ತಾರೆಂದು ಕೂಡ ಗೊತ್ತಾಯಿತು.

ಇಡೀ ಕಾಲೇಜಿನಲ್ಲಿ ಸುದ್ದಿ ಹಬ್ಬಿತು. ಇವನು ಲ್ಯಾಬ್‌ನಿಂದ ಬರುವುದನ್ನೇ ತರಂಗಿಣಿ ಕಾಯುತ್ತಿದ್ದಳು. ನೋಡಿದರೂ ನೋಡದಂತೆ ಮನಸ್ಸಿಗೆ ವಿರುದ್ಧವಾಗಿ ಬೇರೆ ದಾರಿ ಹಿಡಿದ.

"ಹಲೋ.... ನಿಶಾಂತ್" ನಿಲ್ಲುವ ಅಗತ್ಯ ಬಿತ್ತು.

ಹಿಂದಕ್ಕೆ ತಿರುಗಿ ಮುಗುಳ್ನಗೆ ಬೀರಿದ "ಎಲ್ಲಿ ನಿಮ್ಮ ಫ್ರೆಂಡ್, ಒಂಟಿಯಾಗಿ ಬಿಟ್ಟಿದ್ದೀರಲ್ಲ" ತರಂಗಿಣಿಯ ತುಟಿಗಳ ಮೇಲೆ ಎಂದಿನಂತೆ ನವಿರಾದ ತಿಳಿ ನಗೆ ಅರಳಲಿಲ್ಲ. ದುಃಖಿತಳಂತೆ ಕಂಡಳು.

"ನಿಮ್ಹತ್ರ ಸ್ವಲ್ಪ ಮಾತಾಡ್ಬೇಕು" ಎಂದಳು.

ಎಂಥವರಾದರೂ ಆಶ್ಚರ್ಯಪಡಬೇಕು. ಅವಳ ಮಾತುಗಳಿಗೆ ಮುತ್ತುಗಳಿಗಿಂತ ಬೆಲೆ ಸುರಿದರೂ ಆರಿಸಿಕೊಳ್ಳುವ ತವಕ ಎಷ್ಟೋ ಜನಕ್ಕೆ ಇತ್ತು.

"ಬೈ ಆಲ್ ಮೀನ್ಸ್, ಕ್ಯಾಂಟಿನ್‌ಗೆ ಹೋಗೋಣ್ವಾ? ಅಥ್ವಾ ಲೈಬ್ರರಿ.... ನಂಗೆ ಒಂದು ಬುಕ್ ಬೇಕು. ಹುಡುಕ್ತಾ ನೀವು ಮಾತಾಡಿದ್ರೆ ಕೇಳ್ತೀನಿ. ಅಪರೂಪದ ಮಾತುಗಳ್ನ ನೋಟ್ ಮಾಡಿಕೊಳ್ಳೋದು ಒಳ್ಳೇದು" ಹಸನ್ಮುಖಿಯಾದ ಮುದ್ದು ತರಂಗಿಣಿಯ ಮುಂದೆ.

"ಅವೆರಡು ಬೇಡ. ಕಾಲೇಜು ಆವರಣದಿಂದ ಹೊರಗಡೆ ಹೋಗೋಣ" ಎಂದಳು.

ನಿಶಾಂತ್‌ಗೆ ಆಶ್ಚರ್ಯವಾಯಿತು. ಕಾಲೇಜು ಮತ್ತು ಹೊರಗಡೆ ಅವಳ ಓಡಾಟವೆಲ್ಲ ಅರ್ಚನಾಳೊಂದಿಗೆ. ಅವಳಿಗೆ ಬಾಯ್ ಫ್ರೆಂಡ್ಸ್ ಇಲ್ಲವೇ ಇಲ್ಲ. ಈಗ ತನ್ನ ಜೊತೆಯಲ್ಲಿ ತರಂಗಿಣಿ ಹೊರಗೆ ಬಂದರೆ ಕಾಲೇಜಿನಲ್ಲಿ ದೊಡ್ಡ ಸುದ್ದಿಯಾಗುತ್ತೆ.

"ಬನ್ನಿ.... ಹೋಗೋಣ" ನಡೆದ.

ಅವರಿಬ್ಬರು ಹೋಗುತ್ತಿದ್ದರೆ ಎದುರಾದ ಕಣ್ಣುಗಳಲ್ಲಿ ವಿಸ್ಮಯ, ವಿನೋದ. ಅದಕ್ಕೆ ಮೀರಿದ ಇನ್ನಾವುದೋ ಭಾವ- ಅದನ್ನ ನಿಶಾಂತ್ ಲಕ್ಷಿಸಬೇಕಿಲ್ಲ. ಆದರೆ ಯೋಚಿಸಬೇಕಾದ ತರಂಗಿಣಿಯೇ ಸುಮ್ಮನಿದ್ದಳು.

ಹತ್ತಿರದಲ್ಲಿಯೇ ಇರುವ ಹೋಟೆಲ್ ಹೊಕ್ಕರು ಇಬ್ಬರು. ಮೊದಲ ಸಲ ಫ್ಯಾಮಿಲಿ ರೂಂಗೆ ಹೋದ ನಿಶಾಂತ್. ಇದು ತರಂಗಿಣಿಗಾಗಿ. ಅವಳು ಏನು ಮಾತಾಡಬಹುದೆಂದು ಕೂಡ ಯೋಚಿಸಲಾರ.

ಜೇಬಿನಲ್ಲಿ ಹನ್ನೊಂದರ ಚಿಲ್ಲರೆ ಇದ್ದುದ್ದರಿಂದ ಧೈರ್ಯವಾಗಿಯೇ ಇದ್ದ. ತರಂಗಿಣಿಯನ್ನು ಬಿಟ್ಟು ಬೇರೆ ಹುಡುಗಿಯರು ಅವನ ಜೊತೆ ಬಂದಿದ್ದರೆ.... ಒಂದು ತಿಂಗಳು ಅವನು ಅದೇ ಹೋಟೆಲ್‌ನಲ್ಲಿ ಕೆಲಸ ಮಾಡಬೇಕಿತ್ತು.

"ಏನು.... ತಗೋತೀರಾ?" ಕೇಳಿದ.

"ಬರೀ ನೀರು ಸಾಕು" ಎಂದಳು.

ನಿಶಾಂತ್ ನಕ್ಕುಬಿಟ್ಟ.

"ನೀರಿಗೆ ಪೈಸೆ ಕೊಡ್ಬೇಕಿಲ್ಲ, ಪೈಸೆ ಕೊಡೋಂಥದ್ದು ತಗೋಬೇಕು. ಬ್ಲಾಕ್ ಕಾಫೀ, ಹಣ್ಣಿನ ರಸ...." ಯಾವುದಾದರೂ ಸರಿಯೆನ್ನುವಂತೆ ತಲೆಯಾಡಿಸಿದಳು.

ಎರಡು ಹಣ್ಣಿನ ರಸ ಬಂತು. ಕುಡಿಯೋವರೆಗೂ ಮಾತಿಲ್ಲ. ಅವಳ ಹಿಂಸೆ ನೋಡಿ ಅವನಿಗೆ ಅನ್ನಿಸಿತು. ಮಾತಾಡಲೇ ಇಷ್ಟಪಡದ ಈ ಹೆಣ್ಣಿನ ಮನಸ್ಸನ್ನು ಓದುವಂತಿದ್ದರೆ ಚೆನ್ನಾಗಿತ್ತು ಎಂದುಕೊಂಡ.

ಒಂದು ಸಣ್ಣ ಚೀಟಿ. ಡಾಟ್ ಪೆನ್ ಅವಳ ಮುಂದಿಷ್ಟ.

"ಇದ್ರಲ್ಲಿ ಬರ್ದು ಕೊಡಿ"

ತೀರಾ ಗಂಭೀರವಾದ ಅವಳ ಮುಖದಲ್ಲಿ ಮೆಲ್ಲನೆ ಭಯ ಆವರಿಸಿತು.

"ನಿಮ್ಗೆ ಕರಾಟೆ ಗೊತ್ತಾ?" ಕೇಳಿದಾಗ ಅವನಿಗೆ ಅರ್ಥವಾಯಿತು.

"ಸುಳ್ಳು ಹೇಳ್ಲಾ. ನಿಜ ಹೇಳ್ಲಾ. ಅಥ್ವಾ ಜೋಕಾಗಿ ಹೇಳಿ ಮುಗಿಸ್ಲಾ?" ನಗುವಿನ ನಡುವೆ ನುಡಿದಾಗ ಅವಳ ಅರಳುಗಣ್ಣುಗಳಲ್ಲಿ ನೀರು ಕಾಣಿಸಿಕೊಂಡಿತು.

"ಅವರಿಬ್ರ ಬೆಟ್ಸ್‌ಗೆ ನೀವು ಬಲಿಪಶುವಾಗೋದ್ಬೇಡ. ನಿಮ್ಗೆ ಹಣ ಬೇಕೂಂದ್ರೆ...." ಪರ್ಸ್‌ನಿಂದ ಹತ್ತು ಸಾವಿರದ ಕಟ್ಟು ತೆಗೆದು ಅವನ ಮುಂದಿಟ್ಟಳು.

"ಬೇಕಾದ್ರೆ.... ಸಾಲವಾಗಿ ತಗೊಳ್ಳಿ. ಆಮೇಲೆ ಯಾವಾಗಾದ್ರೂ ಹಿಂದಿರುಗಿಸಿ" ಕೆನ್ನೆಯ ಮೇಲೆ ಹರಿದ ಕಂಬನಿಯ ಬಿಂದುಗಳನ್ನು ಕರ್ಚೀಫ್‌ನಿಂದ ತೊಡೆದುಕೊಂಡಳು.

ಕುಳಿತಲ್ಲಿಯೇ ಪ್ರತಿಮೆಯಾಗಿ ಬಿಟ್ಟ. ವಿಠೋಬ ಎಚ್ಚರಿಕೆಯ ಮಾತುಗಳನ್ನು ಹೇಳಿದಾಗ ತಳ್ಳಿಹಾಕಿದ್ದ. ತರಂಗಿಣಿಯಂಥ ಹೆಣ್ಣಿನ ಅನುಕಂಪ, ಸಹಾನುಭೂತಿ.... ಏನಾದರೂ ವ್ಯಾಲ್ಯುಬಲ್ ಅನ್ನಿಸಿತು.

ಇಡೀ ಕಾಲೇಜಿನಲ್ಲಿ ರಾಘವನ್ ಕೊಡುವ ಹತ್ತು ಸಾವಿರಕ್ಕಾಗಿ ಕರಾಟೆ ರಾಮುವಿನೊಂದಿಗೆ ಸೆಣಸಲು ನಿರ್ಧರಿಸಿದ್ದಾನೆಂದು ಪ್ರಚಾರ ಆಗಿಹೋಗಿತ್ತು.

"ಹಣ ಕೂಡ ಒಂದು ಕಾರಣ ಇರಬಹುದು. ಅದೇ ನಿಜವಾದುದ್ದಲ್ಲ. ನಾನು ಬಹಳಷ್ಟು ಜನಕ್ಕೆ ಸಾಲಗಾರ. ಅವ್ರ ಋಣವನ್ನು ತೀರಿಸಲು ಈ ಜನ್ಮ ಸಾಲ್ದು. ಅಂಥದ್ದರಲ್ಲಿ.... ನಿಮ್ಹತ್ರ ಮತ್ತೆ ಸಾಲ.... ಖಂಡಿತ ಬೇಡ." ಆ ಕಟ್ಟನ್ನ ಅವಳತ್ತ ತಳ್ಳಿದ.

ಅತ್ತಿತ್ತ ನೋಡಿದ. ಇಡೀ ಹಾಲ್‌ಗೆ ಅವರಿಬ್ಬರೇ ಈ ಕಡೆಗೆ ಕೂತಿದ್ದುದ್ದು. ಆ ಕಡೆ ಕೂತ ಕೆಲವರಿಗೆ ಇವರತ್ತ ಪ್ರಜ್ಞೆ ಇಲ್ಲ.

ದುಡ್ಡಿನ ಕಟ್ಟನ್ನು ಅವಳ ಪರ್ಸ್‌ಗೆ ಹಾಕಿ ಜಿಪ್ ಎಳೆದ.

"ಎಕ್ಸ್‌ಕ್ಯೂಜ್ ಮೀ ತರಂಗಿಣಿ, ನನ್ನ ನೀವು ಅರ್ಥಮಾಡ್ಕೋತೀರೀಂತ ತಿಳಿದಿದ್ದೀನಿ. ನಿಮ್ಮ ಸಾಲ ಕೂಡ ಹೊರೆಯಾಗಿ ನನ್ಮೇಲಿದೆ. ಆಸ್ಪತ್ರೆಯಲ್ಲಿದ್ದಾಗ ನೀವುಗಳು ತೋರಿದ ಆತ್ಮೀಯತ ಹೇಗೆ ತೀರಸಲು ಸಾಧ್ಯ?" ಅವನ ಕಂಠ ಭಾರವಾಯಿತು.

ಅವನು ಉಪಕೃತನಾದ ಜನರ ಪಟ್ಟಿಯೇ ಅವನಲ್ಲಿತ್ತು. ನೀರು ಮಜ್ಜಿಗೆ ಕೊಟ್ಟು ಮಮತೆಯಿಂದ ಕೂದಲಲ್ಲಿ ಕೈಯಾಡಿಸಿದ ಹನುಮಕ್ಕನನ್ನು ಕೂಡ ಅವನು ಮರೆತಿರಲಿಲ್ಲ.

"ಅಂದರೆ...." ತರಂಗಿಣಿ ತುಟಿ ತೆರೆದಳು. ತಲೆದೂಗಿದ.

"ಅಂಥ ಪ್ರಮಾದವೇನು ಆಗೋಲ್ಲ. ದುಡ್ಡು ಕಳೆದುಕೊಳ್ಳೋರು ಅವರಿಬ್ರು. ನಮಗ್ಯಾಕೆ....?" ನಕ್ಕ. ಆ ನೋವಿನ ನಗೆಯಲ್ಲಿ ದುರಂತ ಕತೆಯೇ ಇದೆಯೆನಿಸಿತು.

ತಲೆ ಬಗ್ಗಿಸಿ ಕೂತ ಅವಳನ್ನೇ ನೋಡಿದೆ. ಭಾರತೀಯತೆಯ ಪಡಿಯಚ್ಚಾದರು ಸುಂದರ ವಿದೇಶಿ ಡಾಲ್‌ನಂತೆ ಕಂಡಳು. ಎರಡು ಕಂಬನಿಯ ಬಿಂದುಗಳು ಟೇಬಲ್ಲು ಮೇಲೆ ತೊಟ್ಟಿಕ್ಕಿದ್ದಾಗ ಅದರ ಮೇಲೆ ಕೈಯಿಟ್ಟ.

ಸುಂದರ ಲೋಕದಲ್ಲಿ ವಿಹರಿಸಲು ಅವನಿಗಿಷ್ಟವಿಲ್ಲ. ಯಾವುದೋ ಒತ್ತಡ ಅವನ ಮನೋಶಕ್ತಿಯನ್ನು ಸಡಿಲಿಸಿತು. ಬಗ್ಗಿ ಕೆನ್ನೆಯ ಮೇಲೆ ಹರಿಯುತ್ತಿದ್ದ ಕಣ್ಣೀರಿನ ಧಾರೆಯನ್ನು ತೋರು ಬೆರಳಿನಿಂದ ತೊಡೆದ.

"ಬನ್ನಿ.... ಹೋಗೋಣ" ಮೇಲೆದ್ದ. ಅವಳ ಮುಖದತ್ತ ನೋಡುವ ಧೈರ್ಯವಾಗಲಿಲ್ಲ.

"ನನ್ನ ಬಗ್ಗೆ ಇಷ್ಟೊಂದು ವಿಶ್ವಾಸ ತೋರೋ ನಿಮಗೆ ಆಭಾರಿ. ಮುಂದೆ ಎಲ್ಲಿ ಮೀಟ್ ಆಗ್ತೀನೋ ಹೇಳೋಕ್ಕಾಗೋಲ್ಲ" ಬೀಳ್ಕೊಟ್ಟು ವಿರುದ್ಧ ದಿಕ್ಕಿಗೆ ಹೊರಟುಬಿಟ್ಟ.

ಎದುರಾದ ಅಜಿತ್ ಕಣ್ಣರಳಿಸಿದ.

"ತರಂಗಿಣಿ.... ನೀನು, ಇಲ್ಲಿ" ಆಶ್ಚರ್ಯ ನಟಿಸುತ್ತ.

"ನಿಮ್ಮ ಫ್ರೆಂಡ್‌ನ ಮೀಟ್ ಮಾಡೋ ಹಾಗಿದ್ರೆ.... ಬನ್ನಿ" ಕಾರಿನ ಡೋರ್ ತಳ್ಳಿದ. ಮಾತಾಡದೇ ಹತ್ತಿ ಕೂತಳು.

ಇದನ್ನು ಹೇಗಾದರೂ ನಿಲ್ಲಿಸುವ ಉದ್ದೇಶ ಅವಳದು. ಅಜಿತ್‌ಗೆ ಹೇಳಲಾರದೆ ಒದ್ದಾಡಿದಳು.

"ನಿಶಾಂತ್‌ನ, ನಿಮ್ಮ ವೆಹಿಕಲ್ಸ್ ಮೆಕ್ಯಾನಿಕ್ ಆಗಿ ಅಪಾಯಿಂಟ್ ಮಾಡಿಕೊಂಡಿದ್ದೀರಾ? ವೆರಿ.... ಡೇಂಜರ್" ಎಂದ. ಅವಳ ಮುಖದ ಭಾವನೆಯನ್ನು ವಾರೆಗಣ್ಣಿಂದ ಅವಲೋಕಿಸುತ್ತ.

ಅವನ ಮಾತನ್ನು ಉಪೇಕ್ಷಿಸುತ್ತ "ನಿಮ್ದು ಎಂಥ ಬೆಟ್ಸ್? ನಿಶಾಂತ್‌ಗೆ ಕರಾಟೆ ಗೊತ್ತೋ, ಇಲ್ಲವೋ...." ಅವನ ಗಮನ ಅತ್ತ ಸೆಳೆದಳು. ಅಜಿತ್ ನಕ್ಕುಬಿಟ್ಟ.

"ಅದು ಅವ್ನು ಯೋಚ್ಸಬೇಕಾದ ವಿಷ್ಯ, ಹಣ ಅಂದ್ರೆ.... ನಿಮ್ಮನ್ನು ಕಿಡ್‌ನ್ಯಾಪ್ ಮಾಡೋಕು ಅವ್ನು ರೆಡಿ" ಅವಹೇಳನ ಮಾಡಿದ.

ದಬಾಯಿಸುವುದು, ಜಗಳ ಆಡುವುದು, ಪ್ರತಿಭಟಿಸುವುದು ಅವಳಿಗೆ ಗೊತ್ತೇ ಇಲ್ಲ. ಮತ್ತೇನು ಮಾತನಾಡಿಯಾಳು?

ಕಾರು ಶರ್ಮ ಬಂಗ್ಲೆಯ ಮುಂದಿನ ಬಾಲ್ಕನಿಯಲ್ಲಿ ನಿಂತಾಗ ತರಂಗಿಣಿ ಇಳಿದಳು. ವಿಷಯ ತಿಳಿದ ಕೂಡಲೇ ಅರ್ಚನಾ ಮನೆಗೆ ಓಡಿ ಬಂದುಬಿಟ್ಟಿದ್ದಳು.

"ಇದೆಲ್ಲ ಸ್ಯಾಡಿಸಂ ಇಂಥ ಬೆಟ್ಸ್ ಯಾಕೆ? ಅಜಿತ್‌ನ ನೀನು ಒಪ್ಪಿಸ್ಬೇಕು" ತಾಯಿಯ ಮುಂದೆ ವಾದ ಹೂಡಿದ್ದಳು. ಅಂದಿನ ಮಾತುಕತೆಗಳು ಭವಾನಿಯ ಕಿವಿ ತಲುಪಿತ್ತು. ಆಕ್ಸಿಡೆಂಟ್ ಮಾಡ್ಸಿ ಕೊಲ್ಲಿಸುವ ಹಂಚಿಕೆ ಮಾಡಿದ್ದ ಅಜಿತ್ ಇಂದು ಕೂಡ ಏನೋ ಕರಾಮತ್ತು

ಮಾಡಿದ್ದಾನೆ ಅನ್ನಿಸಿತು. ಆಕೆಗೆ ಇದರ ಹಿಂದೆ ಯಾರಾದರೂ ಇದ್ದಾರ?

ಶರ್ಮ, ನಿರ್ಮಲ್ ಕುಮಾರ್‌ನ ಮಣಿಸಲು ಭವಾನಿಯಿಂದ ದೂರ ಮಾಡಲು ಬೇಕಾದಷ್ಟು ತಂತ್ರಗಳ ಜೊತೆ ಭಯವನ್ನು ಹುಟ್ಟಿಸಿದ್ದರು. ಆಗ ಭಯಪಟ್ಟು ಶರಣಾದದ್ದು ಭವಾನಿ ಈಗ.... ಆಕೆಯ ಎದೆ ಭಯದಿಂದ ಕಂಪಿಸತೊಡಗಿತು.

"ನಂಗೊಂದು.... ಅರ್ಥವಾಗೋಲ್ಲ!" ಹಣೆಗೆ ಕೈಯೊತ್ತಿದ್ದರು.

"ಅವ್ನು ನನ್ಮಾತು ಕೇಳದಿದ್ರೆ.... ಪೊಲೀಸ್‌ಗೆ ಕಂಪ್ಲೆಂಟ್ ಕೊಟ್ಟು ಲಾಕಪ್‌ನೊಳಕ್ಕೆ ಹಾಕ್ಸಿಬಿಡ್ತೀನಿ ಮೊನ್ನೆಯಲ್ಲ ಆಕ್ಸಿಡೆಂಟಾಗಿ ಸಾವಿನಿಂದ ತಪ್ಪಿಸಿಕೊಂಡು ಬಂದಿದ್ದಾನೆ ಅವ್ನ ಮೇಲೇಕೆ ಇವ್ನ ದ್ವೇಷ"? ಅವಳ ಕೋಪ ಅಳುವಿಗೆ ರೂಪ ತಾಳಿತ್ತು.

ಮಗಳ ಕಡೆ ನೋಡಿದರು ಭವಾನಿ, ನಿಶಾಂತ್‌ಗಾಗಿ ಅಳುತ್ತಿದ್ದಾಳೆ. ಅವನು ಯಾರೆಂದು ಗೊತ್ತಿಲ್ಲದಿದ್ದರೂ ಯಾವುದೋ ಶಕ್ತಿ ನಿಶಾಂತ್‌ಗಾಗಿ, ಅವನ ಒಳಿತಿಗಾಗಿ ಹೋರಾಡುವಂತೆ ಮಾಡುತ್ತಿದೆ. ನನ್ನ ಕರುಳ ಬಳ್ಳಿ ನಿಶಾಂತ್, ನಿರ್ಮೂಲ್ ಮತ್ತು ನನ್ನ ಪ್ರೇಮದ ಕುಡಿ ಅವನು. ಅವನಿಗಾಗಿ ನಾನು ಅಳಲಾರೆ, ಪ್ರತಿಭಟಿಸಲಾರೆ. ಏನೂ ಮಾಡಲಾರೆ.

ಮೊದಲು ಬಂದ ತರಂಗಿಣಿ ಮೌನವಾಗಿ ಕೂತಳು.

"ನಿಶಾಂತ್.... ಸಿಕ್ಕಿದ್ನಾ?" ಹೌದೆಂದು ತಲೆಯಾಡಿಸಿದಳು. "ಒಪ್ಕೊಂಡ.... ತಾನೇ?" ಇಲ್ಲವೆನ್ನುವಂತೆ ತಲೆಯಾಡಿಸಿದಳು. ಜಗತ್ತೇ ತಲೆಯ ಮೇಲೆ ಬಿದ್ದವಳಂತೆ ಅರ್ಚನಾ ತಲೆಯ ಮೇಲೆ ಕೈಯೊತ್ತಳು.

ಬಂದ ಅಜಿತ್ ತಾಯಿಯ ಹೆಗಲ ಮೇಲೆ ಕೈ ಹಾಕಿ ಆರಾಮಾಗಿ ಕೂತ. "ಇದು ಎಂಥ ಅವತಾರ" ಅರ್ಚನಾನ ಛೇಡಿಸಿದ, ದುರುಗುಟ್ಟಿ ನೋಡಿದಳು.

"ಬೆಟ್ಟ್ ಕಟ್ಟಿರೋದು ನಿಜನಾ?" ಭಯಂಕರ ಕೋಪ ಅವಳಿಗೆ.

"ನಾನೇನಲ್ಲ, ರಾಘವನ್ ಆಫರ್ ಮಾಡ್ದ. ಇನ್ನೊಂದು ಪಾರ್ಟಿಯವ್ರು ಒಪ್ಪಿಕೊಂಡ್ರು, ನಾನು ಬರೀ ಚೀಫ್ ಗೆಸ್ಟ್, ಬಹುಮಾನ ಡಿಸ್ಟ್ರಿಬ್ಯೂಟ್ ಮಾಡೋದಷ್ಟೆ.... ನನ್ಕೆಲ್ಸ" ಹಗುರವಾಗಿ ನುಡಿದ.

"ಸುಳ್ಳು.... ಶುದ್ಧ ಸುಳ್ಳು, ಎಲ್ಲಕ್ಕೂ ನೀನೇ ಕಾರಣ" ಕೂಗಿದಳು.

ತಾಯಿಯ ಭುಜದ ಮೇಲೆ ಗದ್ದವನ್ನೂರಿ "ಹಂಡ್ರೆಡ್ ಪರ್ಸೆಂಟ್ ನಿಜ. ಬೆಟ್ಸ್‌ನ ಒಪ್ಪಂದವಾದಾಗ ನಿಶಾಂತ್ ಇರಲೇ ಇಲ್ಲ. ರಾಘವನ್ ಹಣ ಉಳಿಸ್ಕೊಳ್ಳೋಕೆ ಪ್ಲಾನ್ ಮಾಡ್ದ. ಅವನೊಬ್ಬ ಬೆಪ್ಪುತಕ್ಕಡಿ" ನಿಶಾಂತ್‌ನ ದೂಷಿಸಿದ ಹಾಗೇ ಮಾಡಿದಾಗಲೆಲ್ಲ ಅವನ 'ಈಗೋ' ತೃಪ್ತಿಪಡುತ್ತಿತ್ತು.

ವಾದ, ವಿವಾದಗಳು ಏನೂ ಪ್ರಯೋಜನವಾಗಲಿಲ್ಲ. ಭವಾನಿ ಒಂದು ತೀರ್ಮಾನಕ್ಕೆ ಬಂದರು.

"ಬೇಡಾಂತ ರಾಘವನ್ ಮನವೊಲಿಸು. ಹತ್ತು ಸಾವಿರ ಬೇಕಾದ್ರೆ ನೀನೇ ಬಡ ವಿದ್ಯಾರ್ಥಿ ಫಂಡ್‌ಗೆ ಕೊಟ್ಟು ಬಿಡು."

ಎಲ್ಲೋ ಹುಟ್ಟಿ, ಹೇಗೋ ಬೆಳೆದ ನಿಶಾಂತ್ ಬಗ್ಗೆ ಇವರುಗಳಿಗೆ ಯಾಕೆ ಕಾಳಜಿ? ಎದೆಯಾಳದ ಉರಿ ಮತ್ತಷ್ಟು ಜಾಸ್ತಿಯಾಯಿತು. ಇದರಲ್ಲಿ ತರಂಗಿಣಿಯ ಪಾಲು ಮಾತ್ರ ಅವನು ಸಹಿಸಲು ಸಿದ್ಧವಿಲ್ಲ.

"ಅಲ್ಲಿನಾನೊಬ್ನೇ..... ಇಲ್ಲ" ಎದ್ದು ಹೋದ.

ಆಕೆಗೆ ದಿಕ್ಕೇ ತೋಚದಂತಾಯಿತು. ನಿಶಾಂತ್‌ಗೆ ಏನಾದರೂ ಆದರೆ? ಸಹಿಸಲಾರದೆ ಅವರ ಮನ ಒದ್ದಾಡಿತು.

ತೀರಾ ಕತ್ತಲಾದ ಮೇಲೆ ಆಕೆಯೇ ಕಾರು ಹತ್ತಿದರು. ಒಂಬತ್ತರವರೆಗೂ ಅವನು ಅಲ್ಲಿ ಕೆಲಸ ಮಾಡುತ್ತಾನೆಂದು ಅರ್ಚನಾ ಹೇಳಿದ್ದಳು. ಆ ಮೆಕ್ಯಾನಿಕ್ ಷಾಪ್‌ನ ಮುಂದೆ ಕಾರು ನಿಲ್ಲಿಸಿ ಇಳಿದರು. ಮೈನರ್ ರಿಪೇರಿಗಳಾದರೆ ಮಾತ್ರ ಅಲ್ಲಿ ನಿಲ್ಲಿಸುವುದು.

"ಏನಾಗಿದೆ.... ಮೇಡಮ್?" ಸೀನಿಯರ್ ಮೆಕ್ಯಾನಿಕ್ ಬಂದು ವಿಚಾರಿಸಿದ "ನಿಮ್ಮಲ್ಲಿ ನಿಶಾಂತ್ ಅಂತ ಒಬ್ಬ ಇರ್ಬೇಕಲ್ಲ ಅವ್ನೇ ಬ್ರೇಕ್ ಸರಿ ಮಾಡಿದ್ದು. ಸ್ವಲ್ಪ ಟ್ರಬಲ್ ಇದೆ. ಅವನನ್ನೆ ಕಳ್ಸಿ" ಅವನು ಹಿಂದಕ್ಕೆ ಹೋದ.

ಹತ್ತು ನಿಮಿಷದ ನಂತರ ನಿಶಾಂತ್ ಬಂದ. ಪೆಟ್ರೋಲ್, ಡೀಸೆಲ್, ಆಯಿಲ್‌ಯಿಂದ ಕೊಳೆಯಾದ ಬಟ್ಟೆ, ಒತ್ತು ಕೂದಲಲ್ಲಿ ಅಂಟಿದ ಧೂಳು. ಕಾರಿನ ನಂಬರ್ ನೋಡಿದ ಕೂಡಲೇ ದೃಢಪಡಿಸಿಕೊಂಡ. ಶರ್ಮ ಅವರ ಮನೆಯದು. ವಿಶ್ವಾಸ, ದ್ವೇಷ ಒಂದೇ ಮನೆಯಿಂದ.

"ಏನಾಗಿದೆ....?" ಎಂದ. ಆದರೆ ಭವಾನಿಯನ್ನು ನೋಡಿ ಅವನಿಗೆ ಆಶ್ಚರ್ಯವಾಯಿತು. "ನಿಮ್ಮ ಕಾರಿನ ಬ್ರೇಕ್ ನಾನು ರಿಪೇರಿ ಮಾಡ್ಲಿಲ್ಲಾ ಮೇಡಮ್. ನೀವು ನೋಡ್ಬೊಂದ್ರೆ ಮಾತ್ರ ನೋಡ್ತೀನಿ" ಸ್ಪಾನರ್ ತಿರುಗಿಸಿ ತಿರುಗಿಸಿ ನೋಡಿದ.

"ಬ್ರೇಕ್‌ನ ಸ್ವಲ್ಪ ಚೆಕ್ ಮಾಡ್ಬೇಕು" ಎಂದರು.

"ತಾವು ಇಳೀರಿ, ನಾನು ನೋಡ್ತೀನಿ" ಎಂದ.

"ನಿಶಾಂತ್ ಸ್ವಲ್ಪ ನಿನ್ನತ್ರ ಮಾತಾಡೋದು ಇದೆ" ಸ್ಟೇರಿಂಗ್ ವ್ಹೀಲ್ ಮುಂದಿನಿಂದ ಪಕ್ಕಕ್ಕೆ ಸರಿದರು "ಬಾ ಕೂತ್ಕೋ...." ಸುಮ್ಮನೇ ಹತ್ತಿ ಕೂತ.

ಕಾರು ಮುಂದಕ್ಕೆ ಹೋಗಿ ಪಕ್ಕಕ್ಕೆ ತಿರುಗಿಕೊಂಡು ಅಲ್ಲಿಯೇ ನಿಂತಿತು.

"ನಿಶಾಂತ್, ಅಜಿತ್ ಶ್ರೀಮಂತರ ಮಗ. ಅವ್ನಿಗೆ ಎಲ್ಲಾ ವಿಧವಾದ ರಕ್ಷಣೆ ಇದೆ. ಅವನಿಗಾಗಿ ಧಾವಿಸಿ ಬರೋ ಜನ ಇದ್ದಾರೆ? ಅವನಂಥವನನ್ನು ಪ್ರತಿಸ್ಪರ್ಧಿ ಮಾಡಿಕೊಳ್ಳೋದು ಒಳ್ಳೆಯದಲ್ಲ."

ಈ ಮಾತುಗಳನ್ನು ಅಜಿತ್‌ನ ಅಮ್ಮ ಹೇಳುತ್ತಿದ್ದರು. ಅವನಿಗೆ ದೊಡ್ಡ ಆಶ್ಚರ್ಯವಾಯಿತು.

"ನೀವು ತಪ್ಪು ತಿಳ್ಕೊಳ್ಳೋಲ್ಲಾಂದ್ರೆ ಒಂದ್ಮಾತು ಅಜಿತ್ ನಂಗೇನು ಪ್ರತಿಸ್ಪರ್ಧಿಯಲ್ಲ. ಹಾಗಂತ ಹೇಳಿಕೊಂಡ್ರೆ ಮೂರ್ಖತನವಾಗುತ್ತೆ. ಪ್ರತಿಯೊಂದಕ್ಕೂ ಕಾರಣಗಳು ಬೇಕು. ಇಲ್ಲಿ ಅವ್ನು ಮೂರ್ಖ. ಅನವಶ್ಯಕವಾಗಿ ನನ್ನ ಅನುಮಾನಿಸುತ್ತಲೋ, ಕೆರಳಿಸುತ್ತಲೋ ಬಂದಿದ್ದಾನೆ.

ಈಗ್ಲೂ ನಿಮ್ಮ ಮಗನನ್ನ ಸುಮ್ಮನಿರೋಕೆ ಹೇಳ್ಬಿಡಿ. ನಾನು ಎಲ್ಲಾ ಮರ್ತುಬಿಡ್ತೀನಿ'' ಇಲ್ಲೂ ಕೂಡ ರಾಜಿಯ ಸೂತ್ರವನ್ನೇ ಅವಲಂಬಿಸಿದ. ಇದು ನಿರ್ಮಲ್ ಕುಮಾರ್‌ನ ಸದ್ಗುಣವೇ.

''ಅವ್ನು ಒಂದು ರೀತಿ ಹಟಮಾರಿ. ನೀನೇ ದೂರ ಹೋಗ್ಬಿಡು ನಿಶಾಂತ್'' ಹಣ ಕೊಟ್ಟು ಒಲಿಸುವುದು ಸುಲಭವಲ್ಲವೆಂದು ಆಕೆಗೆ ಗೊತ್ತು. ''ಅಂತೂ ದೂರ ಕಳಿಸುವ ಇರಾದೆ ನಿಮ್ದು, ನಾನು ಸ್ವತಂತ್ರ ಭಾರತದ ಪ್ರಜೆ. ಜಾತಿ, ಧರ್ಮ ಗೊತಿಲ್ದೇ ಇರ್ಬಹ್ದು, ತಾಯ್ತಂದೆಯರ್ನ ಕಾಣ್ದೇ ಇರ್ಬಹ್ದು. ಆದರೆ ಬದುಕೋಕೆ ಸಂವಿಧಾನದಲ್ಲಿ ನಂಗೆ ಹಕ್ಕು ಇದೆ. ಗುಡ್ ಬೈ....'' ಕೈಯಲ್ಲಿದ್ದ ಸ್ಪಾನರ್ ಮೇಲಕ್ಕೆತ್ತಿ ಇಳಿದು ನಡೆದುಬಿಟ್ಟ.

ಹಿಂದೆ ಒಂದು ಸಂದರ್ಭದಲ್ಲಿ ನಿರ್ಮಲ್‌ಕುಮಾರ್ ''ನಿನ್ನ ಜೀವನದಿಂದ ನಾನು ದೂರ ಹೋಗ್ಬೇಕು. ಯಾಕೆ ಹೋಗ್ಬೇಕು? ನೀನು ಉತ್ತರಿಸೋಲ್ಲ. ಗುಡ್ ಬೈ'' ಸರಿದು ಹೋಗಿದ್ದರು. ಅಂದಿನಿಂದ ಇಂದಿನವರೆಗೂ ಇಬ್ಬರೂ ಪರಸ್ಪರ ಭೇಟಿಯಾಗಿರಲಿಲ್ಲ.

ಒಳಗಿನ ನೂರು ಒತ್ತಡಗಳು ಇದ್ದರೂ ನಿರ್ಮಲ್‌ನ ಎಂದೂ ನೋಡುವುದು ಭವಾನಿಗೆ ಇಷ್ಟವಿರಲಿಲ್ಲ.

ಕಾರು ಬಂಗ್ಲೆ ತಲುಪಿದಾಗ ಶರ್ಮ ಹೊರಗಿನ ಬಾಲ್ಕನಿಯಲ್ಲಿ ನಿಂತಿದ್ದರು.

''ಒಂಬತ್ತಕ್ಕೆ ಪಾರ್ಟಿ ಇದೆ. ರೆಡಿಯಾಗಿರು'' ಎಂದಿದ್ದರು. ''ಸ್ವಲ್ಪ ಲೇಟಾಗುತ್ತೆ'' ಅದನ್ನು ಸೇರಿಸಿದ್ದರು.

ಗಂಡ ಬರುವುದು ಎಂಟರ ನಂತರ ಎಂದು ಊಹಿಸಿದ್ದು ತಪ್ಪಾಗಿತ್ತು. ಒಂಟಿಯಾಗಿ ಸ್ವತಃ ಡ್ರೈವ್ ಮಾಡಿಕೊಂಡು ಹೋಗುವುದು ಭವಾನಿಗೆ ನಿಷೇಧವೇ. ಇಂದಿಗೂ ಅದು ಜಾರಿಯಲ್ಲಿತ್ತು.

ಶರ್ಮ ಹುಬ್ಬುಗಳು ನಿಧಾನವಾಗಿ ಏರಿ ಕೆಳಗಿಳಿದವು. ಭವಾನಿ ಅಲ್ಲಿಯೇ ಬಂದು ನಿಂತರು.

''ಲೇಟಾಗುತ್ತೇಂತ ಫೋನ್ ಮಾಡಿದ್ರಿ?'' ಕೇಳಿದರು.

''ನಿನ್ನನೆನಪಾಯ್ತು, ಓಡ್ಬಂದೆ'' ಎಂದರು, ಆಕೆಯ ಕೆನ್ನೆಗಳು ಕೆಂಪಾಗಲಿಲ್ಲ ''ಅರ್ಚನಾ.... ಮನೆಯಲ್ಲಿ ಇದ್ದಾಳ?'' ಆ ಮಾತಿನಿಂದ ನುಣುಚಿಕೊಂಡು ಮುಂದಡಿ ಇಟ್ಟಾಗ ಶರ್ಮ ಕೈ ಹಿಡಿದು ನಿಲ್ಲಿಸಿದರು.

''ನನ್ಮಾತಿಗೆ ಪ್ರತಿಕ್ರಿಯೆ ವ್ಯಕ್ತಪಡಿಸದೇ ಹೋಗ್ತಾ ಇದ್ದೀಯಾ?'' ಸ್ವರಕ್ಕೆ ಹಾಸ್ಯವನ್ನು ಬೆರೆಸಿದರು. ಅದನ್ನು ಅರಗಿಸಿಕೊಳ್ಳುವ ಸ್ಥಿತಿಯಲ್ಲಿಯೇ ಇರಲಿಲ್ಲ ಭವಾನಿ ''ಪ್ಲೀಸ್, ಸ್ವಲ್ಪ ಬಿಡಿ....'' ಬಿಡಿಸಿಕೊಂಡು ಒಳಗೆ ಹೋಗಿಬಿಟ್ಟರು.

ಕೈ ಹಿಡಿದ ಹೆಣ್ಣಿನ ಹೃದಯದಲ್ಲಿ ನೆಲೆಯೂರಲು ಸಾಕಷ್ಟು ತ್ಯಾಗ ಮಾಡಿದ್ದರು. 'ಹೆಣ್ಣಿನ ಮನ, ಮೀನಿನ ಹೆಜ್ಜೆ ತಿಳಿಯುವುದು ಸಾಧ್ಯವಿಲ್ಲ' ಆ ನಾಣ್ನುಡಿ ನಿಜವಾದರೂ ಭವಾನಿ ತಮ್ಮ ವರ್ತುಲದಿಂದ ಹೊರಗೆ ಹೋಗಲು ಸಾಧ್ಯವಿಲ್ಲ ಎನ್ನುವುದೇ ಸಮಾಧಾನದ ವಿಷಯ.

ಮಗಳ ಚರ್ಚೆಯ ಮುನ್ನವೇ ಭವಾನಿ ಕಾರನ್ನು ನಿಶಾಂತ್ ಕೆಲಸ ಮಾಡುವ

ವರ್ಕ್‌ಷಾಪ್ ಮುಂದೆ ನಿಲ್ಲಿಸಿದ್ದನ್ನು ಅನಿರೀಕ್ಷಿತವಾಗಿ ನೋಡಿದ್ದರು. ಇದು ಸಾಧ್ಯವಲ್ಲ.

ಕೋಣೆಗೆ ಬಂದ ಕೂಡಲೇ ವಿಚಾರಣೆ ಶುರು ಮಾಡಿದರು.

"ಡ್ರೈವರ್.... ಇರಲಿಲ್ವಾ?" ವ್ಯಂಗ್ಯವಾಗಿ ಕೇಳಿದರು.

"ನಂಗೆ ಡ್ರೈವಿಂಗ್ ಗೊತ್ತಿತ್ತು" ಚುಟುಕಾಗಿತ್ತು ಉತ್ತರ.

"ಅಂಥ ಅಗತ್ಯವೇನಿತ್ತು? ಹೋಗಿದ್ದು ಎಲ್ಲಿಗೆ?"

ವಿಷಯ ಅರಿವಿಗೆ ಬಂದಿರಬಹುದೆಂದು ಭವಾನಿಗೆ ಖಚಿತವಾಯಿತು. "ನಿಶಾಂತ್‌ನ ನೋಡೋಕೆ ಹೋಗಿದ್ದೆ?" ಸತ್ಯವನ್ನೇ ಹೇಳಿದರು. ಶರ್ಮ ಇನ್ನಷ್ಟು ಹತ್ತಿರಕ್ಕೆ ಬಂದರು. "ಅಲ್ಲಿ ಕಾರು ರಿಪೇರಿ ಮಾಡಿಸುವ ಅಗತ್ಯವಿರ್ಲಿಲ್ಲ. ಕಂಪನಿ ಮೆಕ್ಯಾನಿಕ್ಸ್ ಬೇಕಾದಷ್ಟು ಜನ ಇದ್ರು, ಬೇಕಿದ್ರೆ ನಿಶಾಂತ್‌ನ ಇಲ್ಲಿಗೆ ಕರಿಸ್ಕೋಬೇಕಿತ್ತು" ಧ್ವನಿಯಲ್ಲಿ ದರ್ಪವಿತ್ತು. ಆಕೆಯ ಸ್ವರ ಉಡುಗಿತು.

"ಯಾಕೆ ಹೋಗಿದ್ದೆ?" ಮತ್ತದೇ ಪ್ರಶ್ನೆ.

"ನಿಮ್ಮ ಮಗನನ್ನು ಕೇಳಿ ಉತ್ತರ ಸಿಕ್ಕುತ್ತೆ." ಹಾಸಿಗೆಯ ಮೇಲೆ ಮಲಗಿಕೊಂಡು ಬಿಕ್ಕಿ ಬಿಕ್ಕಿ ಅತ್ತರು.

ಶರ್ಮ ವಿಚಲಿತರಾದರು. ಇಂದಿನ ಪಾರ್ಟಿ ಮುಖ್ಯವಾದುದ್ದರಿಂದ ಹೋಗುವ ಅಗತ್ಯವಿತ್ತು.

"ಬೆಟ್ ವಿಷ್ಯ ತಾನೇ, ನಾನು ಅಜಿತ್‌ಗೆ ಹೇಳ್ತೀನಿ ಸುಮ್ಮನಿರು." ಸಂಯಮದಿಂದ ಸಂತೈಸಿದರು. "ಪಾರ್ಟಿಗೆ ಹೊತ್ತಾಗುತ್ತೆ. ಡ್ರೆಸ್ ಗ್ರಾಂಡಾಗಿರ್ಬೇಕು."

'ಅಯ್ಯೋ ಸುಮ್ನೇ ನನ್ನ ಬಿಟ್ಟು ಬಿಡಿ' ಕೂಗಿ ಹೇಳಬೇಕೆನಿಸಿತು. ಇಪ್ಪತ್ತನೆಯ ಶತಮಾನದ ವಿಧೇಯತೆಯಿಂದ ಆ ಮಾತುಗಳನ್ನು ನುಂಗಿಕೊಂಡಳು. ಇದು ಭಯವೋ, ದೌರ್ಬಲ್ಯವೋ ಅಥವಾ ಸದ್ಗುಣಗಳ ಕಂಟ್ರಾಕ್ಟ್ ಪಡೆದ ಹೆಣ್ಣುಗಳ ಪ್ರತೀಕವೆನ್ನುವ 'ಅಹಂ'ವೋ ಅಂತು ವಿಧೇಯ ಸತಿ.

ಶರ್ಮ, ಭವಾನಿ ಕಾರಿನಿಂದ ಇಳಿದಾಗ ಅರ್ಜುನ್‌ದೇವ್ ಸ್ವತಹ ಬಂದು ಸ್ವಾಗತಿಸಿದರು. ಪ್ರತಿಷ್ಠಿತ 'ಸ್ವಾತಿ ಮೆಟಲ್ ಇಂಡಸ್ಟ್ರೀಸ್'ನ ಮ್ಯಾನೇಜಿಂಗ್ ಡೈರೆಕ್ಟರ್.

ಸಂತೋಷದಿಂದ ಜನಗಳೊಡನೆ ಶರ್ಮ ಬೆರೆತು ಹೋದರು. ಬಂದ ವ್ಯಕ್ತಿಯನ್ನು ನೋಡಿದಾಗ ತಾವು ಇಂದಿನ ಪಾರ್ಟಿಗೆ ಬರಬಾರದಾಗಿತ್ತೆಂದುಕೊಂಡರು. ಒಂದು ರೀತಿಯ ಷಾಕ್ ಅವರಿಗೆ.

ಪ್ರತಿಷ್ಠಿತ ಹೆಂಗಳೆಯರ ಮಧ್ಯೆ ಭವಾನಿ ಸೇರಿ ಹೋಗಿದ್ದರು. ನಗುತ್ತ ಮಾತಾಡುತ್ತಿದ್ದ ಮಡದಿಯತ್ತ ನೋಡಿದರು. ಇಂದಿಗೂ ಆಕೆಯ ಸೌಂದರ್ಯ ಕುಂದಿಲ್ಲವೆನಿಸಿತು.

ನೋಟ ಹಿಂದಕ್ಕೆ ಬರುವ ಮುನ್ನವೇ ಅರ್ಜುನದೇವ್ "ಶರ್ಮ, ಮೀಟ್ ಮಿಸ್ಟರ್ ನಿರ್ಮಲ್ ಕುಮಾರ್, ಇಲ್ಲಿನ ಹೊಸ ಎಸ್. ಪಿ. ಡಿಪಾರ್ಟ್‌ಮೆಂಟ್‌ನಲ್ಲಿ ಬಹಳ ಒಳ್ಳೆಯ ಹೆಸರು ಮಾಡಿದ್ದಾರೆ. ಕರ್ತವ್ಯಕ್ಕೆ ಬೆಲೆ ಕೊಡುವ ಅಪರೂಪದ ವ್ಯಕ್ತಿ" ಪರಿಚಯಿಸಿದರು.

ಎಂಥಹ ಸಂದರ್ಭಗಳನ್ನೂ ಲೀಲಾಜಾಲವಾಗಿ ಸಮಾಳಿಸಿಕೊಳ್ಳುತ್ತಿದ್ದ ಶರ್ಮ ಇಂದು ಬೆವತುಬಿಟ್ಟರು. ನಿರ್ಮಲ್ ಕುಮಾರ್ ನೋಟವನ್ನೆದುರಿಸಲು ಅಳುಕಿದರು.

''ಗ್ಲಾಡು ಟು ಮೀಟ್‌ಯು........'' ಎಸ್.ಪಿ. ಯವರು ತಾವೇ ಮುಂದಾಗಿ ಕೈ ಕುಲುಕಿದರು. ಎಷ್ಟೇ ಪ್ರಯತ್ನಪಟ್ಟರೂ ನಗುವುದನ್ನು ಬಿಟ್ಟು ಶರ್ಮಗೆ ಮತ್ತೇನೂ ಮಾಡಲಾಗಲಿಲ್ಲ.

'ರಿಲ್ಯಾಕ್ಸ್....' ಎಂದು ಹೇಳಿದಂತಾಯಿತು. ಎಸ್.ಎಸ್. ಕುಮಾರ್ ನೋಟ. ಬೇರೆಯವರು ಮಧ್ಯೆ ಪ್ರವೇಶಿಸಿದ್ದರಿಂದ ಅತ್ತ ಹೊರಳಿದರು.

ಯಾವುದೇ ಪಾರ್ಟಿಗೆ ಕಳೆ ಕೊಡುವ ಶರ್ಮ ಮಂಕಾಗಬೇಕಾಯಿತು. ಮಾತು, ಜೋಕ್‌ಗಳಲ್ಲಿ ಅವರಿಗೆ ಅವರೇ ಸಾಟಿ.

ಗುಂಪು ಬಿಟ್ಟು ಒಂಟಿಯಾಗಿ ಕೂತಿರುವ ಗಂಡನನ್ನು ನೋಡಿ ಭವಾನಿ ಅಲ್ಲಿಗೆ ಬಂದರು.

''ಯಾಕೆ, ಒಂದು ತರಹ ಇದ್ದೀರಾ?'' ಸ್ವರದಲ್ಲಿ ಗಾಬರಿ ಇತ್ತು. ಮುಗುಳ್ನಕ್ಕು ಮೇಲೆದ್ದರು.

''ಒಂದಿಷ್ಟು.... ಡಿಪ್ರೆಷನ್. ರೆಸ್ಟ್ ಬೇಕೂಂತ ಅನ್ನಿಸುತ್ತೆ ಹೋಗ್ಬಿಡೋಣ'' ಗ್ಲಾಸ್ ಇರಿಸಿಬಿಟ್ಟರು.

''ಈಗ ಹೇಳೋಕೆ ಹೋದ್ರೆ........ ಅರ್ಜುನ್ ಬಿಡೋಲ್ಲ. ಸಿಕ್ಕಾಗ ಏನಾದ್ರೂ ನೆವ ಹೇಳಿದ್ರಾಯ್ತು'' ಭವಾನಿಯ ಕೈ ಹಿಡಿದುಕೊಂಡರು.

ದೊಡ್ಡ ನಗು ಅರಿವಾಗದಂತೆ ಭವಾನಿಯ ನೋಟವನ್ನು ಅತ್ತ ತಿರುಗುವಂತೆ ಮಾಡಿತು. ಈ ನಗು ಕೇಳಿ ವರ್ಷಗಳೇ ಸರಿದುಹೋಗಿತ್ತು. ಕ್ಷಣ ನೋಟಗಳು ಬೆರೆತವು ಅಷ್ಟೆ.

ಮನೆಗೆ ಬರುವವರೆಗೂ ಶರ್ಮ, ಭವಾನಿ ಮಾತಾಡಲಿಲ್ಲ. ದಾಂಪತ್ಯ ಜೀವನ ಪ್ರವೇಶಿಸಿದ ಇಪ್ಪತ್ತೆರಡು ವರ್ಷಗಳ ನಂತರ ಪ್ರೇಮಿಯನ್ನು ಭವಾನಿ ನೋಡಿದ್ದರು.

'ನೋಡದಿದ್ದರೇ ಚೆನ್ನಾಗಿತ್ತು' ಎಂದುಕೊಂಡರು. ಇದು ರಹಸ್ಯವಲ್ಲ. ಶರ್ಮಗೆ ಅವರಿಬ್ಬರ ಪ್ರೇಮದ ಬಗ್ಗೆ ಚೆನ್ನಾಗಿ ಗೊತ್ತಿತ್ತು.

ಬಟ್ಟೆ ಬದಲಾಯಿಸಿ ಹಾಸಿಗೆಯ ಮೇಲೆ ಮಲಗಿದ ನಂತರ ಭವಾನಿ ಪ್ರಶ್ನಿಸಿದರು. ''ನೀವ್ಯಾಕೆ ಅಷ್ಟೊಂದು ನರ್ವಸ್ ಆಗಿದ್ದು? ಅಂಥ ಅಗತ್ಯವಿರ್ಲಿಲ್ಲ. ಪೂರ್ವ ಜನ್ಮದ ಸ್ಮರಣೆ ಅನಗತ್ಯ. ಎಲ್ಲರ ಜೊತೆ ವ್ಯವಹರಿಸಿದಂತೆ ವ್ಯವಹರಿದ್ದರೆ ಸಾಕಿತ್ತು'' ವಿವೇಚನೆಯಿಂದ ಕೂಡಿದ ಮಾತಿಗೆ ಶರ್ಮ ಬೆರಗಾದರು.

ನಿರ್ಮಲ್ ಕುಮಾರ್ ಅವರ ಪ್ರತಿಸ್ಪರ್ಧಿಯಾಗಿದ್ದರೂ ಗೆಲುವು ಇವರದೇ!'ನಿನ್ನ ಭವಾನಿಯ ಹೃದಯ ಸಾಮ್ರಾಜ್ಯದ ಸಾಮ್ರಾಟನಾಗಿದ್ದೆ ನಾನು' ನಿರ್ಮಲ್ ಕುಮಾರ್ ಹಂಗಿಸಿದಂಥ ಅನುಭವ ಆಗುತ್ತಿತ್ತು ಆಗಾಗ.

ಪಕ್ಕಕ್ಕೆ ಹೊರಳಿ ಮಲಗಿದರು ಭವಾನಿ. ಎರಡು ಬೆಚ್ಚನೆಯ ಕಂಬನಿಯ ಹನಿಗಳು ದಿಂಬಿನಲ್ಲಿ ಸೇರಿಹೋದವು.

* * *

ಅಮೇರಿಕದಿಂದ ಹಿಂದಿರುಗಿದ ಡಿ.ಎಫ್. ಆಚಾರ್ಯ, ಬರುವಾಗ ತಮ್ಮ ಜೊತೆಯಲ್ಲಿ

ತಾವೇ ಬರೆದ ಕಲಾಕೃತಿಗಳ ದೊಡ್ಡ ಸಂಗ್ರಹವನ್ನು ತಂದಿದ್ದರು.

ಅಂದು ಕಾಲೇಜಿನಲ್ಲಿ ತರಂಗಿಣಿ ವಿಷಯ ತಿಳಿಸಿದಳು. ''ಪಪ್ಪ, ನಿಮ್ಮನ್ನು ನೋಡೋಕೆ ಇಷ್ಟಪಡ್ತಾರೆ. ಸಂಜೆ ಬನ್ನಿ' ಆಹ್ವಾನ ಕೊಟ್ಟಳು.

ಬೆಟ್ ವಿಷಯ ಸ್ವಲ್ಪ ತಣ್ಣಗಾದುದ್ದರಿಂದ ನಿಶಾಂತ್ ತನ್ನ ಓದು, ಕೆಲಸದ ಕಡೆ ಪೂರ್ತಿ ಗಮನ ಕೊಟ್ಟಿದ್ದ. ವಿಠೋಬನ ತಂಗಿಯ ಮದುವೆಯ ಹಣಕ್ಕಾಗಿ ಅವನಿಗೆ ತಿಳಿಯದಂತೆ ಹೆಚ್ಚು ಕೆಲಸ ಮಾಡುತ್ತಿದ್ದ.

ತಲೆದೂಗಿದ ನಿಶಾಂತ್ ''ಸಂಜೆ ಆಗೋಲ್ಲ. ಒಂದೆರಡು ದಿನ ಬಿಟ್ಟು ಬರ್ತೀನಿ'' ತಪ್ಪಿಸಿಕೊಳ್ಳುವುದೇ ಅವನ ಉದ್ದೇಶ. ಅಂದು ಅವಳ ಕಣ್ಣಿಂದ ಉದುರಿದ ಕಂಬನಿ ಬಿಂದುಗಳ ಬಿಸಿ ಇನ್ನೂ ಅಂಗೈನಲ್ಲಿದೆಯೇನೋ ಎನ್ನುವಂತಿತ್ತು.

ಆ ದಿನ ಆ ಕ್ಷಣ ಅವನ ಬದುಕಿನಲ್ಲಿ ಮರೆಯಲಾರದ್ದು. ಹಾಗೆಂದು ತರಂಗಿಣಿಯಂಥ ಸರಳ, ಸುಂದರ ಮನದ ಹುಡುಗಿಯ ಹೃದಯದಲ್ಲಿ ಭಾವನೆಗಳನ್ನು ಕೆರಳಿಸಲಾರ. ಚಿಗುರಿದರೂ ಹಾಗೆಯೇ ಒಣಗಿ ಹೋಗಬೇಕೆಂಬುದು ಅವನ ಉದ್ದೇಶ.

ಸುಮ್ಮನೇ ಹೋದವಳತ್ತ ನೋಡಿದ. ಅವನ ಹೃದಯ ತೀವ್ರವಾಗಿ ಘಾಸಿಗೊಂಡಿತ್ತು. ಅಭಿಮುಖವಾಗಿ ಹೊರಟವನು ಹಿಂದಕ್ಕೆ ತಿರುಗಿದ. ಅಷ್ಟು ದೂರ ಬಂದವನು ನಿಂತ.

'ನೀನು ಮಜ್ನು, ದೇವದಾಸ್ ಆಗ್ಬೇಕಿಲ್ಲ. ನಿನ್ನ ಲಕ್ಷ್ಯದ ಕಡೆ ಗಮನವಿರ್ಲಿ. ಶ್ರೀಮಂತರ ಸಹವಾಸ ತುಂಬ ಕೆಟ್ಟದ್ದು. ನೀನಿನ್ನು ವಿದ್ಯಾರ್ಥಿ' ವಿಠೋಬನ ಬುದ್ಧಿಮಾತುಗಳಿಂದ ಆಯ್ದ ಕೆಲವು ತುಣುಕುಗಳು ಅವನ ಮಿದುಳಿನಲ್ಲಿ ಜಾಗ್ರತವಾಗಿದ್ದವು.

ಹಿಂದಕ್ಕೆ ತಿರುಗಿ ನಡೆದ. ಗೆಳೆಯರ ಜೊತೆ ಬರುತ್ತಿದ್ದ ರಾಘವ ಅವನನ್ನು ನೋಡಿ ಕೈ ಮೇಲೆತ್ತಿದ. ಒಲ್ಲದ ಮನಸ್ಸಿನಿಂದಲೇ ಕೈಯೆತ್ತಿದ.

''ಕ್ಯಾಂಟೀನ್ ಗಾ....? ಅಲ್ಲವೆಂದು ತಲೆಯಾಡಿಸಿದ. ಬಹಳ ವಿಶ್ವಾಸದಿಂದ ರಾಘವ ಅವನ ಭುಜದ ಮೇಲೆ ಕೈ ಹಾಕಿದ. ''ಇವತ್ತು ಅಜಿತ್‌ನ ಫ್ರೆಂಡ್ಸ್ ಸಿಕ್ಕಿದ್ರು. ಬೆಟ್ ವಿಷ್ಯ ನೆನಪಿಗೆ ತಂದ್ರು. ನನ್ನನ್ನು, ನಿನ್ನನ್ನು ಇಬ್ಬರನ್ನು ಅವಹೇಳನ ಮಾಡ್ಕೊಂಡ್ ತಿರುಗ್ತಾ ಇದ್ದಾರೆ. ಕೂತು ಮಾತಾಡಿ ಒಂದು ದಿನ ನಿಶ್ಚಯ ಮಾಡಿಬಿಡಬೇಕು. ಅಜಿತ್ ತೀರಾ ಹಟಮಾರಿ. ಅವನಪ್ಪನ ಥಾಲೇ ಅವನ್ದೆಲ್ಲ. ಅವ್ನ ಮಮ್ಮಿ ಭವಾನಿ ಯಾರನ್ನೋ ಲವ್ ಮಾಡಿದ್ರಂತೆ. ಅವರಿಬ್ರ ಮಧ್ಯೆ ಬಂಡೆಯಾಗಿ ನಿಂತು ಅವರನ್ನ ಬೇರ್ಪಡಿಸಿ ಶರ್ಮ ತಾವು ಮದ್ವೆಯಾದ್ರಂತೆ'' ಇದನ್ನು ಹೇಳಬೇಕೆಂಬ ಉದ್ದೇಶವಿಲ್ಲದಿದ್ದರೂ ಮಾತಿನ ಮಧ್ಯೆ ಹೇಳಿಬಿಟ್ಟ.

ಅಷ್ಟು ತುಂಬು ಗಾಂಭೀರ್ಯದಿಂದ ಪ್ರಸನ್ನಚಿತ್ತರಾಗಿ ಕಾಣುವ ಭವಾನಿಯ ಜೀವನದಲ್ಲಿ ಇಂಥದೊಂದು ದುರಂತದ ಕತೆ. ಇದೆಲ್ಲ ಹೊಸದೆನಿಸಲಿಲ್ಲ ಅವನಿಗೆ.

ಜೊತೆ ಜೊತೆಯಾಗಿ ವಿದ್ಯಾರ್ಥಿ, ವಿದ್ಯಾರ್ಥಿನಿಯರು, ಒಡಾಡಿ, ಪ್ರೀತಿ ಪ್ರೇಮದ ಅಮಲಿನಲ್ಲಿ ಮುಳುಗಿ ಲೈಲಾ, ಮಜ್ನು ಎನ್ನುವಂಥ ಗಾಥೆಯಲ್ಲಿ ಮುಳುಗಿದವರೇ ನಂತರ ಬೇರೆ ಬೇರೆಯಾಗಿ ತಮಗೆ ಅನುಕೂಲಕರವಾದ ದಾರಿಗಳನ್ನು ಹಿಡಿದಿದ್ದು ಇದೇ ಕಾಲೇಜಿನಲ್ಲಿ ಕಂಡಿದ್ದ.

"ನಮಗ್ಯಾಕೆ ಬಿಡು, ಅವ್ರುಗಳ ಪರ್ಸನಲ್ ಹಿಸ್ಟರಿ? ನಿನ್ನ ಡಿಸಿಷಿನ್‌ಗೆ ನಾನು ಬದ್ಧ" ಎಂದ. ರಾಘವ ಕ್ಷಣ ಅನುಮಾನಿಸಿದ.

"ರಾಮುನ ನೋಡಿದ್ದೀಯಲ್ಲ. ತುಂಬ ಒರಟ. ಕರಾಟೆಯಲ್ಲಿ ಬ್ಲಾಕ್ ಬೆಲ್ಟ್ ಒಂದು ನೆವ. ಗೂಂಡಾ ಜಮಾನ ಅವನದು. ಅವ್ನಿಗೆ ಒಂದೈವತ್ತು ಸಾವಿರ ಕೊಟ್ಟು ಹಿಂದಕ್ಕೆ ಸರಿಯೋ ಹಾಗೆ ಮಾಡ್ತೀನಿ. ನಿಂಗೆ ಅಪಾಯವಾಗೋದು........ನಂಗಿಷ್ಟವಿಲ್ಲ. ಹೇಳ್ದ ಪ್ರಕಾರ ಹತ್ತು ಸಾವಿರ ನಿಂಗೂ ಕೊಡ್ತೀನಿ"

ರಾಘವನ್‌ನ ಒಳ್ಳೆಯತನಕ್ಕೆ ಬೆರಗಾದ. ಈ ಅವಕಾಶ ಕೈ ತಪ್ಪಿ ಹೋಗುವುದು ನಿಶಾಂತ್‌ಗೆ ಇಷ್ಟವಿಲ್ಲ.

"ಅಂಥ ಭಯವೇನು ಇಲ್ಲ. ನೀವು ಒಪ್ಪಿಕೊಳ್ಳಿ. ನಾನು ಚಿಕ್ಕಣ್ಣನ ಗರಡಿಯಲ್ಲಿ ಬೆಳೆದೋನು. ಎಲ್ಲಾ ಪಟ್ಟುಗಳು ನಂಗೆ ಗೊತ್ತು" ಆಶ್ವಾಸನೆ ಕೊಟ್ಟ.

ಕ್ವಾರ್ಟರ್ಸ್‌ಗೆ ಹೋದ ನಿಶಾಂತ್ ಮನದ ಒತ್ತಡವನ್ನು ಹತ್ತಿಕ್ಕಲಾರದೆ ತರಂಗಿಣಿಯ ಮನೆಗೆ ಬಂದ. ಸುಂದರ ಉದ್ಯಾನವನದಂಥ ಪರಿಸರ ಅವರ ಮನೆಯದು. ಜಪಾನ್ ಮಾದರಿಯಲ್ಲಿ ಪ್ಲಾನ್ ಮಾಡಿಸಿ ಕಟ್ಟಿಸಿದ್ದು.

ಪುಸ್ತಕದಲ್ಲಿ ಮುಳುಗಿ ಹೋಗಿದ್ದ ಡಿ.ಎಫ್. ಆಚಾರ್ಯರು ಹೊರಗಿನ ಹಜಾರದಲ್ಲಿಯೇ ಕೂತಿದ್ದರು. ನೆರೆತ ಗಡ್ಡ, ಮೀಸೆ, ಕೂದಲು ರವೀಂದ್ರನಾಥ ಠಾಕೂರರನ್ನು ನೆನಪಿಸುತ್ತಿತ್ತು. ಅಂತಹುದೇ ಮುಖಭಾವ.

ಎಚ್ಚರಿಸಲು ಇಷ್ಟಪಡದೇ ಹಿಂದಿರುಗಲು ನಿಶ್ಚಯಿಸಿದ. ಅನಿರೀಕ್ಷಿತವಾಗಿ ತಲೆಯೆತ್ತಿದ ಡಿ.ಎಫ್. ಆಚಾರ್ಯ ಅವರು ಕೂಗಿದರು.

"ಬಾ.... ನಿಶಾಂತ್, ನಿನ್ನಿಂದ ಒಂದ್ಕೆಲ್ಸ ಆಗ್ಬೇತ್ತು."

ನಿಶಾಂತ್‌ಗೆ ನಾಚಿಕೆಯೆನಿಸಿತು. ತರಂಗಿಣಿಯ ಆಹ್ವಾನಕ್ಕೆ ತಾನು ಉದಾಸೀನ ತೋರಿದ್ದು ತಪ್ಪೆನಿಸಿತು. ಪಶ್ಚಾತ್ತಾಪಗೊಂಡ ಕೂಡ.

ಈ ಸಲ ಅಮೆರಿಕಗೆ ತಾವು ಹೋದಾಗ ಹಂಟಿಂಗ್‌ಟನ್ ಪಾರ್ಕ್‌ಗೆ ಕೊಟ್ಟ ಭೇಟಿ, ಅದರ ರಮ್ಯ ಅನುಭವ, ಚೆಲುವು ಅರಿವುಗಳ ಅಪೂರ್ವ ಸಂಗಮದ ವಿಷಯವನ್ನು ತಿಳಿಸಿದರು.

ಒಳಗೆ ಕರೆದೊಯ್ದರು. ಹತ್ತಾರು ಪ್ರಶಸ್ತಿಗಳನ್ನು, ಅಂತರರಾಷ್ಟ್ರೀಯ ಸನ್ಮಾನ ಪಡೆದ ಮಹಾನ್ ವಿದ್ವಾಂಸ ಇಲ್ಲಿ ಬರೀ ಕಲಾಕಾರನಾಗಿದ್ದ.

ದಳ ದಳ ಬಿರಿಯುವ ಕೈಮಿಲಿಯಾ? ಉದ್ಯಾನವನ್ನು ತನ್ನ ಕುಂಚದಲ್ಲಿ ಸೆರೆ ಹಿಡಿದಿದ್ದರು. ವರ್ಣಮಯ ಗುಲಾಬಿಗಳು, ಬಣ್ಣಗಳ ವೈವಿಧ್ಯಮಯ ರಾಶಿಯ ವಿವಿಧ ಪೂಗಳು, ದೊಡ್ಡ ಗಾತ್ರದ ಕ್ಯಾಕ್ಟಸ್‌ಗಳ ಚಿತ್ರಣ, ತೆಳು ಹಳದಿಯ ಹೂಗೊಂಚಲು–ಅಬ್ಬ ಎನಿಸುವಂತಿತ್ತು.

ತಮ್ಮ ಇಪ್ಪತ್ತೈದು ಚಿತ್ರಗಳಲ್ಲಿ ಹಂಟಿಂಗ್ ಟನ್ ಪಾರ್ಕ್‌ನ ಸೆರೆಹಿಡಿದರು. ಆದರೂ

ಅದರ ಅದ್ಭುತ ಜೀವಂತಿಕೆಯನ್ನು ತಾವು ಸೆರೆಹಿಡಿಯಲು ಸಾಧ್ಯವಿಲ್ಲವೆನ್ನುವ ಕೊರಗು.

ಈಗಾಗಲೇ ತಮ್ಮ ಚಿತ್ರಗಳು ಇರುವ ಅಪೂರ್ವ ಸಂಗ್ರಹದಲ್ಲಿ ಅದನ್ನು ಸೇರಿಸುವ ಜೊತೆಗೆ, ಅದನ್ನು ಮುಕ್ತವಾಗಿ ಕಲಾರಸಿಕರಿಗಾಗಿ ತೆರೆದಿಡುವ ಒಂದು ಯೋಜನೆ ಇತ್ತು.

ಈಗಾಗಲೇ ಅಂಥ ಕಟ್ಟಡದ ನಿರ್ಮಾಣವಾಗಿತ್ತು. ಅದು ಹಾಗೆಯೇ ಉಳಿಯಲು ಡಿ.ಎಫ್. ಆಚಾರ್ಯ ಬೇಕಾದ ಹಣಕಾಸಿನ ವ್ಯವಸ್ಥೆ ಮಾಡಿದ್ದರು.

ಈಗ ನಿಶಾಂತ್‌ಗೆ ಒಂದು ದೊಡ್ಡ ಜವಾಬ್ದಾರಿ ವಹಿಸಲು ಯೋಚಿಸಿದ್ದರು.

"ನಿಶಾಂತ್ ನೀನೊಮ್ಮೆ ಹೋಗಿ ಆ ಆರ್ಟ್ ಗ್ಯಾಲರಿಯ ಬಿಲ್ಡಿಂಗ್ ನೋಡು. ತರಂಗಿಣಿಯನ್ನು ಕೂಡ ಕರ್ಕೊಂಡ್ಹೋಗು. ನನ್ನ ಪೇಂಟಿಂಗ್ ಹೇಗೆ ಜೋಡಿಸಿದರೆ, ಹೇಗೆ ನೋಡಿದರೆ ಚೆನ್ನ ಅನ್ನೋದ್ನ ನೀವುಗಳು ಕೂತು ಯೋಚ್ಸಿ. ಅದರ ಸಂಪೂರ್ಣ ಹೊಣೆ ನಿಮ್ದೇ" ಎಂದಾಗ ಅವನೆದೆ ಢವಗುಟ್ಟಿತು. ಇಂಥ ದೊಡ್ಡ ಕೆಲಸ.... ಅವನ ಮನ ಅಳುಕಿತು. ಸಂದೇಹಿಸಿದ.

"ನಾನು ಗರಡಿಯಲ್ಲಿ ಬೆಳೆದೋನು. ತಾಯಿಯ ಜೋಗುಳ ಕೇಳುವ ಭಾಗ್ಯ ಕೂಡ ನಂಗೆ ಇರ್ಲಿಲ್ಲ. ಕಲೆ, ಸಂಗೀತ, ಸಾಹಿತ್ಯಗಳ ಮೂಲ ದ್ರವ್ಯದ ಪರಿಚಯವೇ ಅಲ್ಲ. ನನ್ನಂಥ ತೀರಾ ಸಾಧಾರಣ, ಅಪ್ರಬುದ್ಧ ವ್ಯಕ್ತಿಗೆ ಇಂಥ ಮಹತ್ತರ ಕೆಲ್ಸ...."

ಆಚಾರ್ಯರು ನಕ್ಕು ಅವನ ಬೆನ್ನು ತಟ್ಟಿದ್ದರು.

"ನಿಣಿ ಮಾಡ್ಬಲ್ಲೆಂತ ನನ್ನ ಒಳಗಿನ ವ್ಯಕ್ತಿ ಹೇಳ್ತಾ ಇದ್ದಾನೆ, ಡೋಂಟ್ ವರೀ...." ಅದನ್ನ ಅವನಿಗೆ ಒಪ್ಪಿಸಲು ತೀರ್ಮಾನಿಸಿದ್ದರು.

ಅಷ್ಟು ಹೊತ್ತಿನವರೆಗೂ ತರಂಗಿಣಿ ಕಣ್ಣಿಗೆ ಬೀಳಲಿಲ್ಲ. ಅವನು ಕುತೂಹಲ ವ್ಯಕ್ತಪಡಿಸಲಿಲ್ಲ. ಈಗ ಹೆಚ್ಚಿನ ವೇಳೆಯನ್ನು, ಮನಸ್ಸನ್ನ ಡಿ.ಎಫ್. ಆಚಾರ್ಯರ ಕೆಲಸಕ್ಕೆ ಮುಡುಪಾಗಿ ಇಡಬೇಕಿತ್ತು. ಒಂದು ಕಡೆ ಓದು, ಇನ್ನೊಂದು ಕಡೆ ಜೀವನ ನಿರ್ವಹಣೆ. ಆದಷ್ಟು ಹಣ ಜೋಡಿಸಿ ವಿಠೋಬನಿಗೆ ಒದಗಿಸಬೇಕಿತ್ತು. ಹೇಗೆ? ರಾತ್ರಿಗಳನ್ನು ಉಪಯೋಗಿಸಿಕೊಂಡರೆ ಹೇಗೆ?

ಯೋಚಿಸುತ್ತಲೇ ಆಚಾರ್ಯರಿಂದ ಬೀಳ್ಕೊಟ್ಟು ಗೇಟಿನಿಂದ ಬರುವ ವೇಳೆಗೆ ತರಂಗಿಣಿ ಎದುರಾದಳು. ಕತ್ತಲೆಯ ರಾತ್ರಿಯಲ್ಲಿ ಬೆಳದಿಂಗಳನ್ನು ಕಂಡಂತಾಯಿತು.

"ಆಗ್ಲೇ.... ಹೊರಡ್ತಾ ಇದ್ದೀರಲ್ಲ?" ಕೇಳಿದಳು.

"ಬಂದು ತುಂಬ ಹೊತ್ತಾಯ್ತು" ಅಷ್ಟೇ ಹೇಳಿದ್ದು.

ನಿಶಾಂತ್ ಮುಂದಕ್ಕೆ ಬಂದವನು ಮೈನ್ ರೋಡ್‌ಗೆ ಹೊರಳಿದ. MYT 3784 ಕಾರು ನಂಬರ್ ಕಣ್ಣಿಗೆ ಬಿತ್ತು. ಅಂದು ಅವನ ಮೇಲೆ ಹಾಯಲು ಬಂದ ವಾಹನ ಇದೆ.

ಹತ್ತಿರಕ್ಕೆ ಹೋಗಿ ನೋಡಿದ. ನೇಮ್ ಪ್ಲೇಟ್ ಮಾತ್ರವಲ್ಲ ವಾಹನವು ಕೂಡ ಇದೆ. ಅವನು ಹಾರಿದ ರಭಸಕ್ಕೆ ಸೀಳು ಬಿಟ್ಟಿರಬೇಕು, ಗಾಜು. ಅದು ಹಾಗೆಯೇ ಇತ್ತು. ಇವನು ಜಂಪ್ ಆದಾಗ ಗಂಧದ ಒಂದು ಆನೆ ಒಳಗೆ ಜೋಡಿಸಲ್ಪಟ್ಟಿದ್ದು ಫ್ಲಾಷ್ ಆಗಿತ್ತು. ಎರಡು

ಮುಖಗಳ ಪರಿಚಯವಿಲ್ಲದಿದ್ದರೂ ದನಿಯ ಪರಿಚಯವಿತ್ತು.

"ಹೋದ.... ಬಿಡು" ಕೆಳಗೆ ಉರುಳಿದಾಗ ಪ್ರಜ್ಞೆ ತಪ್ಪುವ ಮುನ್ನ ಅವನ ಕಿವಿಗೆ ಬಿದ್ದ ಕೊನೆಯ ಮಾತು ಮಿದುಳಿನಲ್ಲಿ ಭದ್ರವಾಗಿತ್ತು.

ಈ ವಿಷಯಗಳನ್ನು ಮುಂದಾಲೋಚನೆಯಿಂದಲೇ ಪೊಲೀಸರಿಗೆ ತಿಳಿಸದೆ ಮುಚ್ಚಿಟ್ಟಿದ್ದ. ಬಾಡಿಗೆಯ ಜನಕ್ಕೆ ಶಿಕ್ಷೆಯಾಗಬಹುದು. ಆದರೆ ಅದರ ಹಿಂದಿರುವ ವ್ಯಕ್ತಿ ಸೇಫ್ ಆಗಿಬಿಡುತ್ತಾನೆ. ಅದು ಆಗಕೂಡದು. ಎಸೆದ ಉರುಳು ನೇರವಾಗಿ ಅವನ ಕುತ್ತಿಗೆಗೆ ಬೀಳಬೇಕು.

ಅಷ್ಟು ದೂರಕ್ಕೆ ನೇರವಾಗಿ ನಡೆದು ಹೋದವನು ನಿಂತ ಕಾರು. ನಿಲ್ಲಿಸಿ ಹೋಗಿದ್ದ ಇಬ್ಬರು ವ್ಯಕ್ತಿಗಳು ಬಂದರು. ಎಷ್ಟೇ ಪ್ರಯತ್ನಪಟ್ಟರೂ ಸ್ಟಾರ್ಟ್ ಆಗಲಿಲ್ಲ. ಅವರು ಹಾಕಿದ್ದು ಬೇರೆಯ ಕೀಯೆಂದು ಅರಿವಾಗಲಿಲ್ಲ ಅವರಿಗೆ.

ನಿಶಾಂತ್ ಅವರ ಮುಂದೆಯೇ ನಡೆದು ಹೋದ.

ಒಬ್ಬ ಚಪ್ಪಾಳೆ ತಟ್ಟಿ "ನೀನು ಮೆಕ್ಯಾನಿಕ್ ಅಲ್ವಾ! ಒಂದ್ಸಲ ನೋಡಿದ್ದೆ" ಕೈ ತಟ್ಟಿ ಕೂಗಿದ.

ಹೌದೆನ್ನುವಂತೆ ಹಿಂದಕ್ಕೆ ಬಂದ.

"ಇದಕ್ಕೆ ಏನಾಗಿದೆಯೋ, ನೋಡು" ಒಬ್ಬ ಲೈಟರ್ ಬೆಳಗಿ ಸಿಗರೇಟು ಹಚ್ಚಿದ "ಈ ವಾರದಲ್ಲಿ ಇದು ಎರಡನೇ ಸಲ ಕೈ ಕೊಡ್ತಾ ಇರೋದು" ಗೊಣಗಿದ ಇನ್ನೊಬ್ಬ.

ಅಂದರೆ ಇವರುಗಳು ಹೊಸದಾಗಿ ಕೊಂಡಿರಬೇಕೆಂದುಕೊಂಡ. ಬಾನೆಟ್ ಎತ್ತಿ ನೋಡಿ ಒರಿಜಿನಲ್ ಕೀಯನ್ನ ಇಗ್ನಿಷಿಯನ್‌ನಲ್ಲಿ ತುರುಕಿ ಸ್ಟಾರ್ಟ್ ಮಾಡಿದ.

"ಸರಿಯಾಗಿದೆ.... ನೋಡಿ" ಕೆಳಗಿಳಿದ.

ಹತ್ತಿ ಕೂತವರು ಅವನತ್ತ ಐದರ ನೋಟು ಚಾಚಿದಾಗ ನಿರಾಕರಿಸಿದ "ಬೇಡ ಸರ್, ಇದು ನಮ್ಮ ಗಾಡಿನೇ. ಆಗಾಗ ರಿಪೇರಿಗೇಂತ ನಮ್ಮ ಗ್ಯಾರೇಜ್‌ಗೆ ಬರುತ್ತೆ. ನೀವು ತಗೊಂಡ್ ಎಷ್ಟು ದಿನವಾಯ್ತು?" ಕೇಳಿದ.

ಐದರ ನೋಟನ್ನ ಜೇಬಿನಲ್ಲಿ ತುರುಕಿಕೊಂಡು ತಾನು ಕಾರು ಕೊಂಡ ಮಾಲೀಕರ ಬಗ್ಗೆ ಮಾಹಿತಿ ನೀಡಿದ. ಶ್ರಮ ಪಡದೇ ವಿಷಯವನ್ನು ಸಂಗ್ರಹಿಸಿಕೊಂಡಿದ್ದ.

ಸಂಜೆಯ ವೇಳೆಗೆ ಅವರಿಂದ ವಿಷಯ ಹೊರಡಿಸಿದ. ಅದು ಆಕಸ್ಮಿಕವಲ್ಲ. ಪೂರ್ವ ನಿಯೋಜಿತ ಕೊಲೆಯ ಏರ್ಪಾಟು. ಅದರ ಹಿಂದೆ ಇದ್ದಿದ್ದು ಅಜಿತ್.

ಇಂಥ ಒಂದು ಅನುಮಾನವಿದ್ದರೂ ಸತ್ಯವೆಂದು ಸ್ವೀಕರಿಸಲು ನಿಶಾಂತ್ ಸಿದ್ಧವಾಗಿರಲಿಲ್ಲ. ಪೊಲೀಸ್‌ಗೆ ಕಂಪ್ಲೆಂಟ್ ಕೊಡುವುದು, ನೇರವಾಗಿ ಗುದ್ದಾಡುವುದು ಅವನಿಗೆ ಬೇಕಿರಲಿಲ್ಲ. ಭವಾನಿ ಹೇಳಿದಂತೆ ಅವನ ರಕ್ಷಣೆಗೆ ಬೇಕಾದ ಜನ, ಸವಲತ್ತು ಎಲ್ಲಾ ಇತ್ತು.

ನಾಲ್ಕು ದಿನದ ನಂತರ ಎದುರಾದ ಅಜಿತ್ ಒಂದು ಸವಾಲೊಡ್ಡಿದ.

"ಆಚಾರ್ಯ, ಅವ್ರ ಮಗ್ಳು ತೀರಾ ಮುಗ್ಧರು. ಮೋಸ ಮಾಡೋಕೆ ಅಲ್ಲಿ ಸೇರಿಕೊಂಡಿದ್ದೀಯ. ಇವತ್ತಲ್ಲ ನಾಳೆ ಕಂಬಿ ಎಣಿಸ್ತೀಯಾ! ಅವೊತ್ತು ಜಾಮೀನುಗೋಸ್ಕರ

ನಮ್ಮಪ್ಪನ ಹತ್ರ ಬರ್ಬೇಕು'' ಚುಚ್ಚು ಮಾತುಗಳಿಗೆ ಕಲ್ಲಾಗುವುದು ಅಷ್ಟು ಸುಲಭವಲ್ಲ.

ಕೆಲವು ವಿದ್ಯಾರ್ಥಿಗಳು ಅಲ್ಲಿ ಸೇರಿದಾಗ ನಿಶಾಂತ್ ಮಾತಾಡದೇ ಮುಂದಕ್ಕೆ ಹೋದ. ಅಜಿತ್ ನಿಶಾಂತ್‌ನ ಜನ್ಮದ ಬಗ್ಗೆ ಚಿತ್ರ, ವಿಚಿತ್ರ ವಿಚಾರಗಳನ್ನು ಹರಡಿಬಿಟ್ಟಿದ್ದ. ಪರಿಹಾಸ್ಯಕ್ಕೋ, ಸಹಾನುಭೂತಿಗೋ ಆಡುವ ಮಾತುಗಳನ್ನು ಅವನು ಕೇಳಲು ಸಾಧ್ಯವಾಗಿರಲಿಲ್ಲ.

ಅಲ್ಲಿಂದ ಅವನು ನೇರವಾಗಿ ಶರ್ಮ ಅವರ ಮನೆಗೆ ಬಂದ. ಅವರು ನಿರ್ಲಕ್ಷ್ಯ ತೋರಿದರೆಂದು ಅವನಿಗೇನು ಕೋಪವಿರಲಿಲ್ಲ.

ಶರ್ಮ ಮನೆಯಲ್ಲಿಯೇ ಇದ್ದರು. ನಲವತ್ತೈದು ನಿಮಿಷಗಳು ಬಾಲ್ಕನಿಯಲ್ಲಿ ಅವನನ್ನ ಕಾಯಿಸಿದರು. ಕಡೆಗೆ ಮೊದಲು ಬಂದಿದ್ದು ಭವಾನಿಯೇ, ಭಯ, ಭೀತಿಯ ನಡುವೆಯೂ ಆಕೆಯ ಕಣ್ಣುಗ್ಗಳಲ್ಲಿ ಹರ್ಷ ಮಿನುಗಿತು.

''ಯಾಕೆ ಹೊರ್ಗಡೇನೇ ನಿಂತೆ? ಒಳ್ಗೆ ಬಂದು ಕೂತ್ಕೋ'' ಹೇಳಿದರು. ಹಿಂದೆಯೇ ಬಂದ ಶರ್ಮ ''ಬಂದವರಿಗೆಲ್ಲ ಛೇರ್ ತೋರಿಸೋ ಪದ್ಧತಿ ನಮ್ಮಲಿಲ್ಲ.'' ಮುಖದ ಮೇಲೊಡೆದಂತೆ ಹೇಳಿದರು.

ನಿಶಾಂತ್ ಭದ್ರವಾಗಿ ಕೆಳ ತುಟಿಯನ್ನು ಹಲ್ಲಿನಡಿಯಲ್ಲಿ ಕಚ್ಚಿಡಿದ. ಯಾವುದೇ ಅನಾಹುತವಾಗುವುದು ಅವನಿಗೆ ಬೇಕಿರಲಿಲ್ಲ.

''ಸ್ವಲ್ಪ ಪರ್ಸನಲ್ ಆಗಿ ನಿಮ್ಹತ್ರ ಮಾತಾಡ್ಬೇಕಿತ್ತು.,ಸರ್'' ಈಗಲೂ ವಿನಯದ ಗೆರೆ ಮೀರಲಿಲ್ಲ. ''ನನ್ನ ವೇಳೆಗೆ ಬೆಲೆ ಇದೆ. ನೀನು ಉಸ್ತಾದ್ ಚಿಕ್ಕಣ್ಣನ ಕರುಣೆಗೆ ಪಾತ್ರನಾದವನೂಂತ.... ಒಂದಿಷ್ಟು ಮಾರ್ಜಿನ್'' ಈಗಲೂ ನಿಲ್ಲಿಸಿಯೇ ಮಾತಾಡಿಸುವುದು ಅವರ ಇಚ್ಛೆ. ಇರಿತದ ಮಾತುಗಳು.

''ಪ್ರತಿಯೊಬ್ಬರ ವೇಳೆಗೂ ಅವರವರದೇ ಆದ ಬಲೆ ಇರುತ್ತೆ. ನಾನು ಅಜಿತ್ ವಿಷ್ಯ ಸ್ವಲ್ಪ ಹೇಳೋಕ್ಬಂದೇ'' ಎಂದ. ಅವರ ಕಣ್ಣು ಕೆಂಪಗಾಯಿತು.

''ನೀನೇನು ಅವ್ನ ವಿಷ್ಯ ಹೇಳೋಕೆ? ಅದೇನದು....'' ವಾಚ್‌ನತ್ತ ನೋಡಿದರು.

ಎರಡೇ ಮಾತಿನಲ್ಲಿ ಅವನು ಮಾಡುವ ಅವಹೇಳನವನ್ನು ವಿವರಿಸಿದ.

''ನಿಂಗೆಷ್ಟು ಧೈರ್ಯ. ಅವ್ನು ಸತ್ಯವಾದದನ್ನೇ ಹೇಳ್ತಾ ಇದ್ದಾನೆ. ನಿನ್ನಮ್ಮ, ನಿನ್ನಪ್ಪನ ಬಗ್ಗೆ ನಿಂಗೆ ಗೊತ್ತಾ'' ಹೂಂಕರಿಸಿದವರು.

ಆಳನ್ನ ಕರೆದು ಕತ್ತಿಡಿದು ಹೊರಗೆ ತಳ್ಳುವಂತೆ ಹೇಳಿದರು ಶರ್ಮ. ಭವಾನಿ ಬಾಯಿಗೆ ಕೈ ಅಡ್ಡ ಹಿಡಿದು ಒಳಗೆ ಹೋಗಿಬಿಟ್ಟರು.

''ನಿಮ್ಮನ್ನು ಕರೆಸಿಕೊಳ್ಳುವ ಸಮಯ ಬರ್ಬೇಕು. ಅಥ್ವಾ ನೀವಾಗಿ ಹುಡ್ಕಿಕೊಂಡು ಬರ್ಬೇಕು. ನಾನಾಗಿ ಎಂದೂ ನಿಮ್ಮ ಮನೆಯ ಬಾಗಿಲಿಗೆ ಬರೋಲ್ಲ'' ಆಳನ್ನು ತಡೆದು ತಾನೇ ಹೊರಟುಬಿಟ್ಟ.

ಕನಿಷ್ಟ ತನಗೆ ಒಬ್ಬ ಕುರೂಪಿ, ನೀಚ ತಾಯಿ ಇದ್ದರೂ ಅತ್ತ ತೋರಿಸಬಹುದು. ಆದರೆ ತನ್ನನ್ನು ಹೆತ್ತವಳು ತೀರಾ ಕಟುಕಳು.

ಒಂಟಿಯಾಗಿ ಒಂದು ಕಡೆ ಕೂತು ಬಿಕ್ಕಿ ಬಿಕ್ಕಿ ಅತ್ತುಬಿಟ್ಟ. ಎಂಥ ನಿರ್ದಯಿ ಈ ಸಮಾಜ. ಅಂದು ರಾತ್ರಿ ಕೂಡ ಕತ್ತಲಿನ ಗರ್ಭದಲ್ಲಿಯೇ ಕಳೆದುಬಿಟ್ಟ.

* * *

ಡ್ರೆಸ್ ಹಾಕಿಕೊಳ್ಳುತ್ತಿದ್ದ ನಿರ್ಮಲ್‌ಕುಮಾರ್ ಫೋನ್ ಬಂದಾಗ ಎತ್ತಿದರು. ಎರಡು ಕ್ಷಣ ಮೌನ. "ಹಲೋ....ಹಲೋ.... ಎಂದ. ಅತ್ತಲಿನ ಸ್ವರಕ್ಕಾಗಿ ಕಾದು ಇಟ್ಟುಬಿಟ್ಟರು. ಮತ್ತೆ ಪುನಃ ಸದ್ದು ಎತ್ತಿದರು ಅವರ ಪ್ರೊಫೆಷನ್‌ಗೆ ಪೇಷನ್ಸ್ ಅಗತ್ಯ.

"ಹಲೋ.... ಮಾತಾಡಿ" ಮತ್ತೆ ಹೇಳಿದರು.

"ನಾನು....ಭವಾನಿ" ಎಂದಕೂಡಲೇ ಅವರೆದೆಯಲ್ಲಿ ಭೋರ್ಗರೆಯತೊಡಗಿದ ಅಲೆಗಳು ಸ್ತಬ್ಧವಾಗಲು ವೇಳೆ ಬೇಕಾಯಿತು. "ಹಲೋ ಮಿಸಸ್ ಶರ್ಮ ವಾಟ್ ಕೆನ್ ಐ ಡೂ ಫಾರ್ ಯು?" ಸಾವರಿಸಿಕೊಂಡರು. ಅರಿವಾಗದಂತೆ ಅವರ ದನಿಯಲ್ಲಿ ವ್ಯಂಗ್ಯ ಇಣುಕಿತು.

"ನಿಶಾಂತ್ ಪ್ರಾಣಕ್ಕೆ ಅಪಾಯವಿದೆ. ನೀವು ಅವನನ್ನ ಕಾಪಾಡಿ" ಕೇಳಿಕೊಂಡರು. ನಿರ್ಮಲ್‌ಕುಮಾರ್ ಕರ್ತವ್ಯಪ್ರಜ್ಞೆ ಜಾಗೃತವಾಯಿತು. "ಯಾರು ನಿಶಾಂತ್? ಯಾಕೆ ಪ್ರಾಣ ಭಯ ಯಾರಿಂದ?"

"ನಿಮ್ಮ ಮೂರು ಪ್ರಶ್ನೆಗಳಿಗೂ ನಾನು ಉತ್ತರಿಸಲಾರೆ." ಎಂದಾಗ ಭವಾನಿ, ನಿರ್ಮಲ್‌ಕುಮಾರ್ ತುಟಿಯಂಚಿನಲ್ಲಿ ಅಣಕ, ನೋವು ಬೆರೆತ ನಗೆ ಮಿನುಗಿತು. "ನಿಂಗೆ ಎಂದೂ ಪ್ರಶ್ನೆಗಳಿಗೆ ಉತ್ತರಿಸುವ ಅಭ್ಯಾಸವಿಲ್ಲ, ಹೋಗ್ಲಿ ಬಿಡು. ಒಂದಿಷ್ಟು ವಿವರ ಕೊಡದ್ದು ನಾನೇನು ಮಾಡ್ಲಾರೆ ಕ್ವಿಕ್.... ಆಮೇಲೆ ಪ್ರಯೋಜನವಾಗ್ದೇ ಹೋಗ್ಬಾರ್ದು" ವಿಷಯ ತಿಳಿಯಲು ಅವಸರಿಸಿದರು.

ನಿಶಾಂತ್‌ನ ಚಹರೆಯ ಜೊತೆ ಒಂದಿಷ್ಟು ವಿವರ ನೀಡಿ "ಇಂದು.... ಹೋಳಿ. ಅದ್ನ ಉಪಯೋಗಿಸ್ಕೋಬೇಕೂಂತ ಇದ್ದಾರೆ" ಆ ಕಡೆ ಫೋನಿಟ್ಟ ಸದ್ದು ಕೇಳಿದರು.

ಕೂಡಲೇ ಕಾರ್ಯ ಸನ್ನದ್ಧರಾದರು. ವಿಠೋಬನಿಗೆ ಕರೆ ಹೋಯಿತು. ವಿಷಯ ತಿಳಿದುಕೊಂಡರೆ ವಿನಹ ಸುಳಿವು ಕೊಡಲಿಲ್ಲ. ತಕ್ಕ ಬಂದೋಬಸ್ತ್‌ನ ಏರ್ಪಾಟು ಮಾಡಿದರು.

ಕಾಲೇಜು ವಿದ್ಯಾರ್ಥಿಗಳ ದೊಡ್ಡ ಮೆರವಣಿಗೆ ಹೋಳಿಯ ಪ್ರಯುಕ್ತ. ಬಣ್ಣಗಳು ಎರಚಿಕೊಂಡು, ಸಿಕ್ಕವರಿಗೆ ಎರಚುತ್ತ ಹಾಡುತ್ತ ಕುಣಿಯುತ್ತ ನೋಡುವವರಿಗೆ ಮನರಂಜನೆ ಒದಗಿಸಿದರು.

ನಿಶಾಂತ್ ಬಲವಂತಕ್ಕೆ ಶಾಮೀಲಾಗಬೇಕಾಯಿತು. ಅವನ ಕಣ್ಣುಗಳು ಮಾತ್ರ ಅಜಿತ್‌ನತ್ತಲೇ ಇತ್ತು. ಚೌಕಕ್ಕೆ ಬಂದ ಕೂಡಲೇ ಯಾರಿಗೋ ಕಣ್ಣು ಸನ್ನೆ ಮಾಡಿ ಮಾಯಾವಾದಾಗ ಅವನಿಗೆ ಆಶ್ಚರ್ಯವಾಯಿತು.

ಗುಂಪು ದೊಡ್ಡದಿತ್ತು. ಸಣ್ಣ ಬಾಟಲಿ ಅವನತ್ತ ಬಂದಾಗ ಪಕ್ಕಕ್ಕೆ ಸರಿದ. 'ಅಯ್ಯೋ'

ಆರ್ತನಾದ ಕೇಳಿಸಿತು. ಬಲವಾದ ರೆಟ್ಟೆ ಹಿಡಿದು ಎಳೆದೊಯ್ದರು. ಇದಿಷ್ಟು ಕ್ಷಣದಲ್ಲಿ ಮುಗಿದು ಹೋಗಿತ್ತು. ಆ್ಯಸಿಡ್ ನೇರವಾಗಿ ಯಾರಿಗೂ ಬೀಳದಿದ್ದರೂ ಅಷ್ಟಿಷ್ಟು ಸೋಕಿದವರು ಬಾಯಿ ಬಡಿದುಕೊಳ್ಳತೊಡಗಿದರು.

ಪೊಲೀಸ್‌ನವರು ಮಧ್ಯೆ ನುಗ್ಗಿ ಕೆಲವರನ್ನು ಜೀಪಿಗೆ ತುಂಬಿದರೆ, ಮತ್ತೆ ಹಲವರನ್ನು ಆಸ್ಪತ್ರೆಗೆ ಕಳಿಸಿದರು. ಇನ್ನು ಉಳಿದವರು ಚೆಲ್ಲಾಪಿಲ್ಲಿಯಾಗಿ ಓಡಿ ಹೋದರು.

ಎಸ್.ಪಿ. ಮುಂದೆ ಅವನನ್ನು ಒಯ್ದು ನಿಲ್ಲಿಸಿದಾಗ ನಿರ್ಮಲ್ ಕುಮಾರ್ ಅಡಿಯಿಂದ ಮುಡಿಯವರೆಗೂ ಅವನನ್ನು ದಿಟ್ಟಿಸಿದರು.

"ನೀನಾ.... ನಿಶಾಂತ್?"

ಹೌದೆಂದು ತಲೆದೂಗಿದ. "ನಂದೇನು.... ತಪ್ಪಿಲ್ಲ, ಸರ್. ಈ ದುಷ್ಕೃತ್ಯಕ್ಕೆ ಯಾರು ಕಾರಣರೋ ಗೊತ್ತಿಲ್ಲ" ವಿನಯದಿಂದ ನಿವೇದಿಸಿಕೊಂಡ.

"ಅದ್ನ ಆಮೇಲೆ ಹೇಳ್ಬಹ್ದು" ಪೇದೆ ಅವನನ್ನು ಕರೆದೊಯ್ಯಲು ಸನ್ನೆ ಮಾಡಿ ತಮ್ಮ ಜೀಪ್ ಹತ್ತಿದರು.

ಇದೊಂದು ಪೂರ್ವನಿಯೋಜಿತ ಕೃತ್ಯವೆ? ಅವರು ನಿಶಾಂತ್ ಮೇಲೆ ಎರಚಲೇ ಆ್ಯಸಿಡ್ ತಂದಿದ್ದುದು. ಆದರೆ.... ಯಾಕೆ? ಈ ವಿಷಯ ಭವಾನಿಗೆ ತಿಳಿದಿದ್ದು ಹೇಗೆ? ನೇರವಾಗಿ ಕಂಪ್ಲೆಂಟ್ ಕೊಡಬಹುದಿತ್ತು ಅಥವಾ ಪತಿಯ ಗಮನಕ್ಕೆ ತರಬಹುದಿತ್ತು. ಅದೆಲ್ಲ ಬಿಟ್ಟು ರಹಸ್ಯವಾಗಿ ಫೋನ್ ಮಾಡಿ ತನ್ನ ರಕ್ಷಣೆ ಕೋರಿದ್ದೇಕೆ?

ನಿರ್ಮಲ್‌ಕುಮಾರ್ ಮನೆಗೆ ಬಂದಾಗ ಎರಡು ಸಲ ಫೋನ್ ಬಂದಿದ್ದ ವಿಷಯ ತಿಳಿಯಿತು. ಆಫೀಸ್, ಮಿಕ್ಕ ಸಂಬಂಧಪಟ್ಟದ್ದಾದರೇ ಕೋಡ್ ನಂಬರ್ ಅಥವಾ ವಿಷಯವಾದರೂ ನೋಟು ಆಗುತ್ತಿತ್ತು.

"ಪರ್ಸನಲ್.... ಅಂದರೂ ಯಾರೋ ಗೊತ್ತಿಲ್ಲ!" ಹೇಳಿದ. ಆಗ ನೆನಪಾದದ್ದು ಭವಾನಿಯೇ. ಮತ್ತೆ ಮತ್ತೆ ಕೆದಕಿ ತನ್ನೆದೆಯಾಳದ ನೋವನ್ನು ಬಗೆದು ನೋಡುವುದೇಕೆ? ಛಿ....

ಬಟ್ಟೆ ಬದಲಾಯಿಸಿ ಸ್ಟೀರಿಯೋ ಹಚ್ಚಿ ಕೂತರು. ಮತ್ತೆ ಫೋನ್ ಸದ್ದಾಯಿತು ಎತ್ತಿದರು.

"ಹಲೋ...." ಎರಡು ಕ್ಷಣಗಳ ನಿಶ್ಶಬ್ಧ.

"ಹಲೋ ಮಿಸಸ್ ಶರ್ಮ, ನಿಶಾಂತ್ ಸೇಫಾಗಿದ್ದಾನೆ. ಇಲ್ಲಿ ನಾನು ಮಾಡಿದ್ದು ನನ್ನ ಕರ್ತವ್ಯ ಮಾತ್ರ" ಪಟಪಟನೆ ಅಂದುಬಿಟ್ಟರು. "ನನಗೆ ನಿಮ್ಮ ಧನ್ಯವಾದಗಳು ಬೇಕಿಲ್ಲ"

ಛೆ, ಸದಾ ಅಲರ್ಟ್ ಆಗಿರಬೇಕಾದ ಒಬ್ಬ ಪೊಲೀಸ್ ಆಫೀಸರ್ ರೀತಿಯೇ ಇದು?

"ನಿಮ್ಗೆ ಧನ್ಯವಾದ ಹೇಳೋ ಅಗತ್ಯವಿಲ್ಲ. ಅವನನ್ನ ಅರೆಸ್ಟ್ ಮಾಡಿದ್ದೀರೀಂತ ತಿಳೀತು...." ಭವಾನಿಯ ಸ್ವರದಲ್ಲಿ ಭಯವಿತ್ತು.

"ಅದು ನಮ್ಮ ಸಿಕ್ರೇಟ್. ಆ್ಯಸಿಡ್ ಎರಚೋ ಜನ ತಮ್ಮ ಪ್ರಯತ್ನದಲ್ಲಿ ವಿಫಲವಾದಾಗ ಬೇರೊಂದು ಮಾರ್ಗ ಹಿಡೀತ್ತಾರೆ. ಅವ್ರಿಂದ ತಪ್ಪಿಸೋಕೆ ಇಂಥ ಮಾರ್ಗ, ನನ್ನ ಇದೊಂದು

ಪ್ರಶ್ನೆಗಾದ್ರೂ ಉತ್ತರಿಸು. ನಿಶಾಂತ್ ಯಾರು? ಅವ್ನ ಬಗ್ಗೆ ನಿಂಗ್ಯಾಕೆ ಇಂಟರೆಸ್ಟ್?" ಎರಡು ನಿಮಿಷಗಳಷ್ಟು ಭಯಂಕರ ನಿಶ್ಯಬ್ದ. "ಅವ್ನು ನಿಮ್ಮ ಮಗ ನಿರ್ಮಲ್. ನಮ್ಮ ಮಗ ನಿಶಾಂತ್...." ಫೋನ್ ಜಾರಿದ ಸದ್ದು.

ನಿರ್ಮಲ್‌ಕುಮಾರ್ ಅಚೇತನರಾಗಿಬಿಟ್ಟರು. ಹರ್ಷ ರೋಮಾಂಚನ, ಅದಕ್ಕೆ ಮೀರಿದ ಇನ್ನು ಯಾವುದೋ ಭಾವ. ನಿಶಾಂತ್ ತನ್ನ....ಮಗ.

ತಾವೇ ಜೀಪು ನಡೆಸಿಕೊಂಡು ಸ್ಟೇಷನ್‌ಗೆ ಹೋಗಿಬಿಟ್ಟರು.

ನಿಶಾಂತ್‌ನ ಕರೆಸಿದಾಗ ವಿಷ್ ಮಾಡಿ ನಿಂತ "ನಾನು ಅಲ್ಲಿದ್ದೆ. ಆ್ಯಸಿಡ್ ಬಗ್ಗೆ ನಂಗೇನು ಗೊತ್ತಿಲ್ಲ. ಅದೊಂದು ಹೋಳಿ ಹಬ್ಬದ ಆಚರಣೆಯಾಗಿತ್ತಷ್ಟೆ, ಸರ್" ಅವನ ಮಾತುಗಳನ್ನು ಗಾಢವಾಗಿ ಆಲಿಸಿದರು.

ಹುಟ್ಟಿದ ಮಗುವನ್ನು ಗಂಡನ ಮುಂದಿಡಿದು ಜನ್ಮದಾತನ ಪರಿಚಯಿಸಬೇಕಿತ್ತು. ಆದರೆ ನಿಶಾಂತ್ ಇಪ್ಪತ್ತೆರಡು ವರ್ಷದ ಯುವಕ. ಈಗ ನಮ್ಮಗಳ ಪರಿಚಯ-ಅವರ ಹೃದಯ ಭಾರವಾಯಿತು.

ಎಲ್ಲವನ್ನು ಮರೆತು ಜೀಪಿನಲ್ಲಿ ಕೂಡಿಸಿಕೊಂಡು ಮನೆಗೆ ಕರೆತಂದರು. ಹೇಗೆ ವಿಷಯ ಮುಟ್ಟಿತ್ತೋ, ನಿಶಾಂತ್‌ಗಾಗಿ ಕೂಲಿಗಳು, ಆಟೋರಿಕ್ಷಾ ಡ್ರೈವರ್‌ಗಳು, ವಿದ್ಯಾರ್ಥಿಗಳು, ಮೆಕ್ಯಾನಿಕ್‌ಗಳು ಅವನ ಬಿಡುಗಡೆಗಾಗಿ ಪೊಲೀಸ್ ಸ್ಟೇಷನ್ ಮುಂದೆ ದೊಡ್ಡ ಜನಸಂದಣಿ ಸೇರಿಬಿಟ್ಟರು.

ಕಡೆಗೆ ನಿಶಾಂತ್‌ನ ಕರೆಸಿ ಅವನನ್ನು ತೋರಿಸಿದ ಮೇಲೆಯೇ ಸ್ತಬ್ಧವಾಗಿದ್ದು.

"ಲಾ ಅಂಡ್ ಆರ್ಡರ್ ಕಾಪಾಡೋಕೆ ನನ್ನ ಕರ್ಕೊಂಡ್ಹೋಗಿದ್ದು" ಸಮಾಜಾಯಿಷಿ ಹೇಳಿದ.

ನಿರ್ಮಲ್‌ಕುಮಾರ್ ನಕ್ಕರು "ಒಳ್ಳೆ ಜನರ ಸಂಘಟನೆಯ ಛಾತಿ ಇದೆ. ಅಂದರೆ.... ಲೀಡರ್ ಆಗೋ ಲಕ್ಷಣಗಳು" ಹಾಸ್ಯ ಮಾಡಿದರು.

"ನಥಿಂಗ್ ಸರ್. ನಂಗೆ ಅಂಥ ಲೀಡರ್‌ಷಿಪ್ ಬಗ್ಗೆ ಆಸಕ್ತಿ ಇಲ್ಲ, ಸಾರ್. ನಾಲ್ಕು ಜನಕ್ಕಾದ್ರೂ ಉಪಯೋಗವಾಗುವಂಥ ಒಳ್ಳೆ ಅಧಿಕಾರಿ ಆಗುವ ಆಸೆ" ಅರಿವಾಗದಂತೆ ಅವನ ಕನಸು ಹೊರಬಿತ್ತು. ಅಭಿಮಾನದಿಂದ ಅವನತ್ತ ನೋಡಿದರು. "ಓಕೆ, ಮೈ ಬಾಯ್...." ಭುಜ ತಟ್ಟಿದರು.

ನಿರ್ಮಲ್ ಅಂದು ತೀವ್ರವಾದ ಒತ್ತಡಕ್ಕೆ ಒಳಗಾದರು. ಭವಾನಿ ಮದುವೆಯಾದ ಮೇಲೆ ಒತ್ತಡಕ್ಕೆ ಮಣಿದು ಬೇರೆ ಹೆಣ್ಣಿಗೆ ತಾಳಿ ಕಟ್ಟಿದ್ದರೂ, ನಾಲ್ಕು ವರ್ಷದ ದಾಂಪತ್ಯದ ನಂತರ ಒಂಟಿಯಾದರು. ಅವರ ಪೂರ್ಣ ಗಮನ ಕರ್ತವ್ಯದ ಕಡೆ. ಒಂದೊಂದು ಮೆಟ್ಟಲು ಮೇಲೇರಬೇಕೆಂದುಕೊಂಡರೂ ಗೌರಿಶಿಖರ ಏರಿದಂಥ ಶ್ರಮ.

ಈಗ ದಿಢೀರೆಂದು ನಿಶಾಂತ್ ತನ್ನ ಮಗನೆಂದು ಸಮಾಜಕ್ಕೆ ಸಾರಲು ಸಾಧ್ಯವೇ.-ಅದರ ಹಿಂದಿನ ರಹಸ್ಯ ಹೊರಬಿದ್ದರೆ ತಾನು ಗಂಡು ಹೇಗೋ ಸುಧಾರಿಸಿಕೊಳ್ಳಬಹುದು. ಆದರೆ

ಭವಾನಿ.... ಅವಳಿಗೆ ತನ್ನದೇ ಆದ ಸಂಸಾರ, ಗಂಡ ಮಕ್ಕಳು, ಸಮಾಜದಲ್ಲಿ ಸ್ಟೇಟಸ್ ಎಲ್ಲ ಇದೆ. ಅವಳ ಬದುಕು ಹೇಗೆ? ಚಿಂತಿತರಾದರು. ಶರ್ಮ ಎಂಥ ವ್ಯಕ್ತಿಯೆಂದು ಅವರಿಗೆ ಗೊತ್ತು.

ಮರುದಿನ ಕೆಲವರ ಜೊತೆ ನಿಶಾಂತ್‌ನ ಬಿಡುಗಡೆಯಾಯಿತು. ಅವನು ಗಮನಿಸಿದ್ದ ಅಜಿತ್‌ನ ಕೈವಾಡ ಆ ಪ್ರಕರಣದಲ್ಲಿ ಎಷ್ಟಿದೆಯೆಂದು. ಅಜಿತ್‌ನ ಅವನು ಈಗ ಸ್ಪರ್ಧಿಯಾಗಿ ಸ್ವೀಕರಿಸಲೇಬೇಕಿತ್ತು.

ನಿರ್ಮಲ್‌ಕುಮಾರ್ ನಿಶಾಂತ್ ತಮ್ಮ ಛೇಂಬರ್‌ಗೆ ಬಂದಾಗ ಕೊಡುವಂತೆ ಸನ್ನೆ ಮಾಡಿದರು.

"ಥ್ಯಾಂಕ್ಯೂ ಸರ್, ನೀವು ತೋರಿಸಿದ ವಿಶ್ವಾಸಕ್ಕೆ ಧನ್ಯವಾದಗಳು" ನಿಂತೇ ಇದ್ದ.

ತಮ್ಮ ಸೀಟು ಬಿಟ್ಟು ಎದ್ದು ಬಂದ ನಿರ್ಮಲ್‌ಕುಮಾರ್ "ನಿನ್ನ ತಂದೆ, ತಾಯಿ...." ಅವರ ಸ್ವರ ಕೂಡ ಹಿಡಿದಂತಾಯಿತು. "ಗೊತ್ತಿಲ್ಲ ಸರ್, ಮಾಮೂಲಾಗಿ ತಾಯಿ ಮಡಿಲಲ್ಲಿ ಮಲ್ಗೀ ತಂದೆ ಮುಖ ನೋಡುವಂತೆ ಮಗು. ನಾನು ಭೂಮಿಯ ಮಡಿಲಲ್ಲಿ ಮಲ್ಗೀ ಆಕಾಶ ನೋಡ್ದೆ. ನನ್ನ ತಾಯ್ತಂದೆ ಅವ್ರೇ. ಸಮಾಜದ ಯಾವುದೇ ಮಿತಿಗಳಿಗೆ ಒಳಗಾಗದಂಥ ಸಂಬಂಧ ನಮ್ದು. ಜಾತಿ, ಧರ್ಮ, ಪಂಗಡ ಇತ್ಯಾದಿಯೆಲ್ಲ ನನ್ನ ಮಟ್ಟಿಗೆ ಇಲ್ಲ" ನಿಶ್ಚಿಂತೆಯಿಂದ ಉಸುರಿದ.

ಅವರೆದೆ ಭಾರವಾಯಿತು. ತುಟಿ ಕಚ್ಚಿ ದುಃಖ, ನೋವನ್ನು ನುಂಗಿದರು. "ನಿಂಗೆ ಅಭ್ಯಂತರವಿಲ್ದಿದ್ರೆ...." ಎಂದವರು ಮುಂದಿನ ಮಾತುಗಳನ್ನು ನುಂಗಿದರು. ಆಡಬೇಕಾದ ಮಾತುಗಳನ್ನು ತಡೆದು "ನಿಂಗೆ ಏನಾದ್ರೂ ಸಹಾಯ ಬೇಕಾದ್ರೆ....ನನ್ನಂದು ನೋಡು. ಸ್ವಲ್ಪ ಹುಷಾರಾಗಿರೋದು ಅಗತ್ಯ" ಎಚ್ಚರಿಸಿ ಕಳಿಸಿದರು.

ಅವನನ್ನು ತಮ್ಮಲ್ಲೇ ಇರಿಸಿಕೊಳ್ಳಬೇಕೆಂಬ ಒತ್ತಡವನ್ನು ಹಂತ ಹಂತವಾಗಿ, ಭವಾನಿಯ ಸಂಸಾರಕ್ಕೆ ತೊಂದರೆಯಾಗದಂತೆ ಜಾರಿಗೆ ತರಬೇಕೆಂದು ನಿರ್ಧರಿಸಿದರು.

ನಿಶಾಂತ್ ಅಷ್ಟು ದೂರ ಬರುವ ವೇಳೆಗೆ ವಿಠೋಬ ಜೊತೆಯಾದ.

"ಡಿ.ಎಫ್. ಆಚಾರ್ಯ ಸ್ವಯಂ ನಿಂಗೆ ಜಾಮೀನು ಕೊಟ್ಟು ಬಿಡ್ಸಿಕೊಂಡು ಹೋಗೋಕೆ ಸಿದ್ಧವಾಗಿದ್ರು" ಅವರ ಬಗ್ಗೆ ಹೇಳಿದ.

ನಿಶಾಂತ್ ಮೌನಿಯಾಗಿಬಿಟ್ಟ.ಯಾರ ಋಣದಲ್ಲೂ ತಾನು ಸಿಲುಕಿಕೊಳ್ಳಬಾರದು ಎನ್ನುತ ತಳಮಳ ಅವನನ್ನು ಕಾಡುತ್ತಿತ್ತು. ಆದರೆ ಅವರುಗಳ ಸಂಖ್ಯೆ ಜಾಸ್ತಿಯಾಗುತ್ತಿತ್ತು. ಚಡಪಡಿಸಿದ.

"ವಿಠೋಬ, ಜನರ ಮಧ್ಯದಿಂದ ನಂಗೆ ದೂರ ಓಡಿಬಿಡಬೇಕೆನಿಸುತ್ತೆ. ಇವ್ರುಗಳ ಸಹಾನುಭೂತಿಯಿಂದ ನಾನು ಹೇಗೆ ತಪ್ಪಿಸಿಕೊಳ್ಳೋದು? ಇದ್ಕಿಂತ ಸಾವು ಇಷ್ಟವಾಗಿ ಬಿಡುತ್ತೆ" ಅವನೆದೆಯ ನೋವು ಮಾತಿನ ರೂಪದಲ್ಲಿ ಹೊರಹೊಮ್ಮಿದಾಗ "ಛಿ, ಸುಮ್ಮನಿರು. ಏನಾಗಿದೇಂತ ನಿನ್ನ ಬಗ್ಗೆ ಸಹಾನುಭೂತಿ ತೋರಿಸ್ತಾರೆ? ನಿನ್ದು ಅಭಿಮಾನಪಡುವಂಥ ವ್ಯಕ್ತಿತ್ವ" ರೋಡು ಎಂಬುದನ್ನು ಮರೆತು ಅಪ್ಪಿಕೊಂಡ.

ಕ್ವಾರ್ಟರ್ಸ್‌ಗೆ ಬಂದ ನಿಶಾಂತ್ ಒಂದು ಕಡೆ ಸುಮ್ಮನೆ ಕೂತುಬಿಟ್ಟ. ಅವನು ಪಕ್ಕಕ್ಕೆ ಸರಿಯುವ ಪ್ರಯತ್ನದಲ್ಲಿ ಸಹಾಯಹಸ್ತ ನೀಡಿದ ಕೈ ಯಾವುದು? ಅದನ್ನ ಗಮನಿಸುತ್ತಿದ್ದವರು ಯಾರು? ಅವನ ತಲೆಯಲ್ಲಿ ಗುಂಗಿ ಹೊಕ್ಕಂತಾಯಿತು.

* * *

ಆಚಾರ್ಯ ಕಲಾವೇಳದ ಆಯೋಜನೆಯ ಜವಾಬ್ದಾರಿಯನ್ನು ನಿಶಾಂತ್ ವಹಿಸಿಕೊಂಡಿದ್ದರಿಂದ ಅವನ ಓಡಾಟ ಜೋರಾಗಿತ್ತು. ಅದು ಪೂರ್ಣ ಯಶಸ್ವಿಯು ಕೂಡ. ಸಾಹಿತಿಗಳು, ಕಲಾವಿದರು, ಪ್ರತಿಷ್ಠಿತ ಜನ ಹೊಗಳಿದರು.

ಆ ದಿನಗಳಲ್ಲಿ ತರಂಗಿಣಿ, ನಿಶಾಂತ್ ಜೊತೆಯಲ್ಲಿ ಓಡಾಡಬೇಕಾಯಿತು. ಅವಳೆಷ್ಟೇ ಸಲಿಗೆ ತೋರಿದರೂ ನಿಶಾಂತ್ ತನ್ನ ಮಿತಿಯನ್ನು ದಾಟಿ ಹೋಗುತ್ತಿರಲಿಲ್ಲ. ಸಹಾನುಭೂತಿಯ ಇನ್ನೊಂದು ರೂಪ ಪ್ರೇಮವೋ ಎನ್ನುವ ಭಯ. ಅದರಿಂದ ಆದಷ್ಟು ದೂರವಿರುವ ಅಭಿಲಾಷೆ.

ಆಚಾರ್ಯ ಅವರು ನಾಲ್ಕು ದಿನದ ಮಟ್ಟಿಗೆ ತಮ್ಮ ಎಸ್ಟೇಟ್ ನೋಡಿ ಬರಲು ಸಿಂಗಪುರ್‌ಗೆ ಹೋದರು. ಆಮೇಲೆ ಅವರ ಬಂಗ್ಲೆಯ ಕಡೆ ಹೋಗುವುದು ಬೇಡವೆಂದುಕೊಂಡಿದ್ದ.

ಅಂದು ಮೆಕ್ಯಾನಿಕ್ ಷಾಪ್ ಬಳಿ ಇದ್ದಾಗ ತರಂಗಿಣಿಯೇ ಹುಡುಕಿಕೊಂಡು ಬಂದಳು.

'ಬರಲೇ.....ಇಲ್ಲ' ಅವಳ ಕಣ್ಣುಗಳು ಕೇಳಿದಂತಿದ್ದವು.

'ಇನ್ನೇನು ಕೆಲ್ಸವಿಲ್ಲ, ಪದೇ ಪದೇ ನಿಮ್ಮ ಬಂಗ್ಲೆಗೆ ಸುತ್ತೋ ಇಷ್ಟವಿಲ್ಲ. ನಂಗೆ ನಂದೇ ಆದ ಜೀವನವಿದೆ' ನಿಷ್ಠೂರವಾಗಿ ಅವನ ಕಣ್ಣುಗಳು ಹೇಳಿಬಿಟ್ಟವು.

"ಹೇಗೆ ನಡೆದಿದೆ, ಓದು?" ಒಂದು ಪ್ರಶ್ನೆ ಕೇಳಿದ.

"ಪರ್ವಾಗಿಲ್ಲ...." ತರಂಗಿಣಿಯ ಉತ್ತರವು ಅಷ್ಟೆ.

ಕೈಯಲ್ಲಿದ್ದ ಟೂಲ್ಸ್ ಕಡೆ ನೋಡಿದ. 'ನಂಗೆ ಕೆಲ್ಸವಿದೆ ಮೇಡಮ್, ಡಿಸ್ಟರ್ಬ್ ಮಾಡೋದ್ಬೇಡ' ಎಂದು ಹೇಳಿದಂತಿತ್ತು.

"ನಿಮ್ಗೇ ಫ್ರೀ ಇದ್ಯಾ ?" ಬಾಯಿ ಬಿಟ್ಟೆ ಕೇಳಿದಳು.

"ಇಲ್ಲ ಮೇಡಮ್...." ವಿನಯದ ದನಿಯಲ್ಲಿ ಉತ್ತರಿಸಿದವನು ಏನನ್ನಿಸಿತೋ "ಜಸ್ಟ್ ಎ ಮಿನಿಟ್...." ಟೂಲ್ಸ್ ಹುಡುಗನ ಕೈಯಲ್ಲಿ ಕೊಟ್ಟು ಬಂದ.

"ಈಗ ತಮಗಾಗಿ ನಾನೇನು ಮಾಡ್ಬೇಕು?" ವಿನಯ ನಟಿಸಿದ.

ನಕ್ಕು ಬಿಟ್ಟಳು ತರಂಗಿಣಿ.

ಹಾರನ್ ಸ್ವರ ಬಂದು ಅಪ್ಪಳಿಸಿತು. ಹಿಂದೆಯೇ ಅಜಿತ್ ಇಳಿದು ಬಂದ.

"ಇಲ್ಲೇನು ಮಾಡ್ತೀಯಾ?" ಮುಖ ಗಂಟಿಕ್ಕಿದ. ಅವಳ ಬಗ್ಗೆ ಇಂಥ ಕೋಪ ಪ್ರದರ್ಶನ ಮಾಡಿದವರಲ್ಲಿ ಬಹುಶಃ ಇವನೇ ಮೊದಲನೆಯವನು. ಕಕ್ಕಾಬಿಕ್ಕಿಯಾದಳು.

ನಿಶಾಂತ್ ಎದೆಯ ಮೇಲೆ ಕೈ ಕಟ್ಟಿದ. ಅವಳೇನು ಹೇಳಲಿಲ್ಲ. ಇವನತ್ತ ನೋಡಿದ ಅಜಿತ್ ಅವಹೇಳನದ ನಗೆ ಬೀರಿದ. ಆ್ಯಸಿಡ್‌ನಿಂದ ಬೆಂದು ಹೋದ ಮುಖವನ್ನು ನೋಡಬೇಕೆಂದುಕೊಂಡಿದ್ದನೇನೋ.

"ಬನ್ನಿ.... ತರಂಗಿಣಿ" ಅವನನ್ನ ದಾಟಿಕೊಂಡು ಮುಂದಕ್ಕೆ ನಡೆದ. ತರಂಗಿಣಿ ಅವನನ್ನು ಹಿಂಬಾಲಿಸಿದಳು. ತಟ್ಟನೇ ಹಿಂದಕ್ಕೆ ತಿರುಗಿದ ನಿಶಾಂತ್ "ಮೈಂಡ್ ಯುವರ್ ಬಿಜಿನೆಸ್. ಬೇರೆಯವ್ರ ಬಗ್ಗೆ ನಿಂಗೆ ಮಾಹಿತಿ ಬೇಕಿಲ್ಲ" ಚೂಪಾಗಿ ಹೇಳಿದ.

ಅಜಿತ್ ಮನೆಗೆ ಬಂದಾಗ ಕೋಪಾವಿಷ್ಟನಾಗಿದ್ದ. ತನ್ನ ಕೋಣೆಯ ಸಾಮಾನುಗಳನ್ನೆಲ್ಲ ಎರಚಾಡಿಬಿಟ್ಟ.

"ಏನಾಗಿದೆ.... ಅಜಿತ್?" ಭವಾನಿ ಬಾಗಿಲಲ್ಲಿ ಬಂದು ನಿಂತರು.

"ಅನವಶ್ಯಕ ಕೋಪ ಪ್ರದರ್ಶನ ಒಳ್ಳೇದಲ್ಲ. ಈಚೆಗೆ ನಿನ್ನ ನಡೆತೇನೇ ನಂಗೆ ಅರ್ಥವಾಗ್ತ ಇಲ್ಲ" ಸೌಮ್ಯವಾಗಿಯೇ ಮಗನನ್ನು ಕೇಳಿದರು.

"ನಂಗೆ ಸಾಯಬೇಕೂಂತ ಅನ್ನಿಸಿದೆ. ಆ ನಿಶಾಂತ್ ನನ್ನ ಎಂದೋ ಕೊಂದುಬಿಡ್ತಾನೆ. ಅದ್ಕೆ ಮುನ್ನ ನಾನು ಅವನನ್ನು ಕೊಲ್ಲಬೇಕು" ಹುಚ್ಚನ ಹಾಗೆ ಬಡಬಡಿಸಿದ.

ಭವಾನಿ ಕುಸಿದು ಬೀಳುವುದೊಂದು ಬಾಕಿ ಇತ್ತು. ಮಗನನ್ನು ಹತ್ತಿರ ಕೂಡಿಸಿಕೊಂಡರು.

"ನಿನ್ನ ಡ್ಯಾಡಿ, ನಿನ್ನ ಬಗ್ಗೆ ನೂರು ಕನಸುಗಳ್ನ ಕಂಡಿದ್ರು. ಅವನ್ನೆಲ್ಲ ನುಚ್ಚುನೂರು ಮಾಡ್ತಾ ಇದ್ದೀಯಾ! ನಿಶಾಂತ್ ತಾನಾಗಿ ನಿನ್ನ ತಂಟೆಗೆ ಬರೋಲ್ಲ. ನಿಂಗೆ ಆ ಕಾಲೇಜಿನ ಸಹವಾಸವೇ ಬೇಡ. ಬೇರೆ ಕಡೆ ಓದು" ಸಂತೈಸಿದರು.

ಅಜಿತ್ ತಾಯಿಯ ಮಡಿಲಲ್ಲಿ ಮುಖವಿಟ್ಟು ಮೌನವಾಗಿ ಕಣ್ಣೀರು ಸುರಿಸಿಬಿಟ್ಟ.

ನಿಧಾನವಾಗಿ ಸಮಾಧಾನಿಸಿದರು "ಇನ್ನ ನೀನು ಆ ಕಾಲೇಜಿಗೆ ಹೋಗ್ಬೇಡ. ನಿಶಾಂತ್‌ಗೂ ನಿಂಗೂ ಸಂಬಂಧವೇನು?" ಆಕೆಯ ದನಿ ನಡುಗಿತು. 'ಬದುಕೋಕೆ ಬಂದಿರೋದು ಸಾಯೋಕ್ಕಲ್ಲ' ಆ ಮಾತೇ ಅವನನ್ನ ಇಂದಿಗೂ ಕೆಣಕುತ್ತಿತ್ತು.

"ಒಂದ್ಸಲ ಅವ್ನು ನನ್ಮುಂದೆ ಅಪಾಲಜಿ ಕೇಳ್ಲಿ?" ಅದೇ ಕೆಟ್ಟ ಹಟ. ಆಕೆಗೆ ಅರ್ಥವಾಗಲಿಲ್ಲ "ಯಾಕೆ? ನಮ್ಮಿಂದ ಕನಿಷ್ಟ ಸಹಾಯ ಕೂಡ ಅವ್ನು ಪಡೆದುಕೊಳ್ಳಲಿಲ್ಲ. ನಾವೇ ಇನ್ನು ಅವ್ನ ಕೃತಜ್ಞತೆಯಲ್ಲಿ ಇದ್ದೀವಿ" ಬಾಯಿ ತಪ್ಪಿ ಆಡಿಬಿಟ್ಟರು. ಜನಿಸಿದ ಮಗು ತಾಯ ಅಪ್ಪುಗೆಯಲ್ಲಿ ಸುಖಿಸಲು ಬಯಸುತ್ತದೆ.

ಆಕೆಯ ಮೂಡ್ ಎಲ್ಲಿಗೋ ಮರಳಿಬಿಟ್ಟಿತು. ಮೌನವಾಗಿ ಕಣ್ಣೀರು ಸುರಿಸಿದರು. ಬೆಚ್ಚಿ ಬಿದ್ದ ಅಜಿತ್.

"ಮಮ್ಮಿ....ನೀನು ಅಳ್ತಾ ಇದ್ದೀಯಾ!" ಆಕೆ ಅವಸರವಸರವಾಗಿ ಕಣ್ಣೀರು ತೊಡೆದುಕೊಂಡರು. "ನಿನ್ನ ಕೋಪ, ಹಾರಾಟ, ದ್ವೇಷದ ಸ್ವಭಾವ ನೋಡಿ ನಂಗೆ ಭಯವಾಗುತ್ತೆ, ಅಜಿತ್" ಮತ್ತಷ್ಟು ಕಣ್ಣೀರು ಮಿಡಿದರು.

* * *

ಅಂದಿನ ಸಂಜೆ ಜಿಲ್ಲೆಯ ಎಸ್.ಪಿ ನಿರ್ಮಲ್‌ಕುಮಾರ್ ಅವರಿಂದ ಶರ್ಮಗೆ ಕರೆ ಬಂತು. ಅದಕ್ಕೆ ಮೊದಲು ಅಜಿತ್‌ನ ಕರೆಸಿಕೊಂಡಿದ್ದರು.

''ಮೊನ್ನೆ ಆ್ಯಸಿಡ್ ಎರಚಾಟದ ಘರ್ಷಣೆಯಲ್ಲಿ ಅಜಿತ್‌ನ ಪಾತ್ರವಿದೆಯೆನ್ನುವ ಅನುಮಾನ ಬಂದಿದೆ'' ನಿರ್ಮಲ್‌ಕುಮಾರ್ ಸ್ವರ ತೀಕ್ಷ್ಣವಾಗಿತ್ತು.

ಶರ್ಮ ಮುಖ ದಪ್ಪಗಾಯಿತು. ಏನೋ ಹೇಳಲು ಮುಂದಾದಾಗ ಮಾತಾಡಬಾರದೆಂದು ಸನ್ನೆ ಮಾಡಿದರು. ''ನಿಮ್ಮ ಮಗ ಹೇಳ್ತಾನೆ ನೀವು ಕೇಳಿ ಅಷ್ಟೆ.'' ಒಂದೊಂದೇ ಪ್ರಶ್ನೆ ಹಾಕತೊಡಗಿದರು.

ತಂದೆ ಪಕ್ಕದಲ್ಲಿದ್ದರೂ ಅಜಿತ್ ಯಾಕೋ ನಿರ್ಮಲ್‌ಕುಮಾರ್ ದನಿ ಮತ್ತು ನೋಟಕ್ಕೆ ಹೆದರುತ್ತಿದ್ದ.

''ಇದ್ರ ಪರಿಣಾಮ ತುಂಬ ಕೆಟ್ಟದಾಗುತ್ತೆ'' ಶರ್ಮ ಹೂಂಕರಿಸಿದರು. ''ಕ್ವಿಪ್, ಕ್ವಯಿಟ್....ಆಮೇಲೆ ನಿಮ್ಗೆ ಮಾತನಾಡೋಕೆ ಅವಕಾಶವಿದೆ. ಸ್ವಲ್ಪ ನಿಮ್ಮ ಮಗನ ಮಾತನ್ನು ಕೇಳಿ....'' ನುಸುಳಿಕೊಳ್ಳಬಹುದಾದ ಎಲ್ಲಾ ಕಡೆಯ ದ್ವಾರಗಳನ್ನು ಬಂದ್ ಮಾಡಿದ್ದರು. ಸುಳಿವು ನೀಡದೇ ಅಪ್ಪ, ಮಗನನ್ನು ಕರೆಸಿಕೊಂಡಿದ್ದರು. ಸಮಾಜದಲ್ಲಿ ಶರ್ಮ ಎಂಥ ಪ್ರತಿಷ್ಠಿತ ವ್ಯಕ್ತಿಯೆಂದು ಅವರಿಗೆ ಗೊತ್ತು.

''ನಿಶಾಂತ್ ಯಾರು?'' ಮೊದಲನೇ ಪ್ರಶ್ನೆ.

ಅಜಿತ್ ಕಣ್ಣುಗಳಲ್ಲಿ ಕ್ರೋಧ ಹೊಗೆಯಾಡಿತು ''ಗೊತ್ತಿಲ್ಲ...'' ಎಂದ. ನಿರ್ಮಲ್‌ಕುಮಾರ್ ಅತ್ಯಂತ ಶಾಂತವಾಗಿ ''ಗೊತ್ತಿದೆ....ಗೊತ್ತಿದೆ....ಹೇಳ್ಬೇಕು....ನಾನು ಹೇಳಿಸ್ತೀನಿ'' ಕಂಠದಲ್ಲಿನ ತುಂಬು ಭರವಸೆಗೆ ಅಜಿತ್ ಪೂರ್ತಿ ತಾಳ್ಮೆ ಕಳೆದುಕೊಂಡು ನಿಶಾಂತ್‌ನ ಕೆಟ್ಟ ಮಾತುಗಳಿಂದ ಬಯ್ದು ಬಿಟ್ಟ.

ಆ ಎಳೆಯನ್ನೇ ಹಿಡಿದುಕೊಂಡು ಪೂರ್ತಿ ವಿಷಯವನ್ನು ಅವನ ಬಾಯಿಂದಲೇ ಬಿಡಿಸಿದರು. ಬಾಳೆಹಣ್ಣಿನ ಸಿಪ್ಪೆ, ನಾಯಿ ಛೂ ಬಿಟ್ಟಿದ್ದು, ಅವನನ್ನು ಗೂಂಡಾಗಳು ಅಟ್ಯಾಕ್ ಮಾಡಿದ್ದು, ಆ್ಯಕ್ಸಿಡೆಂಟ್ ನಂತರದ ಆ್ಯಸಿಡ್ ಪ್ರಕರಣದವರೆಗೆ ಎಲ್ಲಾ ಬಾಯಿ ಬಿಟ್ಟುಬಿಟ್ಟ.

ಆನ್‌ನಲ್ಲಿಯೇ ಇದ್ದ ಟೇಪ್‌ರಿಕಾರ್ಡರ್‌ನ ಆಫ್ ಮಾಡಿ ಕ್ಯಾಸೆಟ್ ತೆಗೆದಿಟ್ಟಾಗ ಶರ್ಮಗೆ ಅರ್ಥವಾಯಿತು. ಅಂದಿನ ಸೋಲಿಗೆ ಪ್ರತೀಕಾರ.

''ನೀವುಗಳು ಇನ್ನು ಹೋಗ್ಬಹುದ್'' ನಿರ್ಮಲ್‌ಕುಮಾರ್ ಹೇಳಿದರು. ಶರ್ಮ ಆತ್ಮವಿಶ್ವಾಸ ಒಗ್ಗೂಡಿಸಿಕೊಂಡರು ''ಮುಂದೆ....'' ಎಸ್.ಪಿ. ತುಟಿಯಂಚಿನಲ್ಲಿನಸು ನಗು ಇಣಕಿತು ''ನನ್ನ ಡ್ಯೂಟಿಯ ಬಗ್ಗೆಯ.... ನಿಮ್ಮ ಪ್ರಶ್ನೆ. ಗೊತ್ತಾಗುತ್ತೆ'' ಎಂದರು.

ಶರ್ಮ, ಮಗನ ಜೊತೆ ಮನೆಗೆ ಬಂದಾಗ ನರ್ವಸ್ ಆಗಿದ್ದರು. ಮಗ ತೀರಾ ಮೂರ್ಖನಾಗಿ ಕಂಡ. ನಿಶಾಂತ್ ಅಂಥ ವ್ಯಕ್ತಿಯನ್ನು ಅವಮಾನಿಸಲು, ಇಷ್ಟೆಲ್ಲ ಪ್ರಯತ್ನಪಟ್ಟು ಕೂಡ ಸೋತಿದ್ದ.

''ಇವತ್ತು ಎಸ್.ಪಿ. ನಿರ್ಮಲ್‌ಕುಮಾರ್ ಕರೆಸಿಕೊಂಡಿದ್ರು. ಅಸಾಧ್ಯವಾದ ಕೆಲ್ಸವನ್ನ

ಸಾಧಿಸಿಕೊಂಡ'' ಹಲ್ಲು ಕಡಿದರು.

ತಮ್ಮ ವಿವೇಕ ಯಾಕೆ ಮಬ್ಬಾಯಿತು? ಶರ್ಮ ಚಿಂತಿಸತೊಡಗಿದರು.

ಭವಾನಿ ಎದೆ ಹಾರಿತು ''ಯಾಕೆ'' ಶರ್ಮ ಮಗನತ್ತ ನೋಡಿದರು. ''ನಿನ್ನ ಮಗನಿಂದ, ಇದ್ಕೆಲ್ಲ ಕಾರಣ ನಿಶಾಂತ್'' ಈಗಲೂ ಅವರ ಕಣ್ಮುಂದೆ ತೇಲಿದ್ದು ನಿಶಾಂತ್ ಆತ್ಮಾಭಿಮಾನದ ಕಣ್ಣುಗಳೇ. ಕೋಪದಿಂದ ಹಲ್ಲು ಕಡಿದರು.

''ತಪ್ಪು ಅಜಿತ್‌ದಾದ್ರೂ.... ನಿಶಾಂತ್‌ನ ಕಡೆಯೇ ನಿಮ್ಮ ಕ್ರೂರ ನೋಟ, ಯಾಕೆ? ಈಗ್ಲೂ ವೇಳೆ ಮೀರಿಲ್ಲ. ಅನಾಹುತವಾಗುವ ಮುನ್ನ ಕಾಂಪ್ರಮೈಸ್ ಮಾಡ್ಸಿ ಇಬ್ಬರಿಗೂ.'' ಭವಾನಿ ಕೇಳಿಕೊಂಡರು.

ಯಾವುದೋ ಭಯ, ಆತಂಕದಿಂದ ನಿಶಾಂತ್‌ನ ಉಳಿಸಿಕೊಳ್ಳಲು ನಿರ್ಮಲ್‌ಕುಮಾರ್‌ನ ಅಖಾಡಕ್ಕೆ ಇಳಿಸಿಬಿಟ್ಟಿದ್ದರು. ಅಂದಿನ ಸೋಲಿಗೆ ಎಲ್ಲಿ ಪ್ರತೀಕಾರವಾಗಿ ಬಿಡುತ್ತದೆಯೋ ಎನ್ನುವ ಭಯ ಆಕೆಗೆ ಈಗ.

ಶರ್ಮ ಮೌನ ತಾಳಿದರು. ನಿಶಾಂತ್ ಬಗ್ಗೆ ತಮ್ಮ ನಿರ್ಲಕ್ಷ್ಯತೆ ಸರಿ ಹೋಗಲಿಲ್ಲವೆನಿಸಿತು. ಅದೂ ಅಲ್ಲದೆ ಅಜಿತ್ ಸಮಾಜದಲ್ಲಿ ಒಂದು ಪಟ್ಟ ಕಟ್ಟಿಕೊಳ್ಳಬಾರದು. ಶ್ರೀಮಂತಿಕೆಯ ಮಧ್ಯೆ ಇದನ್ನೆಲ್ಲ ಒರೆಸಿ ಹಾಕೋದು ಅವ್ರಿಗೆ ಕಷ್ಟವಲ್ಲ. ಆದರೆ ಭವಾನಿ ಈಗ ಆಗೋ ಯಾವ ತಪ್ಪನ್ನೂ ಕ್ಷಮಿಸಲಾರರು.

''ಉಸ್ತಾದ್ ಚಿಕ್ಕಣ್ಣನನ್ನು ಕರೆಸ್ತೀನಿ'' ಎಂದರು.

''ಅದೆಲ್ಲ ಯಾಕೆ, ನೀವೇ ಮುಂದಾಗಿ....'' ಆಕೆಯ ಎದೆ ಢವಗುಟ್ಟುತ್ತಿತ್ತು. ನಿರ್ಮಲ್ ನಿಜಸಂಗತಿ ತಿಳಿಸಿಬಿಟ್ಟರೆ ''ಗಾಬರಿ ಪಡೋಂಥದ್ದು ಏನಿಲ್ಲ'' ಹೆಂಡತಿಯ ಭುಜ ತಟ್ಟಿದರು.

ಕೆಲವು ದಿನಗಳಿಂದ ಮಡದಿಯ ಸ್ವಭಾವ, ನಡವಳಿಕೆಯನ್ನು ಗಮನಿಸುತ್ತ ಬಂದಿದ್ದರು.

ಅಂದು ರಾತ್ರಿ ತಮ್ಮ ಪರ್ಸನಲ್ ಅಡ್ವೈಸರ್ ಮತ್ತು ಕಂಪನಿಯ ಲಾಯರ್‌ನ ಕರೆಸಿ ಬಹಳ ಹೊತ್ತು ಮಾತಾಡುತ್ತಿದ್ದವರು ಬೆಡ್‌ರೂಮಿಗೆ ಬಂದರು.

''ನಿನ್ನ ಒಂದ್ಮಾತು ಕೇಳ್ಲಾ?'' ಭವಾನಿಯ ಪಕ್ಕ ಕೂತು ಕೇಳಿದರು. ಆಕೆಯ ಎದೆಯ ಬಡಿತ ಒಮ್ಮೆಲೆ ಏರಿತು. ''ಏನು?'' ಸ್ವರ ಗುಹೆಯಿಂದ ಬಂದಂತ್ತಿತ್ತು..

''ನಿಶಾಂತ್ ಬಗ್ಗೆ ನಿನಗ್ಯಾಕೆ, ಪ್ರೀತಿ?'' ಪ್ರಶ್ನೆಗೆ ಆಕೆ ಒಮ್ಮೆಲೆ ಬೆಚ್ಚಿಬಿದ್ದರು. ''ಅದು ಪ್ರೀತಿಯಲ್ಲ, ಅನುಕಂಪ, ಕೃತಜ್ಞತೆ. ನಿಮ್ಮ ಮಗ ನಿರಂತರವಾಗಿ ಅವನನ್ನ ಕಾಡಿದ್ದಾನೆ. ಅವ್ನು ಸ್ವಲ್ಪ ಮನಸ್ಸು ಮಾಡಿದ್ರೆ.... ಎಂದೋ ನಿಮ್ಮ ಮಗನ ಕೈಕಾಲು ಮುರೀತಾ ಇದ್ದ'' ಉದ್ವೇಗಗೊಂಡರು.

''ಅಜಿತ್‌ದು ತಪ್ಪಿರಬಹ್ದು, ಆದ್ರೆ ನೀನು ನಿಶಾಂತ್ ಪಕ್ಕದಲ್ಲಿ ನಿಲ್ಲೋದು ಸರಿಯಲ್ಲ'' ಹೆಂಡತಿಗೆ ಬುದ್ಧಿ ಹೇಳಿದರು. ಅದು ಅಪರಾಧ ಎಂಬುದು ಕೂಡ ಅವರ ಭಾವದಲ್ಲಿ ವ್ಯಕ್ತವಾಯಿತು.

''ಇದು ಪಕ್ಷಾತೀತದ ಮಾತು. ಸದಾ ಅವ್ನ ಹೆತ್ತ ತಾಯಿಯ ಬಗ್ಗೆ ಅವಹೇಳನ

ಮಾತಾಡಲು ಇವ್ನು ಯಾರು?'' ಆಕೆಯ ತುಟಿಗಳು ಕಂಪಿಸುತ್ತಿತ್ತು.

''ಅವಳೊಬ್ಬ ಸೂಳೆ ಆಗಿರಬೇಕು. ಶಾಪಗ್ರಸ್ತ ಸಂತಾನ ಅದ್ಕೇ ಎಸೆದು ಹೋದ್ಲು'' ಎಂದರು. ಭರ್ಜಿಯಲ್ಲಿ ಇರಿದಂಥ ನೋವು ಭವಾನಿಗೆ 'ಇಲ್ಲ.... ಇಲ್ಲ' ಚೀರಬೇಕೆನಿಸಿತು.

ಕೋಣೆಯಿಂದ ಹೊರಗೆ ಹೋಗಿಬಿಟ್ಟರು, ನಿರ್ಮಲ್ ಮತ್ತು ಆಕೆಯ ನಡುವಿನ ಪ್ರೇಮ ಅತ್ಯಂತ ಪವಿತ್ರವಾಗಿತ್ತು. ಬೆರೆತ ಮನಗಳೂ ಬೆರೆತು ಹೋದಾಗ ಕೂಡ ಪಶ್ಚಾತ್ತಾಪಪಟ್ಟಿರಲಿಲ್ಲ. ಅದೊಂದು ಪವಿತ್ರವಾದ ಸಮಾಗಮವಾಗಿತ್ತು. ಆಮೇಲೆ ಶರ್ಮಗೆ ತಮ್ಮನ್ನು ಅರ್ಪಿಸಿಕೊಳ್ಳುವಾಗಲ್ಲೆಲ್ಲ ಜಗತ್ತೇ ನಾಶವಾಗುವಂತೆ ಆರ್ಭಟಿಸಬೇಕೆನಿಸುತ್ತಿತ್ತು.

ಮಲಗುವ ಮುನ್ನ ಶರ್ಮ ಒಂದು ಮಾತು ಹೇಳಿದರು. ''ಇಂದಿನ ರಾತ್ರಿ ನಿಶಾಂತ್ ಬದ್ಕಿಗೆ ಕೊನೆಯ ರಾತ್ರಿ. ತಪ್ಪು ಅವನದು ಇರಲೀ, ಬಿಡಲೀ ಒಂದಲ್ಲ ಒಂದು ರೀತಿಯಲ್ಲಿ ನಮ್ಮನ್ನು ಕಾಡಿದ್ದಾನೆ. ಅವನನ್ನು ಯಾರೂ ಉಳಿಸಿಕೊಳ್ಳೋಕೆ ಸಾಧ್ಯವಿಲ್ಲ.''

ಭವಾನಿ ತೀವ್ರ ಆಂದೋಲನದಿಂದ ಕಂಗೆಟ್ಟುಬಿಟ್ಟರು. 'ನಿಶಾಂತ್ ಯಾವ ತಪ್ಪಿಗೆ ಅವನಿಗೆ ಶಿಕ್ಷೆ? ಅವನನ್ನು ಸಾಯೋಕೆ ಬಿಡೋಲ್ಲ' ತಮ್ಮ ಭುಜದ ಮೇಲಿದ್ದ ಗಂಡನ ತೋಳನ್ನ ಮೆಲ್ಲಗೆ ಸರಿಸಿದರು. ಹವಾನಿಯಂತ್ರಿತ ಕೋಣೆ ಕೂಡ ಅವರ ಒಡಲಿನ ಧಗೆಯನ್ನು ಮೆಟ್ಟಲಾರದೆ ಹೋಗಿತ್ತು.

ಕೋಣೆಯಿಂದ ಹೊರಗೆ ಬಂದವರೇ ಕೆಳಗಿಳಿದು ಹೊರಗಿನ ಸಿಟ್ಟಿಂಗ್ ರೂಮಿಗೆ ಬಂದು ಫೋನೆತ್ತಿದ್ದರು. ಎರಡು-ಮೂರು ಸಲ ತಿರುಗಿಸಿದರು. ಡೆಡ್ ಆಗಿತ್ತು.

ಹೊರಗೆ ಬಂದು ಗೆಸ್ಟ್‌ರೂಮಿಗೆ ಹೋಗಿ ಬಾಗಿಲು ಹಾಕಿಕೊಂಡರು. ''ಹಲೋ....ಹಲೋ.... ನಿರ್ಮಲ್‌ಕುಮಾರ್....'' ಹಿಂದಿನಿಂದ ಬಂದ ಶರ್ಮ ಫೋನ್ ಕಿತ್ತಿಟ್ಟರು. ಅವರು ಇನ್ನೊಂದು ಬಾಗಿಲಿನಿಂದ ಬಂದಿದ್ದರು.

''ಯಾರ್ಗೇ....ಫೋನ್?'' ಮಾಮೂಲ್ ಪ್ರಶ್ನೆ.

ಭವಾನಿಯಿಂದ ಉತ್ತರವಿಲ್ಲ,, ಸಮಾಜ, ಗಂಡ ಎಲ್ಲಕ್ಕಿಂತ ಆಕೆಗೆ ನಿಶಾಂತ್ ಮುಖ್ಯವಾಗಿದ್ದ.

''ಯಾರ್ಗೇ....ಫೋನ್?'' ಅದೇ ಪ್ರಶ್ನೆ.

ಆ ಪ್ರಶ್ನೆಯತ್ತ ಲಕ್ಷ್ಯವಿಡದೆ ಹೋಗಿ ಫೋನೆತ್ತಿ ಡಯೆಲ್ ಮೇಲೆ ಕೈಯಿಟ್ಟಾಗ ಶರ್ಮ ''ಮೊದ್ಲು ನನ್ನ ಪ್ರಶ್ನೆಗೆ ಉತ್ತರ ಕೊಡು ಎಸ್.ಪಿ.ಗೆ ತಾನೇ ಫೋನ್?'' ಕೇಳಿದರು.

ಆಕೆಯಲ್ಲಿನ ಅಂಜಿಕೆ ಸತ್ತು ಹೋಗಿತ್ತು. ''ಹೌದು, ದಯವಿಟ್ಟು ನನ್ನ ಫೋನ್ ಮಾಡೋಕೆ ಬಿಡಿ'' ನಂಬರ್ ತಿರುಗಿಸಿದಾಗ ರಿಸೀವರ್ ಕಿತ್ತುಕೊಂಡರು ''ಯಾಕೆ?''

''ನಿಮ್ಗೆ ಸಂಬಂಧಪಟ್ಟ ವಿಷ್ಯವಲ್ಲ ಪ್ಲೀಸ್.... ಕೊಟ್ಬಿಡಿ'' ಹೋರಾಟಕ್ಕೆ ಸಿದ್ಧವಾದರು ಭವಾನಿ.

ಸಾಧ್ಯವಿಲ್ಲವೆಂದು ಅರ್ಥವಾದ ಕೂಡಲೇ ಭವಾನಿ ಕೋಣೆಯಿಂದ ಹೊರಗೆ ಹೋದವರು ಡ್ರಾಯರ್‌ನಲ್ಲಿದ್ದ ಕಾರಿನ ಕೀ ತಗೊಂಡ್ ಹೊರಗೆ ಧಾವಿಸಿದರು. 'ನಿಶಾಂತ್‌ನ

ಕಡೆಯ ರಾತ್ರಿಯಾಗಬಾರದು ಇದು'

ಸ್ವಲ್ಪ ಚೇತರಿಸಿಕೊಂಡು ಶರ್ಮ ಧಾವಿಸುವ ವೇಳೆಗೆ ಕಾರು ಗೇಟಿನಿಂದ ಹೊರಗೆ ಹೋಗಿತ್ತು. ಅವರಿಗೇನು ತೋಚಲಿಲ್ಲ. ಇಂಥ ಒಂದು ಪ್ರಕರಣ ನಡೆಯಬಹುದೆಂಬ ಕಲ್ಪನೆ ಕೂಡ ಅವರಿಗೆ ಇರಲಿಲ್ಲ.

* * *

ನೈಟ್ ಡ್ಯೂಟಿಗೆ ಹೋಗಿದ್ದ ವಿಠೋಬ ಅನಿರೀಕ್ಷಿತವಾಗಿ ಕ್ವಾರ್ಟರ್ಸ್‌ಗೆ ಹಿಂದಿರುಗಿದಾಗ ಶರ್ಮ ಅವರ ಕಾರು ಬಂದು ನಿಂತಿತು. ಅವನ ನಾಲಿಗೆಯಲ್ಲಿ ಪಸೆಯಾರಿತು.

"ಯಾರ್ಬೇಕಿತ್ತು?" ಅವನ ಪ್ರಶ್ನೆಗೆ ಉತ್ತರಿಸದೆ ಶರ್ಮ ಇಳಿದರು "ನಿಶಾಂತ್‌ನ.... ನೋಡ್ಬೇಕು" ವಿಠೋಬ ನಡುಗಿ ಹೋದ. ಯಾವುದೋ ಅಪಾಯದ ಸೂಚನೆಯೆನಿಸಿತು.

ಕ್ವಾರ್ಟರ್ಸ್‌ನ ಬಾಗಿಲಿಗೆ ಹೋಗಿ ಅಡ್ಡ ನಿಂತ "ನಿಶಾಂತ್ ಇಲ್ಲ, ಸರ್ ಅವನನ್ನ ನೀವು ನೋಡೋಕೆ ಸಾಧ್ಯವಿಲ್ಲ" ಅವನು ಮುಂದಿನದನ್ನು ಎದುರಿಸಲು ಸಜ್ಜಾಗಿದ್ದ.

"ಸ್ವಲ್ಪ ಅರ್ಜೆಂಟಿದೆ. ನಿನ್ನ ಫ್ರೆಂಡ್‌ಗೇನು ತೊಂದರೆ ಇಲ್ಲ" ಸಮಾಜಾಯಿಷಿ ಹೇಳುವ ವೇಳೆಗೆ ಓದುತ್ತಿದ್ದ ನಿಶಾಂತ್ ಬಾಗಿಲು ತೆಗೆದುಕೊಂಡು ಹೊರಗೆ ಬಂದ. ಅವನಿಗೆ ಆಶ್ಚರ್ಯ ಅದರ ಹಿಂದೆ ಯಾವ ಅಪಾಯವಿದೆಯೋ ಎನ್ನುವ ಅನುಮಾನ.

"ಸ್ವಲ್ಪ ಬಾ, ನಿಶಾಂತ್" ಶರ್ಮ ಕರೆದರು.

"ಇಲ್ಲ ಸರ್...." ಎಂದ ಸಹಜವಾಗಿ.

"ನಿಂಗೆ ನಿನ್ನಮ್ಮನನ್ನು ನೋಡೋ ಆಸೆ ಇಲ್ವಾ? ನಾನು ತೋರಿಸ್ತೀನಿ ಬಾ" ಶರ್ಮ ಮಾತಿಗೆ ನಿಶಾಂತ್ ಪುಳಕಗೊಂಡರು ನಿರಾಕರಿಸಿಬಿಟ್ಟ "ನಂಗೆ ಯಾರನ್ನು ನೋಡ್ಬೇಕೂಂತ ಇಲ್ಲ..."

ಇದನ್ನೆಲ್ಲ ಶರ್ಮ ಊಹಿಸಿಯೇ ಇದ್ದರು.

"ಅಜಿತ್ ಮೇಲೆ ಆಣೆ. ಬೇರೆ ಶರ್ಮ ಆಗಿ ಬಂದಿದ್ದೀನಿ. ನಿನ್ನಲ್ಲಿನ ಆತ್ಮ ವಿಶ್ವಾಸ ಖಂಡಿತ ಬೇರೆಯವರನ್ನು ಲೆಕ್ಕಕ್ಕೆ ಇಡೋಲ್ಲ" ಬಹಳ ಕನ್ವಿನ್ಸ್ ಮಾಡಿದರು.

"ಬರೀ.... ಅರ್ಧ ಗಂಟೆ ಮಾತ್ರ" ಕೇಳಿಕೊಂಡರು.

ನಿಶಾಂತ್ ಯೋಚನೆಗೀಡಾದ. ಅರ್ಚನಾ, ಭವಾನಿ, ತರಂಗಿಣಿಯ ನೆನಪು.

"ಓಕೆ...." ಅವರ ಜೊತೆ ಕಾರು ಹತ್ತಿದ ವಿಠೋಬನ ಎದೆಯೊಡೆದಂತಾಯಿತು. ಎಸ್.ಪಿ.ಗೆ ವಿಷಯ ಮುಟ್ಟಿಸಲು ಓಡಿದ.

ಶರ್ಮ ಕಾರು ನಿಲ್ಲಿಸಿ ಇಳಿದರು. ಇಳಿದ ನಿಶಾಂತ್ ಹೊರಗಡೆಯೇ ನಿಂತ.

"ಏನ್ಹೇಳಿ?" ಎಂದವನು "ನಾನು ಅಂದಿನ ಮಾತೆ ಇಂದು ಪುನರುಚ್ಚರಿಸ್ತೀನಿ." ಸೆಟೆದ ಶರ್ಮ ಅವನತ್ತ ನೋಡಿದರು. "ನನ್ನ ಮಗನನ್ನ ಉಳ್ಸಿ ಕೊಡಿ ಅವ್ನಿಗೆ ಏನಾದ್ರೂ ಆದ್ರೆ ಒಂದು ಕ್ಷಣ ಕೂಡ ಬದುಕೋಲ್ಲ" ಭವಾನಿ ಅವರೆದೆಯಲ್ಲಿ ತಲೆ ಇಟ್ಟು ರೋದಿಸಿದ್ದರು "ಖಂಡಿತ,

ಅವ್ನಿಗೆ ಏನು ಆಗಿಲ್ಲ, ಆಗೋಕು ಬಿಡೋಲ್ಲ. ನಿಶಾಂತ್ ನಂಗೂ ಕೂಡ ಮಗ'' ಹೆಂಡತಿ ಹೇಳಿದ ಸತ್ಯಕ್ಕೆ ಅವರು ಬೆಚ್ಚಲಿಲ್ಲ, ಹರ್ಷಿಸಿದ್ದರು.

''ಬಾ.... ನಿಶಾಂತ್'' ಅವನ ತೋಳು ಹಿಡಿದುಕೊಂಡರು ''ನಿಮ್ಮಮ್ಮನ ನೋಡೋಲ್ಲವೇನು?'' ಅವನು ವಿಚಲಿತನಾಗಿ ಅತ್ತಿತ್ತ ನೋಡಿದ.

ಏಕಾಏಕಿ ಬಂದ ಅಜಿತ್ ಅವನ ಕೈ ಹಿಡಿದುಕೊಂಡ ''ಬಾ ನಿಶಾಂತ್, ಮಮ್ಮಿ ನಿನ್ನ ನೋಡ್ಬೇಕೂಂತಾರೆ'' ಅವನಿಗೆ ಪೂರ್ತಿ ಗಲಿಬಿಲಿಯಾಯಿತು.

ನಾಟಕದಲ್ಲಿನ ದೃಶ್ಯಗಳ? ಸಿನಿಮಾದಲ್ಲಿನ ದೃಶ್ಯಗಳ? ಅವೆರಡನ್ನೂ ಮೀರಿದ ವಾಸ್ತವಿಕತೆ ವಿಸ್ಮಯ ತರಿಸಿತ್ತು.

ಇನ್ನ ನಿಶಾಂತ್‌ನ ಎದೆಯ ಭಯ ಕರಗಿ ಹೋಗಲಿಲ್ಲ.

ಎಲ್ಲರ ಬಲವಂತಕ್ಕೆ ನೂಕಲ್ಪಟ್ಟವನಂತೆ ಒಳಗೆ ಹೋದ. ಅಷ್ಟರಲ್ಲಿ ಬಂದ ಫೋನನ್ನು ಶರ್ಮ ಎತ್ತಿದರು.

''ನಿಶಾಂತ್‌ಗೆ ಏನೂ ಆಗಿಲ್ಲ. ಅವ್ನು ನನ್ನ ಮಗ ಬರೋ ಹಾಗಿದ್ದರೇ ಒಬ್ರೇ.... ಬನ್ನಿ ಪೊಲೀಸ್ ಪಡೆಯ ಅಗತ್ಯವಿಲ್ಲ'' ಬಿಡಿ ಬಿಡಿ ಉತ್ತರಗಳನ್ನು ಹೇಳಿ ಇಟ್ಟರು.

ಮೇಲಿನ ಕೋಣೆಗೆ ಹೋದರು. ಅತ್ತು ಅತ್ತು ಸೊರಗಿದ ಭವಾನಿ ನಿಶಾಂತ್‌ನ ನೋಡಿ ತಟಸ್ಥರಾದರು. ಅರ್ಚನಾ, ಅಜಿತ್, ಶರ್ಮ ಮೂವರು ಅಲ್ಲೇ ಇದ್ದರು.

''ಭವಾನಿ ರಿಲ್ಯಾಕ್ಸ್, ನಿಶಾಂತ್‌ನ ಮಗಾಂತ ನಾವು ಒಪ್ಪಿಕೊಂಡಿದ್ದೀವಿ. ಸಂಕೋಚ ಬೇಡ'' ಶರ್ಮ ವ್ಯಕ್ತಿತ್ವದಲ್ಲಿ ಆಕಾಶದೆತ್ತರ ಬೆಳೆದುಬಿಟ್ಟರು. ಇಲ್ಲೂ ಅವರು ಬುದ್ಧಿವಂತರೇ ಹೆಂಡತಿಯ ನೋವು, ವ್ಯಾಕುಲವನ್ನು ಅವರೆಂದೂ ಸಹಿಸರು.

ನಿಶಾಂತ್ ಭವಾನಿಯತ್ತ ನೋಡಿದ. ಬಾಯಿಗೆ ಸಿಹಿ ಇಟ್ಟ ದಿನದ ನೆನಪಾಯಿತು. ಅದರ ಹಿಂದೆಯೇ ಗೋಡೆಯ ಬರಹಗಳು, ಅಶ್ಲೀಲ ಶಬ್ದಗಳು, ಅವಾಚ್ಯ ನುಡಿಗಳು. ಹಂತ ಹಂತವಾಗಿ ತಿವಿಯುತ್ತಿದ್ದ ಅಜಿತ್‌ನ ಕಟು ನುಡಿಗಳು.

ತುಟಿಯನ್ನು ಕಚ್ಚಿಡಿದು ತಲೆಯಾಡಿಸಿಬಿಟ್ಟ. ''ದಯವಿಟ್ಟು ಕ್ಷಮ್ಸಿ, ನಂಗೇನು ಅರ್ಥವಾಗೋಲ್ಲ, ಅರ್ಥಮಾಡಿಕೊಳ್ಳೋಕೆ ಇಷ್ಟವೂ ಇಲ್ಲ. ಹೆತ್ತ ತಾಯಿಯನ್ನು ನೋಡ್ಬೇಕೆಂಬ ಹಂಬಲಿಕೆ ನನ್ನಲ್ಲಿ ಸತ್ತು ಹೋಗಿದೆ'' ಒಪ್ಪಲಿಲ್ಲ, ನಂಬಲಿಲ್ಲ.

ಬಹಳ ತಾಳ್ಮೆಯಿಂದ ಹಿಂದಿನ ಭವಾನಿಯ ಪ್ರೇಮ ಜೀವನದ ಚಿತ್ರ ಬಿಡಿಸಿಟ್ಟರು. ಭವಾನಿ ತಾಯಿಯಾದರು ಅವನ ತಂದೆ ಬೇರೆ.

ಅಷ್ಟರಲ್ಲಿ ನಿರ್ಮಲ್‌ಕುಮಾರ್ ಬಂದಿದ್ದು ತಿಳಿದು ಶರ್ಮ ತಾವೇ ಹೋಗಿ ಸ್ವಾಗತಿಸಿ ಕರೆತಂದರು.

''ಮತ್ತೇನು ಪ್ಲಾನ್? ನಿನ್ನನ್ನು ಸಿಕ್ಕಿಸೋಕೆ ಬಲವಾದ ಫೈಲ್ ರೆಡಿ ಮಾಡ್ತಾ ಇದ್ದೀನಿ. ಇಷ್ಟು ಶ್ರೀಮಂತಿಕೆ ಕೂಡ ನಿನ್ನನ್ನು ಕಂಬಿಗಳಿಂದ ಹೊರತರೋಕೆ ಸಾಧ್ಯವಿಲ್ಲ'' ಕೋಪದಿಂದ ಅಜಿತ್ ಅತ್ತ ನೋಡಿದರು. ಅವನು ತಲೆ ತಗ್ಗಿಸಿದ.

ಶರ್ಮ, ಭವಾನಿಯ ಮಾನಸಿಕ ಹೋರಾಟವನ್ನು ವಿವರಿಸಿದರು.

"ನಾನು ಅವಳನ್ನು ಕಳ್ದು ಕೊಳ್ಳೋಕೆ ಇಷ್ಟಪಡೋಲ್ಲ. ನನ್ನ ಇಡೀ ಪ್ರಾಪರ್ಟಿ ಕೂಡ ಅವ್ಳ ತೂಕ ತೂಗೋಲ್ಲ. ನಿಶಾಂತ್ ನನ್ನ ಮಗನೇ. ಪ್ರತಿಯೊಂದರ ಮೇಲೂ ಅವನಿಗೆ ಅಜಿತ್‌ನಷ್ಟೇ ಹಕ್ಕು."

ನಿರ್ಮಲ್ ಕುಮಾರ್ ವ್ಯಂಗ್ಯವಾಗಿ ನಕ್ಕುಬಿಟ್ಟರು.

"ಎರ್ಡು ಹಕ್ಕಿಗಳನ್ನು ಒಂದೇ ಏಟಿಗೆ ಹೊಡೆಯೋಕೆ ಸಿದ್ಧವಿದ್ದೀರಿ. ನಿಮ್ಮ ಮಗನನ್ನು ಕಾನೂನು ಕೈಯಿಂದ ಬಿಡಿಸೋಕೆ ಇದೊಂದು ಮಾರ್ಗ ಮಾತ್ರವಲ್ಲ, ನಿಶಾಂತ್‌ನಂಥ ಪ್ರಾಮಾಣಿಕ, ಸ್ವಾಭಿಮಾನಿಯನ್ನು ದಕ್ಕಿಸಿಕೊಳ್ಳುವ ತಂತ್ರ ಕೂಡ. ಭವಾನಿ ತಾಯಿಯಾಗಿರಬಹುದು. ಆದರೆ ನಿಶಾಂತ್ ತಂದೆ ನಾನು" ನಿಶಾಂತ್‌ನತ್ತ ನೋಡಿದರು ನಿರ್ಮಲ್.

ಭಗ್ಗನೇ ಅವನ ಕಣ್ಣುಗಳಲ್ಲಿ ಹತ್ತಿಕೊಂಡು ಉರಿದ ಸಂತೋಷ, ಅಭಿಮಾನ ಕ್ರಮೇಣ ಕ್ಷೀಣವಾಗಿ ನಂದಿ ಹೋಯಿತು.

"ಅಂಥದೇನಿಲ್ಲ ನಿಶಾಂತ್ ನನ್ಮಗ. ಅವ್ನ ತಾಯಿ ಯಾರನ್ನು ಪುರಸ್ಕರಿಸುತ್ತಾಳೋ. ಅವ್ನೇ ಅವ್ನ ತಂದೆ. ಇದೇ ಸರಿ. ನಾನು ಯಾವ ಕೋರ್ಟಿಗೆ ಬೇಕಾದ್ರು ಹೋಗಲು ಸಿದ್ಧ" ಭವಾನಿಯ ಕಡೆ ನೋಡಿದರು. ಆಕೆ ಕಣ್ಣೀರು ಸುರಿಸುತ್ತಿದ್ದಳು.

ನಿಶಾಂತ್ ಮೌನವಾಗಿ ನಿಂತುಬಿಟ್ಟ. ಸನ್ನಿವೇಶ, ಸಂದರ್ಭ ಅವನನ್ನು ಮೂಕನಾಗಿರಿಸಿದ್ದು, ಗೊಂದಲವಾಗಿ ಕಂಡಿತು.

ಮತ್ತೆ ಸಮಾಜದ ಎದುರು ಸುಳ್ಳು ಸೃಷ್ಟಿಸುವಿಕೆ ಅವೆಲ್ಲ ಬೇಡವೆನಿಸಿತು.

"ಕ್ಷಮಿಸಿ ಬಿಡಿ. ನಂಗೆ ಈಗ ಇಂಥ ಯಾವ ಬಂಧನಗಳು ಬೇಡ. ಕೆಲವೊಮ್ಮೆ ನಾಟಕದಲ್ಲಿ ಪಾರ್ಟು ಮಾಡೋದು ಕೂಡ ಕಷ್ಟ. ಸಮಾಜದಲ್ಲಿ ಸ್ವಂತ ವ್ಯಕ್ತಿತ್ವದಿಂದ ನನ್ನದೇ ಆದ ಸ್ಥಾನಮಾನಗಳನ್ನು ಸಂಪಾದಿಸ್ಕೋತೀನಿ" ಹಿಂದಕ್ಕೆ ತಿರುಗಿದ.

ಬಾಗಿಲವರೆಗೂ ಹೋದವನು ನಿರ್ಮಲ್ ಕುಮಾರ್ ಅವರ ಬಳಿಗೆ ಬಂದ "ಸರ್, ಅಜಿತ್ ಬಗೆಗಿನ ಫೈಲ್ ಮುಚ್ಚಿಬಿಡಿ. ನಾನು ನಿಮ್ಮಿಂದ ಬಯಸೋದು ಅಷ್ಟೇನೆ. ನಾನು ಮೆಚ್ಚಿಕೊಂಡ ಒಬ್ಬ ಪೊಲೀಸ್ ಆಫೀಸರ್ ನೀವು. ನನ್ನ, ನಿಮ್ಮ ನಡುವಿನ ಸಂಬಂಧ ಅಷ್ಟು ಸಾಕು" ಎಂದ. ಬಿಗಿಯಾಗಿ ಅಪ್ಪಿಕೊಂಡುಬಿಟ್ಟರು. ಅವರ ಪಿತೃ ಪ್ರೇಮದ ಹಿಡಿತದಿಂದ ಬಿಡಿಸಿಕೊಳ್ಳಬೇಕೆನಿಸಲಿಲ್ಲ ಅವನಿಗೆ. ದುರ್ಬಲತೆಯನ್ನು ಹತ್ತಿಕ್ಕಿದ.

ಭವಾನಿಯತ್ತ ನೋಡಿದ. ತಾಯ ಕಣ್ಣೀರು ಮೆತ್ತಗಾಗಿಸಿದರು ದೃಢತೆಯನ್ನು ಕಾಪಾಡಿಕೊಂಡ "ಕ್ಷಮಿಸಿ ಅಮ್ಮ, ಬಾಲ್ಯದ ಹಂಬಲ, ಆಕ್ರಂದನ ಕರಗಿ ಹೋಗಿದೆ. ಅಂದು ಸಮಾಜಕ್ಕೆ ಹೆದರಿದ್ರಿ. ಈಗ್ಲೂ ಅದೇ ಸಮಾಜ. ನಿರಂತರ ಮಾನಸಿಕ ಹೋರಾಟ ಬೇಡ. ನಿಮ್ಗೆ ಅಜಿತ್, ಅರ್ಚನಾ ಇದ್ದಾರೆ" ಎಂದವ ಶರ್ಮ ಅತ್ತ ನೋಡಿದ. ಸ್ವರವೇಳಲಿಲ್ಲ.

"ಈ ರಾತ್ರಿ ಪ್ರಕರಣ ಯಾರ ನೆನಪಿನಲ್ಲೂ ಉಳಿಯೋದ್ಬೇಡ. ನಿಮ್ಮ ದೊಡ್ಡತನದ

ಮುಂದೆ ಚಿಕ್ಕೋನು ಆಗೋಕೆ ನಂಗಿಷ್ಟವಿಲ್ಲ.''

ಹೊರಟವನನ್ನು ಅಜಿತ್ ತಡೆದ. ''ನಿಶಾಂತ್ ಎಕ್ಸ್‌ಕ್ಯೂಜ್ ಮಿ'' ಕೈ ತಟ್ಟಿ ಬರೀ ನಕ್ಕು ಹೊರಟುಬಿಟ್ಟ.

ಬಾಲ್ಕನಿಯಲ್ಲಿ ನಿಂತು ನೋಡಿದರು. ವಿಠೋಬನ ಹೆಗಲ ಮೇಲೆ ಕೈ ಹಾಕಿ ಕತ್ತಲೆಯಲ್ಲಿ ಕರಗಿ ಹೋಗುತ್ತಿದ್ದ.

''ಏನು ಕರೆಸಿದ್ದು?'' ವಿಠೋಬನ ಪ್ರಶ್ನೆಗೆ ನಿಶಾಂತ್ ನಕ್ಕುಬಿಟ್ಟ.'' ಏನೇನೋ ಹೇಳಿದ್ರು, ಒಂದೂ ಅರ್ಥವಾಗ್ಲಿಲ್ಲ.''

ಅವನಿಗೆ ಗೆಳೆಯ ಸುರಕ್ಷಿತವಾಗಿ ಬಂದಿದ್ದು ಸಾಕಾಗಿತ್ತು.

ಮಹಾಭಾರತದ ಉದ್ಯೋಗ ಪರ್ವವನ್ನು ಭಟ್ಟರು ಹೆಂಡತಿಗೆ ಓದಿ ವಿವರಿಸುತ್ತಿದ್ದುದ್ದು ನೆನಪಾಯಿತು ನಿಶಾಂತ್‌ಗೆ.

''ಧರ್ಮ ಸೂಕ್ಷ್ಮಗಳು ತೀರಾ ಸೂಕ್ಷ್ಮ. ಕೃಷ್ಣನು ಕರ್ಣನಿಗೆ ಜನ್ಮ ವೃತ್ತಾಂತ ತಿಳಿಸುವಾಗ ಕನ್ಯೆಗೆ ವಿವಾಹವಾಗುವ ಮೊದಲು ಮಗುವು ಹುಟ್ಟಿದರೆ 'ಕಾನೀನ' ಎಂದು ಹೆಸರು. ಕನ್ಯೆಯು ವಿವಾಹಕ್ಕೆ ಮುನ್ನ ಗರ್ಭವತಿಯಾಗಿ ವಿವಾಹದ ನಂತರ ಮಗುವು ಹುಟ್ಟಿದ್ದರೆ ಹುಟ್ಟಿದ ಮಗುವಿಗೆ 'ಸಹೋಢ' ಎಂದು ಹೆಸರು. ಕಾನೀನ ಮತ್ತು ಸಹೋಢರ ಜನ್ಮಕ್ಕೆ ಕಾರಣರು ಯಾರಾದರೂ ಆಗಿರಬಹುದು. ಆದರೆ ಆ ಕನ್ಯೆಯನ್ನು ವಿಧಿಪೂರ್ವಕವಾಗಿ ಮದುವೆಯಾಗುತ್ತಾನೆಯೋ, ಅವನೇ ಕಾನೀನ ಮತ್ತು ಸಹೋಢರ ತಂದೆಯಾಗುವನೆಂದು ಶಾಸ್ತ್ರವೇತ್ತರು ಹೇಳುತ್ತಾರೆ. ಅದರಿಂದ ಕುಂತಿಯನ್ನು ವಿವಾಹವಾದ ಪಾಂಡುರಾಜನೆ ನಿನ್ನ ತಂದೆ, ನೀನು ಪಾಂಡುರಾಜನ ಮಗನೇ.

ಅಂದರೆ ಶಾಸ್ತ್ರೀತ್ಯಾ ತನ್ನ ತಂದೆ ಶರ್ಮ ಅವರೇ. ಅಂದರೆ ಅಜಿತ್, ಅರ್ಚನಾ ತನ್ನ ಸೋದರ, ಸಹೋದರಿಯರು ಎಂದುಕೊಂಡ.

''ಆಕಾಶನೇ ನಿನ್ನಪ್ಪ, ಭೂಮಿ ತಾಯಿನೇ ನಿನ್ನ ತಾಯಿ'' ಉಸ್ತಾದ್ ಚಿಕ್ಕಣ್ಣನ ಮಾತು ಜ್ಞಾಪಕಕ್ಕೆ ಬಂತು.

ಕ್ವಾರ್ಟರ್ಸ್ ತಲುಪಿದಾಗ ಮಧ್ಯರಾತ್ರಿ ದಾಟಿ ಹೋಗಿತ್ತು. ಹೊರಗಿನ ಕಾಂಪೌಂಡ್‌ನಲ್ಲಿಯೇ ಒಂದು ಚಾಪೆ ತಂದು ಹಾಕಿದ.

''ವಿಠೋಬ ಕೂತ್ಕೋ'' ಎಂದವನು ಅವನ ತೊಡೆಯ ಮೇಲೆ ತಲೆ ಇಟ್ಟ. ಕೈಯಿಂದ ನೆಲವನ್ನು ಸವರಿದ. ನೋಟ ಆಕಾಶದತ್ತ. ಅವನ ಮುಖ ಮೃದುವಾಯಿತು. ಕಣ್ಮುಚ್ಚಿ ಮಲಗಿದ.

ಭೂಮಿ ಹೆತ್ತ ತಾಯಿಯಂತೆ ಜೋಗುಳವಾಡಿತು. ಆಕಾಶ ನಲ್ಮೆಯ ಬೆಳದಿಂಗಳನ್ನು ಬೀರಿ ಆಶೀರ್ವದಿಸಿದಂತಾಯಿತು. ತನ್ನ ಬದುಕುವ ಗುರಿಯ ಬಗ್ಗೆ ನಿಶಾಂತ್ ಯೋಚಿಸತೊಡಗಿದ.

* * *